एका अस्वस्थ
तलाठ्याची डायरी

दिलीपराज प्रकाशन प्रा. लि.™

२५१ क, शनिवार पेठ, पुणे - ४११०३०.

दिलीपराज प्रकाशनाची सर्व पुस्तके आता आपण Online खरेदी करू शकता.
आमच्या Website ला कृपया एकदा अवश्य भेट द्या. अथवा Email करा.

Email - diliprajprakashan@yahoo.in

www.diliprajprakashan.in

एका अस्वस्थ
तलाठ्याची डायरी

(आत्मकथन)

रामचंद्र नलावडे

दिलीपराज प्रकाशन प्रा. लि.
२५१ क, शनिवार पेठ, पुणे - ४११ ०३०.

एका अस्वस्थ तलाठ्याची डायरी - Eka Aaswastha Talathyachee Diary

◆ **प्रकाशक -**
राजीव दत्तात्रय बर्वे
मॅनेजिंग डायरेक्टर,
दिलीपराज प्रकाशन प्रा. लि.
२५१ क, शनिवार पेठ, पुणे - ४११ ०३०
दूरध्वनी (सर्व फॅक्ससहित)
२४४७१७२३, २४४८३९९५, २४४९५३१४
Email: diliprajprakashan@yahoo.in

◆ © **रामचंद्र नलावडे**
मु.पो. वेरळ, ता. खेड, जि. रत्नागिरी
पिनकोड ४१५६२१ । भ्रमणध्वनी : ९६२३९७०६१६

◆ **प्रकाशन दिनांक -** १५ नोव्हेंबर २०१५

◆ **प्रकाशन क्रमांक -** २२२६

◆ **ISBN -** 978 - 93 - 5117 - 074 - 7

◆ **मुद्रक -**
Repro India Ltd, Mumbai.

◆ **टाइपसेटिंग -**
संकल्प ग्रुप ऑफ कंपनीज
सदाशिव पेठ,
पुणे - ४११ ०३०.

◆ **मुद्रितशोधन -** एस. एम. जोशी, पुणे

◆ **मुखपृष्ठ -** रविमुकुल

विठाबाई (अक्का),

हनुमंत (अण्णा),

हौसाबाई, सुलोचना (शांता)

आणि

लक्ष्मी

या माझ्या प्रिय भावंडांना ...

एका अस्वस्थ तलाठयाची डायरी

एक

जुनी एस.एस.सी.ची परीक्षा काठावर पास झाल्यानंतर मी कोकणात खेड या तालुक्यात पोट भरण्यासाठी रस्त्यावर मजुरी करू लागलो. माझ्या आईवडिलांचं आता वय झालं होतं. मला माझ्यापाठच्या दोन अविवाहित बहिणी होत्या, त्यांच्या लग्नाचीसुद्धा जबाबदारी माझ्यावरच होती. माझ्या थोरल्या भावाचं लग्न झालं होतं. तो त्याच्या बायको-मुलांना घेऊन वेगळं राहत होता. तो आमच्याकडे अजिबात लक्ष देत नव्हता. त्याला दारू पिण्याचं बेफाट व्यसन होतं. रस्त्यावर मजुरी करून मी माझ्या पाठची बहीण सुली हिचं लग्न केलं. एस. एस.सी.ची परीक्षा १९७४ मध्ये पास होऊन मी जगण्यासाठी दोन-अडीच वर्षं उन्हातान्हात मजुरी केली. नंतर मला एका इसमाकडून असं समजलं की, सरकारी नोकरी मिळण्यासाठी आधी समाजकल्याण कार्यालयात जाऊन शैक्षणिक कागदपत्रं दाखवून नावनोंदणी करावी लागते. मी मागासवर्गीय भटक्या-विमुक्त या जातीत मोडत असल्यामुळे मला नोकरी लागण्याची शक्यता होती. त्या वेळी शासकीय नोकरी मिळविण्यासाठी आताप्रमाणे अजिबात जीवघेणी स्पर्धा करावी लागत नव्हती किंवा एक नवा पैसादेखील खर्च करावा लागत नव्हता. आता 'एक अनार और सौ बिमार' अशी भयावह परिस्थिती सर्वत्र निर्माण झाली आहे. नोकरीसाठी वरिष्ठ अधिकाऱ्यांना पाच-पाच, दहा-दहा लाख रुपये चिरीमिरी द्यावी लागत आहे. तेव्हा अशी परिस्थिती अजिबात नसल्यामुळे मी स्वत:ला खूप भाग्यवान समजतो.

रत्नागिरी या जिल्ह्याच्या ठिकाणी समाजकल्याण खात्याच्या कार्यालयात जाऊन मी नोकरीसाठी नावनोंदणी केल्यावर अवघ्या पाच-सहा महिन्यांतच मला तलाठी या पदावर काम करण्यासाठी पत्र मिळालं. माझा राहण्याचा कायमचा ठिकाणा नसल्यामुळे मी खेड येथील शांताराम केळकर यांच्या हॉटेलचा पत्ता लिहून दिला होता. ते हॉटेल माझ्या नेहमीच्या रस्त्यावर असल्यानं हॉटेलचे मालक केळकर मला

तसं ओळखत होते. मी डांबरी रस्त्यावरून चालत जात असताना त्यांनी, 'ये पोरा, तुझं पत्र आलंय. ते घेऊन जा.' अशी गोड हाक मारून ते पत्र मला दिलं. ते नोकरीचं पत्र वाचून माझा आनंद गगनात मावेना. आता माझं भाग्य फळफळणार म्हणून मी आनंदानं मोरपीस होऊन हवेत क्षणभर तरंगू लागलो.

उपविभागीय अधिकारी चिपळूण यांच्या कार्यालयात माझी दिनांक २० जून १९७७ रोजी तलाठी या पदासाठी मुलाखत झाली. या मुलाखतीमध्ये मी पास झाल्यावर अवघ्या चार-पाच दिवसांतच माझी तलाठी म्हणून खेड या तालुक्यात चिंघकर या सजावर (मुख्यालय) नेमणूक केली असल्यावरून उपविभागीय अधिकारी चिपळूण यांच्या सहीचं पत्र मला मिळालं. ते नेमणुकीचं पत्र मी माझ्या डोळ्यांसमोर धरून अगदी काळजीपूर्वक वाचलं. त्या पत्रात मला नेमणुकीच्या ठिकाणी ताबडतोब हजर होण्यासाठी आदेश दिला होता. अन्यथा झालेली नेमणूक रद्द करण्यात येईल, असंसुद्धा लिहिलं होतं. तहसील कार्यालयात हजर होताना मला रुपये पाचशेचा जामीनकसबा पूर्ण करून द्यावा लागणार होता. त्याशिवाय मला नोकरीवर हजर होता येणार नव्हतं.

मला नोकरी लागली म्हणून माझ्या वृद्ध आईवडिलांच्या डोळ्यांत आनंदाश्रू तरळत होते. माझ्या भावंडांनासुद्धा त्याचा आनंद झाला होता. प्रांताचं (उपविभागीय अधिकारी यांचं) पत्र हातात धरून मी माझ्या मनात विचार करीत होतो. मला पाचशे रुपयांचा जामीनदार हवा होता. घरात त्यावेळी एक वेळच्या जेवणाची-सुद्धा भ्रांत असल्यामुळे मला त्याची काळजी लागली होती.

खेड या तालुक्याच्या गावी आम्ही चर्मकार गल्लीत भिकू खेडेकर यांच्या मालकीच्या गुरांच्या गोठ्यात महिन्याला पाच रुपये भाडं देऊन राहात होतो. गोठ्याच्या अर्ध्या भागात त्यांच्या दोन म्हशी होत्या. अर्ध्या भागात आमचं बिऱ्हाड होतं. आईनं एका कोपऱ्यात तीन दगडाची चूल मांडली होती. शेणा-मुतानं बरबटलेल्या त्या म्हशींची घाण माश्या हाकलताना आमच्या जेवणातसुद्धा उडायची. ते जेवण टाकून दिल्यावर आम्हाला पोटभर पाणी पिऊन रात्र काढावी लागायची. म्हणून आई त्या म्हशींना शिव्या घालीतच ते जेवण आम्हाला वाढायची.

मला महसूल खात्यात तलाठी म्हणून नोकरी लागल्याचं चर्मकार गल्लीत सर्वांना समजलं होतं. भिकू खेडेकर माझं अभिनंदन करायला काठी टेकत आले. त्यांनीसुद्धा तलाठी म्हणून नोकरी केली होती. तीन वर्षांपूर्वी ते नोकरीमधून निवृत्त झाले होते, त्यांच्या मालकीची भरपूर जमीन होती, त्यांना दारूचं बेफाट व्यसन होतं. माझं अभिनंदन करीत ते मला म्हणाले,

"पोरा, तू आता व्हिलेज कलेक्टर झालास ना. तुला तुझ्या कामात काही

अडचण आली, तर तू मला विचार. मी तलाठी म्हणून छत्तीस वर्षं नोकरी केलीय.''

त्यांचं बोलणं ऐकून मी त्यांना अडखळत म्हणालो, ''काका, माझी एक अडचण आहे. मला तुमच्या मदतीची खूप गरज आहे.''

''बोल.''

''उद्या मी नोकरीवर हजर होण्यासाठी मामलेदार कचेरीत जाणार आहे. त्यासाठी मला जामीनदाराची गरज आहे.''

''मी तुला जामीन राहातो.''

''तुमच्या रूपानं मला देवच भेटला बघा.''

''परंतु माझी एक अट आहे.''

''कोणती?'' मी मनात साशंक होऊन विचारलं.

''त्या कामाचे तू मला वीस रुपये दे. मी उद्या तुझ्यासोबत मामलेदार कचेरीत येतो.''

माझे वडील आजारी होते. त्यांना डॉक्टरकडे न्यायलासुद्धा आमच्याकडे पैसे नव्हते. मी खेडेकरांचं रोखठोक बोलणं ऐकून आणखी संभ्रमात पडलो. माझ्याकडून पैसे मिळाल्यावर ते मला जामीन राहायला तयार होते. त्यांचं बोलणं ऐकून आईनं तिच्या कपाळावर हात मारून घेतला. तिला त्यांचा रागसुद्धा आला होता. त्यांना मला स्पष्टपणे 'नाही' सुद्धा म्हणता येईना आणि 'होय' सुद्धा म्हणता येईना. माझी द्विधा मन:स्थिती झाली होती.

मी भिकू खेडेकरांना अजिजी करीत म्हणालो,

''काका, आमच्याकडे पैसे नाहीत.''

''व्वा रे व्वा! असं कसं तू म्हणत्योस. मला आता दारू प्यायचीय. तू मला पैसे दिले नाहीस, तर मी तुला जामीन राहाणार नाही. जामीनदार असल्याशिवाय तुला कचेरीत हजर करून घेणार नाहीत. मग तुझी नोकरी गेली म्हणून तू समज.''

मला जगण्यासाठी नोकरीची फार गरज होती. भिकू खेडेकरांना पैसे दिल्याशिवाय ते आपल्याला मदत करणार नाहीत, हे एव्हाना माझ्या ध्यानात आलं होतं. 'मरता क्या नही करता'. झक मारून मला त्यांची अट मंजूर करावी लागली. आईनं तिचा बटवा झाडून त्यातून तिनं मला त्यांना देण्यासाठी रुपये पाच दिले. तिला मी आणखी पैसे मागितल्यावर ती मला तोंड वेंगाडून 'न्हाय' असं म्हणाली. आईनं दिलेले पाच रुपये मी समोर बारदानावर बसलेल्या भिकू खेडेकरांना देत म्हणालो,

''आमच्याकडे आता एवढेच पैसे आहेत.''

मी दिलेले पैसे खेडेकरांनी त्यांच्या सदऱ्याच्या खिशात ठेवून ते जाण्यासाठी जमिनीवर दोन्ही हात टेकून उठले. दरवाजाकडे मोर्चा वळविण्याच्या आधी ते मला

ताकीद करीत म्हणाले, "उरलेले पंधरा रुपये मी उद्या सकाळी कचेरीत घेईन. त्याशिवाय मी तुझ्या जामीनपत्रावर सही करणार नाही. येतो मी."

भिकू खेडेकर काठी टेकत त्यांच्या घराच्या दिशेनं जाणारी पाऊलवाट तुडवू लागले. त्यांच्या लोभीपणाचा मला थोडा राग आला होता. माझी अडचण ओळखून त्यांनी माझ्याकडे पैशाची मागणी केली होती. ते तिथून गेल्यावर आई मग दीर्घ नि:श्वास सोडून म्हणाली,

"राम, मी वाईच बाजारात जाऊन येत्ये."

"कश्याला?"

"आरं, त्याच्या मढ्यावर उद्याच्याला पंध्रा रुपये चेपायला पाह्यजे. त्याबिगर तो कागदावर सईन करनार न्हाय."

"मग तू बाजारात आता कशासाठी जातेस?"

"आपल्याकं पितळेचा पाण्याचा हंडा हाय. त्ये ठेवत्ये गान नि आनत्ये पैसं. तुला नोकरी लागली, की आपून पान्याला नवीन हंडा घेवू. येळ महत्त्वाची हाय, पान्याचा हंडा महत्त्वाचा न्हाय बग."

आईचं बोलणं ऐकून मी तिला काहीही बोलू शकलो नाही. तिच्या बोलण्यात जवाएवढीदेखील चूक नव्हती. आमची आर्थिक परिस्थिती फार नाजूक होती. म्हणून मला आईला अडवतादेखील येत नव्हतं. एका रिकाम्या सिमेंटच्या पोत्यात आईनं रिकामा हंडा घातला आणि ती तो तिच्या काखेत घेऊन लगेचच घराच्या बाहेर पडली. अर्ध्या-पाऊण तासानं आई तो हंडा एका दुकानात गहाण ठेवून पैसे घेऊन घरी आली. माझ्या हातात पैसे देत ती मला थोड्या गुश्शातच म्हणाली, "राम, हे पैसं घे. नि चेप त्याच्या मढ्यावर."

रात्री मला नीट झोप येईना. बारदानावर मी या कुशीवरून त्या कुशीवर एकसारखा वळत होतो. एस.एस.सी. झाल्यानंतर मी पोट भरण्यासाठी अक्षरश: उन्हातान्हात डोंगराएवढे कष्ट उपसले होते. अडीच-तीन वर्षांत मी माझ्या हातांत लिहिण्यासाठी पेन धरला नव्हता. माझ्या हातात दगड फोडण्यासाठी लोखंडी सुतकी असायची. तुरुंगात खून, बलात्कार, दरोडा इत्यादी गंभीर गुन्ह्यासाठी गुन्हेगारांना शिक्षा म्हणून खडी फोडावी लागते आणि दगडसुद्धा फोडावे लागतात. या देशात आम्ही जन्म घेतला होता म्हणून आम्हाला जन्मत:च गुन्हेगार ठरविले गेले होते. आम्ही ती शिक्षा मूकपणे भोगत होतो. 'मुकी बिचारी कुणीही हाका,' अशीच आमची गत होती.

माझं वय वीस-एकोणीसच्या दरम्यान होतं. मी माझ्या हयातीत तहसील कार्यालयाचं तोंडदेखील कधी पाहिलं नव्हतं. मला त्याची कधी आवश्यकतादेखील

वाटली नव्हती. त्यामुळे रात्रभर माझे डोळे टक्क उघडे होते. ७/१२ म्हणजे काय? त्याचीदेखील मला माहिती नव्हती. तलाठी म्हणून काय काय कामं करावी लागतात, याचाच मी रात्रभर विचार करीत होतो. माझ्या डोक्यात अनेक शंका-कुशंकांनी थैमान घातलं होतं. विचार करूनसुद्धा कोणत्याही प्रश्नाचं मला समाधानकारक उत्तर मिळत नव्हतं. प्रश्नांची गुंतवळ अधिकाधिक वाढत होती. पहाटे पहाटे कधी डोळा लागला, हे माझं मला कळलंदेखील नाही.

*****

माझ्या आयुष्याला कलाटणी देणारा दिवस उजाडला. माझ्या मनात अनेक स्वप्नं, भीती, हुरहुर यांची गर्दी झाली होती. जामीनदार भिकू खेडेकर यांना सोबत घेऊन मी सकाळी दहा वाजता तहसील कार्यालय खेडची पायरी चढली. माझ्या अंगावर पट्ट्यापट्ट्यांचा लेंगा आणि चुरगळलेला, मळका सदरा होता. तळहातावर खोबरेल तेल घेऊन आईनं ते माझ्या केसांना चोपडलं होतं, दात पडलेल्या फणीनं मी माझ्या केसांचा भांग पाडला होता. माझं ते विचित्र ध्यान पाहून तहसील कार्यालयात काम करणारे कर्मचारी आणि कामासाठी आलेले पक्षकार गालातल्या गालात फिस्कारू लागले. 'हा कोणता विचित्र प्राणी परग्रहावरून आलाय?' बहुधा असाच प्रश्न त्यांच्या मनात पडलेला असावा. 'आपल्याला हसणाऱ्यांचे दात दिसतील' असं म्हणून मी माझ्या मनाची समजूत करून घेतली.

ट्रेझरी अव्वल कारकून म्हणून त्या ठिकाणी घोडे नावाचे गृहस्थ काम करीत होते, त्यांनी वयाची चाळिशी पार केली होती. भक्कम देहयष्टी, रंग गोरा, भव्य कपाळ आणि भेदक नजर. त्यांचा गंभीर चेहरा पाहून कुणालाही त्यांचा धाक वाटावा. एखाद्या आरोपीप्रमाणे मी त्यांच्या टेबलाजवळ जाऊन उभा राहिलो. मला त्यांचा चेहरा पाहूनच भीती वाटत होती. डोळ्यांला सोनेरी काड्यांचा चष्मा लावून ते खाली मान घालून पांढऱ्यावर काळे करीत होते.

दहा मिनिटांनंतर त्यांनी त्यांची मान वर करून माझ्याकडे पाहिलं. त्यांच्या त्या डोळ्यांत द्वेष, तिरस्कार अगदी ठासून भरला होता. नंतर त्यांनी मला करड्या आवाजात विचारलं,

"काय काम आहे?"

त्यांचा तो घोगरा, भीतिदायक आवाज ऐकून मला त्यांची आणखी भीती वाटू लागली. मी तोंडातून शब्द न काढता माझ्याकडे असलेलं चिपळूणच्या प्रांताचं पत्र त्यांना वाचायलं दिलं. ते पत्र वाचून ते पुन्हा माझ्याकडे रोखून पाहू लागते. माझ्या अवतार पाहून मी तलाठी म्हणून हजर व्हायला आलोय, यावर त्यांचा अजिबात

एका अस्वस्थ तलाठ्याची डायरी । ११

विश्वास बसला नव्हता. त्यांना माझी शंका वाटत होती. त्यांच्या ठिकाणी अन्य कुणी त्या खुर्चीत बसलेला असता तरी त्यांचीसुद्धा तीच गत झाली असती. त्यांनी विश्वास ठेवावा, असं माझं मुळीच व्यक्तिमत्त्व नव्हतं. रानावनात फिरणारा मी, नुकताच माणसांच्या जगात आलो होतो. त्यामुळे मी माझ्या मनात गोंधळून गेलो होतो.

"जामीनदार घेऊन आलास काय?" पुन्हा त्यांचा दमदाटीचा आवाज माझ्या कानावर पडला.

"होय." मी अडखळत म्हणालो.

"आधी तू मला हजर रिपोर्ट लिहून दे. मग तुझा मी जामीन कसबा पूर्ण करून घेतो."

पुढे एक शब्दसुद्धा न बोलता घोडे भाऊसाहेब खाली मान घालून पुन्हा पांढऱ्यावर काळं करू लागले. आजूबाजूची कारकून मंडळी 'नवीन तलाठी हजर व्हायला आलाय' म्हणून माझ्याकडे विचित्र नजरेनं पाहत होते. त्यांच्या त्या कुत्सित नजरेत नावालादेखील माझ्याबद्दल सहानुभूती नव्हती. त्यांच्या त्या तिरस्काराच्या नजरा झेलीतच मी व्हरांड्यात आलो. त्या ठिकाणी सकपाळ नावाचा शिपाई कोऱ्या रजिस्टरावर सरकारी गोल शिक्के मारीत बसला होता. त्याला त्या कामाचे पक्षकाराकडून 'दक्षिणा' मिळणार म्हणून तो ते काम अगदी आनंदानं करीत होता. मी त्या शिपायाकडे रिपोर्ट लिहिण्यासाठी कोऱ्या कागदावरचा चवरका मागितल्यावर त्यानं ते मला लगेच त्याचं काम थांबवून दिलं.

त्याच्याकडून कोऱ्या कागदाचा चवरका घेऊन मी त्या शिपायाच्या जवळ लाकडी बाकावर बसलो. माझ्याकडे शाईचा पेन होता. माझ्याकडे कोरा कागद आणि शाईचा पेन असूनसुद्धा मी थोडा वेळ शांतपणे विचार करीत बसलो. मला तहसीलदारांना रिपोर्ट कसा लिहायचा असतो, हे बिलकूल ठाऊक नव्हतं. थोड्या वेळानं मी त्या सकपाळ शिपायाला अजिजी करीत म्हणालो,

"तहसीलदारसाहेबांना रिपोर्ट कसा लिहायचा असतो, ते तुम्ही मला सांगाल काय?"

"सांगतू की..."

सकपाळ शिपायानं माहिती दिल्याप्रमाणे मी माझा हजर रिपोर्ट लिहून त्या खाली तारीख आणि वेळ लिहून इंग्रजीत सही केली. माझं अक्षर म्हणजे 'आप लिखे और आप ही न जाने' या पद्धतीचं होतं. अडीच-तीन वर्षं लिहिण्याची मला सवय नसल्यामुळे तो पाच ओळींचा रिपोर्ट लिहायलासुद्धा मला खूप कष्ट घ्यावे लागत होते. माझा तो हजर रिपोर्ट पाहून घोडे भाऊसाहेब फाडून, तर नाही ना टाकणार? असं माझ्या मनात प्रश्न पडला होता. मी भीत भीत तो माझा हजर रिपोर्ट त्यांच्या

टेबलावर नेऊन ठेवला. डोळ्यांला सोनेरी काड्यांचा चष्मा लावून घोडे भाऊसाहेबांनी माझा तो रिपोर्ट वाचून काढला. त्यांचे दोन डोळे माझ्या अक्षरावरून फिरू लागल्याचे पाहून माझ्या पोटात भीतीनं खड्डा पडला होता. रिपोर्ट वाचून झाल्यावर त्यानं माझ्याकडे एकवार तिरस्कारानी पाहिलं. नंतर त्यांनी माझ्या हजर रिपोर्टावर तारीख आणि वेळ लिहून त्यावर त्यांची इंग्रजीत झोकदार सही केली. नंतर घोडे भाऊसाहेब मला सूचना करीत म्हणाले,

"तुझा मी आता जामीन-कसबा पूर्ण करून घेत्योय. नंतर तू रावसाहेबांना त्यांच्या चेंबरमध्ये जाऊन भेट. तुझा चिंचघर सजाचा (मुख्यालय) कागदपत्रांचा चार्ज आम्ही तात्पुरता वैद्य तलाठ्यांकडे दिला होता. तू त्यांच्याकडून कागदपत्रांचा चार्ज घेऊन चार्ज यादीसह आमच्याकडे ताबडतोब रिपोर्ट सादर करायचा. यात अजिबात कसूर होता कामा नये. कळलं?"

"होय." मी आवंढा गिळून म्हणालो.

माझा रुपये पाचशेचा जामीन-कसबा लिहून पूर्ण झाल्यावर त्यावर भिकू खेडेकर यांनी जामीनदार म्हणून त्यांची मराठीत सही केली. जामीन-कसबा पूर्ण झाल्यावर खेडेकर मला घेऊन व्हरांड्यात आले. नंतर त्यांनी माझ्यासमोर पैशासाठी हात पसरले. मी त्यांना उरलेले पंधरा रुपये दिल्यावर त्यांनी ते पैसे त्यांच्या सदऱ्याच्या खिशात घातले आणि ते लगेच दारूच्या गुत्त्याकडे निघून गेले. थोडा वेळ मी त्यांच्या पाठमोऱ्या आकृतीकडे पाहत उभा राहिलो. ते दिसेनासे झाल्यावर मी रावसाहेबांची भेट घेण्यासाठी त्यांच्या दालनाच्या दिशेनं धडधडत्या छातीनं पावलं टाकू लागलो.

जोशी रावसाहेब त्यांच्या दालनात फिरत्या चाकाच्या खुर्चीवर पक्षकारांच्या सोबत चर्चा करीत होते. थोडा वेळ मी त्यांच्यासमोर नि:शब्द उभा राहिलो. थोड्या वेळानं जोशी रावसाहेब माझ्याकडे पाहत म्हणाले,

"काय काम आहे?"

"मी चिंचघर सजाला नवीन तलाठी म्हणून हजर व्हायला आलोय." मी मनाचा हिय्या करीत म्हणालो.

माझं बोलणं ऐकून त्यांनी माझ्या बोलण्यावर झटकन विश्वास ठेवला नाही. अविश्वासानं त्यांनी मला लगेच 'काय?' म्हणून विचारलं. मी पुन्हा तेच त्यांना सांगितलं. माझं बोलणं ऐकून त्यांनी मला विचारलं,

"तुझा हजर रिपोर्ट घोडे भाऊसाहेबांच्याकडे दिलास काय?"

"होय."

"तुझा जामीन-कसबा पूर्ण झालाय काय?"

"होय."

"तुझं नाव काय?"

"रामचंद्र भैरू नलावडे."

"सध्या तू कोठे राहत्योस?"

"खेडच्या चर्मकार वाडीत."

"मी तुला काय सांगत्योय ते तू नीट ऐकून घे. तुझी रिक्त पदावर तलाठी म्हणून नेमणूक झाली आहे. तुझ्या चिंचघर सजाची जमीन महसूल वसुली करण्याची भरपूर शिल्लक आहे. पुढील जुलै महिन्यात जमाबंदी असते. त्याच्या आधी तुला शंभर टक्के जमीन महसूल वसुली करून जमाबंदीचं काम करायचं आहे. रात्रीचा दिवस करून तुला आता काम करावं लागणार आहे. कळलं?"

"होय." माझ्या तोंडातून कसेबसे शब्द बाहेर पडले.

"तुला वसुलीला मदत करण्यासाठी मी तुझ्या सर्कलला (मंडळ अधिकारी) सांगतो. ते तुला मदत करतील. तुला तुझ्या कामात काही अडचण आली तर तू तुझ्या सर्कलना विचारायचं."

"होय साहेब."

"नीघ आता."

रावसाहेबांचं बोलणं ऐकून माझी छाती आणखी धडधडू लागली होती. त्यांना नमस्कार करून मी लगेच त्यांच्या दालनातून बाहेर पडलो. बाहेर आल्यावर मी मोकळा श्वास घेतला. पाण्याच्या टाकीजवळ जाऊन पाणी प्यायलो. थोड्या वेळानं माझ्या हृदयाची होणारी धडधड थांबली. तलाठ्याची नोकरी करणं म्हणजे आपण समजतो एवढं नक्की सोपं नाही. हे एव्हाना मला कळून चुकलं होतं. माझ्या संपूर्ण कुटुंबाचा पोटाचा प्रश्न असल्यानं मला प्रयत्नांची शिकस्त करून ही नोकरी टिकवून धरावी लागणार होती. कुटुंबात मला एकट्यालाच त्याचा त्रास सहन करावा लागणार होता, मला त्याची बिलकूल पर्वा नव्हती. उन्हातान्हात ऊरफोड करण्यापेक्षा महसूल खात्यात नोकरी करणं कितीतरी चांगलं होतं. माझ्या व माझ्या कुटुंबीयांचा भाकरीचा प्रश्न कायमचाच मिटणार होता. महसूल खात्यातील कामाची माहिती झाल्यावर माझं काम आणखी सोपं होणार होतं.

*****

जुलै महिना सुरू होता. धरणीवर पाऊस अगदी धोऽ धोऽ कोसळत होता. ३१ जुलैपर्यंत मला माझ्या सजातील संपूर्ण जमीन महसुलाची वसुली करून जमाबंदीचं काम करायचं होतं. १ ऑगस्टपासून महसूल खात्यात नवीन वर्ष सुरू होत

असल्यामुळे दिवस-रात्र खपून मला माझं काम ३१ जुलैपर्यंत पूर्ण करायचं होतं. आता मला वसुलीची पावतीसुद्धा करायला येत होती. शेतकऱ्यानं त्याच्या दस्ताचे (शेतसारा) पैसे दिल्यावर मी त्याला लगेच त्याची पावती करून द्यायचो.

दत्तू आणि तुकाराम हे दोघं माझ्या हाताखाली कोतवाल म्हणून काम करीत. दोघंही अगदी अवलिया होते. दोघांनासुद्धा दारू पिण्याचं व्यसन होतं. वसुलीच्या खातेदारांची नावं वाचल्यावर ते मला त्यांची घरं दाखविण्याचं काम करीत. कोतवाल त्या खातेदाराच्या दारासमोर उभा राहून मोठ्या आवाजात ओरडायचा. 'तलाठीभाऊ आलेत. दस्त घेऊन या लवकर.' कोतवालाचा ओळखीचा आवाज कानावर पडल्यावर एखादा शेतकरी लगेच दस्ताचे पैसे आणून माझ्या हातात द्यायचा. एखादा चहासाठी आग्रह करायचा. माझी पावलं त्याच्या घराला लागल्यामुळे त्याला धन्य धन्य झाल्यासारखं वाटायचं. त्या गरीब शेतकऱ्याच्या डोळ्यांतील प्रेम, जिव्हाळा पाहून मी त्यानं दिलेला बिनदुधाचा चहा आवडीनं प्यायचो. नोकरीच्या आधी मला चहा पिण्याची मुळीच सवय नव्हती.

माझं मुख्यालय (सजा) चिंचघर या गावी एका वाडीत होतं. माझ्या अखत्यारित एकूण तीन गावं होती. जाती-धर्माप्रमाणे प्रत्येक गावांत कमीत कमी सात किंवा आठ वाड्या असत. या वाड्यासुद्धा मुळीच जवळजवळ नसत. प्रत्येक वाडीत कमीत कमी दोन किंवा तीन किलो मीटर्सचं अंतर असायचं. धनगर वाडी डोंगराच्या माथ्यावर असे. त्या धनगरवाडीवर जाण्यासाठी धापा टाकीतच जावं लागत होतं. त्या धनगरांची घरंसुद्धा एक या टोकाला तर दुसरं त्या टोकाला असे. धनगर सकाळीच घर बंद करून त्यांच्या शेतावर काम करण्यासाठी बायको-मुलांना घेऊन जात असत. तंगडतोड करून कधीकधी एक पैचीदेखील वसुली होत नसे. त्याची माझ्या जिवाला खूप रुखरुख लागायची.

दत्तू आणि तुकाराम हे माझे दोन्ही कोतवाल महावस्ताद होते. कधीकधी ते कामाला दांडी मारीत. त्यामुळे मला वसुलीच्या कामाला जात येत नसे. मी नवीन असल्यामुळे मला शेतकऱ्यांच्या घराची माहिती नव्हती. मी नवीन नोकरीला लागलो असल्यामुळे मला कामाची तितकीशी माहिती नव्हती. त्याचा माझे कोतवाल पुरेपूर फायदा घेत होते. एखादं काम मी त्यांना सांगितलं तरी ते करत नसत, उर्मट उत्तरं देत असत. ते दोघं कोतवाल माझ्यापेक्षा वयानं मोठे होते. मला त्यांना रागानं बोलता यायचं नाही. ते जरी माझ्या हाताखाली काम करीत असले तरी मी त्यांना कधीही 'अरे-तुरे' करीत नसे. माझा तसा मुळी पिंड नव्हता. लकडी केल्याशिवाय मकडी वळत नसली तरी लकडीचा कसा उपयोग करून घ्यायचा असतो, हेच मुळी मला

ठाऊक नव्हतं. त्यामुळे मी हजर झाल्यावर दोन्ही कोतवाल भारी शेफारून गेले होते. दोन-दोन, तीन-तीन दिवस ते कामावर येत नसत. त्याचं त्यांना मी कारण विचारलं, की ते थातूरमातूर कारणं सांगत. खोटं कारण सांगण्यासाठी घरात कुणाला तरी आजारी पाडत. बोलताना चेहऱ्यावर ओढून-ताणून दु:ख आणत. त्यांचं ते नाटक आता माझ्या ध्यानात येत होतं.

एके दिवशी मी माझं आन्हिक आटोपून सकाळीच वसुलीला जाण्यासाठी दत्तूचं घर गाठलं. दत्तूची बायको दोन-तीन वर्षांपूर्वी त्याला आणि त्याच्या दोन छोट्या मुलांना सोडून देवाघरी निघून गेली होती. त्याच्या अंगणात मला पाऊल टाकताना दत्तूनं ओझरतं पाहिलं आणि तो झटकन मागील दारी लपून बसला. दत्तूच्या दारात उभा राहून मी त्याच्या नावानं 'दत्तूऽऽदत्तूऽऽ' अशा हाका मारू लागलो. माझा आवाज ऐकून दत्तूची मुलं दारात येऊन उभी राहिली. दत्तूच्या आठ वर्षाच्या मुलाला मी खालच्या आवाजात विचारलं,

"तुझे बाबा घरात आहेत का?"

"न्हाईत." डोळ्यांवर आलेल्या झिपऱ्या बाजूला करीत त्याचा मुलगा म्हणाला.

"कुठं गेलेत?"

"म्हाईत न्हाय."

"कधी येतील ते?"

"त्यांनी आमाला काय सांगितलंन न्हाय."

"तुझे बाबा घरी आल्यावर तलाठीभाऊ घरी आले होते म्हणून, तर त्यांना सांगशील?"

"व्हय. सांगत्यो."

ती मुलं लगेचच घरात निघून गेली. लहान मुलं सहसा खोटं बोलत नाहीत. दत्तूनं त्याच्या मुलांना मला कटविण्यासाठी चांगलं पढवून ठेवलं होतं. त्याचा मुलगा माझ्याशी खोटं बोलत आहे, मला ते कळत होतं. दाराच्या पायरीजवळ मला दत्तूच्या पायातील चपला दिसत होत्या. त्याच्या पायातील चपला पाहून माझी पूर्ण खात्री झाली होती, की दत्तू बाहेर कोठेही गेला नाही. तो घरातच लपून बसला आहे म्हणून.

दत्तूची लबाडी उघड करण्यासाठी मी माझ्या मनात पक्की खूणगाठ बांधली आणि मी थोडा वेळ त्याच्या घराच्या जवळपास रेंगाळू लागलो. तो त्याच्या घरातून बाहेर पडल्यावर त्याचं माझ्यावर झटकन लक्ष जाऊ नये, याचीसुद्धा मी दक्षता घेतली होती.

जवळजवळ अर्ध्या तासानं दत्तू एखाद्या चोरागत इकडेतिकडे पाहत अंगणात येऊन उभा राहिला. मी त्याला त्याच्या डोळ्यांसमोर दिसलो नाही, म्हणून त्याला

त्याचा आनंद झाला होता. आता दिवसभर आपण आपल्या घरात झोपून काढायचं म्हणून तो त्याच्या मनात खुशीत गाजरं खात होता. त्याच्या भ्रमाचा भोपळा लवकरच फुटणार आहे, हे त्याच्या गावीसुद्धा नव्हतं.

दत्तू बाहेर आल्याचं पाहून मी एक क्षणदेखील वाया न घालविता झटकन त्याच्या समोर येऊन उभा राहिलो. मला डोळ्यांसमोर पाहून दत्तू मनात चरकला. सरड्याप्रमाणे त्याच्या सावळ्या चेहऱ्यावरील रंग बदलला होता. आपली चोरी पकडली गेली म्हणून तो त्याच्या मनात खजील झाला होता. त्याला पुढे बोलायला संधी न देताच मी थोड्या गुश्शातच त्याला म्हणालो,

"तुमच्या मुलानं मला तुम्ही घरात नाही म्हणून सांगितलं."

"मी पोटमाळ्यावर कणगीतला भात काडीत हुतो. माझ्या मुलाला त्ये ठाव नव्हतं."

"३१ जुलैपर्यंत वसुली करून मला जमाबंदीचं काम करायचंय, हे तुम्हाला ठाऊक आहे ना?"

"व्हय."

"मला माझ्या कामात मदत करणं हे तुमची जबाबदारी आहे. त्यासाठी तुम्हाला शासन दरमहा पगार देतं." मी किंचित आवाज चढवून म्हणालो.

"भाऊ, तो तिसे गावचा तुकाराम कोतवाल लई झोंड मानूस हाय. तो दोन-दोन, तीन-तीन दिस कामावर येत न्हाय. त्याचा तुमी मामलेदाराकडं लगीच रिपोर्ट करा. पैल्यापासनं त्याला दांड्या मारायची घाणेरडी सवं हाय. मग माझ्या येकट्याचंच मरान व्हतंय."

"त्या कोतवालाचा रिपोर्ट करायचा किंवा नाही करायचं ते नंतर मी ठरवेन. तुम्ही ते मला सांगायचं नाही. कळलं?"

"व्हय."

"आता तुम्ही माझ्या सोबत वसुलीला येणार की नाही, ते आधी तुम्ही मला सांगा पाहू."

"येतू."

"मग चला लवकर."

"भाऊ, येक इनंती हाय."

"कसली?"

"मी तुमच्यासाठनं लगीच च्या करीतू. गरम गरम च्या घेऊ आन लगीच आपुन आपल्या वसुलीच्या कामाला निघू."

“दत्तू, चहा घेण्यासाठी आता आपल्याकडे वेळ नाही. पुन्हा कधीतरी मी तुमच्याकडे नक्की चहा घेईन.”

“तुमची मर्जी.”

“निघायचं ना आपण आता?”

“वाईच थांबा. मी माझ्या मुलांना सांगून येतू!”

थोड्या वेळानं दत्तू कोतवाल पायात चपला घालून आणि हातात अंगठ्याएवढ्या जाडीची काठी घेऊन माझ्याजवळ आला.

त्याच्या हातातील काठी पाहून मी त्याला लगेच विचारलं,

“ही काठी कशाला आणलीत?”

दत्तू आवंढा गिळून मला म्हणाला,

“भाऊ, हातात काठी असलेली लई बरी. झाडी-जंगलातनं चालताना येकुदा सर्प पाऊलवाटेवं पडलेला असला, तर त्याला या काठीनं लगीच मारता येतू. त्यो दिसल्यावं हिकडं-तिकडं काठी शोधायची आपल्याला गरज पडत न्हाय. हातात काठी घेतल्याबिगर मी कधी घराच्या बाहीर पाऊल सुदीक टाकीत न्हाय. कोकनात इंचू आणि जनावर (साप) यांची लई भीती असत्ये बगा. कधी येवून डसतील हे कुनाला कळायचं दिकून न्हाय.”

दत्तूचं बोलणं मला पटलं होतं. मी त्याला पुढे अधिक काही बोललो नाही. आम्ही दोघं तांबडी पाऊलवाट तुडवू लागलो. दत्तू विचारल्याशिवाय तोंडातून चकार शब्दसुद्धा काढायचा नाही. आम्ही घाटी चढत होतो आणि उतरत होतो. रस्त्याला जी घरं लागत होती त्यांची जमीन महसुलाची वसुली करीत होतो. जाण्या-येण्यासाठी चांगला रस्तासुद्धा नव्हता. कधी झाडी-जंगलातून चालत होतो, तर कधी कंबरेएवढ्या गवतातून चालत होतो. भातशेतीचे बांध तुडवताना पाय घसरत होता, रिमझिम पडणारा पाऊस आमच्या सोबतीलाच होता. डोक्यावर छत्री असूनसुद्धा भिजायला व्हायचं.

एव्हाना दुपारचा एक वाजून गेला होता. चालून-चालून पाय दुखत होते. आता आम्ही दोघं दापोली-मंडणगडकडे जाणाऱ्या डांबरी रस्त्यावरून चालत होतो. रस्त्याच्या कडेला आठ-दहा घरं होती. दत्तू डांबरी रस्त्याच्या कडेला उभा राहून मला म्हणाला,

“भाऊ, तुमी थोडा वेळ हिथं थांबा.”

“का?” मी प्रश्नार्थक चेहरा करून त्याला विचारलं.

“हिथं येकाकडं दस्त येणं बाकी हाय. त्यानं मला चार दिसांत देतू म्हून सांगितलं व्हतं.”

“मी नको यायला?”

“नकु. मी चाल्ली जावून येतू बगा.”

“लवकर या. आपल्याला आणखी वसुली करायची आहे.”

“आलोच.”

मागे वळून न पाहता दत्तू माझ्या समोरून तरातरा चालत गेला. त्याचा पायाचा वेग कमालीचा आता वाढला होता. तो एका कौलारू घरात शिरलेला मी माझ्या डोळ्यांनी पाहिलं. नंतर मी डांबरी रस्त्याच्या कडेला उभा राहून येणाऱ्या-जाणाऱ्या गाड्या पाहू लागलो. हवेत धूर सोडत अनेक प्रकारच्या गाड्या येत होत्या नि जात होत्या. मी त्या गाड्यांच्याकडे एखाद्या वेड्यागत पाहत रस्त्याच्या कडेला उभा राहिलो होतो. बराच वेळ झाला तरी दत्तूचा अजून पत्ता नव्हता. ‘लगीच येतू’ असं म्हणणाऱ्या दत्तू कोतवालानं एवढा कसा उशीर केला? म्हणून मला माझ्या मनात प्रश्न पडला होता. मला चुना लावून तो पळून तर गेला नसेल ना? अशीसुद्धा शंका माझ्या मनात आली होती.

बरोबर अर्धा तास होऊन गेल्यावर दत्तू कावराबावरा होऊन झपझप पावलं टाकीत माझ्याजवळ आला. मी थोड्या गुश्शातच त्याला विचारलं,

“एवढा कसा तुम्हाला वेळ लागला?”

“दस्त देणारा शेतकरी जेवायला बसला व्हता. त्याचे जेवन होईस्तवर मी त्याच्या पडवीत बसलो व्हतु.”

“दिला त्यानं दस्त?” मी त्याला मुद्द्याचं विचारलं.

“त्याच्याकडं आता दस्ताचे पैसे द्यायला नव्हते. दोन दिसांत त्यो मला देतू म्हणालाय.”

दत्तूनं मला चक्क बनवलं होतं. नंतर मला त्याच्याबद्दल असं कळलं, की तो ज्या घरात शिरला होता त्या कौलारू घरात एक विधवा बाई दारू विकायचा धंदा करीत होती. तीन वर्षांपासून दत्तूचं आणि तिचं लफडं सुरू होतं. आपली लैंगिक भूक शमविण्यासाठी दत्तू कोतवाल तिच्याकडे जात असे. मला मूर्ख बनवून तो त्या बाईकडे जाऊन आल्यामुळे मला त्याचा राग आला होता.

*****

शंकर खेडेकर हे मंडळ अधिकारी (सर्कल) म्हणून काम करीत होते. ते माझे वरिष्ठ होते. सात सजावर देखभाल करण्याची त्यांच्यावर शासनानं जबाबदारी सोपविली होती. माझा चिंचघर सजासुद्धा (मुख्यालय) त्यांच्याच अखत्यारित होता. एखादा तलाठी त्याच्या कामात मागे राहिला तर तालुका तहसीलदार त्या तलाठ्याला आणि त्याच्या कामावर देखभाल करणाऱ्या सर्कललादेखील कामात हलगर्जीपणा

केल्याबद्दल नोटीस देऊन त्याचा खुलासा मागत. जर तो खुलासा समाधानकारक नसेल, तर तहसीलदार त्यांच्यावर पुढील कारवाई करीत.

शंकर खेडेकर हे चर्मकार समाजाचे होते. तेसुद्धा चर्मकारवाडीत राहत. ते मला जामीन राहिलेले भिकू खेडेकर यांचे नात्यानं चुलत भाऊ लागत होते. शंकर खेडेकर यांचे घर शिवतर रोडला डांबरी सडकेला लागून होतं. माझ्या घरी जाताना-येताना मला ते त्यांच्या घरात काम करीत असताना दिसत. दरवाजाजवळ असणाऱ्या खिडकीजवळ त्यांची काम करण्याची टेबलखुर्ची होती. रात्री खूप उशिरापर्यंत ते काम करीत असत. मला याचं आश्चर्य वाटे. त्यांची सेवानिवृत्ती अगदी जवळ आली होती. तरी ते कामात अजिबात टंगळमंगळ करीत नसत. ब्रिटिशांच्या आमदानीत त्यांनी महसूल खात्यात नोकरीला सुरुवात केली होती. त्यामुळे त्यांना खात्यातील कामाची फार चांगली माहिती होती.

माझी जमीन महसूल वसुल करीत असताना खूप दमछाक होत होती. रोज सकाळी लवकर उठून वाड्या-वस्त्या फिराव्या लागत होत्या. तालुक्याचे गाव जवळ असल्यानं काही लोक कामाच्या निमित्तानं सकाळी लवकर उठून तालुक्याला जात असत. काही नाठाळ खातेदार पैसे असून शेतसारा लवकर देत नसत. अशा खातेदारांना दमदाटी करून आणि गोड बोलूनसुद्धा त्याचा काहीही उपयोग होत नसे. त्यांच्या घरात एखाद्या भिकाऱ्याप्रमाणे उभं राहून मला शेतसारा मागावा लागत होता, कारण मला माझी नोकरी टिकवायची होती.

एके दिवशी शिपायामार्फत मला खेडेकर भाऊसाहेबांचं बोलावणं आलं. मी लगेच त्यांच्या घरी जाऊन त्यांची भेट घेतली. मला समोर पाहून त्यांनी लगेच विचारलं,

"नलावडे, तुझं जमीन महसूल वसुलीचं काम कुठपर्यंत आलंय?"

"भाऊसाहेब, मी माझ्या सजातील तिन्ही गावांची निम्म्यापेक्षा अधिक वसुली केली आहे. काही शेतकरी चार चार, पाच पाच खेपा त्यांच्या घरी मारूनसुद्धा दस्ताचे पैसे देत नाहीत."

"काल संध्याकाळी रावसाहेब मला तुझ्या वसुलीवरून बडबडले. तू नवीन आहेस. मी तुझी अडचण समजू शकतो. त्यात तू रिक्त पदावर तलाठी म्हणून हजर झालास. त्यामुळे त्या खात्याची वर्षभरात जमीन महसूल वसुली झालीच नव्हती. वैद्य तलाठ्याकडे चिंचघर सजाचा तात्पुरता चार्ज होता. परंतु त्यांनी वसुलीला अजिबात हात लावला नव्हता. त्यांनी त्यांच्या सजाची शंभर टक्के वसुली केली आहे."

असं म्हणून खेडेकर भाऊसाहेब बोलायचे थोडा वेळ थांबले. छातीत ताजी हवा भरून घेऊन पुन्हा त्यांनी बोलायला तोंड उघडलं.

"तुला तुझ्या वसुलीच्या कामात मदतीची गरज आहे का?"

"होय."

"ठीकाय. मी तुला उद्या वसुलीला मदत करायला येतो. उद्या सकाळी तू सातच्या आत माझ्या घरी ये. आपण दोघं तुझ्या सजावर वसुली करायला जाऊ."

"येतो मी सकाळी लवकर."

"उशीर करायचा नाही. कळलं?" भाऊसाहेब पुन्हा एकदा मला ताकीद देत म्हणाले, "भाऊसाहेब, मी उशीर करणार नाही."

दुर्दैवानं मी अंगात थोडा बारीक ताप असल्यामुळे सकाळी लवकर उठू शकलो नाही. रोज तंगडतोड करून मला खूप थकवा यायचा आणि रात्री मला गाढ झोप लागायची. सकाळी उठून जेव्हा मी घड्याळात पाहिलं, तेव्हा सात वाजून गेले होते. 'बाप रे' म्हणत मी माझ्या मनात दचकलो. आता खेडेकर भाऊसाहेब मला अख्खाच्या अख्खा खाणार म्हणून मी कशीबशी अंघोळ करून अंगावर कपडे घातले आणि हातात लेदर बॅग घेऊन खेडेकर भाऊसाहेबांच्या घराकडे धावत सुटलो. आई मोठ्या आवाजात, 'राम, च्या घेऊन जा.' म्हणत मागे ओरडत होती. तिचा आवाज माझ्या कानात शिरत नव्हता.

मी धापा टाकीत खेडेकर भाऊसाहेबांच्या घरी जाऊन एकदाचा पोहोचलो. खेडेकर भाऊसाहेब जामानिमा करून केव्हाचेच लाकडी खुर्चीवर तयार होऊन बसले होते. त्यांच्याच अंगावर गुडघ्यापर्यंत असणारी खाकी चड्डी आणि बाह्याचा पांढराशुभ्र सदरा होता. शाळेतील विद्यार्थ्याप्रमाणे त्यांनी सदरा चड्डीत घालून वरती काळ्या रंगाचा पट्टा घातला होता.

मला उशीर झाल्यामुळे मी खेडेकर भाऊसाहेबांच्या समोर एखाद्या अपराध्यागत मनात खजील होऊन खालमानेनं उभा राहिलो होतो. माझ्याकडे रागानं पाहत खेडेकर भाऊसाहेब मला मोठ्या आवाजात म्हणाले,

"तुला मी सकाळी लवकर यायला सांगितलं होतं ना?"

"होय." मी खूप घाबरलो होतो.

"मग, तू यायला उशीर का केलास? तुला तुझ्या कामाची जबाबदारी कळत नाही. तुझ्यामुळे मला रावसाहेब बडबडलेत."

"मी पुन्हा कधी उशीर करणार नाही."

"मी आता तुला वसुलीला मदत करायला येणार नाही. तुझी तू वसुली करायचीस. तू तुझ्या कामात हलगर्जीपणा करतोस म्हणून मी रावसाहेबांना तुला नोटीस काढायला सांगणार आहे. तुझी नोकरी गेली की, मग तुला कळेल. त्याशिवाय

तुला ते कळणार नाही.''

''भाऊसाहेब, तुम्ही एक वेळ मला माफ करा.'' मी त्यांना तोंड वेंगाडून म्हणालो.

''तू आता पुढे एक शब्द बोलू नकोस. चल नीघ आता.''

दारी आलेल्या भिकाऱ्याला हाकलावं तसं खेडेकर भाऊसाहेबांनी मला त्यांच्या घरातून बाहेर काढलं. माझ्या ते खूप जिव्हारी लागलं. मी माझ्या मनात खट्टू झालो. नंतर मी माझ्या कामाला निघून गेलो.

*****

शंकर जाधव नावाच्या गृहस्थाकडे दस्त अजून येणं होतं. त्यांच्या घरी माझ्या दस्तासाठी बऱ्याच खेपा झाल्या होत्या. ते त्यांच्या घरी मला क्वचितच भेटत. घरी भेटल्यावर ते मला 'देतो' म्हणत माझ्या तोंडाला पानं पुसत. तालुक्यात आणि गावात त्यांना लोक 'आमदार' म्हणून साद घालीत. ते गावातील ग्रामपंचायत निवडणुकीला दोन वेळा उभे राहिले होते. आणि विधानसभेच्या निवडणुकीला एकदा उभे राहिले होते. तिन्ही वेळा ते निवडणुकीमध्ये पडले होते. विधानसभेच्या निवडणुकीत ते जरी पडले असले तरी गावात आणि तालुक्यात लोक त्यांना 'आमदार' म्हणूनच हाक मारू लागले. शंकर जाधवांना कुणी 'आमदार' म्हणून हाक मारली, की त्यांची छाती गर्वानं इंचभर तरी फुगायची आणि ते लगेच हवेत तरंगत.

शंकर जाधव यांचं लग्न झालं होतं. परंतु ते त्यांच्या लग्नाच्या बायकोला रात्री लैंगिक सुख देण्यासाठी असमर्थ होते. त्यांच्या बायकोच्या ते लक्षात आल्यावर ती त्यांना सोडून कायमचीच तिच्या माहेरी रागानं निघून गेली होती. त्यांच्या घरात आता फक्त त्यांची वयोवृद्ध आई होती. ती त्यांचं जेवण करीत असे.

उजाडलं, की आमदार तालुक्याच्या गावी जात. त्यांच्या मालकीची खलाटीची भरपूर शेती होती. त्याचा वार्षिक दोनशे रुपये दस्त होता. परंतु ते कधीही त्यांच्या शेतात राबून भात पिकवीत नसत. गावातील लोकांना मक्त्यानं ते त्यांची शेती करायला देत असत. तालुक्याच्या गावी अडचणीत सापडलेल्या लोकांना मदत करून ते त्यांच्याकडून पैसा काढत असत. मग कुणाचं तहसीलदारांकडे नवीन रेशनकार्ड काढायचं काम असो किंवा गटविकास अधिकाऱ्यांकडे नवीन विहिरीचं काम असो, आमदार त्या अधिकाऱ्यांना त्यांच्या खर्जातील आवाजात दमदाटी करून ते काम करून घेत आणि ज्याचं त्यांनी काम केलं असेल त्यांच्याकडून ते बक्कळ पैसा काढून त्या पैशातून ते जिवाची चैन करीत. सावजाचा शोध घेण्यासाठी ते सरकारी कार्यालयाजवळ नेहमी नाकातोंडातून सिगारेटचा धूर सोडत ऐटीत उभे राहिलेले असत.

पोलीससुद्धा त्यांना नेहमी वचकून असत. पोलीस स्टेशनमध्ये कुणाला जामीनदाराची गरज लागली, तर ते त्याला जामीन राहायला एका पायावर तयार होत. त्यांच्या सदऱ्याच्या खिशात पोलिसांना दाखविण्यासाठी नेहमी गेल्या वर्षातील घरपट्टीची किंवा शेतसारा भरल्याची पावती असे. एखाद्या आरोपीला आमदारानं पोलीस स्टेशनमध्ये जामीन राहून कोठडीतून बाहेर काढलं, तर ते त्या आरोपीच्या नातेवाइकांकडून दोन किंवा तीन हजार रुपये लगेच वसूल करीत. एखादी बडी पार्टी असेल, तर त्यांचा दर आणखी वाढायचा.

आमदाराच्या घरी दस्त वसुलीसाठी खेपा मारूनसुद्धा त्यांनी मला अद्याप वसुलीचे पैसे दिलेले नव्हते. म्हणून मला त्यांचा राग आला होता. मला त्याचा त्रास होत असला तरी त्यांना त्याचं काहीही देणं-घेणं नव्हतं. आधारासाठी त्यांनी तालुक्याच्या एका राजकीय पक्षाच्या दावणीला स्वतःला बांधून घेतलं होतं. त्या पक्षाच्या जिवावर ते भारी मुजोर झाले होते. शासकीय कर्मचारी अधिकाऱ्यांना ते मुळीच भीक घालीत नव्हते. कुणाला कशी टोपी घालायची हे त्या आमदाराला चांगलं ठाऊक होतं.

एके दिवशी मी तिरीमिरीतच आमदाराच्या घरी जाऊन धडकलो. त्यांची वयोवृद्ध आई अंगणात नाचणीचे दाणे उन्हात वाळवत बसली होती. तिच्या हातात कोंबड्यांना हाकलण्यासाठी एक शिमटी होती. मी तिच्यासमोर अंगणात जाऊन उभा राहिल्यावर तिनं तिच्या डोळ्यावर हाताचा पंजा धरून मला कापऱ्या आवाजात विचारलं.

''कोण रं तू?''

''मी या गावचा तलाठी आहे.''

''काय काम हाय?''

''आजी, मी दस्ताला आलोय. आमदार आहेत का घरात?''

''व्हय.''

''मला त्यांना भेटायचंय.''

माझा आवाज ऐकून आमदार कंबरेला लुंगी लावून बाहेर आले आणि ते मला खर्जातील आवाजात म्हणाले,

''बोला तलाठीभाऊ.''

''अहो, मी तुमच्याकडे दस्त वसुलीसाठी आलोय. माझ्या तुमच्या घरी त्यासाठी चार-पाच खेपा झाल्यात. हवं तर आजींना मी आलो होतो की नाही ते विचारा.''

माझं बोलणं ऐकून आमदार थोडा वेळ विचार करू लागले. नंतर ते मला म्हणाले,

''भाऊ, मी दस्त दिलाय.''

''कुणाकडे?''

"तुमच्या नायब तहसीलदारांकडे मी आताच दस्त देऊन आलोय. तुम्ही त्यांना जाऊन विचारा."

"ठीकाय." मी त्यांना पुढे काहीही बोललो नाही.

अडचणीत सापडलेल्या लोकांना शेंड्या लावून त्यांच्याकडून पैसे काढून जिवाची चैन करण्याऱ्या त्या आमदाराच्या बोलण्यावर माझा मुळीच विश्वास नव्हता. सायंकाळी मी माझं काम आटोपून तहसील कार्यालयात नायब तहसीलदार यांची भेट घेतली आणि मी त्यांना विचारलं,

"तुमच्याकडे चिंचघरच्या आमदारानं दस्ताचे पैसे दिलेत का?"

त्या आमदाराला तालुक्यात सगळेच अधिकारी ओळखत. माझं बोलणं ऐकून नायब तहसीलदार भांबावून माझ्याकडे पाहू लागले. नंतर ते त्यांच्या कपाळाला हात लावीत मला म्हणाले,

"त्यानं माझ्याकडे दस्ताचे पैसे दिले असते, तर मी तुझ्याकडे दिले नसते का? त्याच्या बोलण्यावर कधी विश्वास ठेवायचा नाही. तो मोठा बनेल आहे."

आमदारानं 'नायब तहसीलदार यांच्याकडे दस्ताचे पैसे दिले.' म्हणून मला अक्षरश: शेंडी लावली होती.

त्याच्या बोलण्यावर विश्वास ठेवून मी नायब तहसीलदारांना विचारून फार मोठी चूक केली, असं आता मला वाटू लागलं. त्या बनेल आमदारामुळे मला नायब तहसीलदार यांच्या समोर खाली मान घालून बाजूला होण्याची वेळ आली होती. त्यांच्याकडून दस्ताचे पैसे वसूल केल्याशिवाय आता स्वस्थ बसायचंच नाही, असं मी माझ्या मनात खूणगाठ बांधून ठेवली.

एके दिवशी कपिलाषष्ठीचा योग जुळून आला. आमदार दस्ताचे पैसे घेऊन मला शोधू लागले. एकाला जामीन राहण्यासाठी पोलिसांनी त्यांच्याकडे नवीन वर्षाचा शेतसारा भरल्याची पावती मागितली होती. आधी हातात पैसे घेतल्यावर मी त्यांना चालू वर्षाची शेतसारा भरल्याची पावती तयार करून दिली नाही. दुधानं तोंड पोळल्यावर माणूस ताकसुद्धा फुंकून पीत असतो.

*****

वादळी वाऱ्यागत फिरून मी चालू वर्षाचं चिंचघर सजातील तिन्ही गावांचे वसुलीचं काम पूर्ण केलं होतं. आता मला जमाबंदीचं काम करायचं होतं. जमाबंदीचं काम डोकेफोडीचं होतं. अनुभवी माणसाच्या मदतीशिवाय ते काम करणं शक्य नव्हतं. शेतकऱ्याकडील दस्ताची मागणी, त्याच्याकडून वसूल केलेली रक्कम आणि स्टेट बँकेत भरणा केलेली रक्कम याचा ताळमेळ घेऊन सहा-सात पत्रकांत त्याची

बिनचूक माहिती भरावी लागत होती आणि शेवटी चार पानी छापील ठरावबंद (गाव-नमुना-नंबर-पाच) भरावा लागत होता. हा गावचा ठरावबंद एखाद्या आयएसए किंवा एमपीएससी अधिकाऱ्यालासुद्धा कळायचा नाही. ते जुन्या, अनुभवी तलाठ्याकडून किंवा सर्कलकडून त्याची माहिती करून घेत.

जमाबंदीच्या वेळी जुने अनुभवी तलाठी नवीन तलाठ्यांच्याकडून प्रत्येकी पन्नास रुपये घेऊन ठरावबंद भरून देण्याचं काम करून देत असत. यात कुणालाच गैरे वाटत नसे. पैसे देऊन त्यांना दारू-मटणाची पार्टीसुद्धा द्यावी लागत होती.

मला जमाबंदी कामाची माहिती शून्य होती. जमाबंदी कामात मला मदत करण्यासाठी खेडेकर भाऊसाहेबांनी संसारे आणि नार्वेकर या दोन तलाठ्यांना सांगितलं होतं. वसुलीचे कागदपत्र घेऊन मी संसारे यांच्या खोलीत जमाबंदीचं काम करायला बसलो होतो. जमिनीवर सतरंजी अंथरून आम्ही काम करीत होतो. खाली वाकून काम करताना पाठीत कळा यायच्या. थोडा वेळ भिंतीला पाठ टेकून पुन्हा काम करायला मी सुरुवात करायचो. अडचण आली की, संसारे किंवा नार्वेकर यांना त्याची माहिती विचारायचो. संसारे यांचा मूड चांगला असेल तेव्हा ते मला समजावून सांगत; त्यांचा मूड जर चांगला नसेल तेव्हा ते माझ्यावर खेकसत.

"भोसडीच्या, तू मला काय विचारू नकोस. तुझ्या सर्कलना जाऊन विचार. तुला ही नोकरी करायला जमायचं नाही. तू दुसरी नोकरी शोध. या नोकरीत तू टिकायचा नाहीस."

संसारे तलाठ्यांचं बोलणं त्यांच्या घरातील बायको आणि मुलंसुद्धा ऐकत होती. त्यामुळे त्यांचं बोलणं ऐकून माझ्या ते जिव्हारी लागायचं. नाइलाजानं अपमानाचे कडू घोट मला गिळावं लागत होतं. गरजवंताला अक्कल नसते, याचा मी 'याची देही, याची डोळा' अनुभव घेत होतो. संसारे भाऊंची मर्जी राखून मला त्यांच्याकडून जमाबंदीच्या कामाची माहिती घ्यावी लागत होती. मला रात्री जागरण करण्याची अजिबात सवय नव्हती. तरी मला कामासाठी रात्री खूप उशिरापर्यंत जागरण करावं लागत होतं. सकाळी फक्त अंघोळ करण्यासाठी मी माझ्या घरी जात असे.

माझं जमाबंदीचं काम आता अंतिम टप्प्यात आलं होतं. मला माझ्या जमाबंदीच्या कामात मदत करणारा नार्वेकर तलाठी एकदा मला समजावीत म्हणाला,

"हे बघ, मी तुला काय सांगतोय ते नीट ऐकून घे. यात तुझाच फायदा आहे."

"सांगा." मी अधीर होऊन म्हणालो.

"चिंचघर हा सजा तालुक्याच्या जवळ असल्यामुळे तो कामाला कठीण आहे. तुझ्या सजातील लोकसुद्धा वस्ताद आहेत. त्यांना सरळ करणारा माझ्यासारखा

तलाठी पाहिजे. त्या ठिकाणी मवाळ वागून जमत नाही. तू नवीनच तलाठी म्हणून नोकरीला लागला आहेस. तुला अजून या कामाची माहिती नाही. तुला मंजूर असेल, तर तुला माझ्या डोक्यात आलेली एक कल्पना सांगतो.''

''कोणती कल्पना तुमच्या डोक्यात आहे, ते तुम्ही मला सांगा पाहू.'' मी अगदी स्पष्टपणे म्हणालो.

आवंढा गिळून नार्वेकर तलाठी पुढे मला म्हणाला, ''कल्पना अशी आहे, की आपण दोघांनी सजांची अदलाबदल होण्यासाठी प्रांतसाहेबांना विनंती अर्ज करायचा. बदलीच्या ठिकाणी आपण स्वखर्चानं हजर व्हायचं. मी जैतापूर सजाला तलाठी म्हणून गेल्या चार-पाच वर्षांपासून काम करतोय. जैतापूर सजा कामाला तसा हलका आहे. त्या सजात एकूण पाच गावं आहेत. ती गावं छोटी आहेत. तुला कामाचा अजिबात त्रास होणार नाही. त्या सजाला दोन कोतवाल आहेत. जैतापूर सजा तालुक्यापासून वीस किलो मीटर्स अंतरावर आहे. तू कधी तालुक्याला सरकारी कामाला आलास, तर तुला भत्ता मिळेल. चिंचघर सजा तालुक्यापासून जवळ असल्यामुळे त्या ठिकाणी भत्ता मिळत नाही. याबद्दल तुझा जो विचार असेल ते तू मला आता लगेच सांग.''

नार्वेकर तलाठ्याचं बोलणं ऐकून मी माझ्या मनात थोडा वेळ विचार करू लागलो. त्याचं बोलणं मला पटलं होतं. दुर्गम भागात लोकांकडे जेवढी माणुसकी असते, तेवढी शहरी भागात राहणाऱ्या लोकांच्याकडे नसते. मी माझ्या मनात लगेच बदलीचा निर्णय घेऊन टाकला.

''नार्वेकर भाऊ, मी तुमच्या सजावर काम करायला तयार आहे.''

''त्या सजावर तुझी बदली झाल्यावर तुला दफ्तरी कामाची चांगली माहिती होईल. दफ्तरी कामाची एकदा का तुला माहिती झाली, की तू तालुक्यातील कोणत्याही सजावर काम करू शकशील. यात तुझं काहीही नुकसान नाही.''

''बदलीसाठी आपण अर्ज कधी द्यायचा?'' मी.

''आधी ही जमाबंदी होऊ दे. मग आपण प्रांताकडे अर्ज करू. सप्टेंबर-ऑक्टोबर महिन्यांत प्रांताकडून तलाठ्यांच्या बदल्या होत असतात. यात शासनाचा एक नवा पैसा खर्च होत नसल्यामुळे आपल्या अर्जाचा प्रांताकडून नक्की विचार केला जाईल. तुला त्याची काळजी नको.''

''मला नवीन सजावर बिऱ्हाड करून राहावं लागेल?'' मी त्याला माझ्या मनातील शंका विचारली.

''तुझी मर्जी. तू त्या सजावर बिऱ्हाड करून राहू शकतोस किंवा तालुक्याहून

येऊन-जाऊनसुद्धा करू शकतोस. आपल्या तालुक्यातील निम्मे-अधिक तलाठी मुलांच्या शिक्षणासाठी तालुक्याच्या गावीच बिऱ्हाड करून राहतात. हे अगदी तहसीलदार आणि प्रांतांनासुद्धा ठाऊक आहे. त्या अधिकाऱ्यांना फक्त कामाशी मतलब आहे. आपण काम चांगलं केलं, की ते आपल्याला कधीही 'तू कोठे राहतोस?' म्हणून विचारीत नाहीत बघ.''

नार्वेकर तलाठी मला सर्व बाबींचा उलगडा करून सांगत होता. यामध्ये माझं जरी नुकसान होत नसलं, तरी त्यात त्याचा स्वार्थ दडलेला आहे, हे माझ्या ध्यानात यायला वेळ लागला नाही. माझ्या चिंचघर सजामध्ये खेड-दापोली या डांबरी रस्त्यालगत अनेक वीटभट्ट्या होत्या. त्या वीटभट्ट्यांचे प्रत्येक वर्षी जागेचे नकाशे काढून वीटभट्टी मालकांना तहसीलदारांकडून टेंपररी बिनशेती परवानगी घ्यावा लागत होता. त्यात मलई काढता येत होती; शिवाय दगडाच्या खाणी होत्या आणि कूळ कायद्यांची प्रकरणं, निवासी घरांच्या बिनशेती प्रकरणातसुद्धा पैसा काढता येत होता. तालुक्याचं गाव जवळ असल्यामुळे सजातील गावात जमिनींचे सतत खरेदी व्यवहार होत. जैतापूरसारख्या दुर्गम भागात यातलं काहीही नसायचं. त्यामुळे नार्वेकर तलाठ्याचा माझ्या चिंचघर सजावर डोळा होता. त्याला ते लाभो, अशी माझीसुद्धा अगदी मनापासून इच्छा होती.

नार्वेकर तलाठ्याबद्दल तहसील कार्यालयात होणारी कुजबुज मीसुद्धा ऐकली होती. तो पैशाचा अति लोभी आहे. पैशासाठी गरीब शेतकऱ्यांना तो नाडत असतो. प्रसंगी त्यांना तो दमदाटीसुद्धा करीत असतो. असे एक ना अनेक किस्से त्याच्याबद्दल मला ऐकायला मिळत होते. त्याला फक्त पैशाचाच लोभ नव्हता तर त्याला बायकांचासुद्धा भारी नाद होता. मला त्याच्याशी काही देणं-घेणं नव्हतं.

चार-पाच दिवस सतत जागरणं करून माझं जमाबंदीचं काम एकदाचं संपलं. मी मोकळा श्वास घेतला. तालुक्यातील सर्व गावांची जमाबंदीचं काम संपल्यानंतर जोशी रावसाहेबांनी लगेच कलेक्टरांना तार करून तसं कळवलं. रत्नागिरी जिल्ह्यात असणाऱ्या सर्व तालुक्यांच्या प्रथम खेड तालुक्याची तार गेल्यामुळे कलेक्टरनं जोशी रावसाहेबांचं फोनवर खास अभिनंदन केलं.

*****

१ ऑगस्ट रोजी मला माझ्या कामाचा पगार मिळाला. माझ्या हातात एकूण तीनशे दहा रुपयांच्या कोऱ्या करकरीत नोटा होत्या. माझा तो पहिलाच पगार होता. एवढ्या नोटा मी कधीही पाहिल्या नव्हत्या. माझा आनंद गगनातसुद्धा मावेना. मी माझ्या आईवडिलांना कधी एकदा त्या नोटा दाखवितो, असं मला झालं होतं. त्या

नोटा पाहून त्यांनासुद्धा माझ्याइतकाच आनंद झाला असता. आनंद वाटल्यानं तो अधिक वाढतो, हे मला ठाऊक होतं. दुर्दैवानं माझा आनंद अधिक वेळ टिकला नाही. माझा पगार झाल्यावर माळी शिपाई माझ्याजवळ येऊन मला म्हणाला,

"भाऊ, तुमाला नायब तहसीलदार बोलवतात."

"कशाला?"

"ते मला काय ठाव न्हाय बगा. तुमी त्यांनाच जाऊन इचारा."

मी अनिच्छेनं नायब तहसीलदारांच्या समोर जाऊन उभा राहिलो. माझ्याकडे पाहत त्यांनी मला हळू आवाजात विचारलं,

"नलावडे, पगार घेतलंत का?"

"होय." मी.

"किती?" नायब तहसीलदार.

"तीनशे दहा रुपये."

"त्यातले शंभर रुपये इकडे द्या."

त्या नायब तहसीलदारांना मी 'का?' म्हणून विचारू शकलो नाही. मी मुकाट्यानं पगारातील शंभर रुपयाची एक नोट काढून त्यांना दिली. ती नोट पाहून नायब तहसीलदारांचे डोळे आनंदानं चमकले. त्यांनी ती नोट लगेच त्यांच्या शर्टाच्या खिशात ठेवली. मनात उदास होऊन मी व्हरांड्यात आलो. तालुक्यातील सर्वच तलाठी मीटिंगसाठी आणि पगाराला आले होते. मला समोर पाहून नार्वेकर तलाठी म्हणाला,

"नलावडे, मी मघापासून तुलाच शोधत्योय."

"का?" मी तोंडाचा चंबू करून त्याला विचारलं.

"अरे, आपलं ठरलं नव्हतं का, आपल्या सजांची अदलाबदल करण्यासाठी प्रांताकडे अर्ज सादर करायचं म्हणून."

"हो, ठरलं होतं." मी आठवल्यागत करीत म्हणालो.

"मी आपल्या दोघांचासुद्धा प्रांताकडे पाठविण्यासाठी विनंती अर्ज लिहून आणलाय. तू फक्त तुझ्या अर्जावर सही कर. मी आजच आपले अर्ज प्रांताकडे पाठवून देतो."

"मी सही करतो."

नार्वेकरानं लिहून आणलेला अर्ज आधी मी तो संपूर्ण वाचला. नंतर मी माझ्या शाईच्या पेनानं त्या अर्जावर सही केली. मी माझ्या विनंती बदलीच्या अर्जावर सही केल्यावर नार्वेकरचा चेहरा आनंदानं उजळला. नंतर जोशी रावसाहेबांनी तालुक्यातील सर्व तलाठी आणि मंडळ अधिकारी यांची मासिक मीटिंग घेतली. महसुली कामाचा आढावा घेण्याच्या आधी जोशी रावसाहेबांनी सर्व तलाठी आणि

मंडळ अधिकारी यांचं जमाबंदीचं काम मुदतीत पूर्ण केल्याबद्दल कौतुक करून अभिनंदन केलं. मीटिंगमध्ये त्यांनी सर्वांना चहा-फराळ दिला.

सायंकाळी पाच वाजता मीटिंग सुटल्यानंतर मी लगेच घरी गेलो आणि मी माझा पगार आईच्या हातात देत तिला म्हणालो, 'आई, हा माझा पहिला पगार.' एवढ्या नोटा आई पहिल्यांदाच पाहत होती. नोटा पाहून तिला झालेला आनंद मला शब्दांत सांगता येत नाही. वडील पटकुरावर उठून बसत म्हणाले, "राम, मला दारू प्यायला पैसं दे." आई त्याला गुश्शातच म्हणाली, "मोड न्हाय. मोड झाल्यावर तुला मी दारू प्यायला पैसं देत्ये."

आई माझ्या पगाराचे पैसे देवापुढे ठेवून पाया पडली. मलासुद्धा तिनं देवाच्या पाया पडायला सांगितलं. मी देवाच्या पाया पडून आईवडिलांच्यासुद्धा पाया पडलो. नंतर आई मला म्हणाली,

"राम, तू आता नोकरी करत्यूस. तुझ्या अंगावर चांगलं कापडं पाह्यजेल. मी तुला नवीन कापडं घेऊन देत्ये. ते तू लगेच शिवायला टाक."

माझ्या अंगावरील जुने, साधे कपडे पाहून आईला त्याचं खूप वाईट वाटत होतं. तहसील कार्यालयात नायब तहसीलदारानं माझ्या पहिल्या पगारातील रुपये शंभर मागून घेतलं म्हणून मी घरात कुणाला सांगितलं नाही. परंतु त्याचा राग आणि दुःख अजूनही माझ्या मनात ताजं आहे. ते मी कधीही विसरू शकणार नाही.

*****

मी महसूल खात्यात नोकरीवर जेव्हा रुजू व्हायला गेलो होतो, तेव्हा भिकू खेडेकर मला पाचशे रुपयाला जामीन राहिले होते. त्या कामाचे मला त्यांना वीस रुपये द्यावे लागले होते. त्यांना दारू पिण्याचं व्यसन असल्यामुळे ते मला रस्त्यात अडवून सारखेसारखे पैसे मागू लागले. त्यांच्या तावडीतून सुटका करून घेताना माझ्या नाकीनऊ येत होतं. माझ्या खिशात पैसे असले की, मी त्यांना द्यायचो. नसले की 'नाही' म्हणून खिसे उलटे करून मी त्यांना दाखवायचो. त्यांना ते आवडायचं नाही. माझ्या समोर लोचटाप्रमाणे पैशासाठी ते हात पसरत असत. त्यावेळी त्यांची दया येण्याऐवजी मला त्यांचा राग यायचा.

मी माझ्या तलाठी कार्यालयाला एसटीनं जात असे. एसटीनं जाण्यासाठी मी रोज सकाळी नऊच्या दरम्यान बसस्थानकात यायचो. बसस्थानकात प्रवाशांकडे पैसे मागताना मला भिकू खेडेकर दिसत. एक सेवानिवृत्त व्हिलेज कलेक्टर दारूसाठी प्रवाशांकडे पैसे मागताना पाहून मला खूप वाईट वाटायचं. परंतु त्यांना मी 'भीक मागू नका' म्हणून सांगणार तरी कसा? त्यांनी माझं बोलणं मुळीच ऐकून घेतलं नसतं.

मी त्यांना गाडीची वाट पाहत बसस्थानकात दिसलो की, ते लगेच माझ्या दिशेनं मोर्चा वळवीत. माझ्या समोर हात पसरून ते मला तोंड वेंगाडून म्हणत, 'ए तलाठी, मला दारू प्यायला दोन रुपये दे.' लोक आमच्याकडे विचित्र नजरेनं पाहत असत. नंतर नंतर मी त्यांना पैसे द्यायचं एकदम बंद केलं. त्यांना रस्त्यात, बसस्थानकात पाहूनसुद्धा मी न पाहिल्याप्रमाणे करू लागलो. याचा भिकू खेडेकरांना राग आला आणि एके दिवशी माझ्या ध्यानीमनी नसताना त्यांनी माझा जामीन-कसबा रद्द करण्यासाठी तहसीलदारांकडे लेखी अर्ज सादर केला. तहसीलदारांकडून मला ते लेखी कळविण्यात आल्यानंतर मला दुसरा जामीनदार शोधून आणून द्यावा लागला.

जमाबंदीचं काम आटोपल्यावर मी माझ्या तलाठी कार्यालयात रोज सकाळी दहाच्या आत हजर व्हायचो. आता मी ७/१२ ची नक्कल कशी काढायची, हे दत्तू कोतवालाकडून शिकलो होतो. ७/१२ संपूर्ण कळलेला नसला तरी मला त्याची नक्कल काढता येऊ लागली होती. दिवसेंदिवस माझ्या ज्ञानात अधिक भर पडत होती. शेतकऱ्याचा त्याच्या जमिनीचा ७/१२ चा उतारा म्हणजे त्याचा जीव की प्राण. शेतकरी पैशापेक्षा त्याच्या जमिनीचा ७/१२ चा उतारा अधिक जपत असतो, हे मला आता कळू लागलं होतं. त्यामुळे डोळ्यांत तेल घालून ७/१२ चा उतारा मूळ ७/१२ वरून काळजीपूर्वक मला तयार करायला लागत होता. त्याची मागणी केलेल्या शेतकऱ्याकडून मेहनताना म्हणून शासनमान्य प्रत्येकी दोन रुपये फी मिळत होती. त्यात माझा गाडीखर्च भागत होता.

पावसाळ्याचे दिवस होते. बाहेर तालासुरात पाऊस धोऽ धोऽ कोसळत होता. मी माझ्या तलाठी कार्यालयामध्ये नवीन वर्षातील गाव नमुने तयार करण्याचे काम करीत होतो. माझ्या टेबलावर कोरे कागद, वेष्टणासाठी लागणारा ब्राऊन पेपर, सुई-दोरा, गमची डबी इत्यादी सामानाचा पसारा पडला होता. दोन्ही कोतवालांनी नेहमीप्रमाणे दांडी मारली होती. मनातल्या मनात मी त्यांच्यावर करदावलो होतो. ते दोघं कोतवाल ऑफीसमध्ये कधी एकदा पाऊल टाकतात याचीच मी वाट पाहत होतो. दत्तूपेक्षा तुकाराम कोतवाल महावस्ताद होता. मी दत्तूला कधी रागानं बोललो, तर तो माझं बोलणं निमूटपणे ऐकून तरी घेत असे. परंतु तुकारामला माझं बोलणं ऐकून लगेच राग यायचा. तो लगेच एखाद्या अंडील बैलागत डिरकायला सुरुवात करायचा. तो स्वभावानं फार उद्धट होता.

मी माझ्या कामात गर्क असताना बाहेर कुणाच्या तरी पावलांचा मला आवाज ऐकू आला. नंतर 'भाऊ आहेत का?' असं म्हणत आमदार आत येऊन माझ्यासमोर लाकडी बाकावर बसले. त्यांनी त्यांच्या हातातील भिजलेली छत्री मिटून बाहेर ठेवली

होती. आमदार अचानक माझ्या कार्यालयात आल्यामुळे मी भयचकित झालो होतो. मनातल्या मनात 'हा माणूस आज अचानक आपल्या कार्यालयात का बरं आला असावा?' असा विचार करीत होतो. त्याचे धंदे चांगले नव्हते. हे आता मला चांगलं ठाऊक झालं होतं. त्यांच्या शेपटीवर पाय देऊनसुद्धा मला जमणार नव्हतं.

मी माझ्या चेहऱ्यावर उसनं हसू आणत त्यांना म्हणालो, "बोला साहेब, काय करू मी आपली सेवा?"

"अहो, तलाठीभाऊ या पावसानं मोठा कहर केलाय आणि तुम्ही ऑफीसमध्ये बसून काय करताय?" आमदार गंभीर चेहरा करून आवाज चढवीत मला म्हणाले.

"काय झालंय?" मी त्यांना अडखळत विचारलं.

"अहो, या पावसामुळे लोकांचं खूप नुकसान झालं आहे. कुणाची घरं पडलीत, तर कुणाच्या गुरांचे गोठे पडलेत. त्या शेतकऱ्यांच्या नुकसानीचे पंचनामे तुम्हाला करायला नको?" आमदार जाब विचारल्याप्रमाणे मला म्हणाले.

"कुणाकुणाचं नुकसान झालंय? तुम्हाला ते ठाऊक आहे का?"

"अहो, माझा स्वत:चाच गुरांचा गोठा या पावसानं पार कोसळून पडलाय. माझं एकूण दहा हजाराचं नुकसान झालंय. शासनाकडून मला त्याची नुकसानभरपाई मिळायला पाहिजे."

मी माझ्या टेबलावरचा पसारा आवरत आमदारांना म्हणालो,

"चला, आपण जाग्यावर जाऊन तुमच्या पावसानं कोसळलेल्या गोठ्याचा पंचनामा करू."

माझं बोलणं ऐकूनसुद्धा आमदार ढिम्मपणे बाकावर बसून राहिले. नंतर त्यावर तोडगा काढत ते मला म्हणाले,

"तलाठीभाऊ, माझा गुरांचा गोठा लांब आहे. या पावसात तुम्हाला आणि मलासुद्धा पायी जायला खूप त्रास होईल. त्यापेक्षा तुम्ही असं करा,"

"काय करू मी?"

"माझ्याकडे ग्रामपंचायतीची कर भरल्याची गोठ्याची पावती आहे. तुम्ही याच ठिकाणी त्याचा पंचनामा तयार करा. मी त्यावर तुम्हाला पंचाच्या सह्या आणून देतो. म्हणजे तुम्हाला त्या ठिकाणी जाण्याचा त्रास नको आणि मलासुद्धा त्रास नको."

आमदाराच्या बोलण्यावर मी विश्वास ठेवण्यास बिलकूल तयार नव्हतो. त्यांच्या बोलण्यावर मी विश्वास ठेवला असता, तर मी नक्की गोत्यात आलो असतो, असं माझं मन मला सांगत होतं.

मी आमदारांना निक्षून म्हणालो,

"आमदारसाहेब, मला तसं करता येणार नाही. मला पायी चालण्याचा त्रास झाला तरी चालेल."

"तुमची मर्जी." आमदार दीर्घ नि:श्वास सोडून म्हणाले.

ऑफीस बंद करून मी माझ्या डोक्यावर छत्री धरून आमदारांच्या सोबत त्यांचा कोसळलेला गुरांचा गोठा समक्ष पाहण्यासाठी तांबडी पाऊलवाट तुडवू लागतो. एका डोंगराला वळसा घालून एक-दीड तास तंगड्या तोडत चालल्यानंतर आमदार एके ठिकाणी दम खात उभे राहिले. मी त्यांच्या घामाघूम झालेल्या तोंडाकडे पाहत त्यांच्या समोर उभा राहिलो होतो. थोड्या वेळानं ताजी हवा आत घेऊन आमदार मला म्हणाले, "भाऊ, माझा याच ठिकाणी गुरांचा गोठा होता."

माझ्या डोळ्यांसमोर गवताशिवाय काहीही दिसत नव्हतं. त्यांचा बनाव माझ्या ध्यानात आता आला होता. शेवटी माझ्या मनातील शंका खरी ठरली होती. त्यांच्या बोलण्यावर विश्वास ठेवून मी माझ्या ऑफीसमध्ये बसून गोठ्याच्या नुकसानीचा पंचनामा केला असता, तर मी नक्की अडचणीत आलो असतो. खोटारड्या आमदाराचा मला खूप राग आला होता.

"मला या ठिकाणी काहीही दिसत नाही." मी.

"मग माझ्याकडे असणारी ग्रामपंचायतीची गोठ्याची पावती खोटी आहे का?"

"ते मला माहीत नाही."

"तुम्ही माझ्या गोठ्याचा पंचनामा करणार नाही?"

"नाही." मी निक्षून म्हणालो.

"मी तहसीलदारांना भेटतो."

"जरूर भेटा. मला त्यांनी विचारल्यावर मी त्यांना जे काय सांगायचंय ते सांगेन."

"तुम्हाला हे प्रकरण लई महागात पडेल."

"हरकत नाही."

मी गुश्शातच परतीच्या वाटेला लागलो. माझ्या मागून आमदारांची स्वारी डुलत डुलत येत होती. त्यांचं ईप्सित साध्य झालं नाही म्हणून ते मनातल्या मनात माझ्यावर चरफडत होते. मला त्याची मुळीच पर्वा नव्हती.

◆◆◆

दोन

चिपळूण प्रांताकडे मी माझ्या बदलीसाठी विनंती अर्ज सादर केल्यानंतर सप्टेंबर महिन्यात माझी बदली जैतापूर या सजावर झाली. महसुली काम करण्यासाठी माझ्याकडे एकूण पाच गावं होती. जैतापूर, मांडवे, वाडीजैतापूर, घेरासुमारगड आणि वाडीबेलदार अशी त्या गावांची नावं होती. सजाचं (मुख्यालय) ठिकाण जरी जैतापूर असलं, तरी माझं तलाठी कार्यालय मांडवे या गावात होतं. जैतापूर या गावाला वळसा मारून नदी वाहत असल्यामुळे पावसाळ्यात नदीला पूर आल्यावर त्या गावात जाता येत नसे. शिवाय त्या नदीवर गावात जाण्या-येण्यासाठी कुठंही पूल बांधला नव्हता. मांडवे गावातून तालुक्याला जाण्यासाठी-येण्यासाठी एसटीची सोय होती. त्या काळी सर्व रस्ते कच्चे आणि तांबड्या धुळीचे होते. एखादं वाहन त्या रस्त्यावरून जाऊ लागल्यावर उडालेल्या तांबड्या धुळीमुळे ते वाहन दिसायचं नाही. गुलाल उधळावा तशी ती धूळ आकाशाच्या दिशेनं उडायची.

मी बदलीच्या ठिकाणी हजर झाल्यावर माझ्या पुढे एक मोठी समस्या निर्माण झाली. ज्या घरात माझं तलाठी कार्यालय होतं, त्या घराचे मालक मला म्हणाले की, 'भाऊ, तुमचं तलाठी कार्यालय दुसरीकडे हलवा. आम्हाला जागा पुरत नाही.' त्यांचं बोलणं ऐकून मी संभ्रमात पडलो. एकतर मी त्या गावात नवीनच तलाठी म्हणून हजर झालो होतो. गावात अजून माझी कोणाशीही ओळख झाली नव्हती. अशा परिस्थितीत अत्यंत महत्त्वाची असणारी सरकारी कागदपत्रं मी घेऊन तरी कोठे जाणार? दोन बैलगाड्या भरतील एवढी कागदपत्रं आणि लाकडी फर्निचर कार्यालयात होतं. नार्वेकर तलाठ्याकडून घरमालकांना चांगला अनुभव आला नसावा किंवा त्यांना त्यांच्या खोलीचं नियमित भाडं मिळत नसावं, असं मी माझ्या मनात विचार करीत होतो.

मी घरमालकांना विनंती करीत म्हणालो, "बाबा, मी या गावात नवीनच आलोय. अजून माझी कुणाशी ओळख नाही. तुमची अडचण होत असेल, तर मी

माझं कार्यालय दुसरीकडे न्यायला तयार आहे. परंतु मला थोडा तुम्ही वेळ द्या.''

''ठीकाय.''

घरमालक पुढे एक शब्द बोलले नाहीत. ते नको म्हणत असताना मला त्या ठिकाणी राहाणं कससंच वाटू लागलं.

मला माझ्या कामात मदत करण्यासाठी दोन कोतवाल होते. त्यांना दरमहा शासनाकडून पंचावन्न रुपये मानधन म्हणून मिळत होतं. एकाचं नाव रघू जंगम असं होतं, तर दुसऱ्या कोतवालाचं नाव धोंडू वाडकर असं होतं. जंगम कोतवाल गावात भिक्षुकीचं कामसुद्धा करायचा. तो फार प्रामाणिक होता. रंगानं तो गोरापान होता. त्याची शरीरयष्टी अगदी किडकिडीत होती. त्याला पान खाण्याची आणि दारू पिण्याची सवय होती. धोंडू वाडकर वयानं वयस्कर होता. तो गावात भगतगिरी करायचा. त्याला दारू पिण्याची आणि कामाला दांडी मारण्याची घाणेरडी सवय होती. तो मोजकंच बोलायचा.

मी तलाठी म्हणून गावात नवीन हजर झाल्यावर रघू कोतवाल मला अजिजी करीत म्हणाला,

''भाऊ, तुमाला माजी येक हात जोडून इनंती हाय बघा.''

''बोला.''

''मी या गावामंदी भिक्षुकी करीत असतू. तो मान आमच्या घराण्याला आज्या-पंज्यापासनं हाय बघा. गावात मयतीचं कार्य, लगीन, सत्यनारायणाची पूजा असेल तर लोक बोलवायला माझ्या घरी येतात. मला त्यासाठी कामावर खाडा करून जावं लागतं. तुमच्या आधीच्या तलाठीभाऊंनी दिकून मला तशी सवलत दिली होती. तुमी सुदीक मला संभाळून घ्यावा. नोकरीच्या पगारात माझं काय भागत न्हाय. माझी म्वॉप शेती हाय. पर ती मी करीत न्हाय. माझी समदी शेती वस्साड हाय बघा.''

रघू कोतवालाने अगदी प्रामाणिकपणे मला त्याची अडचण सांगितली होती. त्याला 'नाही' म्हणायची मला छाती झाली नाही. आवंढा गिळून मी त्याला म्हणालो,

''बुवा, तुम्ही गावात भिक्षुकी करायला माझी बिलकूल हरकत नाही. परंतु ज्या दिवशी तुम्हाला त्या कामाला जायचं असेल, त्याच्या आदल्या दिवशी तुम्ही माझ्या कानावर ते घाला म्हणजे झालं. म्हणजे मला तुमची वाट पाहावी लागणार नाही.''

''भाऊ, मी तुमच्या कानावर घातल्याबिगर मुळीच जानार न्हाय. ती माझी जिम्मेदारी.''

घरमालकाचं बोलणं आठवल्यावर मी माझ्यासमोर पान जुळवीत बसलेल्या रघु बुवाला म्हणालो,

“बुवा, घरमालकानं आपल्याला ही खोली मोकळी करायला सांगितलंय.”

“जाऊ मंग दुसरीकडं आपलं सामाईन घेवून.” तोंडात पान कोंबत बुवा म्हणाला.

“मिळेल आपल्याला खोली?”

“न मिळायला काय झालं?”

“तुमच्या पाहण्यात आहे कुठं?”

“व्हय तर.” बुवा खात्रीनं मला म्हणाला.

“कुठं?” मी त्याला विचारलं.

“आमच्या जंगमवाडीत येकून पाच घरं हाईत. बाबू जंगम त्याच्या बायको-मुलांना घेऊन ममईत ऱ्हातू. त्यो तितं कापडाच्या गिरणीत नोकरीला हाय. त्याचं घर रिकामं हाय. त्याच्या थोरल्या भावाकडं त्याच्या घराची चावी हाय. मी त्याला इचारलं तर त्यो मला न्हाय म्हन्नार न्हाय बगा.”

जंगम बुवाचं बोलणं ऐकून मला हायसं वाटलं. माझी खोलीची चिंता मिटली होती. खोलीचा मालक आम्ही त्याच्या घरातून कधी जातो, याचीच तो वाट पाहत होता. तो नको म्हणत असताना आपन त्याच्याकडे एखाद्या कोडग्यागत राहाणं, मला योग्य वाटत नव्हतं. नार्वेकर तलाठ्याचा त्याला चांगला अनुभव आला नव्हता. म्हणून त्यानं आम्हाला आमचं तलाठी कार्यालय हलवायला सांगितलं होतं.

माझ्या समोर पान चघळीत बसलेल्या बुवाला मी म्हणालो,

“बुवा, आपण सोमवारी येथून आपला मुक्काम हलवायचा. त्या आधी तुम्ही ती खोली तलाठी कार्यालयासाठी झाडून स्वच्छ करून ठेवा.”

“लई बेस.”

“बुवा, तुम्ही एकटे एवढं सामान कसं नेणार? दोन बैलगाड्या भरतील एवढं आपल्या कार्यालयाचं सामान आहे.” मी माझ्या मनातील शंका त्याला सांगितली.

“त्याची तुमाला आजाबाद काळजी नकू. आमच्या वाडीत राम कुडवे याची याक बैलगाडी हाय. त्यालाच सांगतू दोन फेऱ्या मारायला.”

“त्याचं भाडं?”

“अवं भाऊ, त्याला कसलं भाडं द्यायचं? हे काय आपल्या घरचं सामाईन हाय का? पाची गावच्या जिमिनींची सरकारी कागुदपत्रं हाईत. राम कुडवे आपल्याकडं याक नवीन पैसा दिकून भाडं म्हनून मागनार न्हाय बगा. ती जिम्मेदारी माझी. तुमी भाड्याची चिंता करू नका.”

आंधळा मागतो एक डोळा आणि देव देतो दोन डोळे, अशी माझी गत

बुवाचं बोलणं ऐकून झाली होती. हा माणूस आपल्या कामाचा आहे, म्हणून मला त्याचा नवीन सजावर आधार वाटू लागला. धोंडू कोतवाल अजून मी काळा की गोरा आहे, ते अद्याप पाहिलं नव्हतं.

धोंडू वाडकर या कोतवालाची मी बुवाकडे चौकशी करीत म्हणालो,

"बुवा, ते वाडकर कोतवाल मला अजून भेटायला आले नाहीत. तलाठी कार्यालयाची खोली बदलायची आहे म्हणून तुम्ही त्यांना ताबडतोब निरोप पाठवा. कागदपत्रांची बांधाबांध करून ते बैलगाडीत ठेवायला तुम्हाला एकट्याला त्याचा त्रास होईल."

वाडकर कोतवालाचं नाव कानावर पडताच बुवा मनात गंभीर होऊन विचार करू लागला. त्याच्या गोऱ्यापान चेहऱ्यावरील भावसुद्धा आता बदलले होते. नंतर दीर्घ उसासा टाकून बुवा मला थोड्या गंभीर आवाजात म्हणाला,

"भाऊ, तुम्ही या गावात नवीन आलात. तुमाला अजून या गावातली तशी काय बी म्हाईती न्हाय. वाडकर कोतवाल लई झोंड्या मानूस हाय. कामावर दांड्या कशा मारायच्या असतात, हे त्याला चांगलं ठाव हाय बगा. नार्वेकर तलाठी भाऊंनी लई येळा त्याचा पगार अडवण्यासाठी मामलेदाराकडे रिपोर्ट केला व्हता. पर त्याच्यामंदी अजून तरी काय बी सुधारणा झाली न्हाय बगा. त्यो हाय तसाच अजून हाय."

"तुम्ही मला हे सांगितलंत ते फार बरं झालं."

"त्याला दारू पिण्याचा सुदीक नाद हाय. मी सुदीक दारू पितू. तुमच्या म्होरं मी खोटं कश्याला बोलू? पर मी कामावर असताना दारूच्या थेंबाला सुदीक कंधी हात लावीत न्हाय बगा. कामावरनं सुटलो की मी दारू पितू. हिरी मला राती झ्वॉप लागनार न्हाय बगा."

"बुवा, दारू पिणं वाईट आहे. मी तुम्हाला दारू प्या म्हणून कधी सांगणार नाही." मी.

"भाऊ, ते मला सुदीक कळतंय बगा. पर वळत न्हाय. त्याला आता मी तरी काय करू? दारूचा नाद लई वंगाळ. दारू सोडण्यासाठी कितीतरी बारी मी कोचीस केली. पर दारू मला सोडायला नि मी दारूला सोडायला आजाबाद तयार न्हाय बगा." बुवानं मला अगदी प्रामाणिकपणे सांगितलं.

"वाडकर कोतवाल कामावर असतानासुद्धा दारू पितात?" मी.

"त्यो कधीतरी कामावर असताना दारू पितू. पार्वतीकाकूकडे तिची लाकडं फोडून दिली की, त्याला तितं फुकाट दारू प्यायला मिळते. या गावात पार्वतीकाकूचा दारूचा धंदा हाय. सर्कल भाऊसाहेब, मामलेदार आणि प्रांत गावात यायचे असतील

तवा वाडकर दारूच्या थेंबाला सुदीक कधी हात लावनार न्हाय. हिरी त्यो आपल्या हाफिसात दारू पिवूनशान आला तरी तुमाला त्यो आजाबाद वळखनार न्हाय बगा.''

''बुवा, दारूचा वास लपून राहत नाही.''

''भाऊ, आनीक याक गोष्ट मी तुमच्या कानावर घालून ठेवतू. मी ते तुमाला सांगितलं म्हून कुनाला समजता कामा न्हे.'' बुवा हळू आणि गंभीर आवाजात मला म्हणाला.

''कोणती?'' मी उत्सुकतेनं त्याला विचारलं.

''सांगतू. वाडकर भगतगिरी करतू म्हून या पाच गावांत त्याच्या वाटेला कुनी जात न्हाय, त्याला समदी टरकून असतात. त्यो काळ्या कर्माचा हाय म्हून समद्यांना ते ठाव हाय. येकुद्या बारीला त्यानं मारलेला जाप कंच्याही भगताला त्यो निंगता निगत न्हाय. त्यानं मारलेला जाप कसा काडायचा, हे त्यालाच ठाव हाय. मी तलाठीभाऊंना त्याच्या चाड्या सांगातू म्हून तो माझ्यावर नेमी जळत अस्तू. माझी पैली बायकू येका मुलीला जन्म देवून वारली म्हून मी धा वर्सापूर्वी दुसरं लगीन केलंय. पर तिच्या प्वॉटात गर्भ टिकत न्हाय. त्या वाडकर कोतवालानंच माझ्यावर करणी केलीय. येका ठिकाणी काम करायचंय म्हून मी त्याला काय बोलू शकत न्हाय. पर त्याचं नाव काडलं तर माझं काळीज नुस्तं पेटतंय. असं वाटतंय की, त्याच्या नरडीचा घोट घ्यावा.'' बुवा रागानं आणि दु:खानं नुसता गदगदत होता.

वाडकर कोतवालाचं आणि बुवाचं विळा-भोपळ्याचं सख्य आहे, हे एव्हाना माझ्या आता चांगलं ध्यानात आलं होतं. त्यांच्यामध्ये असणारी तेढ मला अधिक वाढवायची नव्हती. मी बुवाला विषयांतर करीत म्हणालो,

''बुवा, आपल्या गावात अधिकारी आले, तर तुम्ही त्यांच्या दुपारच्या जेवणाची सोय कुठं करता? मी असं ऐकलं होतं, की अधिकाऱ्यांना जेवण वगैरे दिलं नाही, तर त्याचा त्यांना राग येतो आणि तो राग ते आपल्या कागदावर काढत असतात म्हणून.''

''भाऊ, तुमी आयकल्यालं आक्शी सोळा आणं खरं हाय बघा. येकुदा अधिकारी कागदपत्रांची तपासणी करायला आला, तर नार्वेकरभाऊ मपारा रेशन दुकानदारांना सांगत. पर नंतर नंतर त्यांचं आपसात फाटलं व्हतं.''

''कशावरून त्यांचं बिनसलं?''

माझं बोलणं ऐकून बुवा सांगावं की नाही, याचा विचार करू लागले. ते आढ्याकडे पाहत विचार करीत होते. मी त्यांच्या किडमिड्या शरीराकडे डोळे विस्फारून पाहत होतो. थोड्या वेळानं ताजा श्वास आत घेऊन जंगमबुवा मला म्हणाला,

"भाऊ, नार्वेकर तलाठीभाऊंचं सुदीक कधीकधी लई चुकायचं. अन् ते पर्तेक म्हैन्याला साकार आनण्यासाठी आमाला रासन दुकानात पाठवित. पैसं ते कंधी द्यायचे न्हाईत. रासन दुकानदाराचा बापूस लई खडूस हाय. त्याच्या नादाला या गावात कुनी बी लागत न्हाय. म्हातारा शिवी घातल्याबिगर गावात कुणाशी बोलत न्हाय. बदली व्हायच्या आधी तलाठीभाऊंनी मला साकार आनायला रासन दुकानात पाठविलं व्हतं. रासन दुकानदारानं मला पाच किलू साकार दिली. त्याचा बापूस घरातनं बाहीर आला. आन् मला म्हनाला 'बुवा, साकार कुनाची?' मी त्यास्नी ही साकार 'तलाठीभाऊची हाय' असं सांगितल्यावर त्यांनी लगेच मला 'पैसं आनलंय का?' म्हून इचारलं. मी त्यास्नी 'न्हाय' असं म्हनल्यावर त्यांनी माझ्या हातातली साकरेची पिशवी खसकन वढून घेतली आनि त्यांनी ती पिशवी साकरेच्या पोत्यात रिकामी केली. माझ्या अंगावर रिकामी पिशवी भिरकावून तो खडूस म्हातारा 'पैसं घेऊन ये. मंग तुला साकार देतू.' असं मला म्हणला. मी नार्वेकर भाऊंना ते सांगितल्यावर त्यांना त्या म्हाताऱ्याचा लई राग आला. त्या दिसापास्नं तलाठीभाऊंनी त्या रासन दुकानात कंदी पाऊल टाकलं न्हाय."

यात नार्वेकर तलाठ्याची सोळा आणे चूक होती. 'आपण या गावचे तलाठी आहोत. पैसे न देता आपल्याला या गावात हवी ती वस्तू मिळायला हवी,' अशी त्यांची धारणा होती. त्यामुळेच त्यांचा रेशन दुकानात अपमान झाला होता. मी या सजावर हजर होण्याच्या आधी नार्वेकर तलाठ्यानं मला अगदी बजावून सांगितलं होतं की, 'तू त्या रेशन दुकानात कधी पाऊल टाकू नकोस. तो गोवर्धन म्हातारा लई बाराचा आहे. तोंडानं तो फाटका आहे.' त्यानं मला त्यावेळी तसं का सांगितलं होतं, याचा आता मला उलगडा झाला होता.

"भाऊ, आमच्या या गावात गुजर लोकांची पैली धा-बारा घरं तरी व्हती. आता फकस्त दोनच हाईतील. याक त्या रासन दुकानदाराचं आन दुसरं किराणा मालाच्या दुकानदाराचं."

"मग बाकीचे लोकं गेली कोठे?"

"अवं बाकीची मान्सं बायको-मुलांना घेऊन रातोरात पळाली."

"का?"

"आमच्या गावातल्या दोगा-तिगांनी राती शंकर गुजराच्या घरात शिरून कुऱ्हाडीनं त्याचा जाग्यावरच खातमा केला. आन् ते लोक रातोरात ममईला पळून गेले. बाकीच्या गुजरांना हे समजल्यावर ते घरंदारं टाकून रातोरात घाबरून पळाली. जाताना त्यांनी त्यांचं सोनं-नाणं सुदीक न्हेलं."

"शंकर गुजराचा खून का झाला?" मी त्याला माझ्या मनातील शंका विचारली.

"भाऊ, मान्सानं लई बी उतमात करू ऱ्हे बगा. हे गुजर लोक आमच्या गावात कुठनं आली, आन कंधी आली हे काय मला ठाव ऱ्हाय बगा. आमच्या आज्या-पंज्याच्या अदुगरपास्नं ते आमच्या गावात ऱ्हातात. डोस्क्यानं त्ये लई हुशार जात. गावातल्या अडानी लोकांच्या जमिनी त्यांना फसवून कशा घशात घालायच्या, हे त्या गुजर लोकांस्नी चांगलं ठाव व्हतं बगा. शंकर गुजर गावातील लोकांची अडचन वळखून त्यास्नी भरमसाठ याजानं पैसा द्यायचा. आन नंतर स्टांप पेपरवर त्यांचे अंगठे घेवून त्यांच्या जमिनी घशात घालायचा. त्यामुळे समदा गावच गुजरांना वैतागून गेला व्हता. मंग ममईतल्या चाकरमान्यांनी गावातल्या गुजरांना जल्माची अद्दल घडवायची म्हून त्यांनी त्यांचा असा काटा काडला बगा. बाकीची गुजर पळाली म्हून ते तिकडं सुकी झाली. अन् आमी हिकडं सुकी झालु. न्हायतर आमच्या या गावाचं काय बी खरं नव्हतं."

अति छळ आणि अति लोभ केव्हाही वाईटच. देशाला स्वातंत्र्य मिळून तीस वर्षं झाली असली तरीही कोकणी माणूस अन्याय, अत्याचार, जुलूम सहन करीत होता. गावातील उच्च समाजाकडून नाडला जात होता. त्याच्या भोळेपणाचा, अशिक्षितपणाचा गावातील सधन लोक फायदा घेत होते. शहरं जवळ आल्यामुळे आणि शिक्षणामुळे हळूहळू कोकणी माणूस जागा होत होता.

लाकडी बाकड्यावर पायावर पाय देत बुवानं मला विचारलं,

"भाऊ, तुमचं लगीन झालंय?"

"नाही."

"तुमी या गावात बिऱ्हाड करून ऱ्हानार की खेडवरून येऊन-जाऊन करनार?"

"मी येऊन-जाऊन करणार आहे. माझे वडील आजारी आहेत. म्हणून मी तूर्त इथं बिऱ्हाड आणण्याचा विचार करणार नाही."

"मी तुमास्नी इचारलं म्हून देवा राग मानू नका. मी सज तुमास्नी इचारलं बगा."

"बुवा, तुम्ही विचारलं म्हणून मला राग आलेला नाही. नंतर मीच ते तुम्हाला सांगणार होतो."

"आमचा गाव तसा लई चांगला हाय बगा. या गावात जिवाला जीव देणारे हाईत, तसे जीव घेणारे सुदीक हाईत. म्वॉप तलाठी आनं सर्कल आमच्या गावात येऊन गेले. कूळ कायदा लागू झाला त्या वक्ताला त्यांनी सोताची घरं भरली.

७/१२ चे तुकडे हिकडंतिकडं डोस्क्यावरनं न्हेवून आमच्या मातूर माना मोडल्या. त्या वक्ताला मामलेदारासकट समद्यांची चांदी झाली. कामासाठी लोकं पैसं घेऊन त्यांच्या मागं लागायची.''

बुवा कोतवाल आणि मी बराच वेळ ऑफीसमध्ये बोलत बसलो होतो. बुवाकडून मला बरीच माहिती मिळाली होती. त्यामुळे त्याचा फायदा मला पुढे काम करताना होणार होता. कोणताही आडपडदा न ठेवता बुवानं मला मी त्याला विचारलेली माहिती सांगितली होती. तो प्रामाणिक आणि कामसू होता, हे मला त्याचं बोलणं ऐकून कळलं होतं. वाडकर कोतवाल मला भेटल्यानंतर त्याचा स्वभाव कळणार होता. त्या दोघांत वितुष्ट होतं म्हणून बुवाचं बोलणं ऐकून त्याच्याबद्दलचं माझं मत सध्या तरी मला बनवता येणार नव्हतं.

बसलेल्या जागेवरून उठत बुवा मला म्हणाला, ''भाऊ, तुमी तुमचा डबा आणलाय?''

''नाही. उद्यापासून मी माझा दुपारचा जेवणाचा डबा घेऊन येणार आहे.''

''चला माझ्या घरी जेवायला.'' बुवा मला आग्रह करीत म्हणाला.

''नको.'' मी संकोच करीत म्हणालो.

''अवं चला. माझ्या कारभारणीनं डाळ-भात करून ठेवला असंल.'' बुवा पुन्हा आग्रह करीत म्हणाला.

''बुवा, खरंच नको. मी पुन्हा कधीतरी तुमच्या घरी नक्की जेवायला येईन.''

''तुमची मर्जी.''

''बुवा, मनाला वाईट वाटून घेऊ नका.''

''न्हाय. मंग मी घरला जावून येवू?''

''होय.''

''येतू लगीच.''

बुवा पायात चपला घालून ऑफीसच्या बाहेर पडला. बराच वेळ ऑफीसमध्ये एकाच ठिकाणी बसल्यामुळे मला कंटाळा आला होता. बुवानं माझ्यासमोर टेबलावर पाण्याचा तांब्या भरून ठेवला होता. मी पेल्यात पाणी ओतून घेऊन पोटभर पाणी प्यायलो. पोटात थंडगार पाणी गेल्यामुळे मला खूप बरं वाटू लागलं. पाय मोकळं करण्यासाठी मी पायात चपला न घालताच अनवाणी पायानं अंगणात आलो. घरातील बायका-पुरुष हळवा भात कापून त्याच्या पेंड्या बांधून घरातील पडवीत आणून रचत होते. अंगणातील मांडवाच्या जवळ खणवटा काढून त्यात नांगराचे बैल बांधले होते. त्या बैलांच्या पुढ्यात सकाळी कापून आणलेलं हिरवं गवत टाकलं होतं.

शेपटीनं पाठीवर बसलेल्या माश्या हाकलत बैल निवांतपणे गवत खात होते.

*****

बाबू जंगमाच्या कौलारू घरात मी माझं तलाठी कार्यालय आणलं होतं. ते कौलारू घर अगदी ऐसपैस होतं. परंतु त्या घराचे मालक कायमचे मुंबईला राहत असल्यामुळे त्याची नीट निगा ठेवलेली नव्हती. घराच्या दर्शनी भागात भाताचे पेंडे एकावर एक रचून ठेवले होते. ते पेंडे बाळूच्या थोरल्या बंधूने ठेवले होते. त्यांचं घर समोरच होतं. वाश्यांना वाळवी लागली होती. त्याचा भुसा खाली पडत होता. त्या घराच्या सभोवार गवत माजल्यामुळे घरात साप-विंचू निघत होते. त्यामुळे मी जीव मुठीत धरून त्या ठिकाणी काम करीत होतो. माझी मन:स्थिती बुवांच्यासुद्धा लक्षात आली होती.

एके दिवशी बुवा त्याच्या कामगिरीवर बाहेर गेला असताना एक पन्नाशी उलटून गेलेला इसम माझ्या कार्यालयात येऊन समोरच्या बाकड्यावर बसला. त्याचा चेहरा पाहून मला तो इसम गरीब वाटला. त्याच्या वृद्ध चेहऱ्यावर सुरकुत्या पडलेल्या होत्या.

मी त्या वृद्ध इसमाची चौकशी करीत त्याला म्हणालो, "काय काम आहे?"

"भाऊ, मी वाडकर कोतवाल."

त्याचं बोलणं ऐकून मी सावध झालो आणि त्याला थोड्या गुश्यातच म्हणालो, "वाडकर, मी या ठिकाणी हजर होऊन बरोबर पंधरा दिवस झालेत आणि तुम्ही मला आज भेटायला येताय? हे तुमचं वागणं बरोबर नाही."

माझं बोलणं त्यानं शांतपणे ऐकून घेतले. नंतर तो मला म्हणाला, "भाऊ, तुमचे निरुप मला पोचले. न्हाय असं न्हाय. पर मी थंडी-तापानं लई सिक पडलू व्हतू. त्यामुळे मला येता आलं न्हाय. तुमाला जर हे खोटं वाटत असंल, तर तुमी आमच्या गावात कुणाला बी इचारा. मी लबाड बोललू की माझी जीभ झडंल. आता वाईच माझी तब्येत चांगली हाय म्हून मी लगीच तुमाला भेटायला आलु."

माझ्या समोर लाकडी बाकड्यावर अंग चोरून बसलेला वाडकर कोतवाल खरं बोलत आहे, हे मला त्याचा पांढराफटक पडलेला वृद्ध चेहरा पाहून वाटत होतं. मी अधिक ताणलं नाही. मी बडबडलो असतो, तर त्याला लगेच रघुबुवाचा संशय आला असता. रघुबुवानं मला फितवलंय म्हणून त्याच्या मनात संशय बळावला असता. त्या दोघांमध्ये आणखी तेढ निर्माण झाली असती, तर बुवाचा त्रास त्यांना जसा झाला असता तसं, मलाही झालं असतं. मला तसं मुळीच करायचं नव्हतं.

मी माझं काम करू लागलो. माझ्या शरीराच्या होणाऱ्या हालचाली निरखत वाडकर बाकड्यावर बसला होता. थोड्या वेळानं त्यानं पुन्हा बोलायला तोंड उघडलं.

"भाऊ, तुमाला राग येनार नसंल, तर याक गोस्ट इचारू का?"

"विचारा. तुम्हाला काय विचारायचं असंल ते."

"भाऊ, तुमी हिथं कशापाय हाफीस घेवून आलाय?"

"का?" मी त्याला भांबावून विचारलं.

"अवं, या घरात बाळू जंगमाच्या पैल्या बायकुनं फास लावून घेतलाय. म्हून बाळू जंगम या घराला वाळवी लागली असली, तरी हिकडं कंधी येत न्हाय. हे समदं रघु बुवाला ठावं हाय. तरी त्यो हाफीस या घरात घेवून आलाय. तुमी या गावात नवीन हाव. पर त्याला कळायला नकु?"

वाडकराचं बोलणं ऐकून माझ्या मनात भीती निर्माण झाली. आधी मला ते ठावूक नसल्यामुळे बुवा बाहेर फिरतीला गेले, तरी मी त्या घरात एकटाच काम करीत बसायचो. मला कसली भीती वाटत नसे. साप-विंचू यांचं मात्र मला भय वाटत असे. आता मला त्या घरात चित्रविचित्र भास होऊ लागले होते.

कपाळावर आलेला घाम पुसत मी वाडकर कोतवालाला आवंढा गिळून म्हणालो, "रघू बुवानं हे मला सांगितलं नव्हतं. त्यानं जर मला हे सांगितलं असतं तर मी या घरात आपलं तलाठी कार्यालय आणलं नसतं."

"भाऊ, त्यो तुमाला कसा वं सांगील? त्याला हे यायला-जायला बरं पडतंय. त्याचं घर याच वाडीत हाय ना? त्याला दारू पिवून सत्यनारायणाची पूजा घालायला तेवढी समजत्ये नि हे समजत न्हाय? मोठा झोंड्या मानूस हाय त्यो. नवीन तलाठीभाऊ गावात आले की त्यो त्यांचं कान फुंकीत असतू. नार्वेकर तलाठीभाऊ त्याचं आयकून मला चारचौगांत सुदीक बडबडत. येके ठिकाणी काम करताना आपसात गोडी पाह्यजे. ते त्याला कळत न्हाय बगा."

"आधीच्या खोली मालकानं ऑफीसची खोली खाली करायला सांगितलं. म्हणून मीच बुवाला नवीन खोली बघायला सांगितलं होतं. यात बुवांचा दोष आहे, असं मला वाटत नाही."

"मंग त्यानं त्याच्या घरात हे हाफीस का न्हेलं न्हाय? त्याच्या घरात फकस्त दोनच मान्सं हाईत. त्यो आन त्याची दुसरी मांगारीन. पैल्या बायकुची त्याला याक मुलगी हाय. ती गेल्यासाली कुनाचा तरी हात धरून पळाली व्हती. ती याक आठवड्यानं पुन्हा घरात आली. तवा बुवानं तिचं लगीच लगीन लावून टाकलं. तिला त्यानं लई लाम दिलंय. लगीन झाल्यापास्नं ती काय पुन्ना या गावात तिचं त्वाँड दावायला आलेली न्हाय."

विषयांतर करीत मी वाडकर कोतवालाला विचारलं, "आपल्याला ऑफीससाठी

या गावात दुसरी खोली मिळणार नाही का?''

"मिळंल की...''

"कोठे?''

"देवुळ वाडीत. तितं रस्तासुदीक जवळ हाय. आन एसटीचा थांबासुदीक जवळ हाय बगा.''

"कुणाची खोली आहे?''

"पार्वतीकाकू. पर त्यात याक गोम हाय.''

"कोणती?''

"त्या बाईचा तिच्या घरात दारू ईकायचा धंदा हाय. ती इधवा बाई हाय. दारू ईकून ती तिचं घर चालविते. तिच्या न्हवऱ्याची या गावात म्वॉप शेती हाय. पर तिचा मिलटरीवाला दीर तिला भाताचा याक दाणासुदीक दावत न्हाय. तवा ती दारू ईकून तिच्या दोन लहान लेकरांना संभाळत्येय.''

वाडकर कोतवालाचं बोलणं ऐकून मी माझ्या मनात विचार करू लागलो. माझे दोन्ही कोतवाल दारुडे होते. पार्वतीकाकूकडे मी माझं कार्यालय घेऊन गेल्यावर त्या दोघांचीही त्या ठिकाणी आपोआप सोय होणार होती. हे जरी खरं असलं तरी या घरात एका बाईनं गळ्याला फास लावून आत्महत्या केलीय, हे मला कळल्यापासून माझ्या पोटात भीतीनं खड्डा पडला होता, मला चित्रविचित्र भास होऊ लागले होते. माझी द्विधा झालेली मन:स्थिती ओळखून वाडकर कोतवाल पुढे मला म्हणाला,

"भाऊ, आता म्होरं लई इचार करीत बसू नका. पार्वतीकाकू तोंडानं फटकळ असली तरी ती आपल्या उपेगी पडनारी बाई हाय. तालुक्यावरनं कंचाबी साहेब आपल्याकं आला, आन आपुन तिला त्यांचं जेवान करायला सांगितलं, तर ती बाई कंधी 'न्हाय म्हन्नार न्हाय.' अशा वक्ताला गावातल्या पोलीस पाटील आन सरपंचाचा काय बी उपेग व्हत न्हाय बगा. आपुन त्यास्नी साहेबांचं जेवान करायला सांगितलं, तर ते लगीच त्यांच्या ढुंगणावर हात ठेवतात. जेवायच्या वक्ताला मातूर बरूबर हजर व्हतात. या गावचा पोलीस पाटील लई लोचट नि हलकट मानूस हाय. आमच्या जैतापूर गावचा पोलीस पाटील सुदीक त्याचाच बाप हाय. कापल्या करंगळीवर दिकून ते कंधी मुतायचे न्हाईत.''

वाडकर माझ्यासमोर आता फडाफडा बोलत होता आणि मी त्याचं बोलणं कानात जीव आणून नुसता ऐकत होतो. त्याचं बोलणं ऐकून माझ्या ज्ञानात आणखी भर पडत होती. माणसांचा स्वभाव कळत होता. या ठिकाणी काम करताना मला त्यांचा उपयोग होणार होता. माणसांच्या स्वभावाचे वेगवेगळे कंगोरे ध्यानात येत

होते. ग्रामीण भागात राहाणारी माणसं मनानं निर्मळ आणि साधीभोळी असतात, असं मला सुरुवातीला वाटत होतं. परंतु तो माझा भ्रम होता. माणूस गरीब असो किंवा श्रीमंत, तो शिकलेला असो किंवा अशिक्षित; त्याचा स्वभाव मात्र अनाकलनीय असतो, एवढं मात्र खरं.

मी वाडकर कोतवालाला माझी संमती देत म्हणालो, ''वाडकर, तुम्ही आजच पार्वतीकाकूंना भेटा. आपण त्यांच्या खोलीत लगेच राहायला जाऊ.''

''लई ब्बेस. मी आताच चाल्ली जाऊन येतू. ती बाई मला न्हाय म्हनायची न्हाय.'' वाडकर बसलेल्या जागेवरून उठत म्हणाला.

''जा तुम्ही.''

*****

पार्वतीकाकूनं तलाठी कार्यालयासाठी भाड्यानं दिलेली खोली छोटी असली, तरी ती मला सोयीची होती. रस्ता जवळ होता आणि मला घरी जाण्या-येण्यासाठी एसटीचा थांबासुद्धा जवळ होता. लंगड्या चंदूभाईचं किराणा मालाचं दुकान सुद्धा जवळ होतं. त्यावेळी संपूर्ण गावात त्याचं एकच किराणा मालाचं दुकान होतं. मला लागणारे कोरे कागद, पेन्सिल, पेन इत्यादी वस्तूसुद्धा त्या दुकानात मिळत होते. रेशन दुकान जवळ होतं. माझ्या सरकारी कामासाठी मी त्या रेशन दुकानात गेल्यावर सतीशशेठ मला आग्रह करून चहा पाजायचा. त्याचा म्हातारा बापूस तोंडानं फटकळ असला, तरी तो मला मी दुकानात गेलो की 'अहो-जाहो' करीत असे. अजूनपर्यंत तरी मला त्यांचा वाईट अनुभव आलेला नव्हता. मी त्या रेशन दुकानात फुकटात तेल आणि साखर मागायला कधीही जात नसे.

पार्वतीकाकू तिच्या घरात दारू पाडायची आणि ती त्याची विक्रीसुद्धा घरातच करायची. त्या दारूचा उग्र दर्प येत असे. तो तिचा पोटापाण्याचा व्यवसाय असल्यानं मला तिला काहीही बोलता येत नसे. उत्पन्नाचे सर्व मार्ग बंद झाल्यावर माणूस वाईट व्यवसायाकडे नकळतपणे ओढला जातो. पार्वतीकाकूसुद्धा त्याला बिलकूल अपवाद नव्हती. तिचा स्वभाव खाष्ट असल्यानं तिच्याकडे दारू प्यायला येणारं गिऱ्हाईक तिला टरकून असत. एखादं लोचट गिऱ्हाईक दारू पिऊन झाल्यावर 'माझ्याकं आता पैसं न्हाय' असं म्हटल्यावर पार्वतीकाकू त्याची गचांडी पकडून त्याला ती थोबडवायलासुद्धा कमी करीत नसे. तिच्यासमोर कुणाचाच रुबाब चालत नसे. तिची दोन छोटी मुलं मराठी शाळेत शिकत होती. दिरानं तिच्या मुलांच्या तोंडातील घास काढला होता म्हणून ती त्याला मनातल्या मनात लाखोली वाहत होती. दिराची बायको वारली होती नि त्याची पार्वतीकाकूवर वाईट नजर होती. म्हणून ती तिच्या दिराचा नेहमी द्वेष,

तिरस्कार करीत असे. तिच्याकडे मी राहायला आल्यावर मला ते इतरांच्याकडून कळलं होतं. तिला वश करण्यासाठी तिचा मिलिटरीमधून सेवानिवृत्त झालेला दीर तिची अनेक मार्गांनी कोंडी करण्याचा प्रयत्न करीत होता. त्यात तो यशस्वी झालेला नसला तरी त्याचे प्रयत्न अद्याप चालूच होते.

एके दिवशी मी माझं दप्तरी काम करीत असताना पार्वतीकाकू दाताला तंबाखूची भाजलेली मशेरी लावत माझ्या ऑफिसात आल्या आणि माझ्यासमोर बाकड्यावर बसल्या. नंतर त्या मला म्हणाल्या, ''भाऊ, सारकं सारकं लिवून तुमाला कंटाळा कसा येत न्हाय?''

''माझ्याकडे एकूण पाच गावं आहेत. त्या पाच गावांचं खूप दप्तरी काम असतं. आता मी चालू वर्षाची ७/१२ वर पीक पाणी करत्योय. या महिन्यात मला ते काम संपवायचं आहे.''

''तुमाला कंधी च्याची तलफ आली की, मला तुमी संकोच न करता सांगायचं. माझ्याकडं दूध न्हाय. मी तुमाला कोरा च्या बनूवन दीन.''

''काकू, मला चहा लागला तर मी तुम्हाला अवश्य सांगेन.''

''तुमचं लगीन झालंय?''

''नाही.''

''कंधी करणार हाव?''

''मी आताच नोकरीला लागलोय. अजून मी माझ्या लग्नाचा विचार केला नाही.''

''तुमच्या लगनाला मला बलवायला ईसरू नका म्हंजी झालं.'' पार्वतीकाकू गालात हसत म्हणाली.

''काकू, मी तुम्हाला माझ्या लग्नाला अवश्य बोलावीन.''

काकू थोडा वेळ बोलायच्या थांबल्या. आढ्याकडे पाहात त्या मशेरीचं बोट दातावर सावकाश फिरवत होत्या. त्यांच्या गहुवर्णीय चेहऱ्यावरील भाव आता बदलले होते. काकू त्यांच्या मनात कसलातरी विचार करीत होत्या, हे मला आता कळलं होतं. थोड्या वेळाने काकू बसलेल्या जागेवरून उठल्या आणि तोंडातील मशेरीची पिचकारी बाहेर सोडून त्या पुन्हा लाकडी बाकड्यावर येऊन बसल्या. अंगावरील लुगड्याच्या पदराने तोंड पुसत त्या मला म्हणाल्या, ''भाऊ, माझं याक तुमच्याकं काम हाय बगा.''

''कसलं काम आहे तुमचं माझ्याकडे?''

''जिमिनीचंच काम हाय. माझ्या कामासाठनं मी त्या नार्वेकर तलाठ्याच्या मढ्यावर तीनशे रुपये चेपले. त्याला दारू आणि कोंबड्याच्या मटणाचं जेवान

घातलं. तरी त्यानं माझं काम केलंन न्हाय बगा. माझं पैसं कंधी ना कंधी तरी त्याच्या अंगावं फुटतील.''

''ती जमीन आता कुणाच्या नावे आहे?''

''माझ्या दिराच्या नावे ती जिमिन आता हाय. ती जिमिन माझ्या न्हवऱ्याच्या वाडवडलांची हाय. माझा दीर माझ्या न्हवऱ्यापरास वयानं मोठ्ठा म्हून माझा सासरा वारला तवा ती जिमिन त्याच्या येकट्याच्याच नावे लागलीय. माझा न्हवरा हयात व्हता तवा त्या जिमिनीतलं उत्पन्न आमाला मिळायचं. माझा न्हवरा वारल्यापासनं माझा दीर शेतातला याक दाणासुदीक कंधी मला दावत न्हाय.''

''मी तुमचं काम करेन. पण त्यासाठी मला थोडा अवधी हवाय. मला तुमचं काम कायद्याला धरूनच करावं लागणार आहे.''

''भाऊ, माझ्या या कामाला म्हैना लागो किंवा दोन म्हैनं लागो. मी थांबायला तयार हाय. पर माझं येवडं काम तुमी कराच. मी तुमाला जल्मभर कंधी इसरनार न्हाय बगा. येकदा का माझं नाव त्या जिमिनीत लागलं तर मंग मी माझ्या दिराला माझा इंगा दावत्ये. न्हाय त्याच्या त्वाँडाला मी फेस आनला, तर मी नावाची पार्वती न्हाय. माझ्या लेक्रांच्या त्वाँडातलं त्यानं घास वडून काडलाय. त्याला मी अस्सा सोडनार न्हाय.''

''काकू, तुम्ही अजिबात काळजी करू नका. तुमचं काम करून देण्याची मी जबाबदारी घेतो. बस्स.''

''तुमच्या त्वाँडात साखर पडो. तुमच्यासारका असा दिलासा देनारा तलाठी या आधी मी आन् या गावानं कंधी बगीतलंन न्हवतं बगा. या गावात म्वॉप तलाठी आले नि आपापली घरं भरून गेले. त्यांनी गरिबाची कदर कंधी केली न्हाय. त्यांच्याशी मला लई बोलता दिकून यायचं न्हाय.''

''काकू, मनावर घेतलं की, काम व्हायला वेळ लागत नाही. माझ्याकडून जर तुमचं काम झालं तर मलासुद्धा त्याचा निश्चित आनंद वाटेल.''

''भाऊ, ही पार्वती तुमाला नाराज करायची न्हाय. फूल ना फुलाची पाकळी मी तुमाला दिन.''

''मला तुम्ही काहीही देण्याची गरज नाही. शासन मला माझ्या कामाचं दरमहा पगार देत असतं.'' मी तिला अगदी स्पष्ट शब्दांत सांगितलं.

''तुमच्याकडून मी फुकट काम करून घेतलं, तर माझ्या जिवाला त्याचं लई वंगाळ वाटंल बगा.''

''आणि मी तुमच्या कामाचा मोबदला घेतला, तर त्याचं माझ्या जिवाला वाईट वाटेल.'' मी पार्वतीकाकूला शब्दांत पकडत म्हणालो.

“माझ्या लेक्रांचा तुमाला लई दुवा मिळंल.” पार्वतीकाकू बसलेल्या जागेवरून उठत म्हणाली.

पार्वतीकाकू तिच्या घरात निघून गेल्यावर मी माझ्या मनात विचार करू लागलो. नियमाप्रमाणे हिस्सेदार म्हणून दिराच्या नावे असलेल्या जमिनीत पार्वतीकाकूचं नाव लागायला कोणतीच हरकत नव्हती. परंतु माझ्यासमोर अशी अडचण होती की, मोरे सर्कल पैसा न घेता मी फेरफार रजिस्टरमध्ये केलेली नोंद मंजूर करतील याबद्दल मी माझ्या मनात थोडा साशंक होतो.

मी नवीन नोकरीला लागलोय म्हणून सर्कल मला हिडीसफिडीस करीत होते. माझ्याशी कधी ते एक शब्दसुद्धा प्रेमाने बोलत नसत. मी त्यांना कधी पैशाचं पाकीट देत नसे किंवा दारू-मटणाच्या पार्ट्या देत नसे. त्यात आणखी माझी जातसुद्धा आडवी यायची. त्यामुळे ते माझा रागराग करीत. मी त्यांना कधी त्यांच्या डोळ्यापुढे दिसलो की, त्यांच्या कपाळावर लगेच आठी पडायची. मी नवीन सजावर हजर झाल्यावर ते एक-दोनदा माझं काम पाहण्यासाठी येऊन गेले होते. परंतु मला त्यांनी कामाची काहीही माहिती सांगितली नाही. उलटपक्षी त्यांनी पक्षकारांच्या समोर माझी खरडपट्टी काढली होती. त्यांनी केलेला अपमान मला नाइलाजानं निमूटपणे सहन करावा लागला होता.

नार्वेकर तलाठ्याचं आणि सर्कल भाऊसाहेबांचं चांगलं गूळपीठ जमलं होतं, असं मला माझ्या दोन्ही कोतवालांच्याकडून समजलं होतं. त्यांची मर्जी सांभाळण्यासाठी मी अपयशी ठरलो होतो. म्हणून मला त्यांचा रोष पत्करावा लागत होता. सर्कल गावी आल्यावर त्यांना कोंबड्याच्या मटणाचं जेवणं घालून जाताना त्यांचा खिसासुद्धा गरम करावा लागतो, असं माझ्या कानावर आलं होतं. त्यात मी कमी पडत होतो.

मोरे सर्कल तालुक्याला राहत. मीसुद्धा तालुक्यालाच राहत होतो. महिनाअखेरीस सर्व तलाठ्यांना त्यांना केलेल्या कामाचं माहितीपत्रकं द्यावी लागत. मी एकदा त्यांच्या खोलीवर माहितीपत्रकं घेऊन गेलो होतो. समोर रिकामी खुर्ची होती म्हणून मी त्या खुर्चीत बसलो. त्याचा मोरे भाऊसाहेबांना खूप राग आला. माझ्यावर डोळे वटारून ते मला मोठ्या आवाजात म्हणाले, “असं कुणाच्या घरी जाऊन ते ‘बसा’ म्हणाल्याशिवाय कधी बसायचं नसतं.”

त्यांचं बोलणं ऐकून मी बसलेल्या खुर्चीतून ताडकन उठून उभा राहिलो. त्यांना मी माझी मासिक पत्रकं देऊन दु:खी मनानं त्यांच्या खोलीतून लगेच बाहेर पडलो.

मोरे सर्कलना लिपिक संवर्गातून मंडळ अधिकारी म्हणून बढती मिळाली

होती. त्यामुळे त्यांना तलाठी दप्तराची तितकीशी माहिती नव्हती. मला कधी कामात अडचण आली, तर त्याची माहिती त्यांना सांगता येत नसे. मग ते तालुक्यात राहणाऱ्या जुने, अनुभवी तलाठी कोकजे किंवा राजाध्यक्ष यांच्याकडे मला पाठवीत. ते लोक मला माहिती सांगण्यासाठी अनमान करीत. एकदा मी राजाध्यक्षांना रागानं सुनावलंदेखील, 'भाऊसाहेब, ज्ञान दिल्यानं ते कमी होत नाही. उलट ते अधिक वाढतं.' एका जुन्या अनुभवी तलाठ्याला मी सुनावल्यामुळे त्याचा महसूल खात्यात लगेच गवगवा झाला. काही मंडळींना माझं बोलणं रुचलं नाही. राजाध्यक्ष तलाठी हुशार आणि बुद्धिमान होते. त्यांचा महसूल खात्यात अगदी जिल्ह्यापर्यंत दरारा होता. कलेक्टरसुद्धा त्यांच्या कामाचं कौतुक करीत.

कोकजे तलाठ्याच्या कानावर माझं बोलणं गेल्यावर त्यांना माझा राग आला. कोकजे त्यावेळी तालुका तलाठी संघटनेचे अध्यक्ष होते. काल लागलेल्या तलाठ्यानं एका जुन्या, अनुभवी तलाठ्याला सुनावलं, हे काय कोकजे तलाठ्याच्या पचनी पडले नाही. मी तालुक्याच्या गावी एकदा चावडीत गेलो होतो, तेव्हा ते मला रागाने म्हणाले, "तुझ्या मेमोची अजून शाई वाळली नाही आणि तू राजाध्यक्षसारख्या माणसाला शहाणपणा शिकवत्योस? अजून तुझे या खात्यात दिवस जायचे आहेत, एवढं मात्र तू लक्षात ठेवं म्हणजे झालं."

माझ्या बोलण्याचा एवढा विपर्यास या खात्यात होईल, असं मला आधी मुळीच वाटलं नव्हतं. महसूल खात्यातील काम करणारी माणसं नवीन लागलेल्या एखाद्या माणसाला माहिती देत नसत. शासनसुद्धा सुरुवातीला कामाचं प्रशिक्षण देत नसे. महसूल खात्यातील काम म्हणजे किचकट आणि अडचणीचे असे. कामाची माहिती घेऊनच ते करावं लागत होतं. महसूल खात्यात काम करून एखादा कर्मचारी किंवा अधिकारी सेवानिवृत्त झाला तरी त्याला 'मला महसूल खात्यातील सर्व कामाची माहिती आहे' असं छातीठोकपणे मुळीच म्हणता येत नाही. मग तो आयएएस किंवा एमपीएससी झालेला असो.

एखादं अडचणीचं काम आल्यावर मी त्याची माहिती घेण्यासाठी कुत्र्यासारखा इकडे-तिकडे धावायचो. एखादा सज्जन, अनुभवी तलाठी मला माहिती सांगायचा आणि मला त्याच्या घरी गरम गरम चहासुद्धा द्यायचा. मी त्याचे आभार मानून त्याच्या घरातून बाहेर पडायचो. राजाध्यक्ष तलाठ्यांना सिगारेट ओढण्याचं व्यसन होतं. त्यांना मी ब्रिस्टॉल सिगारेटचं पाकीट नेऊन दिल्यावर ते खूश होत. मग ते हवी असलेली माहिती मला अगदी आनंदानं देत असत.

मी माझ्या मनात विचार करीत बसलो असताना पार्वतीकाकू तिच्या हातात

गरम गरम चहाची कप-बशी घेऊन माझ्या ऑफिसात आली आणि ती मला आग्रह करीत म्हणाली, ''भाऊ, मी तुमच्यासाठनं गरम च्या घेऊन आलेय. तुमी काम करून दमला असाल. च्या चा घोट घ्या म्हंजी तुमाला बरं वाटंल.''

''काकू, तुमी कशाला त्रास घेतलात.'' मी.

''ह्यो कसला तरास आलाय. घ्या तुमी.'' ती पुन्हा मला आग्रह करीत म्हणाली.

*****

दिराच्या नावे असलेल्या वडिलोपार्जित जमिनीमध्ये तिचं नाव सहहिस्सेदार म्हणून लावण्यासाठी मी तिची वर्दीबुकात रीतसर वर्दी घेतली. फेरफार रजिस्टरला (गाव-नमुना-नंबर-सहा) नोंद करून मी संबंधित सर्वांना माझ्या सहीच्या नोटिसा काढल्या. फेरफार रजिस्टरला ७/१२ मध्ये बदल करण्यासाठी जर नोंद केली, तर नियमानुसार संबंधित व्यक्तींना रीतसर नोटिसा काढून कळविण्याची जबाबदारी त्या तलाठ्याची असते. त्याशिवाय ती नोंद सर्कल मंजूर करीत नाहीत. सर्कलनं ती नोंद मंजूर केली, तरच त्याचा अंमल गावच्या ७/१२वर करता येतो.

पार्वतीकाकूच्या आणि माझ्या सुदैवानं मोरे सर्कलची आता बदली झाली होती. त्यांच्या ठिकाणी या खात्यातील जुने, अनुभवी डी. पी. जोशी यांची बदली झाली होती. त्यांना महसूल खात्यातील किडा म्हटलं तरी ते मुळीच चुकीचं ठरणार नव्हतं. त्यांचं बिऱ्हाड चिपळूणला होतं. ते तिथून येऊन-जाऊन करीत असत. त्यांची सेवानिवृत्ती जवळ आली असली तरी ते कोणाला घाबरत नव्हते. जोशी भाऊसाहेबांच्या हाताखाली आम्ही एकूण आठ तलाठी काम करीत होतो. त्यांना तलाठी संवर्गातून मंडळ अधिकारी म्हणूनी बढती मिळाली होती. त्यामुळे तलाठी दप्तराची त्यांना चांगली माहिती होती. त्यांच्याकडून माहिती घेऊन आम्ही सर्व तलाठी काम करीत होतो.

त्यावेळी राजकारण आताच्याप्रमाणे इतकं रसातळाला जाऊन पोहोचलं नव्हतं. राजकारणात आणि सरकारी खात्यात भ्रष्टाचारानं इतकं डोकं वर काढलं नव्हतं. कोकणात त्याकाळी काँग्रेस पक्षाचाच जोर होता. इतर पक्ष कुणाच्या खिजगणतीतसुद्धा नव्हते. खेड या तालुक्यात काँग्रेसतर्फे तु. बा. कदम आणि शांताराम जाधव हे खांद्याला खांदा लावून एकदिलानं काम करीत असत. दोघंही आधी नोकरी निमित्तानं मुंबईला राहत. नंतर त्यांनी त्यांच्या नोकऱ्या सोडून राजकारणात भाग घेतला होता. जोशी भाऊसाहेब आणि शांताराम जाधव यांचं कशावरून तरी बिनसलं होतं. त्यामुळे ते भाऊसाहेबांच्यावर खूप रागावले होते. जाधव लोकांसमोर आणि तालुक्याच्या मामलेदारांच्या समोर उघड उघड बोलून दाखवीत की, 'जोशी

भाऊसाहेब पेन्शनीत कसे जातात तेच मला बघायचं आहे.' परंतु जोशी भाऊसाहेबांनी त्यांचं ते बोलणं अंगावरील धूळ झटकावी तशी झटकून टाकलं होतं.

जोशी भाऊसाहेबांना दारू पिण्याची घाणेरडी सवय होती. मांस-मच्छीसुद्धा त्यांना वर्ज्य नव्हतं. ते मासिक मीटिंगलासुद्धा दारू पिऊनच बसत. एकदा मामलेदारानं त्यांना रागानं विचारलं,

"जोशी भाऊसाहेब तुम्ही दारू पिऊन मीटिंगला आलात काय?"

मामलेदाराचं बोलणं ऐकून जोशी भाऊसाहेब मुळीच घाबरले नाहीत. उलटपक्षी त्यांना ऐकू जाईल एवढ्या मोठ्या आवाजात ते त्यांना ठणकावून म्हणाले,

"होय, मी दारू पिऊन आलोय."

"तुम्हाला कळत नाही तुम्ही सरकारी ड्युटीवर आहात ते. तुमची वैद्यकीय तपासणी करून मी तुम्हाला लगेच घरीसुद्धा पाठवू शकतो."

"रावसाहेब, माझा नाइलाज होतोय म्हणून मी दारू पिऊन ड्युटी करत्योय. दारू प्यायल्याशिवाय मला पेनसुद्धा हातानं उचलता येत नाही, माझे हात-पाय थरथर कापतात, मला काहीही सुचत नाही. म्हणून मी दारू पितो." जोशी भाऊसाहेब अगदी शांतपणे म्हणाले.

त्यांचं बोलणं ऐकून मामलेदार पुढे त्यांना एक शब्दसुद्धा बोलू शकले नाहीत. मीटिंगमध्ये बसलेल्या इतर तलाठी आणि मंडळ अधिकाऱ्यांना जोशी भाऊसाहेबांचं बोलणं ऐकून आश्चर्य वाटलं. त्यांच्या लेखी तालुक्याच्या मामलेदारांसमोर असं बोलणं म्हणजे साधी बाब मुळीच नव्हती. तेव्हा कचेरीतील एखाद्या कारकुनासमोरसुद्धा तलाठी आणि मंडळ अधिकारी यांना तोंड उघडून बोलता येत नव्हतं. कौतुकमिश्रित डोळ्यांनी सर्व तलाठी आणि मंडळ अधिकाऱ्यांनी जोशी भाऊसाहेबांचं अगदी मनातल्या मनात खास अभिनंदन केलं. जोशी भाऊसाहेब जातीनं ब्राह्मण होते, रंगाने ते उजळ होते. ते दारू प्यायल्यावर त्यांचा चेहरा एकदम लालबुंद झालेला दिसायचा. त्यांचे निळसर झाक असलेले डोळेसुद्धा तांबटलेले दिसत. दारू प्यायले की त्यांच्या तोंडातून 'फोदऱ्या, रांडच्या' अशी मुक्ताफळं आपोआप बाहेर पडत. त्यांच्या त्या अश्लील शिव्यांची मलासुद्धा आता सवय झाली होती. ते मनानं तसे निर्मळ होते. त्यांची एक मुलगी मुंबईला कॉलेजमध्ये शिकत होती. तिचा एक बॉयफ्रेंड आहे असं त्यांनी एकदा मला अगदी मोकळ्या मनानं सांगितलं होतं.

पार्वतीकाकूचं नाव ७/१२ ला सहहिस्सेदार म्हणून लागण्यासाठी मी तिच्या दिराला नोटीस बजावण्यासाठी रघू बुवाला त्यांच्या घरी पाठविलं होतं. पार्वतीकाकूचा दीर सणकी होता. ती नोटीस वाचून त्याची तळपायाची आग पार मस्तकाला जाऊन

भिडली. त्यानं त्याच्या हातातील नोटीस फाडून त्याचे तुकडे केले आणि ते तुकडे रागानं रघू बुवाच्या अंगावर भिरकावून तो त्याला आवाज चढवून म्हणाला,

"बुवा, त्या तलाठ्याला जाऊन सांग की, तू या गावात प्वॉट भराया आलास ते चांगल्यापनी भर. माझ्या वाटंला गेलास तर मी तुला जिता सोडनार न्हाय. मी त्याला भेटायला येतू म्हून सांग. आमच्या गावात येऊन आमच्या आपसात त्यो भानगडी लावत्योय व्हय?"

बुवा हात हलवीत माघारी आला आणि मला त्यानं घडलेली घटना सांगितली. मला आता अन्य शासकीय मार्गाचा अवलंब करावा लागणार होता. एखादा खातेदार मी काढलेली नोटीस घेत नसेल, तर गावातील पंचाच्या समक्ष ती नोटीस त्याच्या राहत्या घराला लावण्याची कायद्यात तशी तरतूद केलेली आहे. दुसऱ्या दिवशी गावातील पोलीस पाटील आणि सरपंच यांना सोबत घेऊन मी पार्वतीकाकूच्या दिराच्या घरी गेलो. तो घरात नव्हता. तो बाहेर गेला होता. पंचासमक्ष मी नोटीस त्याच्या घराला लावली आणि त्याचा पंचनामा लिहून त्यावर पंचाच्या लगेच सह्या घेतल्या. नंतर आम्ही कामगिरी उरकून माघारी वळलो. पंच त्यांच्या घरी निघून गेले. ऑफीसमध्ये मी पार्वतीकाकूबरोबर बोलत बसलो होतो. रघू बुवा लाकडी बाकड्यावर बसून पान जुळवीत होता. पार्वतीकाकू मी तिच्या दिराच्या घरी जाऊन काय काय केलं त्याची ती मला माहिती विचारीत होती. मी तिच्या प्रश्नांना उत्तर देत होतो. माझं बोलणं ऐकून तिला खूप समाधान वाटत होतं. नंतर ती बसलेल्या जागेवरून उठली आणि 'भाऊ, मी तुमाला च्या करून आनत्ये' म्हणत ती ऑफिसच्या बाहेर पडली.

पार्वतीकाकू तिच्या घरात जाऊन दहा मिनिटं झाली असतील किंवा नसतीलही, इतक्यात तिच्या दिरानं मोठ्या आवाजात मला घाणेरड्या शिव्या देत माझ्या कार्यालयात पाऊल टाकलं.

"भडव्या, तू आमच्या गावात प्वॉट भराया आलास की, आमच्या भानगडी लावायला आलास? तुला आता मी आजाबाद सोडनार न्हाय. तुला मी माझा इंगा दावतू."

त्याचा तो रुद्रावतार पाहून मला बसलेल्या खुर्चीतच घाम फुटला. त्याच्या डोळ्यांतून आगीच्या ठिणग्या बाहेर पडत होत्या. त्याला माझा भयंकर राग आला होता. पार्वतीकाकूचं नाव मी त्याच्या नावे असलेल्या ७/१२ मध्ये लावणार आहे, म्हणून त्याला माझा भयंकर राग आला होता.

"खोताना, आधी शांत व्हा." मी त्याचा राग घालविण्यासाठी त्याला म्हणालो.

"मायझवाऱ्या, तू मलाच शांत व्हायला सांगत्यूस?"

तो तिरमिरीत पुढे चालत येत असताना रघू बुवा बसलेल्या जागेवरून

ताडकन उठला आणि तो ढाल बनून त्याच्या समोर उभा राहिला. त्याच्या डोळ्यांला डोळा भिडवित रघु बुवा कडाडला, "खबरदार, जर तू तलाठीभाऊंच्या अंगाला हात लावलास तर! तुझ्या हातामंदी बेड्या घालून न्हाय मी तुझी या गावात धिंड काडली, तर मी नावाचा रघू कोतवाल न्हाय. तुला जे काय इचारायचं असल ते साबुस्तीने इचार. गावच्या खोताचा रुबाब तू हिथं आमच्या हाफीसात दावू नकुस."

रघू कोतवालाचं बोलणं ऐकून तो धटिंगण लगेच दोन पावलं मागे सरकला. बुवाच्या धाडसाचं मला आश्चर्य वाटलं. बुवा दिसायला किडमिडीत होता. त्या धटिंगणानं त्याला एक जरी सणसणीत लाफा मारला असता, तरी बुवा लगेच जमिनीवर आडवा झाला असता. बुवाच्या किडमिड्या अंगात एवढी ताकद कोठून आली, असा मला प्रश्न पडला होता.

तलाठी कार्यालयात गोंधळ सुरू असल्याचं पार्वतीकाकूच्या कानावर जाताच ती माझ्या कार्यालयात आली. तिनं डोळ्यांसमोर दिराला पाहताच तिच्या अंगाचा एकदम भडका उडाला. ती तिच्या दिराला शेलक्या शिव्या घालू लागली. "भाड्या, तू किडं पडून मरशील. माझ्या लेकरांच्या त्वांडातून घास काडत्यूस व्हय? तुझं कंधी चांगलं व्हनार न्हाय. तुझं वाटुळं व्हईल. आता मी गप बसणार न्हाय. तुझ्या नरडीवर पाय देऊन मी माझ्या जिमिनीचा हिस्सा घेनार हाय. तुला आता मी अशी सोडनार न्हाय."

एखाद्या तोफगोळ्याप्रमाणे पार्वतीकाकूच्या तोंडातून शब्द बाहेर पडत होते. पार्वतीकाकूनं आणि रघू बुवानं त्याची खरडपट्टी काढल्यावर त्यानं त्यांच्यासमोर सपशेल शरणागती पत्करून तो आल्या पावली धुसफुस करीतच मागे वळला. दीर निघून गेल्यावर पार्वतीकाकू मला धीर देत म्हणाली,

"भाऊ, तुमी आजाबाद घाबरू नका. असलं भुंकणारं कुत्रं कंधी चावत न्हाय. तो पुन्हा तुमच्या हाफिसात आला तर मी त्याचं पायातल्या चपलीनं त्वांड फोडनार हाय. मेला लईच रगील हाय."

रघू बुवा आणि पार्वतीकाकू देवाप्रमाणे माझ्या मदतीला धावून आले होते. ते जर त्यावेळी माझ्या मदतीला धावून आले नसते, तर त्या धटिंगणानं मला रागाच्या भरात नक्कीच मारहाण केली असती. रागाला डोळे नसतात, रागाच्या वेळी माणसाची विवेकबुद्धी नष्ट झालेली असते, तो काय करतो, हे त्यालाच कळत नसतं.

एके दिवशी जोशी भाऊसाहेब माझ्याकडे गावभेटीला आले. पार्वतीकाकू सहहिस्सेदार म्हणून मी फेरफार रजिस्टरला केलेली नोंद त्यांनी मंजूर केली. पार्वतीकाकूनं कोंबडा कापून त्यांच्या जेवणाचा झकास बेत केला होता. रात्री बराच वेळ ते दारू पीत जेवण करीत बसले होते. तोंडानं ते बरळत होते. मला आणि माझ्या

दोन्ही कोतवालांनासुद्धा 'रांडच्या, फोदऱ्या' अशा शेलक्या शिव्या ते देत होते. त्यांच्या खाण्यापिण्याचा कार्यक्रम आटोपल्यावर त्यांना उठता येईना. दोन्ही कोतवालांनी त्यांची दोन्ही बाजूला बखोट धरून त्यांना वर उठवलं. माझ्या ऑफिसात मी त्यांच्या झोपण्याची सोय केली होती. सर्कल भाऊसाहेबांनी नोंद मंजूर केल्यावर मी लगेच त्या नोंदीचा अंमल ७/१२ व ८ अ चा दिला आणि पार्वतीकाकूच्या नावानं ७/१२ च्या नकला तयार करून तिला दिल्या. पार्वतीकाकूला त्याचा खूप आनंद वाटला. मला कुठं ठेवू नि कुठं नको, अशी तिची गत झाली होती. तिचा उजळलेला चेहरा पाहून मलासुद्धा त्याचा आनंद वाटला.

*****

राज्य सरकारी कर्मचाऱ्यांचा संप सुरू झाला होता. संपाला महिना झाला असला तरी संप मिटण्याचे अजिबात चिन्ह दिसेना. घरी वडील खूप आजारी होते. पगार नसल्यामुळे त्यांना औषधोपचारासाठीसुद्धा पैसे मिळत नव्हते. खाण्याचे वांधे झाले तसं संघटनेनं पैशाच्या रूपानं तुटपुंजी मदत केली. तालुक्यात रोज मीटिंगा होत होत्या, मोर्चा निघत होता, कशाचाच उपयोग होत नव्हता. राज्य सरकारी संघटनेचे अध्यक्ष म्हणून मा. र. ग. कर्णिक हे संपाचे नेतृत्व करीत होते. त्यांच्या मार्गदर्शनाखाली कर्मचाऱ्यांनी संप पुकारला होता. कर्मचाऱ्यांच्या दबावाला शासन भीक घालत नव्हतं. तत्कालीन मुख्यमंत्री मा. वसंतदादा पाटील उघड उघड म्हणत होते की, 'चमडी देईन परंतु दमडी देणार नाही'. त्यामुळे राज्य शासनाचे कर्मचारी हवालदील झाले होते. शासन कर्मचाऱ्यांची तात्पुरती भरती करून प्रशासन चालवीत होतं. त्यामुळे संप फुटतो की काय अशी भीती एकंदरीत निर्माण झाली होती.

माझ्या वडिलांची तब्येत अधिकच खालावली होती. त्यांचं संप सुरू असतानाच निधन झालं. त्यावेळी आमचं धुलप नावाच्या टेलरच्या घरी एका छोट्या खोलीत बिऱ्हाड होतं. महिना वीस रुपये खोलीचं भाडं होतं. माझ्या वडिलांचं निधन झाल्याचं कळताच माझं सांत्वन करण्यासाठी उतेकर भाऊसाहेब तसेच तलाठी आणि मंडळ अधिकारी आले होते. त्यांना बसायला घालण्यासाठी तेव्हा माझ्याकडे साधी सतरंजीसुद्धा नव्हती. अंगणात उभं राहूनच ते माझ्याशी थोडे बोलले आणि लगेच मागे वळले.

राज्य शासकीय कर्मचाऱ्यांचा सुरू असलेला संप बरोबर चौपन्न दिवस टिकला. नंतर शासनानं राज्य शासकीय कर्मचाऱ्यांच्या काही मागण्या मान्य केल्यानंतर सुरू असलेला संप मागे घेण्यात आला. त्यामुळे सर्व राज्य शासनाच्या कर्मचाऱ्यांनी मोकळा श्वास घेतला.

माझ्या वडिलांचं निधन झाल्यावर माझी आई मला म्हणाली, "राम, आता

येका वर्साच्या आत तुझं आन लक्षुमीचं लगीन व्हायला पाह्यजे. नंतर तीन वर्सं तरी आपल्याला घरात लगीन करता येनार न्हाय.''

आईचं बोलणं मला पटलं होतं. मी तिला माझा होकार दिला आणि मी माझ्या आणि माझी छोटी बहीण लक्ष्मी हिच्या लग्नाच्या तयारीला सुरुवात केली. माझी नोकरी जेमतेम एक-दीड वर्षं झाली होती. मला मिळालेला तुटपुंजा पगार खाण्यासाठीच जात होता. त्यामुळे शिलकीला एक नवा पैसासुद्धा राहत नव्हता.

पैशाशिवाय माझं आणि माझ्या धाकट्या बहिणीचं लग्न होणं शक्य नव्हतं. माझं लग्न मंगलबरोबर ठरल्यानंतर माझ्या बहिणीचंसुद्धा लग्न ठरलं. खेड या शहरात अर्बन बँक होती. त्या बँकेचे मॅनेजर म्हणून श्रीरंग खातू हे काम पाहत होते. ते मॅजेस्टिक प्रकाशनाचे प्रकाशक अशोक कोठावळे यांचे सासरे. खातूसाहेब माझ्या परिचयाचे होते. त्यांचं मूळ गाव वाडीजैतापूर होतं. ते गाव माझ्या सजामध्ये होतं. वाडीजैतापूर या गावामध्ये त्यांच्या मयत वडिलांच्या नावे जमीन होती. त्या जमिनीचा वारस तपासाचं काम करून मी त्यांचं नाव ७/१२ला त्यांच्या मयत वडिलांचं नाव कमी करून त्यांचं लावलं होतं. खातूसाहेबांचं मी काम केल्यामुळे ते माझ्यावर एकदम खूश झाले आणि एका पांढऱ्या रंगाच्या पाकिटात शंभर शंभरच्या नोटा घालून ते मला हळूच देऊ लागले. ते पैशाचं पाकीट घेण्याचं मी साफ नाकारलं.

मी जेव्हा लग्नासाठी रुपये सात हजार कर्ज काढण्यासाठी जामीनदारांच्या सह्या घेऊन अर्बन बँकेत अर्ज सादर केला, तेव्हा बँक मॅनेजर खातूसाहेबांनी माझा अर्ज लगेच मंजूर केला आणि मला त्यांनी त्यांच्या दालनात गरम गरम कॉफीसुद्धा पाजली. मी माझ्या मनात भलताच खूश होऊन त्यांचे मन:पूर्वक आभार मानले आणि हसत हसत त्यांच्या दालनातून बाहेर पडलो. दिनांक १७ नोव्हेंबर १९७८ रोजी माझं लग्न सौ. मंगलबरोबर सायंकाळी चार वाजता लागलं. त्याच दिवशी माझी छोटी बहीण हिचंसुद्धा लग्न वेगळ्या मांडवात गणपतबरोबर लागलं. माझ्या लग्नाला लक्ष्मीला जसं येता आलं नाही, तसं तिच्या लग्नालासुद्धा मला जाता आलं नाही. माझ्या लग्नाला पार्वतीकाकूनं तिच्या मुलाला वाडकर कोतवालाच्या सोबत पाठविलं होतं. जंगम कोतवाल आजारी पडल्यामुळे त्याला माझ्या लग्नाला मनात असूनसुद्धा येता आलं नव्हतं. लग्न झाल्यावर मी मंगलला माझं ऑफीस दाखविण्यासाठी आणि पार्वतीकाकूंना तिला भेटविण्यासाठी एसटीनं घेऊन गेलो होतो. पार्वतीकाकूनं त्या दिवशी आम्हाला जेवल्याशिवाय परत पाठविलं नव्हतं.

जिल्हा परिषद आणि पंचायत समिती निवडणुकीच्या तारखा जाहीर होऊन लगेच सर्वत्र आचारसंहिता जारी करण्यात आली होती. निवडणुका जाहीर झाल्यामुळे

महसूल खात्याचं काम वाढलं होतं. ब. रा. ढवळे नावाचे अतिशय सज्जन, चारित्र्यवान आणि नि:स्पृह गृहस्थ खेड तहसीलदार म्हणून काम करीत होते. त्यांचं मुळगाव रायगड जिल्ह्यात पोलादपूर तालुक्यात होतं. ते निपुत्रिक होते. ते निपुत्रिक असले तरी त्यांच्या वागण्या-बोलण्यातून ती खंत कुणाला जाणवत नव्हती. मी जेव्हा माझ्या लग्नासाठी त्यांच्या घरी रजेचा अर्ज घेऊन गेलो होतो, तेव्हा ते तापाने फणफणत होते. मला पाहून ते लगेच उठून बसले. मी त्यांना दबकत दबकत माझं काम सांगितलं, तेव्हा त्यांनी माझा रजेचा अर्ज हातात घेऊन माझी रजा लगेच मंजूर केली. माझ्या लग्नाला हार्दिक शुभेच्छा देऊन त्यांनी त्यांच्या बायकोला मला चहा द्यायला सांगितला. असा चारित्र्यवान आणि गुणसंपन्न तहसीलदार माझ्या तीन दशकांच्या नोकरीमध्ये पुन्हा कधी मला भेटला नाही. वास्तविक रायगड जिल्ह्यामधून रत्नागिरी जिल्ह्यात बदलून आलेल्या अधिकाऱ्याबद्दल या ठिकाणी चांगलं मत बिलकूल नव्हतं. ते अधिकारी हेकेकोर आणि लाचखाऊ असतात, असा समज रत्नागिरी जिल्ह्यात असायचा. परंतु ढवळे रावसाहेब मात्र त्याला अपवाद होते.

आताच्याप्रमाणे तीस वर्षांपूर्वी महसूल खात्यात एवढा भ्रष्टाचार बोकाळलेला नव्हता. कोकण डिव्हिजनमध्ये पाच जिल्ह्यांतील तहसीलदारांच्या बदल्या एक रुपयासुद्धा खर्च न होता कोणत्याही तालुक्यात होत असत. मी जेव्हा नोकरीला सुरुवात केली, तेव्हा खेड तालुक्याचे तहसीलदार म्हणून जोशी रावसाहेब काम करीत होते. जमाबंदी झाल्यावर त्यांची बदली होऊन ऑगस्ट महिन्यात अरविंदेकर रावसाहेब हजर झाले होते. त्यांनी त्यांच्या मुलाच्या लग्नासाठी त्यांच्या प्रॉव्हिडंड फंडातून रक्कम काढलेली मला ठाऊक आहे. आता काही तहसीलदार त्यांना हवा असलेला तालुका मिळण्यासाठी कोटी कोटी रक्कम खर्च करण्यासाठी एका पायावर तयार असतात. ऑक्टोबर २०१३ मध्ये कर्जतचे तहसीलदार युवराज बांगर एका प्रकरणात रुपये पाच लाख घेताना लाचलुचपत खात्याच्या जाळ्यात अलगद सापडले. त्यांनी कर्जतला बदली मिळण्यासाठी रुपये दोन कोटी खर्च केले होते, अशी वदंता आहे, असो.

जिल्हा परिषद आणि पंचायत समितीच्या निवडणुका जाहीर झाल्यामुळे माझंसुद्धा काम वाढलं होतं. माझ्याकडे मांडवे आणि जैतापूर अशी दोन मतदान केंद्रं होती. ती मतदान केंद्रं त्या त्या गावच्या मराठी शाळेत होती. मतदान होण्याच्या आधी त्या मतदान केंद्रांना समक्ष भेटी देऊन ती सुस्थितीत आणि सुरक्षित असल्याबाबत तहसीलदारांना रिपोर्टनं कळविण्याची जबाबदारी तलाठ्याची असते. निवडणुकीच्या कामात हलगर्जीपणा करून अजिबात जमत नाही. त्यामुळे सदैव सतर्क आणि

डोळ्यांत तेल घालून मला काम करावं लागत होतं. मतदानाच्या आदल्या दिवशी मतदान केंद्रावर मतदान केंद्र अधिकारी आणि इतर चार-पाच कर्मचारी हजर होत. ते कर्मचारी आणि अधिकारी तालुक्यात कोणत्यातरी शासकीय खात्यात कार्यरत असत. त्यांच्याकडून पैसे घेऊन त्यांच्या जेवणाची सोय करण्याची जबाबदारीसुद्धा तलाठ्याची असे. बऱ्याच वेळी आलेले अधिकारी आणि कर्मचारी जेवणाचे पैसे देण्यासाठी काकू करीत. तेव्हा ते पैसे तलाठ्याला त्याच्या खिशातून द्यावे लागत. काही महाभाग तर 'जेवण चांगलं नाही' म्हणून नावेसुद्धा ठेवत. खेडेगावातील गरीब माणसं तलाठ्याच्या शब्दाला मान देऊन त्यांच्या आर्थिक परिस्थितीप्रमाणे जेवण तयार करून त्यांना वाढत. खाल्लेल्या मिठाला जागण्यापेक्षा आलेले अधिकारी आणि कर्मचारी त्यांच्या जेवणाला नावं ठेवत. त्यावेळी त्यांच्यासाठी पंचक्वानाचं ताट कोठून बनवून आणायचं असं तलाठ्यांना प्रश्न पडायचा.

पंचायत समिती आणि जिल्हा परिषदेच्या निवडणुकीचा दिवस उजाडला होता. जैतापूर मतदार केंद्रावर कर्मचारी व अधिकारी यांना मदत करण्यासाठी मी वाडकर कोतवालांना तैनात ठेवलं होतं आणि मांडवे मतदान केंद्रावर रघू बुवा काम बघत होते. झोनल ऑफिसरची शासकीय गाडी कच्च्या रस्त्यावरील तांबडी धूळ उडवीत एकसारखी फिरत होती, उमेदवारांच्या गाड्यासुद्धा फिरत होत्या. मतदारांचा कल कोणाच्या बाजूनं आहे, याचा ते अंदाज घेत होते.

एका राजकीय पक्षाचा पुढारी माझ्याजवळ आला आणि त्यानं माझ्याकडे मतदारांचा कल कोणत्या पक्षाकडे आहे, हे गोड आवाजात मला विचारलं. मी त्यांना अगदी स्पष्ट शब्दांत सांगितलं, 'मी शासकीय नोकर असल्यानं मला तसं सांगता येणार नाही.' माझं बोलणं ऐकून त्यांचं मुळीच समाधान झालं नाही. मला ते पुढे लगेच म्हणाले की, 'मग किती टक्के मतदान झालं असंल, असा तुमचा अंदाज आहे.' मी त्यांना त्यांच्या कोणत्याच प्रश्नाचं उत्तर देऊ शकलो नाही. तेव्हा ते माझ्यावर नाराज होऊन निघून गेले. निवडणुकीला उभे राहिलेल्या प्रत्येक उमेदवाराला मनापासून वाटायचं, की या निवडणुकीत आपणच निवडून यावं म्हणून.

सायंकाळी मतदानाची वेळ संपल्यानंतर मतदान केंद्राच्या अध्यक्षांनी पोलिंग एजंट यांच्या समक्ष मतपेटी सील लावून बंद केली. सर्व सोपस्कार पार पडल्यानंतर सील केलेली मतदान पेटी ताब्यात घेऊन कर्मचारी आणि अधिकारी एसटीनं तालुक्याच्या गावी निघून गेले. निवडणुकीच्या जबाबदारीतून मोकळा झाल्यामुळे माझा जीव भांड्यात पडला. वाडकर आणि जंगम कोतवालाला निवडणुकीच्या दिवशीच भत्ता मिळाल्यानं ते भलतेच खूश झाले होते.

जैतापूरचे पोलीस पाटील धूर्त आणि लबाड होते. त्या गावातील गरीब जनतेच्या असाहाय्यतेचा फायदा घेऊन ते त्यांना अक्षरश: छळत. त्यांच्याकडून पैसे उकळून ते जिवाची मौज करीत. गरीब बिचारी जनता, हाक ना बोंब. गावात राहायचं असल्यानं त्यांना त्यांचा अत्याचार सहन केल्याशिवाय दुसरा मार्गच नव्हता. गावच्या पोलीस पाटलाचं (फौजदार) आणि सरपंचाचं चांगलं गूळपीठ जमलं होतं. दोघांनाही कायद्याचं ज्ञान शून्य होतं, तरी ते गावात अरेरावी करीत. सरपंचाचा पेहराव म्हणजे दुटांगी धोतर आणि सदरा. त्यांच्या गळ्यात पांडुरंगाची माळ होती. त्यांच्यासोबत नेहमी एक तिशी-पस्तिशीची एक बाई असे. तिला लोक 'संतीण' म्हणूनच ओळखत. तिच्या गळ्यातसुद्धा पांडुरंगाची माळ होती. कार्तिकी-आषाढीला ती बाई सरपंचाच्या बरोबर वारीला जायची. त्या दोघांचे अनैतिक संबंध आहेत, अशी गावात दबक्या आवाजात चर्चा सुरू होती.

संतीण नार्वेकर तलाठ्याला मानलेला भाऊ समजायची. गावात दोघांचं छान गूळपीठ जमलं होतं. एकदा संतीण माझ्याकडे संजय गांधी योजनेतून मिळणाऱ्या पेन्शनची चौकशी करण्यासाठी आली होती, तेव्हा ती मला म्हणाली, "भाऊ, नार्वेकर तलाठी भाऊंना मी माझा भाऊ मानत होते. त्यांनी माझ्या जिमिनीची म्वॉप कामं केली. कंधी कंधी मी त्यांच्या खोलीवर गेले की त्यांची बायको मला आग्रह करून वस्तीला ठिवून घ्यायची. मला जेवनात कांदा, लसूण चालत न्हाय हे तिला म्हाईत व्हतं. ती माझ्यासाठनं जेवान येगळं करायची. माझं शिक्शान मराठी पाचवीपावोत झालंय. राती मी आन तलाठी भाऊ ७/१२वर पीक पाणी करायचो. त्यांचा मला लई आधार वाटायचा. आमच्या गावातली काही माणसं त्यांच्यावर जळायची."

मी या सजावर हजर होण्याच्या आधी मला नार्वेकर तलाठ्यानं संतीणीबद्दल सांगितलं होतं. तेव्हा तो दारू प्यायला होता. तो मला म्हणाला होता, 'नलावडे, संतीण आपल्या उपयोगी पडणारी बाई आहे. तुझी बायको माहेरी गेल्यावर ती तिच्या वाडीतील कोणतीही मुलगी तुझ्या समोर नांगटी आणून उभी करेल.' त्याचं बोलणं ऐकून मी भीतीनं आणि शरमेनं थरथर कापलो होतो. जुनं दप्तर बांधून ठेवलेल्या बोचक्यात मला निरोधची पाकिटं सापडली होती. तेव्हा मला त्याच्या बोलण्यावर विश्वास ठेवावा लागला.

गावात पोलीस पाटलाची दहशत वाढल्यावर लोकांनी न्याय मिळण्यासाठी त्यांच्या विरोधात तालुक्याच्या तहसीलदारांच्याकडे रीतसर अर्ज सादर केला. त्या तक्रारी अर्जावर गावातील अनेक लोकांच्या सह्या होत्या. तो अर्ज स्थानिक चौकशी करण्यासाठी जोशी भाऊसाहेबांच्याकडे तहसीलदारांच्या सहीनं आला. चौकशीसाठी

अर्ज आल्यावर जोशी भाऊसाहेब मला तालुक्यात भेटल्यावर म्हणाले, "नलावडे, मी तुझ्याकडे पोलीस पाटील याच्या विरोधात केलेल्या अर्जाची चौकशी करण्यासाठी बुधवारी येतोय. तू त्या पोलीस पाटलाला कोतवालामार्फत निरोप देऊन त्या दिवशी बोलावून घे."

वाडकर कोतवालानं जेव्हा माझा निरोप त्या पोलीस पाटलाला सांगितला तेव्हा भीतीने त्याच्या पायाखालची जमीन सरकू लागली. त्याला अंधारात ठेवून गावातील लोकांनी तहसीलदारांच्याकडे त्याच्या विरोधात तक्रारी अर्ज दिला होता. आपली नोकरी गेली की, महिन्याला मिळणारं मानधन बंद होणार म्हणून पोलीस पाटील मनात घाबरला होता. येनकेन प्रकारे आपण ही नोकरी टिकवलीच पाहिजे, असा त्यानं त्याच्या मनात दृढ निश्चय केला.

निरोप मिळाल्याप्रमाणे पोलीस पाटील त्याच्यासोबत गावच्या सरपंचाला घेऊन बुधवारी सकाळी दहा-साडेदहाच्या दरम्यान माझ्या कार्यालयात हजर झाले. पोलीस पाटलाच्या हातात आरवता लाल तुऱ्याचा कोंबडा पाहून मला त्याचं थोडं आश्चर्य वाटलं. मी त्यांना लगेच विचारलं, "फौजदार (पोलीस पाटील) कोंबडा कशाला घेऊन आलात?"

"भाऊ, आज सर्कल भाऊसाहेब आपल्याकं येनार म्हंजी त्यांचं जेवान करायला पाह्यजे. म्हून मी ह्यो कोंबडा घेऊन आलोय."

"त्यांचं जेवण कुठं करायचं?" मी.

"मी पार्वतीला सांगतू सर्कल भाऊसाहेबांचं जेवान करायला. तिला लागनारं सामान सुदीक मी दुकानातून आनून देतू. आता लगीच मी तिच्या ताब्यात ह्यो कोंबडा देतू."

त्यांची नोकरी टिकण्यासाठी पोलीस पाटील जोशी भाऊसाहेबांना लोणी लावण्यासाठी प्रयत्न करीत होते. एरवी ते कधी उष्ट्या हातानं कावळासुद्धा हकलत नव्हते. कसायाला गाय धार्जिण, अशी आता त्यांची गत झाली होती. मी पोलीस पाटलांना सूचना करीत म्हणालो, "फौजदार, पार्वतीकाकूंना सांगा की, भाऊसाहेब ऑफिसमध्ये आल्याशिवाय जेवणाला सुरुवात करू नका म्हणून. एखाद्या वेळी सरकारी त्यांचं दुसरं महत्त्वाचं काम निघालं, तर ते इकडे येणार नाहीत. मग केलेले जेवण फुकट जाईल."

माझं बोलणं पोलीस पाटील आणि सरपंचांना पटलं. त्यांच्या ते गावीसुद्धा नव्हतं. मला त्याचा अनुभव होता म्हणून मी ते त्यांच्या कानावर घातलं होतं.

पोलीस पाटील हातात कोंबडा धरून बाहेर पडता पडता मला म्हणाले, "भाऊ, तुमी हे सांगितलंत ते फार बरं झालं बगा. मी पार्वतीला तसं सांगून ठेवतू."

"मागे ते मला दोन-तीन वेळा 'येतो' म्हणाले होते. पण ते इकडे आलेच नाहीत. म्हणून मी तुम्हाला सांगितलं."

"भाऊ, तुमी वाईच भाऊसाहेबांना सांगा ना, माझं काम करायला. लोकांनी केलेला अर्ज खोडसाळ हाय. मला तरास देण्यासाठनं त्यांनी तो अर्ज केलाय." पोलीस पाटील मला लोणी लावत म्हणाले.

"फौजदार, मला तसं करता येणार नाही. माझे हात कायद्यानं बांधलेले आहेत. मला तुम्ही सारखे आणि तुमच्या गावातील लोकसुद्धा सारखेच. तुमचं जे म्हणणं असेल ते तुम्ही भाऊसाहेबांना सांगा."

पोलीस पाटील दिसतो तसा तो मुळीच नव्हता. तो फार पोचलेला माणूस होता. त्याला मदत करावी असं मला मुळीच वाटत नव्हतं. लोकांनी त्याच्या विरोधात केलेला अर्ज मुळीच खोटा नव्हता. त्याचा आताचा मुखवटा एकदम खोटा होता. त्याला मी झिडकारल्यामुळे तो त्याच्या मनात थोडा नाराज झाला. पुढे एक शब्द न बोलता तो सरपंचांना सोबत घेऊन पार्वतीकाकूची भेट घेण्यासाठी गेला. वाडकर कोतवाल भाऊसाहेबांची वाट पाहत एसटीच्या थांब्याजवळ थांबला होता, बुवा पाण्याची कळशी भरून आणायला विहिरीवर गेले होते. जोशी भाऊसाहेब येईपर्यंत मी माझं दप्तरी काम करीत बसलो होतो. इतक्यात एसटीच्या इंजिनचा आवाज माझ्या कानावर पडला.

एसटीच्या थांब्याजवळ गाडी थांबली. त्यातून चार-पाच माणसं खाली उतरली. त्यात जोशी भाऊसाहेबसुद्धा होते. वाडकरनं त्यांना झटकन ओळखलं नाही. भाऊसाहेब धुळीनं माखले होते. ओळख पटल्यावर वाडकर झटकन पुढे झाला आणि 'रामराम भाऊसाहेब' म्हणत त्यानं त्यांच्या हातातील बॅग घेतली. वाडकरकडे बॅग देऊन आधी भाऊसाहेबांनी पँटीच्या खिशातील रुमाल काढून त्यांच्या अंगावर उडालेली तांबडी धूळ झटकली. मग ते ऑफीसच्या दिशेनं रिकाम्या हातानं चालू लागले. वाडकर त्यांच्या मागून एका हातात बॅग घेऊन डुलतडुलत येत होता.

जोशी भाऊसाहेबांनी माझ्या ऑफीसमध्ये पाऊल टाकल्यावर मी त्यांना नमस्कार करून त्यांना बसायला माझी खुर्ची दिली आणि मी समोरच्या बाकावर बसलो. ऑफिसमध्ये दुसरी खुर्ची नव्हती. भाऊसाहेबांनी आधी स्वच्छ तोंड धुतलं. रुमालानं तोंड पुसून झाल्यावर ते पाणी प्यायले. इतक्यात रघू बुवा त्यांच्यासाठी पार्वतीकाकूकडून चहा-बिस्किटं घेऊन आला. चहा-बिस्किटं खाऊन झाल्यावर भाऊसाहेबांनी त्यांच्या बॅगेतील तक्रारी अर्ज काढत मला विचारलं,

"फौजदार (पोलीस पाटील) आलेत का?"

"होय."

"बोलव त्यांना आत."

भाऊसाहेबांचं बोलणं ऐकून सरपंच आणि पोलीस पाटील यांची जोडी आत आली. माझ्याजवळ बाकड्यावर बसत फौजदार दोन्ही हात जोडून भाऊसाहेबांना मृदू आवाजात म्हणाले, "रामराम भाऊसाहेब. मी जैतापूर गावचा फौजदार हाय."

"काय फौजदार तुम्ही गावात अरेरावी करताय म्हणे. 'दमदाटी करून पैसे उकळताय म्हणे.' गावात तुम्ही भानगडी सुद्धा लावताय, असा तुमच्याविरुद्ध लोकांनी अर्ज केलाय."

"भाऊसाहेब, हा अर्ज खोटा हाय बगा. मला तरास होण्यासाठी हा त्यांचा एक डाव हाय. मी वीस वर्षं गावात पोलीस पाटील म्हणून काम करत्योय. तवा कुणी माझी तकरार केलेली न्हाय."

"मी जर गावात चौकशी करून तुमच्या विरुद्ध प्रांतांना रिपोर्ट पाठविला, तर तुमची नोकरी नक्की जाणार."

"देवा, मी तुमास्नी दोनी हात जोडतू. पाठीवर मारा पण माझ्या पोटावर मारू नका. आता तुमीच मला यातून सोडवा. आता तुमीच माझे मायबाप हाव."

"तुम्हाला वाचवून मला त्याचा काय फायदा?" जोशी भाऊसाहेब सूचकपणे म्हणाले.

"तुमाला मी इसरनार न्हाय. फूल ना फुलाची पाकळी मी तुमाला द्यायला तयार हाय." फौजदार त्यांना गाजर दाखवित म्हणाला.

"अहो फौजदार नुसतं तोंडानं बोलून त्याचा मला काय फायदा? त्यासाठी तुम्हाला आधी कागदावर वजन ठेवावं लागेल. वजन ठेवलं नाही तर कागद उडून जाईल." भाऊसाहेब गालात मिस्कील हसत म्हणाले.

मी त्या दोघांचं बोलणं ऐकत लाकडी बाकड्यावर तोंडात मिठाची गुळणी धरून अगदी शांतपणे बसलो होतो. त्या दोघांचा सवाल-जवाब ऐकताना मला मोठी गंमत वाटत होती.

"भाऊसाहेब, आज मी तुमच्या जेवणासाठी याक आरवता कोंबडा घेऊन आलोय. पार्वतीकडं जेवणाचं सामान सुदीक दुकानातून आणून दिलंय."

"नुसत्या जेवणावरंच तुम्ही माझ्या तोंडाला पानं पुसणार की काय? तुमची नोकरी कशी वाचवायचीय, ते माझ्या हातात आहे. असं लोकांनी तुमच्या विरुद्ध शेकड्यांनी जरी अर्ज केले तरी मी त्यातून तुम्हाला सहीसलामत बाहेर काढू शकतो."

"भाऊसाहेब, तुमी सांगा की तुमाला किती पैसं देऊ ते."

"या कामाचे तुम्ही मला शंभर रुपये द्या."

"भाऊसाहेब, येवडी माझी परिस्थिती न्हाय." फौजदार गयावया करीत म्हणाले.

"मी शंभर रुपयापेक्षा एक रुपया देखील कमी घेणार नाही."

"देतू." फौजदार अनिच्छेनं राजी झाले.

"मला आता एक दारूची बाटली घेऊन या. जेवणावरसुद्धा मला एक बाटली लागणार आहे."

"आनतू."

"आता तुम्ही नोकरीची अजिबात काळजी करायची नाही. ती जबाबदारी माझी. या लवकर, दारूची बाटली घेऊन या."

फौजदार भाऊसाहेबांना दारूची बाटली आणण्यासाठी बसलेल्या जागेवरून झटकन उठले. एरवी ते कुणाच्या कापलेल्या करंगळीवर मुतणारदेखील नव्हते. गावात दमदाटी करून गरीब लोकांच्याकडून पैसे उकळणाऱ्या फौजदारांच्यावर आज भलतीच वेळ आली होती. त्यांचा हात दगडाखाली सापडला असल्यामुळे भाऊसाहेब म्हणतील त्याला ते 'हो' म्हणत होते.

पार्वतीकाकूना रोख पैसे देऊन फौजदार लगेच दारूची बाटली घेऊन आले. दारूची बाटली टेबलावर पाहून भाऊसाहेबांचे निळसर डोळे आनंदानं चमकले. मग ते दारूचा एकेक घोट घेत पांढऱ्यावर काळे करू लागले. आम्ही सर्व त्यांच्याकडे खुळ्यागत पाहत लाकडी बाकड्यावर बसलो होतो. फौजदारांचा जबाब पूर्ण झाल्यावर त्यांनी त्यावर फौजदारांची सही घेतली. पंचनामावर सरपंचानं सही केली. दोन-अडीच तासानं एकदाचा चौकशीचा फार्स आटोपला. बाटलीतील दारूसुद्धा संपली होती. एव्हाना दुपारचे दोन-अडीच वाजले होते.

पार्वतीकाकूच्या घरात आमची जेवणाची पंगत बसली. वाडकर कोतवाल पार्वतीकाकूंना वाढण्यासाठी मदत करीत होता. मटणाचं जेवण रघू बुवाला चालत नसल्यामुळे तो त्याच्या घरी जेवणासाठी गेला होता. भाऊसाहेब दारू पीतच जेवत होते. आम्ही सर्व पटकन जेवून उठलो. भाऊसाहेब तोंडानं बरळत दारू पीत जेवत होते. त्यांचं जेवण उरकायला अर्धा-पाऊण तास तरी लागला. ताटात हात धुऊन ते जमिनीवर हात टेकून कसेबसे उठून उभे राहिले.

माझ्या जैतापूर सजामध्ये एकूण पाच गावं होती. पैकी घेरासुमारगड आणि वाडीबेलदार ही दोन गावं खूप लांब होती. वाडीबेलदार हे गाव माझ्या तलाठी कार्यालयापासून जवळजवळ सात-आठ किलोमीटर अंतरावर डोंगराच्या अगदी

माथ्यावर होतं. त्या गावात तारेवरची कसरत करीतच जावं लागत होतं. डोंगर चढताना खाली खोल दऱ्या पाहून पोटात भीतीनं खड्डा पडायचा. पायवाटा धड नसायच्या. पावसाळ्यात त्या गावी जाणं म्हणजे अक्षरश: मृत्यूच्या दाढेत जाण्यासारखंच होतं.

वाडीबेलदार गावात पस्तीस-चाळीस मराठा समाजाची घरं होती आणि चार-पाच धनगर समाजाची घरं होती. धनगरांची घरं एक-दीड किलोमीटरच्या अंतरावर होती. वाडीबेलदार या गावी मराठा समाजाची सुमारे चारशे-पाचशे वर्षांपासून वस्ती होती. त्या गावात महादेवाचं एक कौलारू मंदिर होतं. गावात चौथीपर्यंत मराठी शाळा असली, तर शिक्षक त्या ठिकाणी राहत नसत. सहा महिन्यांनी एकदा शिक्षक त्या गावात हजर होत. त्यावेळी मुलांची शाळा भरायची. ते शिक्षक ग्रामस्थांना तालुक्याच्या शिक्षण विभागाकडे त्यांची तक्रार करायला सांगत. परंतु ग्रामस्थ त्यांची तक्रार करीत नसत. त्या शिक्षकाची एकदा का या गावातून बदली झाली की, पुन्हा आपल्याला लवकर शिक्षक मिळणार नाही, ही भीती ग्रामस्थांच्या मनात होती.

वाडीबेलदार गावी श्रीपत जाधव नावाचे बढाईखोर पोलीस पाटील होते. ते मला सांगत की, 'मी तालुक्याला मामलेदार कचेरीत गेलो की, मामलेदार मला लगेच बसायला खुर्ची देतात.' त्यांचं बोलणं ऐकून मला हसू यायचं. मला ते त्यांच्या गावात येण्यासाठी खूप आग्रह करीत. त्यांच्या आग्रहावरून मी एकदा-दोनदा त्यांच्या गावात गेलो होतो. परंतु नेमकं त्याच वेळी ते कुठंतरी गायब झालेले असत. नंतर नंतर मी त्यांच्या बढाईखोर बोलण्याकडे दुर्लक्ष करू लागलो.

कोकणात छत्रपती शिवाजी महाराज यांच्या ताब्यात असलेल्या गड, किल्ल्यांपैकी माझ्या सजामध्ये असलेला घेरासुमारगड हा किल्ला त्यापैकीच एक होता. त्याला महिपतगड म्हणूनसुद्धा ओळखलं जातं. शासनाच्या पुरातत्त्व खात्यानं या किल्ल्याकडे दुर्लक्ष केल्यामुळे त्याची दुरावस्था झाली आहे. किल्ल्याची अनेक ठिकाणी पडझड झाली असल्यामुळे त्या किल्ल्याच्या सभोवार भयंकर जंगल माजलं आहे. त्या ठिकाणी जाण्यासाठीसुद्धा धड वाटा नाहीत. तरीही पुणे-मुंबई इथून आलेले तरुण पर्यटक जिवावर उदार होऊन त्या किल्ल्यावर चढाई करतात. सुमारगडाच्या हाकेच्या अंतरावर रसाळगड आहे. या गडाचीसुद्धा पडझड झाली आहे. त्या ठिकाणी मनुष्यवस्ती असून तीन वर्षांतून एकदा पारंपरिक जत्रा भरत असते.

छत्रपती शिवाजी महाराजांच्या पदस्पर्शाने पावन झालेला सुमारगड माझ्या सजामध्ये असल्यानं मला त्याचा कोण अभिमान वाटायचा. तो किल्ला मला डोळ्यांनी जवळ दिसत असला, तरी पायांना तो दूर वाटे. कामाच्या धबडग्यात मला त्या ठिकाणी मनात असूनसुद्धा जाता येत नसे. याची मनाला फार रुखरुख वाटत

होती. मराठ्यांच्या पराक्रमाची गाथा सांगत सुमारगड छाती काढून आभाळात झेपावला होता. माझ्या ऑफीससमोर मी उभा राहिलो की, मला तो किल्ला दिसायचा. माझी छाती गर्वानं फुगायची. मी त्या किल्ल्याला दुरूनच सलाम ठोकत होतो. सुमारगडच्या जंगलात वाघ, डुक्कर, भेकर, ससे इत्यादी जंगली प्राण्यांचा वावर असे. जंगली प्राण्यांची पारध करण्यासाठी शेतकरी हातात बंदूक, भाले इत्यादी शस्त्र घेऊन कधीकधी रान धुंडाळीत असत. बेंबीच्या देठापासून त्यांनी ठोकलेल्या आरोळ्यांनी अख्ख्या जंगलालाच कापरं भरत होतं. एकीकडे परजिल्ह्यातून आलेले लमाण कोळसा पाडण्यासाठी झाडं तोडून जंगलाचा ऱ्हास करीत आणि दुसरीकडे स्थानिक ग्रामस्थ जिभेचे चोचले पुरविण्यासाठी वन्य प्राण्यांची निर्दयीपणे शिकार करीत. त्यामुळे जंगलातील प्राणी भयभीत होऊन जगत होती. दिवसेंदिवस शासकीय अनास्थेमुळे त्यांची संख्या कमी कमी होत होती.

घेरासुमारगडच्या थोडं खाली त्याच नावाचं एक छोटं गाव चारशे-पाचशे वर्षांपासून वसलं होतं. या गावातसुद्धा मराठी चौथीपर्यंत शाळा होती. गावात मराठा समाज होता. धनगरांची सात-आठ घरं होती. ती घरं त्या डोंगरात लांब-लांब विखुरली होती. धनगर समाज तूप, म्हशी विकून पैसा साठवायचा आणि ताक, नाचणीची भाकरी खाऊन जगायचा. त्यांचं राहणं अस्वच्छ असलं तरी ते मनानं निर्मळ असत. त्यांच्याकडे कुणी गेले की, लगेच ते थंडगार ताकाचा पेला पुढे करीत. दुपारची वेळ असेल तर ते हमखास जेवणासाठी आग्रह करीत.

एकदा मला वाडकर कोतवालानं लखू धनगराची कथा सांगितली. लखू धनगर हा एकदा कपड्याच्या दुकानात त्याला आणि त्याच्या मुलांना नवीन कपडे घेण्यासाठी खेड या तालुक्याच्या गावी गेला होता. त्याच्या कंबरेला फक्त एक मळकं लंगोट होतं आणि त्याच्या डोक्यावर पागोटा होता. त्याच्या रापलेल्या चेहऱ्यावर दाढी वाढली होती. त्याचा अवतार पाहून दुकानदार मनात हिरमुसला. त्यातच लखू धनगर त्या दुकानदाराला 'हा नकू, त्यो कापड दाखीव' असं म्हणू लागला. त्याला त्याच्या पसंतीचं कापड हवं होतं.

तो दुकानदार त्याला वैतागून म्हणाला, "मोठ्ठा आलास कपडे घेणारा. तुझ्याकडे कपडे घेण्यासाठी पैसे तरी आहेत का?"

दुकानदाराचं बोलणं ऐकून लखू धनगराला त्याचा खूप राग आला. तो त्याला जशास तसं उत्तर देत खणखणीत आवाजात म्हणाला, "तू काय मला भिकारी समजत्यूस व्हय रं रांडच्या. आरं मी तुला तुझ्या दुकानासहीत खरेदी करीन. हे बघ माझ्याकडं किती पैसं हाईत त्ये."

असं म्हणून लखू धनगरानं त्याच्या डोक्याला गुंडाळलेलं पागोटं काढलं. ते पागोटं दुकानदारासमोर त्यानं पसरलं. त्या पागोट्यात शंभर-पाचशे रुपयांच्या ढीगभर नोटा होत्या. त्या नोटांकडे तो दुकानदार मनात खजील होऊन डोळे विस्फारून पाहू लागला.

घेरासुमारगड गावात मला शेतसारा वसुलीसाठी किंवा अन्य शासकीय कामासाठी जावं लागत होतं. त्या गावात गेल्यावर आधी मी त्या गावच्या पोलीस पाटलाची भेट घ्यायचो. त्यांच्याशी बोलत असताना एकदा मला ते म्हणाले,

''भाऊ, आमच्या गावात राकीलचा दिवा कुणी लावीत न्हाय.''

''मग?''

''गोडेतेलाचा दिवा लावतात.''

''का?'' मी त्यांना आश्चर्यानं विचारलं.

''आमच्या देवाला ते चालत न्हाय बगा. आमच्या आज्यापंजापास्नं आमी घरात गोडेतेलाचा दिवा लावतू.''

काही वर्षांनी त्या गावात विद्युत महामंडळाकडून लाईट आली. लाइटच्या उजेडात त्यांची घरं उजळून निघाली. काही सधन लोकांच्या घरात डिश अँटेना आणि दूरदर्शन संचसुद्धा दिसू लागला आणि गोडेतेलाचा दिवा इतिहासजमा झाला. तो काळाचा महिमा होता. कालौघात जुने, पारंपरिक रीतिरिवाज टिकतील याची कुणाला खात्री देता येत नाही. विज्ञानयुगात जग जवळ येतंय, हे एक सूर्यप्रकाशाइतकं सत्य आहे.

*****

पावसाळ्याचे दिवस होते. धुंवाधार पाऊस दाही दिशेला नुसता कोसळत होता. आभाळात विजांचा थयथयाट सुरू होता. कानठळ्या बसणाऱ्या आवाजानं अवघी पृथ्वी हादरत होती. पावसाच्या धारेत सह्याद्री डोंगराच्या रांगा गायब झाल्या होत्या. रसाळगड आणि घेरासुमारगड यांचीसुद्धा तीच गत झाली होती.

कोसळणारा पाऊस थांबण्यासाठी मी अक्षरश: देव पाण्यात घालून बसलो होतो. याचं कारण अतिवृष्टीमुळे माझ्या सजातील पाच गावांत कुठं जीवितहानी किंवा घर, गोठ्याचं नुकसान झालं, तर त्याचा अहवाल तयार करून तहसीलदारांकडे ताबडतोब पाठविण्याची जबाबदारी माझी स्वत:ची होती. यात मला चालढकल किंवा सबबी सांगून अजिबात जमणार नव्हतं. अतिवृष्टीनं झालेल्या नुकसानीची शासनाला ताबडतोब माहिती हवी असते.

माझं दुर्दैव माझ्या आड आलं होतं. वाडीबेलदार गावच्या पोलीस पाटलाचा एका त्रयस्थाकडून मला निरोप मिळाला. अतिवृष्टीमुळे वाडीबेलदार गावात मोठ्या प्रमाणात घरं आणि गोठ्यांची नुकसानं झालं होतं. धोऽ धोऽ कोसळणाऱ्या पावसात

मला तो निरोप मिळाल्यामुळे भीतीनं माझ्या अंगावर सर्रकन काटा उभा राहिला होता. पावसात पाऊलवाटा कमालीच्या निसरड्या झाल्या होत्या. जीव धोक्यात घालूनच मला त्या कामगिरीवर निघावं लागणार होतं. रघू बुवा आजारपणात अशक्त झाल्यामुळे 'बुवा, तुम्ही माझ्याबरोबर वाडीबेलदार गावाला येता का?' असं त्याला विचारणंसुद्धा चूक होतं. मी वाडकरला निरोप पाठविला. निरोप मिळूनसुद्धा वाडकर आला नाही. तो त्याच्या जिवाला घाबरला होता. काहीही झालं तरी मला ते काम टाळता येणार नव्हतं.

एका प्लॅस्टिकच्या पिशवीत जबाब, पंचयादी तयार करण्यासाठी कोरे कागद, शाईचा पॅड वगैरे घेतलं. दुसऱ्या एका प्लॅस्टिक पिशवीत मी माझ्या अंगावरचे शर्ट आणि पँट घातलं. माझ्या अंगावर आता फक्त अर्धी चड्डी आणि बनियन होतं. छोटी कागदाची प्लॅस्टिकची पिशवी मी मोठ्या प्लॅस्टिकच्या कपड्याच्या पिशवीत घातली आणि एका हातात छत्री आणि दुसऱ्या हातात प्लॅस्टिकची पिशवी घेऊन मी 'एकला चलो रे' म्हणत कोसळणाऱ्या पावसातच कामगिरीवर निघालो.

पाऊस तालासुरात धरणीवर पडत होता, पाऊलवाटा निर्मनुष्य दिसत होत्या, वादळी पावसात उंच झाडं अंगात आल्याप्रमाणे घुमत होती, नदी, नाले तुडुंब भरून वाहत होते, डोंगर माथ्यावर दही-दुधाचे हंडे फुटत होते, कड्याकपाऱ्यांतून कोसळणाऱ्या धबधब्यांचा घनगंभीर आवाज कानावर येऊन आदळत होता, साकवावरून पाण्यानं तुडुंब भरलेले नाले पार करताना पाय सरकत होते, साकवसुद्धा गदगद हलायचा. कोणत्याही क्षणी माझा स्वर्गाचा प्रवास सुरू होणार असल्यामुळे पोटात प्रचंड भीती होती. आधी मी कोणताही प्रसंग आला तरी घाबरायचं नाही, असं मनात ठरवलं असलं, तरी त्यात मला अद्याप यश आलं नव्हतं. एरवी मी कधी ईश्वराचं नाव तोंडात घेत नाही. परंतु त्यावेळी मी मात्र त्याच्या नावाचा तोंडातल्या तोंडात सारखा जप करीत होतो.

निसरड्या पाऊलवाटेवर पाय चालताना सरकत होता. तेव्हा स्वत:ला सावरत होतो. जरा जरी तोल गेला असता तरी माझं बाजूच्या खोल दरीत पडल्यावर नखसुद्धा कुणाला दिसलं नसतं. वाऱ्यामुळे हातातील छत्री मिटावी लागत होती. नाहीतर त्या छत्रीसोबत मी सुद्धा खोल दरीत जाऊन पडलो असतो. जगण्यासाठी प्रयत्न करीतच मी तो उभा डोंगर चढत होतो. दोन-अडीच तास तंगडतोड करून मी एकदाचा डोंगरमाथ्यावर येऊन पोहोचलो. माझा जीव भांड्यात पडला होता. आता माझ्या जिवाला मुळीच धोका नव्हता. मी अक्षरश: मरणदारातूनच परत आलो होतो. एका झाडाखाली मी अंगावरचे ओले कपडे काढून प्लॅस्टिकच्या पिशवीतील कपडे घातले आणि मगच गावात जाऊन लोकांना भेटलो.

मी गावात पंचनाम्याच्या कामाला येणार हे त्या गावच्या पोलीस पाटलाला माहीत होतं. ते लोकांना सोबत घेऊन माझी वाट पाहत बसले होते. सायंकाळी खूप उशिरापर्यंत मी शेतकऱ्यांच्या कोसळलेल्या घरांचं आणि गोठ्यांचं जबाब व पंच यादी तयार करण्याचं काम केलं. माझं काम संपल्यावर लोकांनी मला आग्रह करून त्यांच्याकडे वस्तीला ठेवून घेतलं. एका शेतकऱ्याच्या घरी डाळभात खाऊन मी लगेच अंथरुणावर आडवा झालो. दमल्यामुळे कधी डोळा लागला हे माझं मला कळलं नाही. तहसीलदारसाहेबांना नुकसानीचे पंचनामे सादर करावयाचे असल्याने सकाळी पुन्हा डोंगर उतरायला सुरुवात केली. आता माझ्यासोबत गावातील दोघंजण मला माझ्या ऑफीसपर्यंत पोहोचविण्यासाठी आले होते.

जैतापूर सजावर हजर होऊन आता मला साडेपाच वर्षं पूर्ण झाली होती. येथून आता माझी बदली होणार, हे मला माहीत झालं होतं. डिसेंबर १९८३ मध्ये माझ्या हातात माझी बदली हेदली सजावर झाल्याचं प्रांताच्या सहीचं पत्र मला मिळालं. माझी बदली झाल्यामुळे पाचही गावांतील लोक नाराज झाले. पार्वतीकाकूच्या डोळ्यांत तर पाणी आलं होतं. माझी बदली रद्द होण्यासाठी काही लोक तालुक्याला ढवळे रावसाहेबांना भेटायला गेले. ढवळे रावसाहेबांनी त्यांना माझी बदली नियमाप्रमाणे झाली असल्याचं सांगितलं. ग्रामस्थ नाराज होऊन परत फिरले. माझी बदली झाल्यावर रघू बुवाची तब्येत एकदम ढासळली आणि त्यातच त्यांनी इहलोकाची यात्रा संपवली. त्यांच्या मातीला मी दुःखी मनानं हजर झालो होतो.

◆◆◆

तीन

माझी बदली हेदली या सजावर झाल्यावर मी त्या गावात बिऱ्हाड करून राहू लागलो. हेदली या सजामध्ये हेदली, सवेणी, ऐनवरे आणि माणी अशी एकूण चार गावं होती. माझ्या कामात मदत करण्यासाठी प्रत्येक गावात एक कोतवाल होता. माझं तलाठी कार्यालय बाळ गांधी यांनी बांधलेल्या एका चाळीत भाड्याच्या खोलीत होतं. तलाठी कार्यालयाचं भाडं त्यांना परस्पर शासनाकडून मिळत होतं. माझ्या कार्यालयाच्या अगदी जवळून खोपी-शिरगावकडे जाणारा डांबरी रस्ता होता. पूर्वेला मोजून पन्नास पावलांवर जगबुडी खाडीला भेटायला जाणारी नदी होती. त्या नदीच्या काठाला माझ्या सजातील हेदली, सवेणी आणि माणी अशी तीन गावं होती.

गुजर समाजातील पुरुषाला गावात 'भाई' आणि महिलांना 'भाभी' असं संबोधत. मुस्लीम समाजातील पुरुषाला 'मामू' आणि महिलांना 'भाभी' असं संबोधत. गावात खोत म्हणून गुजर, मराठा आणि मुस्लीम यांचा दरारा कायम होता. मुस्लीम समाजातील पुरुष आखाती देशात जाऊन नोकऱ्या करून पैसा कमावीत आणि ते तो पैसा चांगली घरं बांधून, जमिनी विकत घेऊन खर्च करीत. इतर समाजाशी त्यांचा असलेला भाईचारा मात्र गावात कायम होता. त्यात जात, धर्म कधी आड येत नसे. गावात सधन लोक फक्त हाताच्या बोटांवर मोजण्याइतके होते. गावात झोलाई देवीचं एक मंदिर होतं. झोलाई देवीचं वास्तव्य गावापासून दोन किलोमीटर्सच्या अंतरावर असणाऱ्या देवराईत होतं. तिची तीन वर्षातून एकदा मोठ्या जल्लोषात जत्रा भरायची. माझ्या तलाठी कार्यालयापासून तालुक्याचं गाव फक्त आठ-नऊ किलोमीटर्सच्या अंतरावर होतं. त्यामुळे तालुक्याला जाण्या-येण्यासाठी ते फार सोयीचं होतं.

माझ्या आधी हेदली या सजावर सावंत तलाठी काम करीत होते. त्यांची बदली खेड तालुक्यातच कुळवंडी या सजावर झाली होती. त्यांची बायको हेदली गावात आरोग्यखात्यात नर्स म्हणून नोकरी करीत असल्यामुळे त्यांनी बिऱ्हाड

बदललं नव्हतं. ते कुळवंडी सजावर एसटीनं येऊन-जाऊन नोकरी करीत. तालुक्यात तलाठी म्हणून नोकरी करणारे बडी मंडळी राजाध्यक्ष, कोकजे, साळवी इत्यादी मंडळींच्या बरोबर त्यांची अधिक जवळीक होती. तालुक्याला बदलून आलेले अधिकारी आपल्या स्वार्थासाठी या चौकडीला धरून ठेवत. वरिष्ठांच्या दावणीला बांधलेले तलाठी वरिष्ठांना तालुक्याची इत्थंभूत माहिती पुरवत. गरीब, सज्जन तलाठी व मंडळ अधिकारी यांच्याबद्दल खोटंनाटं सांगून ते वरिष्ठांचं त्यांच्याबद्दलचं मत कलुषित करून टाकीत. सावंत त्या मंडळीमध्ये सामील झाला असल्यामुळे त्याचा भाव खात्यात आपोआप वधारला होता. कोकजे तलाठी रत्नागिरी आणि सिंधुदुर्ग जिल्ह्याच्या तलाठी संघटनेच्या कार्यकारी मंडळात सहभागी असल्यानं तालुक्याचे तहसीलदारसुद्धा त्यांना वचकून असत.

माझी जेव्हा हेदली सजावर बदली झाली तेव्हा अतिशय सज्जन आणि कामसू असणारे तहसीलदार ब. रा. ढवळे यांची बदली झाली आणि त्यांच्या जागेवर रत्नागिरी जिल्हाधिकारी कार्यालयात अव्वल कारकून म्हणून काम करणारे पावसकर यांना बढती मिळून ते खेड तहसीलदार म्हणून हजर झाले होते. रंगाने ते ठार काळे होते, त्यांची उंची जेमतेम पाच-सव्वापाच फूट इतकी होती, डोळे बारीक, तोंडात एकसुद्धा दात नसल्यामुळे ते दाताची कवळी वापरत. त्यांच्या तोंडात कवळी नसेल आणि ते त्यावेळी बोलू लागले, तर समोरच्या माणसाला त्यांच्या बोलण्यातील एक शब्दसुद्धा कळत नसे. या ठिकाणी हजर होण्याच्या आधीच त्यांनी या तालुक्याला काम करणारे तलाठी आणि मंडळ अधिकारी यांच्या कुंडल्या तपासल्या होत्या. तलाठी व मंडळ अधिकारी यांच्या नाड्या त्यांच्या हातात असल्यामुळे आल्याआल्याच त्यांना त्यांनी सळो की पळो करून सोडलं. त्यामुळे सर्वांना तहसीलदार ब. रा. ढवळे यांची प्रकर्षानं आठवण येऊ लागली. ढवळेसाहेबांच्या अंगी काम करून घेण्याचं जे कौशल्य होतं, ते पावसकर तहसीलदारांकडे मुळीच नव्हतं. ढवळे रावसाहेब स्वत: रात्री खूप उशिरापर्यंत ऑफीसमध्ये काम करीत बसत. पावसकरसाहेब तलाठी व मंडळ अधिकाऱ्यांना दमदाटी करून त्यांच्याकडून काम करून घेत. त्यामुळे तालुक्यातील कर्मचाऱ्यांमध्ये त्यांच्याबद्दलची भावना बिलकूल चांगली नव्हती. सावंतसारखे काही तलाठी रावसाहेबांच्या पायाशी गेल्यामुळे त्यांना मात्र सुगीचे दिवस आले होते. इतरांचे हाल कुत्रासुद्धा खात नव्हता. त्यात मीसुद्धा होतो.

मी हेदली या सजावर हजर होऊनसुद्धा माझ्या चार कोतवालांपैकी एकही मला अद्याप येऊन भेटला नव्हता. हे काय गोडबंगाल आहे म्हणून मला त्याचं थोडं आश्चर्यसुद्धा वाटत होतं. मानकर कोतवाल ज्या बाजारवाडीत माझं तलाठी कार्यालय

होतं, त्याच वाडीत तो राहत होता. मी या ठिकाणी हजर होऊनसुद्धा त्यानं माझी अजिबात दखल घेतली नव्हती. मी जेव्हा जैतापूर सजाला हजर झालो होतो, तेव्हा रघू बुवा मला अगदी धावतच भेटायला आला होता.

एके दिवशी वाडीतीलच एक मध्यम वयाचा शेतकरी त्याच्या कामासाठी मला भेटण्यासाठी आला. मी 'या' म्हणत त्याचं हसून स्वागत केलं. तो माझ्यासमोर लाकडी बाकावर बसत मला अजिजीनं म्हणाला,

"भाऊ, मी भगवान सावंत."

"माझ्याकडे तुमचं काम आहे का?"

"व्हय."

"बोला."

दीर्घ नि:श्वास सोडून सावंत मला म्हणाला,

"भाऊ, माझं काम असं हाय की, दरवर्षी आमी सरकारी देवरहाटीत पडलेला पातेरा (पालापाचोळा) तलाठीभाऊंना विचारून शेताची भाजावळ करण्यासाठनं नेतू. औंदा तुमी आमच्या गावात नवीन बदली व्हवून आलाव. तवा मी तुमाला तो पडलेला पातेरा भाजावळसाठनं 'न्हेवू का?' म्हून इचारण्यासाठनं आलुय."

सरकारी जमिनीत असणाऱ्या झाडांचा पडलेला पालापाचोळा लिलाव करून त्याचे पैसे सरकारी तिजोरीत जमा करायचे असतात. परंतु तालुक्यात कुणीही तसं करीत नव्हतं. लिलाव पुकारला तरी गावातील शेतकरी तिकडे अजिबात फिरकत नसत आणि तलाठ्याला अंधारात ठेवूनच तो पालापाचोळा सुममध्ये डालग्यात भरून त्यांच्या शेतात भाजावळीसाठी नेऊन ओतत असत. हेदली गावात माझ्या आधीच्या तलाठ्यांनी वचक निर्माण केल्यामुळे गावातील शेतकरी तलाठ्याची परवानगी घेऊनच तो पालापाचोळा घेऊन जात.

"न्या तुम्ही." मी त्याला माझी परवानगी दिली.

"ब्बेस." भगवान मनात खूश झाला.

"माझं एक तुमच्याकडे काम होतं." मी.

"भाऊ, सांगा."

"तुम्हाला मानकर कोतवाल ठाऊक आहेत?"

"व्हय. तो आमच्या बाजारवाडीतच ऱ्हातू."

"त्यांना मी बोलावलंय म्हणून सांगाल?"

माझं बोलणं ऐकून भगवानचा चेहरा गंभीर झाला. सांगावं, की न सांगावं अशी त्याची द्विधा मन:स्थिती झाली होती. मी त्याच्या चेहऱ्याकडे एखाद्या भ्रमिष्टागत

पाहत होता. थोड्या वेळानं भगवाननं बोलायला त्याचं तोंड उघडलं.

"भाऊ, माझं नाव कुणाला सांगू नका. तुमचा सवेणी गावचा बंड्या कोतवाल आन् आमच्या बाजारवाडीचा शंकर मानकर कोतवाल सावंतभाऊंच्या घरी कामं करतात. सावंतभाऊंची मांगारीण गावात नर्स हाय. ती सकाळीच घरातनं नोकरीला जात्ये. हे लोक कोतवाल त्यांच्या घरातली समदी कामं करतात. कोण नदीवरनं पानी भरतू, तर कोन त्यांच्या दोन लहान मुलांना फिरवतू. त्यांस्नी त्या ठिकाणी च्या-पानी आन दुपारचं जेवान सुदीक मिळतं."

भगवान सावंत याचं बोलणं ऐकून मला त्या दोन्ही कोतवालांचा राग आला. दुपारच्या जेवणासाठी आणि चहा मिळतो म्हणून ते दोघं सावंतच्या घरी खुशीनं काम करीत होते, की सावंतच्या धाकानं ते त्या ठिकाणी काम करीत होते, ते कळण्यास मला काही मार्ग नव्हता. कोतवालांना सावंतचा राग पत्करायचा नव्हता. सावंत या ठिकाणी तलाठी म्हणून काम करताना गरिबांना छळत. परंतु गावातील प्रतिष्ठित मंडळींची प्रसंगी कायदा बाजूला सारून ते काम करून देत. त्यामुळे सावंत तलाठी त्यांच्या गळ्यातील ताईत बनले होते. हे सर्व माझ्या कानावर आलं होतं. गावातील लोकांना कसं सांभाळायचं आणि त्यामध्ये आपला स्वार्थ कसा साधायचा, हे सावंत तलाठ्यांना चांगलं कळत होतं. त्यांची नर्स असणारी बायको तिच्या कामासाठी गावात घरोघर फिरायची, तेव्हा ती नवऱ्याचे गोडवे लोकांसमोर नेहमी गात असायची. त्यावेळी शासनाचा कुटुंब कल्याण योजनेवर भारी जोर होता. देशाच्या विकासात भरमसाठ वाढणाऱ्या लोकसंख्येचा अडसर येत आहे, हे तत्कालीन पंतप्रधान श्रीमत इंदिरा गांधी यांच्यासुद्धा लक्षात आलं होतं. त्यामुळे देशात कुटुंब कल्याण योजना अगदी काटेकोरपणे राबविण्यासाठी त्यांनी त्यावर अगदी बारकाईनं लक्ष ठेवलं होतं.

कुटुंब कल्याण या योजनेअंतर्गत मूल न होण्यासाठी पुरुष नसबंदी आणि महिलांच्या टाक्याच्या आणि बिनटाक्याच्या शस्त्रक्रियांच्या केसेस करण्यासाठी ग्रामीण शासकीय कर्मचाऱ्यांवर जबाबदारी टाकण्यात आली होती आणि त्यांच्यावर वरिष्ठांमार्फत मोठ्या प्रमाणात दबाव टाकला जायचा. त्यांचं मासिक वेतन अडकविलं जात असे. एवढं करून वरिष्ठ थांबत नसत. ज्या ग्रामीण कर्मचाऱ्यांचं काम असमाधानकारक आहे, त्यांना ते सातत्यानं 'कारणं दाखवा' नोटीस काढून तुमच्यावर शिस्तभंगाची कार्यवाही का करण्यात येऊ नये म्हणून त्याचा त्यांना खुलासा करायला सांगत. भर मीटिंगमध्ये त्या कर्मचाऱ्यांचा वरिष्ठ पाणउतारा करण्यासाठी मागे-पुढे अजिबात पाहत नसत. याचा परिणाम असा झाला, की ग्रामीण भागात काम करणारे तलाठी, ग्रामसेवक, शिक्षक आणि नर्स यांच्यामध्ये शस्त्रक्रियाच्या केसेस करण्यासाठी कमालीची

जीवघेणी स्पर्धा सुरू झाली. ते एकमेकांच्या केसेस पळवू लागले. त्यामुळे कर्मचाऱ्यांमध्ये आपसांत वैरभावना, दुरावा निर्माण झाला. तलाठी, शिक्षक आणि ग्रामसेवक यांच्यापेक्षा आरोग्यखात्यात काम करणाऱ्या नर्स आणि मलेरिया वर्कर यांच्यावर मात्र महत्त्वाची जबाबदारी होती. त्यांना शस्त्रक्रियेच्या केसेस करण्यासाठी वार्षिक उद्दिष्ट ठरविले जात असे आणि त्यांनी केलेल्या कामाचा त्यांच्या वार्षिक गोपनीय अहवालात त्याचा स्पष्ट उल्लेख केला जात असे.

वरिष्ठांचा असा समज होता, की तलाठ्याकडे शेतकऱ्यांच्या जमिनीचा ७/१२ असतो. ७/१२ म्हणजे शेतकऱ्याचा जीव की प्राण. तलाठ्यानं शेतकऱ्याचा ७/१२ अडविला, तर त्याला शस्त्रक्रियाच्या केसेस करणं फार कठीण बाब नाही. वरिष्ठानं सांगितल्याप्रमाणे शेतकऱ्याचा ७/१२ अडविला, तर त्या तलाठ्याच्या वरिष्ठांकडे तक्रारी होत. अशावेळी वरिष्ठ काखा वर करून त्या तलाठ्यावर कारवाई करण्यासाठी मुळीच मागे-पुढे पाहत नसत. काही तलाठी त्यांच्या सजातील आरोग्य सेविकेंना त्यांच्या कामात मदत करीत असत. पुढे त्यांचा एकमेकांवर जीव जडायचा. मग ते लग्न करून मोकळं होत. सावंत तलाठ्याचंसुद्धा नेमकं असंच झालं होतं. आतासुद्धा तो त्याच्या बायकोसाठी शस्त्रक्रियाच्या केसेस तयार करण्याचं काम करीत असे. म्हणून त्याच्या बायकोचं काम इतर आरोग्य सेविकांपेक्षा अधिक व्हायचं आणि तिला वरिष्ठाकडून प्रशस्तिपत्रक किंवा जादा वेतनवाढ मिळत असे. तिचा मासिक पगार तिच्या नवऱ्यापेक्षा अधिक होता. सावंत तलाठी हा त्याच्या बायकोच्या मुठीत आहे, असं महसूल खात्याच्या कर्मचाऱ्यांमध्ये आपसांत बोललं जायचं. त्याला कारणसुद्धा त्यांना मिळणारं मासिक वेतन हेच असावं, असं मला वाटत होतं.

भगवान सावंतनं माझा निरोप दिल्यावर शंकर (मानकर) दुसऱ्या दिवशी माझ्या कार्यालयात हजर झाला. आपण एवढे दिवस गैरहजर राहिलो, याच्या अपराधीपणाच्या भावना त्याच्या रापलेल्या चेहऱ्यावर बिलकूल दिसत नव्हती. मी नवीन असल्यामुळे मला त्याला काही बोलता येईना. तो सारखा खोकत होता, त्याला क्षयरोगाची बिमारी होती, त्याचा खंगलेला देह पाहून मला त्याची दया आली. त्याला दारूचं व्यसन असल्यामुळे दिवसेंदिवस त्याचा रोग बळावत होता. तो फार उद्धट होता. त्याच्याकडून कसं गोड बोलून प्रसंगी दमदाटी करून काम करून घ्यायचं, हे सावंत तलाठ्याला अगदी बरोबर ठाऊक होतं. मला अजून त्याच्या स्वभावाची पूर्ण कल्पना आली नव्हती.

बंडू कोतवाल सवेणी गावात राहायचा. त्याच्या डोळ्यांवर जाड भिंगाचा चष्मा होता, त्यानं वयाची पन्नाशी गाठली होती, त्याच्या डोक्यावर छान टक्कल

पडलं होतं, तो बारीक चणीचा होता आणि त्याच्या घशातून निघणारा आवाजसुद्धा बायकी होता, त्याच्या घरात अठराविश्व दारिद्र्य होतं. त्याला एकूण सात मुली होत्या. आता त्याला मुलगा होईल याची त्यानं आशा सोडली होती. तो पूर्वी त्याच्या गावात खोत होता. कूळ कायद्यात जमिनी गेल्यावर तो कोतवाल म्हणून महसूल खात्यात नोकरी करून त्याच्या कुटुंबाचा चरितार्थ चालवीत होता. घरात एवढं दारिद्र्य असूनसुद्धा त्याची बायको कुठं मोलमजुरीला न जाता घरात मोठ्या तालेवारागत बसून असायची. गावच्या खोतणीनं मजुरीला जाणं बरं दिसायचं नाही म्हणून ती घरातून कधी बाहेर पडायची नाही. सुंभ जळला होता. परंतु पीळ मात्र अजून कायम होता. गावात वसुलीला फिरताना किंवा अन्य शासकीय काम करताना मला त्याचा अनुभव हमखास यायचा. गावातील खोतमंडळी अजूनही त्याच ताठ्यात गावात वावरत होती. कूळ कायदा लागू होऊन आपल्या जमिनी कुळांच्या नावे झाल्यात, हे त्यांच्या गावीसुद्धा नव्हतं. दिनांक १ एप्रिल १९५७ ला कूळ कायदा लागू झाला, हे त्या खोतांना ठाऊक होतं तरी ते निद्रिस्त असल्यागत वागत. स्वप्नांच्या रंगमहालातून बाहेर पडण्यास त्यांच्या मनाची अजून तरी तयारी झाली नव्हती.

माझ्या ऐनवरे गावच्या कोतवालाचं नाव भागोजी जाधव असं होतं. त्याचा रुबाब एखाद्या पुढाऱ्यापेक्षाही कमी नव्हता. तो जेव्हा पहिल्यांदा माझ्या कार्यालयात आला, तेव्हा मी त्याच्याकडे डोळे विस्फारून पाहू लागलो. त्याच्या अंगावर स्वच्छ धुतलेले कपडे होते, त्याच्या कंबरेला पांढरेशुभ्र दुटांगी धोतर आणि अंगात उंची पितळीची बटणं असलेला सदरा होता, डोक्यावर पांढऱ्या रंगाची टोपी होती. या तालेवार माणसाला माझ्या कार्यालयातील हलकी कामं कसं सांगणार? असा मला तेव्हा प्रश्न पडला होता.

भागोजी अभिनय करण्यात एकदम पटाईत होता. इतर कोतवालाप्रमाणे त्यालासुद्धा कामावर दांड्या मारण्याची घाणेरडी सवय होती. त्यावेळी मला त्याचा राग येत असे. दांडी मारून तो नंतर माझ्या कार्यालयात आल्यावर मी त्याला त्याचा जाब विचारायचो. तेव्हा तो त्याचा चेहरा कसंनुसं करून मला क्षीण आवाजात म्हणायचा, "भाऊसाहेब, माझी कंबर लई दुखत्येय. मला काम करायला जमत न्हाय. डाक्टरी करूनसुदीक काय बी उपेग न्हाय बगा.''

त्याला मी ऑफीस झाडायला सांगितलं किंवा पाण्याची कळशी विहिरीवरून भरून आणायला सांगितलं, तर त्याचा त्याला खूप संकोच वाटायचा. त्याला त्याच्या ऐनवरे गावात 'खोत' म्हणून मान होता. तरी तो संकोच करीत मी सांगितलेली कामं करीत असे. खेडला कधी ऑडिट करावं लागलं, तर डोक्यावर दप्तर घेऊन तो

यायचा. त्या कामाचा त्याला महिन्याला पगार मिळत असे. माझे इतर तीन कोतवाल मात्र माझ्या ऑफिसातील हलकी कामं करायला लाजत नसत.

माणी गावचा देवू कोतवाल स्वभावानं आणि आर्थिक परिस्थितीनं गरीब होता. त्याचे त्याच्या सख्ख्या भावजयीबरोबर अनैतिक संबंध आहेत, असं मला एकदा बंडू कोतवालानं सांगितलं होतं. त्याच्या अंगावर पांढरा लेंगा नि सदरा नेहमी असायचा. दहा दहा दिवस तो तलाठी कार्यालयाचं तोंडसुद्धा पाहायचा नाही. भातकापणी किंवा भातलावणी असेल तेव्हा तो ते काम उरकूनच कार्यालयात पाय ठेवायचा. मी त्याला कधी रागानं बोललो, तर तो निमूटपणे ऐकून घ्यायचा. शंकर कोतवालाप्रमाणे तो कधी उलट शब्द करायचा नाही. तो भारी गोड बोलायचा. माणी गावचा कोतवाल देवू एक तारखेला तहसील कार्यालयात पगाराला गेला तर जाताना त्याच्यासोबत एका कापडी पिशवीत दुधी भोपळा, वांगी, कारली, मिरची किंवा नाचणीचे दाणे कारकून, अव्वल कारकून यांना देण्यासाठी न्यायचा. त्यामुळे त्याला पगार देणारी पाटणेबाई आणि ट्रेझरी अव्वल कारकून कोतवालावर एकदम खूश असत. आपण काम न करता आपल्याला त्यांनी महिन्याला पगार द्यावा म्हणून देवू कोतवाल त्यांना लोणी लावत असे.

शंकर कोतवाल स्वभावानं उद्धट असला, तरी तो माझ्या हाताखाली काम करीत होता म्हणून मला त्याची ढासळलेली तब्येत पाहून दया यायची. तो जगावा असं मला मनापासून वाटे. त्याला बायको-मुलं होती. परंतु त्याच्या घरातील माणसं तो तापट स्वभावाचा आहे म्हणून त्याचा रागराग करीत, त्याचे भाऊसुद्धा त्याचा राग करीत. एकाच घरात त्याचे भाऊ वेगळे वेगळे राहत. ते सर्व त्यांची शेती एकत्र करीत असत.

मी एकदा शंकरला विश्वासात घेऊन म्हणालो, "मानकर, दारू पिऊ नका. तब्येत जपा."

मी असं त्याला मायेनं म्हटल्यावर त्याला भरून आलं. तो मला रुद्ध कंठानं म्हणाला, "भाऊ, मी जगावं असं माझ्या घरात कुणाला वाटत न्हाय, या बिमारीपास्नं माझी बायकुसुदीक मला जवळ करीत न्हाय, तिलासुदीक मी जगावं असं वाटत न्हाय, माझ्या बायकुला माझे सख्खे भाव आन शेजारची मान्सं फितवतात."

"निदान तुम्ही तुमच्या मुलांचा तरी विचार करायला हवा."

"भाऊ, मला माझ्या मुलासाठनं जगायचं हाय." त्याच्या तांबरलेल्या डोळ्यांतून अश्रू वाहत होते.

"मग मी सांगतो तसं तुम्ही कराल का?"

"मी काय करू ते तुमी मला सांगा."

"तुम्ही रत्नागिरीला सिव्हिल हॉस्पिटलमध्ये भरती व्हाल? त्या ठिकाणी क्षयरोगाचा वेगळा विभाग आहे. तुमची काळजी घेण्यासाठी तज्ज्ञ डॉक्टर आणि नर्स त्या ठिकाणी आहेत. तुम्ही लगेच बरे व्हाल. माझी तशी खात्री आहे."

"मी कंधी रत्नागिरीला गेलो न्हाय."

"मी तुम्हाला रत्नागिरीला घेऊन जाईन. तुम्हाला एक रुपयादेखील मी खर्च करायला लावणार नाही. तुम्ही लवकर बरं व्हावं, एवढीच माझी इच्छा आहे."

"भाऊ, मी तुमच्यासंगं यायला तयार हाय. कंधी जायाचं आपुन रत्नागिरीला?"

"आपल्याला रत्नागिरीला जाण्यासाठी पैसा हवाय. एक तारखेला माझा पगार झाल्यावर जाऊ. तुम्ही तुमच्यासोबत आणखी एक वाडीतलाच माणूस घ्या. मी तुम्हाला रत्नागिरीला नेलं म्हणून तुमची भावकी माझ्यावर जळायला नको."

"भाऊ, मी बबन पोस्टमनला आपल्यासंगं घेतू."

"ठीकाय."

शंकर मानकर आणि माझं ठरल्याप्रमाणे माझा पगार झाल्यानंतर तीन तारखेला आमच्या सोबत बबन पोस्टमनला घेऊन आम्ही रत्नागिरीला सिव्हिल हॉस्पिटलला गेलो. शंकरला क्षयरोग विभागात दाखल करून मी बबनला सोबत घेऊन सायंकाळी परत फिरलो. त्या रात्री मी शंकरला रत्नागिरीला घेऊन गेलो म्हणून त्याच्या भावकीनं माझ्याविरुद्ध वाडीत बैठक घेतली. शंकरची बायकोसुद्धा तिच्या दिरांना सामील झाली होती, तिला आपला नवरा जगावा असं मुळीच वाटत नव्हतं.

सावंत तलाठ्याने त्यात आणखी रॉकेल ओतून आग लावली होती. माझ्या जेव्हा ते कानावर आलं, तेव्हा मी त्याची मुळीच फिकीर केली नाही. मी कोणतंही वाईट काम केलं नव्हतं. 'कर नाही त्याला डर कशाला' असं म्हणून मी माझ्या मनाची समजूत घातली.

शंकरनं त्या सिव्हिल हॉस्पिटलमध्ये जेमतेम आठ दिवस काढले. त्याला त्या ठिकाणी खूप अस्वस्थ वाटू लागलं. त्याचा जीव त्या हॉस्पिटलमध्ये रमेना. शंकरच्या हातात एचएमटी कंपनीचं घड्याळ होतं. गाडीखर्चासाठी त्यानं त्याच्या हातातील ते घड्याळ विकलं आणि तो पुन्हा गावी आला. गावी आल्यावर पुन्हा तो दारू प्यायला लागला आणि त्यातच त्याचं एक-दीड महिन्यांनंतर निधन झालं.

पाश्चिमात्य लेखक आणि विचारवंत सॉमरसेट मॉम यांनी म्हटलं आहे, की मानवी शरीरापेक्षाही त्याचा स्वभाव अधिक गुंतागुंतीचा आहे. सावंत तलाठ्याचा स्वभावसुद्धा झटकन कुणाला कळत नसे. तो तोंडासमोर गोड बोलायचा नि पाठ

वळली की, तो त्याची लगेच जात काढायचा. यात मीसुद्धा त्याच्या तावडीतून सुटलो नव्हतो. तालुक्याचे तहसीलदार जातीनं सुतार होते म्हणून तो त्यांच्या पश्चात त्यांना 'ठोक्यास बुद्धी' म्हणून हिणवायचा. एखाद्या मागासवर्गीय कर्मचाऱ्याला बढती मिळाली किंवा त्याला सरकारी खात्यात नोकरी मिळाली तर तो 'त्याच्या बोच्यावर सरकारी शिक्का आहे' असं तो कुचेष्टेनं म्हणायचा. तो जातपात मानणारा होता.

सावंत तलाठी माझ्या पश्चात जरी माझी कुचेष्टा करीत असला, तरी माझ्या तोंडासमोर तो माझ्याशी गोड बोलायचा. त्याच्यापेक्षा माझी नोकरी कमी झालेली असली, तरी तो मला नेहमी 'अहो-जाहो' करायचा. त्याच्या स्वभावाच्या थांग मला कधी लागायचा नाही. आग्रह करून त्यानं त्याच्या घरी मला एक-दोनदा जेवायला नेलं होतं. मी त्याच्या घरी गेलो की, वेगळ्या कपात मला तो चहा द्यायचा. अजून तरी त्याचे आणि माझे कधी खटके उडाले नव्हते. तो जसा दिसायचा तसा तो मुळीच नव्हता आणि तो जसा दिसत नव्हता, तसा तो होता. माझ्याआधी त्यानं या गावात सधन आणि प्रतिष्ठित मंडळींची मर्जी सांभाळण्यासाठी त्यांची त्यानं कायदेशीर आणि बेकायदेशीर कामं केली होती. मी त्यात कमी पडत होतो. त्यांची बेकायदेशीर कामं मी धुडकावून लावत असे. परंतु गरीब शेतकऱ्यांना माझ्या काटेकोर स्वभावाचा त्रास होऊ नये म्हणून मी त्याची काळजीसुद्धा घेत असे. त्यामुळे गावातील गरिबांची मर्जी सांभाळण्यासाठी मी यशस्वी होत असे. मूठभर श्रीमंतांची मर्जी सांभाळण्यापेक्षा गरीब शेतकऱ्यांची मर्जी सांभाळायला मला अधिक आवडायचं. पोटात एक आणि ओठात एक, असं माझं वागणं मुळीच नसे. काय असेल ते मी लगेच तोंडासमोर बोलून मोकळा व्हायचो.

एके दिवशी मी सावंत तलाठ्याला त्याच्या खोलीवर जाऊन त्याला विनंती करीत म्हणालो,

"भाऊसाहेब, जानू मोहिते अजून दस्ताचे पैसे देत नाही, कोतवाल त्याच्याकडे दस्त मागायला गेला की तो 'आज देतो, उद्या देतो' असं म्हणतो. तुम्ही माझ्या सोबत त्याच्या घरी दस्त वसुलीला याल का?"

"तो जान्या बुद्ध लई बाराचा आहे. तो कधीच सरळपणे दस्त देत नाही. मी त्याच्या नरडीवर पाय देऊनच त्याच्याकडून दस्ताचे पैसे वसूल करायचो."

जानू मोहिते मोठा वस्ताद माणूस होता. गावात तो लोकांना शेंड्या लावून पैसे उकळायचा. रंगानं तो ठार काळा होता. त्याच्या एका पायात वारं गेल्यामुळे तो रस्त्यानं पाय ओढत चालायचा. कुणाला माळ्यावर टाकायला आंब्याच्या फळ्या देतो म्हणून तो वायदा करायचा, तर कुणाला भात देतो म्हणून वायदा करायचा.

त्यांच्याकडून आगाऊ पैसे घेऊन तो त्यांना फसवायचा. तो भगतगिरी करतो म्हणून सहसा गावात त्याच्या वाटेला कोणी जात नसे, लोक त्याला घाबरत असत.

कोतवालांना सोबत घेऊन मी आणि सावंत तलाठी चालत बौद्धवाडीत आलो. जानू मोहिते घरातच होता. आम्हाला पाहून तो लगेच एक पाय ओढत बाहेर आला. मी त्याला म्हणालो,

"मोहिते, तुम्ही अजून दस्त दिला नाही. कोतवाल तुमच्याकडे चार-पाच वेळा येऊन गेले."

"भाऊ, मी घर घेऊन पळून गेलू न्हाय. मी दस्ताचे पैसे देणार हाय."

"कधी?" मी त्याला मोठ्या आवाजात विचारलं.

"सोमवारी देतू." मला वाटेला लावण्यासाठी तो म्हणाला.

"अहो तुम्ही नेहमी असंच म्हणत असता."

सावंत तलाठी आमच्या दोघांचं बोलणं ऐकत समोर उभा होता. त्याला जानू मोहितेचा स्वभाव चांगला ठाऊक होता. तो लगेच आवाज चढवून म्हणाला, "हा लई झोंडा माणूस आहे. याचा सोमवार कधीच उजाडणार नाही. याची तुम्ही लगेच जप्ती करा." नंतर तो देवू कोतवालकडे वळून म्हणाला, "ए याचं तू घरट उचल. त्याशिवाय तो पैसे देणार नाही."

जानू मोहित्याच्या पडवीत भात घरटायचं घरट होतं. परंतु कोतवाल ते घरट उचलायच्या आधी जानू मोहिते त्याच्यावर एकदम कडाडला, "माझं घरट उचलशील तर मी तुजा निर्वंश करीन. तुझं बीसुदीक मी तुज्या गावात ठिवनार न्हाय. याचा आधी तू इचार कर नि मंग तू माझं घरट उचल."

जानू मोहितेचं बोलणं ऐकून कोतवाल घाबरून लगेच मागे सरकला. नंतर सावंतनं बंडू कोतवालाला सांगितल्यावर तो घाबरून म्हणाला, "न्हाय बा, आपल्याच्यान हे न्हाय जमायचं. तुमी मला नोकरीवरनं कमी केलाव तरी जमल."

जानूची बायको समजूतदार होती. ती गयावया करीत म्हणाली, "माझं घरट तुमी न्हेवू नका. मी तुमास्नी दस्ताचे पैसे देते."

असं म्हणून ती तिच्या घरात गेली आणि ती लगेच दस्ताचे पैसे घेऊन बाहेर आली. तिने दस्ताचे पैसे दिल्यावर मी तिला त्याची पावती करून दिली. जानू त्याच्या बायकोकडे एखाद्या मारकुट्या बैलागत रागानं पाहत होता. नंतर आमची वरात विजयी मुद्रेनं मागे वळली. चालता चालता सावंत मला म्हणाला, "नाक दाबल्याशिवाय या लोकांचं तोंड उघडत नाही. जानू या गावावरून ओवाळून टाकलेला माणूस आहे. त्याच्या अंगात नाना कळा आहेत. एकदा महादूभाईच्या मोठ्या लेकानं त्याच्या घरात

जाऊन त्याला त्याच्या जातीवरून शिव्या दिल्या होत्या.''

"का?'' मी तोंडाचा चंबू करून त्याला विचारलं.

"सांगतो. जानू मोहितेचं आणि महादूभाईची भातशेती अगदी लागून आहे. महादूभाईची शेती त्याच्या वरच्या भागात आहे. पावसाचं पाणी महादूभाईच्या भातशेतीतून खाली वाहत यायचं. ते पाणी जानू मोहितेनं अडविलं. त्यामुळे महादूभाईची भातशेती पावसाच्या पाण्यानं पूर्ण भरून गेली. आणखी काही दिवस ते पाणी शेतात राहिलं असतं, तर भाताची रोपं कुजून महादूभाईचं मोठं नुकसान झालं असतं. शेतात पाणी बघून महादूभाईचा पोरगा जानूच्या घरी जाऊन त्यानं त्याला शिव्या घातल्या आणि त्यानं त्याच्या विरोधात पोलीस स्टेशनमध्ये तक्रारसुद्धा केली. तेव्हा तो खूप घाबरून गेला होता. तरी त्याची घाणेरडी सवय मात्र गेली नाही.''

"तुम्ही आल्यामुळे माझा दस्त तरी वसूल झाला.'' मी.

"तुम्हाला त्यानं एवढ्यात दस्त दिला नसता. कुणालातरी शेंडी लावून नंतर कधीतरी त्यानं तुम्हाला दस्ताचे पैसे आणून दिलंन असतं. त्याच्या वाडीतसुद्धा त्याचं कुणाशी पटत नाही, त्याची मुलं चांगली आहेत, त्याची बायकोसुद्धा माणुसकीला आहे, याच्यापुढे तुम्ही तिलाच दस्ताचे पैसे विचारा. जानूला विचारून काहीही उपयोग नाही. तुमच्या आधी मी त्याला माझ्या ऑफीसमध्ये कधीही थारा द्यायचो नाही.'' सावंत त्याच्या कामाला निघून गेल्यावर मी कोतवालांना घेऊन तलाठी कार्यालयात आलो.

*****

हेदली सजाला मला सावर्डेकर आडनावाचे मंडळ अधिकारी होते. त्यांचं आणि माझं कधी पटत नसे. त्यांना पैशाचा भारी लोभ होता. लोकांकडून पैसे घेतल्याशिवाय ते मुळीच त्यांची कामं करीत नसत. पैसे घेऊनही ते लोकांकडून दारू-मटणाचीसुद्धा पार्टी घेत. त्यांचा हा स्वभाव मला मुळीच आवडायचा नाही. मी लोकांना 'तुमच्या कामासाठी सर्कलला पैसे देऊ नका' असं बजावून सांगत असे. सर्कलच्या कानावर ते गेलं, की त्यांना माझा खूप राग यायचा. मग ते माझ्या विरोधात तहसीलदारांचे खोटंनाटं सांगून कान फुंकत. त्याचा मला नंतर तहसीलदारांकडून त्रास व्हायचा. कधीकधी ते असभ्य आणि असंस्कृतपणाचा कळस करीत. त्यांच्या अंगावरचे कपडेसुद्धा ते कधी कधी आठ-आठ दिवस धुत नसत, दाढीसुद्धा ते कधी वेळच्या वेळी करीत नसत, अंघोळ नसल्यामुळे त्यांच्या अंगाला घाणेरडा वास यायचा. त्यांचा मुक्काम तालुक्यात चावडीत असायचा. कधीकधी सर्कल ज्या शेतकऱ्याचं काम असेल त्याच्याकडे वस्ती करीत. एखादा शेतकरी गरीब असला

तरी त्याच्याकडे दारू-मटण ते खायला मागत.

उन्हाळ्याचे दिवस होते. माणी गावात बारकू आखाडे यांच्या राहत्या घराला आग लागून ते घर त्या आगीत भस्मसात झालं होतं. देवू कोतवालानं मला निरोप दिल्यावर मी धावतच धनगरवाडीत पोहोचलो. मला पाहून बारकूना भरून आलं, त्याला माझा आधार वाटू लागला. डोळ्यांतून टिपा काढीत तो मला रुद्ध कंठानं म्हणाला, "भाऊ, मला आता तुमचाच आधार हाय. तुमीच माझे मायबाप." त्याला मी धीर देऊन मी लगेच जबाब, पंचनामा करण्याच्या कामाला सुरुवात केली. जबाबावर मी बारकू आखाडे याची सही घेतली. तयार केलेल्या पंचनाम्यावर मी त्याच गावातील पोलीस पाटील आणि सरपंच यांच्या सह्या घेतल्या. माझ्या अहवालासह मी ते जळीत प्रकरण पुढील कामासाठी तहसीलदारांकडे पाठवून दिलं.

माझा रिपोर्ट मिळाल्यावर तहसीलदारानं जळीत आपदग्रस्तांना तातडीनं रुपये बाराशे मंजूर केले आणि ती रक्कम जळीतग्रस्तांना अदा करण्यासाठी सावर्डेकर सर्कलच्या ताब्यात दिली. ती रक्कम घेऊन सर्कल मुक्कामाच्या एसटीनं धनगरवाडीवर बारकू आखाडे यांच्याकडे गेलं. घर जळाल्यामुळे आखाडे दारासमोरच्या अंगणात मांडव काढून त्यात राहत होते. गावकऱ्यांनी त्यांना भांडी, तांदूळ, कपडे इत्यादी सामान दिलं होतं. सावर्डेकरांनी त्यांच्या हातावर एक हजार रुपये टेकवले आणि त्यांचा अंगठा बाराशे रुपयांच्या रकमेवर घेतला. त्या रात्री त्यांनी बारकू आखाडे याला दारू आणि कोंबडीच्या मटणासाठी सोय करायला सांगितली. मला हे समजल्यावर मी माझ्या कपाळावर हात मारून घेतला आणि मयताच्या टाळूवरील लोणी खाणाऱ्या सावर्डेकर सर्कलचा मला खूप रागदेखील आला.

फेरफार रजिस्टरला मी शेतकऱ्यांच्या अर्जावरून, वर्दीवरून नोंदी करीत असे. या नोंदी खरेदीखत, मयताचा वारस तपास किंवा कूळ कायद्याच्या असत. सदर फेरफार नोंदी सर्कलनं मंजूर केल्याशिवाय मला त्याचा अंमल ७/१२ ला देता येत नसे. फेरफारांचा निपटारा करण्यासाठी सर्कल महिन्यातून एकदा किंवा दोनदा येत असत. मी त्यांच्यापुढे फेरफार रजिस्टर, नोटीस फाईल ठेवायचो. त्या नोंदीवर निर्णय देण्याचा अधिकार त्यांचा होता. मी घातलेली नोंद मंजूर किंवा नामंजूर ते करीत. एखादा गरीब शेतकरी असेल, तर मी त्यांना विनंती करीत म्हणायचो, 'भाऊसाहेब, ही नोंद मंजूर करा. हा माणूस फार गरीब. त्याचं हे काम फार निकडीचं आहे.'

माझं बोलणं ऐकून त्यांना मी त्या शेतकऱ्याकडून पैसे घेतल्याचा संशय यायचा आणि नोंदीचे कागदपत्र व्यवस्थित असूनसुद्धा एखादं क्षुल्लक कारण नमूद

करून ते ती नोंद रद्द तरी करीत किंवा नामंजूर तरी करीत. नामंजूर झालेली नोंद पुन्हा करण्याचा मला अधिकार नव्हता. बाकीचे तलाठी लोकांकडून पैसे घेऊन सर्कलकडून नोंदी मंजूर करून घेत. मला ते कधी जमत नसे. त्यामुळे मी घातलेल्या नोंदी मोठ्या प्रमाणात रद्द होत असत. एकदा सावर्डेकर सर्कल मला म्हणालेसुद्धा, 'फेरफार नोंदी रद्द होणं, हे त्या तलाठ्याला मोठी नामुष्की आहे. तू तुझ्या कामात सुधारणा कर.' कामात सुधारणा करणं म्हणजे लोकांकडून नोंदीचे पैसे वसूल करून ते सर्कलना देणं. म्हणजे थोडक्यात दलाली किंवा भडवेगिरी करण्याचा प्रकार होता. मला ते कधीही जमायचं नाही.

सावर्डेकर दलित होते. त्यांना तलाठी दप्तरातील माहिती चांगली होती. परंतु त्यांचा स्वभाव धड नसल्यामुळे त्यांच्या सर्कलमधील तलाठ्यांच्या बरोबर त्यांचं कधी पटायचं नाही. त्यांच्याशी प्रत्येकजण कामापुरतं बोलत. ते कधी सजावर भेट देण्यासाठी आले, तर सावंत तलाठी त्यांना बसायला खुर्चीसुद्धा देत नसत. सर्कलमधील सर्व तलाठी त्यांच्याशी वाद घालीत. तेव्हा ते मनात खूप निराश होत. रात्री झोप येत नाही म्हणून ते दारू पीत.

*****

पावसकर तहसीलदार त्यांच्या हाताखाली काम करणाऱ्या तलाठी आणि मंडळ अधिकारी (सर्कल) यांच्याकडे कधी सहानुभूतीच्या नजरेनं पाहत नसत. ते एखाद्या वैऱ्याप्रमाणे त्यांच्याकडे पाहत. त्यामुळे त्यांच्या हाताखाली काम करणारे कर्मचारी अगदी भयभीत झाले होते. तालुक्यात तलाठी संघटना अस्तित्वात होती. परंतु ती संघटना तहसीलदारांच्या दावणीला बांधली होती. तहसीलदारांची मर्जी सांभाळण्यासाठी ते आपल्याच तलाठी बंधूंवर अन्याय करून तहसीलदारांच्या फायद्याचे निर्णय घेत. तहसीलदारांना तालुक्यातील तलाठी आणि मंडळ अधिकारी यांच्याबद्दल इत्थंभूत माहिती सांगण्यासाठी आता दोन-तीन वर्षं नोकरी झालेले मोरे आणि शेलार यांची भर पडली होती. त्यांनी सांगितलेल्या माहितीचा उपयोग तहसीलदार तलाठ्यांची भोसडमपट्टी करण्यासाठी उपयोग करीत. त्याचा मोबदला म्हणून तहसीलदार त्यांचा गोपनीय अहवाल चांगला लिहीत आणि त्यांना जादा वेतनवाढ मिळावी म्हणून जिल्हाधिकारी यांच्याकडे शिफारससुद्धा करीत.

मोरे आणि शेलार मूळचे या तालुक्यातील नव्हते. ते सडाफटिंग होते. त्यांनी या ठिकाणी दुसरा घरोबा केला होता. ते सर्वांना आता ठाऊक झालं होतं. तालुक्यात राहणारे तलाठी सायंकाळी चावडीत जमून कामाबद्दल आपसात चर्चा करीत. तहसील कार्यालयापासून चावडी फक्त पन्नास-साठ पावलांवर होती. तहसीलदारांची स्वारी

चावडीकडे खिडकीतून येताना दिसली की, मांजराला पाहून जशी उंदरांची पळापळ सुरू होते, त्याप्रमाणे तलाठ्यांची पळापळ सुरू व्हायची. काहीजण मोरीत जाऊन लपत, काही त्यांच्या बॅगा घेऊन धूम ठोकत.

तहसीलदार तलाठी किंवा मंडळ अधिकारी त्यांच्या समोर दिसला, की त्याच्यावर एखाद्या वैऱ्यागत तुटून पडत, असंस्कृत भाषेत त्यांचा चारचौघांत अपमान करीत, त्यामुळे एखादा हळव्या मनाचा त्यांचा धसका घेऊन चावडी किंवा तहसील कार्यालयाकडे मीटिंगशिवाय कधीही फिरकत नसे. मोडशिंग नावाचा तलाठी तहसील कार्यालयाला एक-दीड किलोमीटर्सचा वळसा मारून तो त्याच्या घरी जात असे. चावडीमध्ये कोण कोण आले आहेत, याची तहसीलदारांना मोरे आणि शेलार यांच्याकडून आधीच मिळालेली असायची. ते त्यांचे आता खास खबरे झाले होते. त्या दोघांचा त्यांना खूप उपयोग होत असे.

वरिष्ठामार्फत प्रत्येक शासकीय कर्मचाऱ्याचे वार्षिक गोपनीय अहवाल लिहिले जात. यामध्ये त्या कर्मचाऱ्याचा काम करण्याबद्दल असणारी कार्यक्षमता, त्याची वर्तणूक याचा उल्लेख नमूद केलेला असतो. गोपनीय अहवाल चांगला असेल, तर त्या कर्मचाऱ्याला त्याचा बढतीसाठी उपयोग होत असतो. अहवाल खराब असेल, तर बढतीसाठी त्याचा विचार केला जात नाही. कर्मचाऱ्यांचा गोपनीय अहवाल कसा लिहावा याबद्दल शासनाचे काटेकोर नियम नाहीत आणि वरिष्ठांना त्याबद्दल मार्गदर्शनसुद्धा दिलं जात नाही. त्यामुळे अधिकारीवर्ग आपल्या मर्जीतल्या कर्मचाऱ्यांचे वार्षिक गोपनीय अहवाल फक्त चांगले लिहितात आणि एखाद्या कर्मचाऱ्यांच्यावर वैयक्तिक कारणामुळे राग असेल, तर त्याचा गोपनीय अहवाल मुद्दाम वाईट लिहिले जात.

पावसकर तहसीलदारानं पहिल्याच वर्षी तलाठी, मंडळ अधिकारी, कारकून आणि अव्वल कारकून इत्यादी पस्तीस जणांचे गोपनीय अहवाल खराब लिहून एक नवा विक्रम प्रस्थापित केला होता. त्यात मीसुद्धा होतो. तलाठ्यांचे गोपनीय अहवाल प्रांताकडे पुढील कार्यवाहीसाठी पाठविल्यावर त्यांनासुद्धा त्याचं आश्चर्य वाटलं. प्रांत तहसीलदारांच्या मताशी बिलकूल सहमत झाले नाहीत. काम चांगलं करण्यासाठी त्यांच्याकडून आम्हाला फक्त सूचना मिळाल्या. माकडाच्या हातात कोलीत दिल्यावर जसं ते माकड सर्व घरांना आगी लावत सुटतो, त्यातलाच हा एक प्रकार होता. वरिष्ठ अधिकाऱ्यांकडे काम करताना सुसंस्कृतपणा, करुणा, काम करण्याची धमक; तसेच हाताखाली काम करणाऱ्या कर्मचाऱ्यांच्या अडचणी सोडविण्याबद्दलची तळमळ इत्यादी गुण अंगी असणं फार महत्त्वाचं आहे, असं मला वाटतं. सूडबुद्धीनं वागून जसं तो अधिकारी दुसऱ्याचं नुकसान करीत असतो, तसं तो स्वत:चंदेखील मोठं

नुकसान करून घेत असतो. कौरव पांडवांच्या बरोबर सूडबुद्धीनं वागत होते म्हणून ते लयाला गेले.

मोरे आणि शेलार त्यांच्या लग्नाच्या बायकोसोबतसुद्धा एवढे निष्ठेनं कधी वागत नसतील, तेवढे ते तहसीलदारांच्या बरोबर वागत होते. त्यातून त्यांचा स्वार्थ साधला जायचा आणि तहसीलदारांनासुद्धा त्याचा उपयोग व्हायचा. त्या दोघांच्या चुका तहसीलदार पोटात घालीत. त्यांच्या गावातून लोकांच्या तक्रारी आल्यावर तहसीलदार त्या दोघांच्या पाठीशी खंबीर उभे राहत. इतर तलाठ्यांच्या तक्रारी आल्या तर ते भर मीटिंगमध्ये त्यांच्यावर तोंडसुख घेत. त्याला नोटीस काढून त्याच्याकडून ताबडतोब खुलासा मागवित. हाताखाली काम करणाऱ्या कर्मचाऱ्यांसमोर जंगली वाघाप्रमाणे डरकाळी फोडणारे तहसीलदार राजकीय पुढाऱ्यांसमोर आणि त्यांच्या वरिष्ठ अधिकाऱ्यांसमोर अगदी गरीब मांजर बनत. त्यांच्यासमोर ते अक्षरश: निष्प्रभ ठरत.

मासिक मीटिंग होती म्हणून मी तहसील कार्यालयात गेलो होतो. दुपारचा एक वाजला होता तरी मीटिंगचा अजून पत्ता नव्हता. तलाठी आणि सर्कल व्हरांड्यात मीटिंगसाठी ताटकळत उभे होते. मीटिंगसाठी तहसीलदारांनी अजून आम्हाला बोलावणं केलं नव्हतं. मी माझ्या समोर उभा असलेल्या मोरे तलाठ्याला नाराजीनं म्हणालो,

"आता हे साहेब पोटोबा केल्याशिवाय आपली मीटिंग घेणार नाहीत. आपण इकडे उपाशी ताटकळत आहोत, याचं त्यांना काही देणं-घेणं नाही."

माझं बोलणं ऐकून मोरेला लगेच माझा राग आला. माझं बोलणं त्याला मुळीच आवडलं नव्हतं.

"आता तू असं म्हणालास म्हणून मी तुझं नाव रावसाहेबांना जाऊन सांगतो."

"जा सांग. मी नाही घाबरणार." मीसुद्धा त्याला ठणकावून म्हणालो.

"जाऊ? जाऊ?"

"जा जा." मी निक्षून म्हणालो.

मोरे चार पावलं पुढे गेला आणि पुन्हा लगेच मागे आला आणि मला तो हसत हसत म्हणाला,

"तू माझा मित्र. मी तुझं नाव रावसाहेबांना कसं सांगू?"

"मला काही फरक पडला नसता." मीसुद्धा त्याला हसत म्हणालो.

*****

नुकताच शिमग्याचा पारंपरिक सण हर्षोल्हासात पार पडला होता. माझ्या सजातील चारही गावांत कुठंही अनुचित प्रकार घडला नव्हता. त्यामुळे मी सुटकेचा

नि:श्वास टाकला होता. गावात खोतानं आधी त्याच्या शेतात भाजावळीचा धूर काढल्याशिवाय इतरांनी धूर काढायचा नाही, अशी जुनी खोती नष्ट झाली तरी परंपरा सुरू होती. खोतानं त्याच्या शेतात धूर काढल्यावर आता सगळीकडेच शेता-शेतात भाजावळीचा धूर निघत होता. त्या धुरानं आभाळ भरून गेलं होतं. डोंगरसुद्धा त्या धुरात बुडून गेले होते.

माझी जमीन महसुलाची वसुली अजून शिल्लक होती. जमाबंदी जवळ आली होती. त्या आधी मला माझी वसुली पूर्ण करायची होती. तहसीलदार अडचणी ऐकून घेत नसत. प्रांत, कलेक्टरसुद्धा त्यांचाच कित्ता गिरवीत. कोणताही वरिष्ठ अधिकारी कधीही तलाठ्यांच्या कामातील अडचणी सोडविण्यासाठी प्रयत्न करीत नसत. त्यांना फक्त त्यांच्याकडून काम हवं असायचं. एखादा कर्मचारी कामात मागे राहिला, तर ते लगेच कामात कुचराई केली म्हणून त्याच्यावर कायद्याचा बडगा उगारीत. एवढं हे काम ते मात्र अगदी प्रामाणिकपणे करीत असत.

मी माझ्या तलाठी कार्यालयात अजून कोण कोण खातेदार जमीन महसूल देण्याचे शिल्लक आहेत, याची माहिती एका कागदावर काढत होतो. मधल्या वाडीत राहणाऱ्या भागोजी पाटील यांच्याकडून अजून दस्त मिळाला नव्हता. त्यांची आर्थिक परिस्थिती चांगली होती. ते एसटीत ड्रायव्हर म्हणून नोकरी करीत. त्यांचा मुलगाही एसटीत कंडक्टर म्हणून नोकरी करायचा. शिवाय सून गावात पोस्ट चालवायची. मला त्याचं मोठं आश्चर्य वाटलं. माझ्यासमोर लाकडी बाकावर बंडू कोतवाल पाय हलवीत बसला होता. मी त्याला लगेच विचारलं,

"भागोजी पाटलाकडून तुम्ही अजून दस्ताचे पैसे का वसूल केले नाहीत?"

माझं बोलणं ऐकून बंडू कोतवाल मला गंभीर आवाजात म्हणाला,

"भाऊ, त्यांनी मला वसुलीसाठी माझ्या घरी यायचं नाही, म्हणून ताकीद दिलीय. आधीसुदीक आमी कंधी त्याच्याकं वसुलीसाठनं गेलेलो न्हाय. त्यांचा निरोप आला, तरच आपुन त्यांच्याकं वसुली आनायासाठनं जायाचं. त्ये बी आधी पावती फाडून न्यावी लागते बगा."

बंडूचं बोलणं ऐकून मला काही समजेना. हे काय गौडबंगाल आहे, असा मला माझ्या मनात प्रश्न पडला. मी त्याला लगेच 'का?' असं विचारलं.

"अवं भाऊ, त्यो गावचा खोत हाय. त्याचा या गावात मान मोठ्ठा. त्यो लई तापट सोभावाचा मानूस हाय बगा. त्याच्या नादाला आपुन न लागनं बरं. त्यो कंधी दस्त बुडवित न्हाय. सावंत तलाठी भाऊंच्या आधी आमच्या गावात डोईफोडे तलाठी होत्ये. डोईफोडे तलाठीभाऊ म्हंजी नुस्ती आग होती. तालुक्याचे मामलेदार सुदीक

त्यांच्या वाटेला कंधी जात नसत. वसुलीसाठनं येकाद्या शेतकऱ्याला आमी डोईफोडेभाऊंचा निरुप सांगितला, तर त्यो शेतकरी नुसता चळाचळा कापायचा. त्याच्या घरात पैसा नसला तरी त्यो कुणाकडनं तरी उसनं पैसं काडायचा नि लगीच तलाठी हाफिसात हजर व्हायचा.''

कायदा हा सर्वांना समान असतो. तो गावच्या खोताला एक आणि इतरांना वेगळा असं नसतो. खोती नष्ट झाली असली तरी हे खोत मंडळी गावात अजून त्याच रुबाबात वागत होती. पूर्वी गावात खोताकडून गरीब जनतेवर जुलूम, अत्याचार मोठ्या प्रमाणात झाले होते. गावातील लोकांकडून आणि कोतवालांकडून मला ते ऐकायला मिळत होते.

मी बसलेल्या खुर्चीतून तिरमिरीनं उठलो आणि कोतवालाला लगेच म्हणालो,

''चला, आपण त्या भागोजी पाटलाकडे वसुलीला जाऊ.''

माझं बोलणं ऐकून बंडू कोतवाल अवाक झाला. तो लगेच मला घाबरून म्हणाला,

''अवं आपुन त्याच्या घरी गेलू की, त्याला राग यील.''

''येऊ दे.'' मी त्याला लगेच फणकाऱ्याने म्हणालो.

''त्यो त्याच्या ड्युटीवर गेला असला म्हंजी.''

''त्याच्या घरी आपण निरोप ठेवू.''

माझ्या धाडसाचं बंडू कोतवालाला कमाल वाटली. नाईलाजानं तो बसल्या जागेवरून उठला. डोळ्यांवरचा जाड भिंगाचा चष्मा सरळ करून त्यानं त्याच्या पायात चपल्या घातल्या आणि कार्यालयाला कुलूप लावून तो माझ्यासोबत रस्त्यानं तुरुतुरु चालू लागला.

भागोजी पाटलांची रात्रपाळी असल्यानं ते घरीच होते. आम्हा दोघांना दरवाजात पाहून त्यांची तळपायाची आग पार मस्तकाला जाऊन भिडली. त्यांना तो त्यांचा अपमान वाटला आणि आम्हाला ते आमचं कर्तव्य वाटत होतं. डोळ्यांतून आगीच्या ठिणग्या सांडीतच ते कडाडले,

''का आलात माझ्या घरी?''

''तुमच्याकडे चालू वर्षाचा दस्त येणं आहे.'' मी.

''मी या गावचा खोत आहे. तुम्हाला मी काय आंडूपांडू वाटतो की काय? माझ्या घरी दस्त मागायला यायला तुमची हिंमत कशी झाली? तुमच्या कोतवालांना ते ठाऊक आहे. तुम्हाला त्यांनी सांगितलं नाही का?''

''तुम्ही गावचे खोत असा किंवा आणखी कुणीतरी असा. मला त्याच्याशी

काहीही देणं-घेणं नाही. मला फक्त तुमच्याकडून वसुली हवीय.''

''माझ्याकं आता पैसं नाहीत. मला मिळतील तवा मी दस्ताचे पैसे देईन.'' भागोजी पाटील गुर्मीत म्हणाले.

मी त्यांची गुर्मी उतरविण्यासाठी म्हणालो, ''स्वत:ला गावचे खोत समजता आणि तुमच्याकडे दस्ताचे पैसे द्यायला नाहीत?''

''कुणासमोर तुम्ही हे वर तोंड करून बोलताय? या गावच्या खोतासमोर?''

''खोती कायदा नष्ट झालाय. हे तुम्हाला ठावूक नाही?''

''चालायला लागा तुम्ही. मी आता एक दमडीसुदीक देणार न्हाय.''

''या दोन दिवसांत जर तुम्ही मला दस्ताचे पैसे दिले नाहीत, तर मी ते तुमच्या घराला नोटीस लावून सक्तीनं वसूल करेन, एवढं तुम्ही लक्षात ठेवा म्हणजे झालं.'' मी त्यांना घाबरवत म्हणालो.

''मला धमकी देताय?''

''ही माझी धमकी नाही. तुम्हाला मी आधी तशी सूचना देतोय.''

''मीसुदीक बघणार हाय, तुमी मला काय करनार हाव त्ये.'' भागोजी पाटलानं आता तंगडीत शेपूट घातलं होतं.

''येतो मी. तुमच्याशी अधिक बोलायला माझ्याकडे वेळ नाही.''

मी कोतवालाला सोबत घेऊन लगेच मागे वळलो. दुसऱ्या दिवशी भागोजी पाटलाचा एसटीत कंडक्टर असलेला मुलगा माझ्या ऑफीसमध्ये दस्ताचे पैसे घेऊन लगेच हजर झाला.

भागोजी वार्ध्यक्याकडे झुकला होता. त्याच्या मुलाचं लग्न होऊन घरात सून आली होती. पिकल्या पानाचा देठ हिरवा असतो याप्रमाणे वाडीत एका वासंती नावाच्या पस्तिशीच्या महिलेसोबत त्याचं प्रेमप्रकरण सुरू होतं. ते अख्ख्या गावात सर्वांना ठाऊक होतं. माझ्याही ते कानावर आलं होतं. ती महिला विधवा होती. तिच्या मयत नवऱ्याच्या नावे गावात खलाटीत उत्तम भातशेती होती.

एके दिवशी वासंती संकोच करीत माझ्या कार्यालयात आली. मी तिला बसायला सांगितल्यावर ती लाजतच माझ्यासमोरच्या बाकड्यावर बसली. मी तिला ''वहिनी, माझ्याकडे काय काम आहे?'' म्हणून शांतपणे विचारलं. आधी ती झटकन बोलेना. मग मनाचा हिय्या करून ती मला हळू आवाजात म्हणाली, ''भाऊ, माझं तुमच्याकं याक काम हाय.''

''हं बोला.''

''मला कुणाचा आधार न्हाय. तवा तुमी मला संजय गांधी पेन्सन बसवा.

तुमचं माझ्यावर लई उपकार व्हतील.''

''वहिनी, तुमच्या नावावर जमीन आहे का?''

''न्हाय. माझ्या मयत झालेल्या नवऱ्याच्या नावे जिमिन हाय.''

''त्या जमिनीतून तुम्हाला वर्षाला भाताचं किती उत्पन्न मिळतं?''

''तरी मला वर्साला याक खंडी तरी भात मिळतू बगा.''

''वहिनी, मी तुमचं संजय गांधी योजनेतील पेन्शन बसविण्यासाठी नक्की प्रयत्न केला असता. परंतु त्यात एक अडचण आहे.''

''कंची?'' वासंती मनात निराश झाली होती.

''वहिनी, तुमच्याकडे भातपिकाचं उत्पन्नाचं साधन असल्यामुळे तुम्हाला पेन्शन मंजूर होणार नाही. तुमच्याकडे कोणतंही उत्पन्नाचं साधन नसतं, तर तुम्हाला संजय गांधी योजनेतील पेन्शन नक्की मंजूर झाली असती.''

''तुमी माझ्या भावापरमानं हाव म्हून मी तुमच्याकं मोठ्या आशेनं आली व्हते.''

''वहिनी, मला माफ करा. मी तुमच्यासाठी काहीही करू शकत नाही.''

''मंग मी जाऊ?'' बसलेल्या जागेवरून उठत वासंती म्हणाली.

''तुम्ही मनाला वाईट वाटून घेऊ नका.''

''न्हाय.''

वासंती आली तशी मनात निराश होऊन लगेच निघून गेली. दोन दिवसांनी भागोजी पाटील मला भेटण्यासाठी माझ्या कार्यालयात आले. आता त्यांचा त्या दिवसाचा ताठा सर्व गळून पडला होता. त्यांच्या सुरकुत्या पडलेल्या चेहऱ्यावर मला अपराधीपणाच्या भावना स्पष्टपणे दिसत होत्या. माझ्या मनात त्यांच्याबद्दल असलेला राग विसरून मी त्यांना 'बसा' असं म्हणालो. मी सांगितल्यावर भागोजी पाटील त्यांच्या कपाळावरील घाम रुमालानं पुसत माझ्यासमोर बाकड्यावर बसले.

दीर्घ नि:श्वास टाकून मला ते हळू आवाजात म्हणाले, ''कालच मी तुमची भेट घेणार होतो. परंतु काल माझी दिवसपाळी असल्यानं मला ते जमलं नाही.''

''माझ्याकडे तुमचं काय काम आहे का?'' मी अगदी मृदू आवाजात त्यांना विचारलं.

''व्हय.'' ते अडखळत म्हणाले.

''बोला.'' मी.

''भाऊ, तुमच्याकडे वासंती आली होती का?''

''होय.''

''तिचं काम होईल का?''

"नाही."

"का?"

"तिच्याकडे एक खंडीची भातशेती आहे. म्हणून ते काम होत नाही."

"तिचं काम तुम्ही केलं असतं, तर मी तिला तुम्हाला च्या-पानी करायला सांगितलं असतं." भागोजी पाटील मला लालूच दाखवित म्हणाले.

"मला 'चहा-पाणी' नकोय. मी पुढे अडचणीत येईन."

"मी हाय येवडा तुमच्या पाठीशी."

"मला ते शक्य होणार नाही. माझ्या नोकरीचा प्रश्न आहे."

"तुमची मर्जी."

भागोजी पाटील आले तसे झटकन निघूनसुद्धा गेले. वासंतीच्या कामासाठी आपण तलाठी कार्यालयात आलो होतो, असं कुणाला कळता कामा नये, याची त्यांना धास्ती वाटत होती.

*****

गावात गुजर समाजाची एकूण पाच घरं होती आणि ब्राह्मण समाजाचं एक घर होतं. कूळ कायद्यात जाऊनदेखील अजून त्यांच्याकडे बरीच जमीन शिल्लक होती. परंतु पहिल्याप्रमाणे आता त्यांना संपूर्ण गावावर अंकुश ठेवणं जमत नव्हतं. हळूहळू खेडी जागी होत होती. लोक संघटित होऊन अन्यायाचा मुकाबला करीत होते. त्यामुळे गावातील उच्च समाज नमतं घेऊन जगत होता. गावातील लोकांचा रोष नको म्हणून गुजर समाज कधी एकमेकांच्या मदतीला जात नसे.

एके दिवशी महाडीकबुवा शेताच्या बांधावरील कुऱ्हाडीनं सागाचं झाड तोडत होते. त्याला हटकण्यासाठी परसूभाई धावत त्या ठिकाणी आले. ते त्या बुवांना रागानं म्हणाले,

"बुवा, हे झाड माझं आहे. या जमिनीचा ७/१२ सुद्धा माझ्या नावानं आहे."

"मी माझ्या बापसापास्नं ही जमीन करतोय. तवा मी हे झाड तोडणार." बुवा त्यांना त्वेषानं म्हणाले.

"मी हे झाड तुम्हाला तोडू देणार नाही."

वयस्कर परसूभाई त्याच्यासमोर जाऊन उभे राहिले.

बुवानं हातातील कुऱ्हाड बाजूला ठेवून परसुभाईंना घाणेरड्या शिव्या देत ढकलाबुकल केली. त्या दोघांची भांडणं सुरू झाल्यावर अख्खी वाडी त्या ठिकाणी जमली होती. परंतु कुणीही परसुभाईंच्या मदतीला गेले नाहीत. भांडणाचा आवाज ऐकून परसुभाईंची बायको त्या ठिकाणी धावत आली आणि तिनं तिच्या नवऱ्याला

हाताला धरून घरी नेलं. ज्या गावात फुलं वेचली त्या गावात आता खोतांना गवऱ्या वेचण्याची वेळ आली होती. हा काळाचा महिमा होता. काळगतीचा फेरा म्हणायलादेखील हरकत नाही.

बापू दामले मोठा वल्ली माणूस होता. तो खेड आगारात कंडक्टर म्हणून नोकरी करीत होता. कष्ट करायला तो अजिबात घाबरायचा नाही. त्याची मुंबईला फेरी असेल, तेव्हा तो गावावरून तांदळाच्या गोणी भरून एसटीतून न्यायचा आणि मुंबईत तो ते चाकरमान्यांना विकायचा. पावसाळ्यात छत्री कधी तो वापरायचा नाही. डोक्यावर पावसात रिकामं बारदान तो घ्यायचा. त्याला कधी सर्दी-पडसंसुद्धा होत नसे. ड्यूटी नसेल तेव्हा तो भात लावणीच्या वेळी पावसात भिजतच हातात नांगर धरायचा. त्याची भरपूर शेती होती.

एके दिवशी बापूनं पाण्याची वाट बंद केली म्हणून भागोजी पाटलानं आणि त्यांच्या घरातील माणसांनी त्याच्याशी कडाक्याचं भांडण करून त्याला मारहाणसुद्धा केली. गावानं मध्यस्थी केल्यामुळे बापूनं त्यांना त्याच्या जागेतून मधली वाडीतील लोकांना पाण्याला जाण्यासाठी वाट दिली.

बापूची आणि माझी चांगली ओळख झाली होती. तालुक्याला जाताना किंवा येताना एसटीत बापूची आणि माझी भेट व्हायची. एके दिवशी बापूकडे सुट्टे पैसे नसल्यामुळे माझ्या तिकिटातील आठ आणे त्याच्याकडे राहिले होते. नंतर मी ते विसरूनसुद्धा गेलो होतो. संध्याकाळी बापू ड्यूटी संपवून आल्यावर तो त्याच्या घरी जायच्या आधी माझ्या घरी आला आणि 'भाऊ, हे तुमचे राहिलेले आठ आणे' असं म्हणत त्यानं माझ्या हातावर पैसे ठेवले. मी बोलायला, तोंड उघडायच्या आधीच तो मागे वळून न पाहता चालायला लागला. त्याच्या अंगी प्रामाणिकपणा होता. त्याला मात्र तोड नव्हती. बापूला कामाचा कंटाळा नसला, तरी त्याची बायको मात्र खूप आळशी होती. दोघंही नवरा-बायको मनानं निर्मळ असली, तरी त्यांचं राहणीमान ब्राह्मण असूनदेखील गलिच्छ होतं. एकदा मी बापूंच्या घरी सरकारी कामानिमित्तानं गेलो होतो. त्यावेळी बापूनं मला काचेच्या पेल्यात कोकम सरबत बनवून प्यायला दिलं. ते कोकम सरबत पिऊ की नको असं मला क्षणभर वाटू लागलं. त्या नवरा-बायकोच्या मनाला वाईट वाटेल म्हणून मी ते कोकम सरबत लगेच पिऊन टाकलं.

एकदा तालुक्याला मीटिंगला जात असताना बापूची आणि माझी सकाळीच बस थांब्यावर भेट झाली. बापू त्यांच्या कामगिरीवर निघाले होते. त्यांच्या अंगावर खाकी वर्दी होती आणि छातीवर एसटीचा पितळी बिल्ला होता. मला समोर पाहून बापू गालात हसले. मीसुद्धा गालात हसत त्यांना विचारलं,

“बापू ड्यूटीवर निघालात?”

“होय.”

‘अजून किती वर्षं उरलेत तुमच्या निवृत्तीला?”

बापू रस्त्याच्या कडेला रोवलेल्या दगडावर बसले होते. तसे ते एसटीची वाट पाहत त्या दगडावर नेहमी बसायचे. माझा प्रश्न ऐकून ते जरा दगडावर सावरून बसले आणि घसा खाकरून मला म्हणाले,

“भाऊ, माझ्या निवृत्तीला अजून फक्त अडीच वर्षं बाकी आहेत.”

“तुमच्याकडे पाहून कुणाला ते खरंसुद्धा वाटणार नाही.”

“भाऊ, माणसानं घाम गळेपर्यंत मेहनत केली पाहिजे आणि शरीराचे अजिबात कसले लाड केले नाही पाहिजे. मी कधी पायात चप्पल वापरत नाही, पावसाळ्यात छत्री वापरत नाही. कितीही पाऊस पडत असो, त्या भर पावसात मी अजून नांगर धरतो. तांदळाच्या गोणी एसटीवर या वयातसुद्धा एकटा चढवतो आणि एकटा ते खाली उतरवतो. कशाला हमालाला पैसे द्यायला हवेत? मला कसलं व्यसन नाही. ताक-भात भरपूर खातो नि घाम येईपर्यंत भरपूर मेहनतसुद्धा करतो. अजूनपर्यंत मी कधी आजारी पडलो नाही. साहेब माझी ज्या गाडीवर ड्यूटी लावेल त्या गाडीवर मी मुकाट्यानं हातात तिकिटाचा ट्रे घेऊन जातो. बाकीच्या कंडक्टरांप्रमाणे मी कधी ड्यूटीवरून साहेबांशी वाद घालीत बसत नाही.”

“बापू, मी खरोखर तुम्हाला मानलं. या गावानं तुमचा आदर्श घ्यायला पाहिजे. त्यामुळे या गावचा नक्की विकास होईल.” मी मनात खूश होऊन म्हणालो.

माझं बोलणं ऐकून बापूंचा चेहरा थोडा गंभीर झाला. त्यांच्या सुरकुत्या पडलेल्या गोऱ्यापान चेहऱ्यावरील भावसुद्धा बदललेले होते. दीर्घ नि:श्वास सोडून ते मला उदासपणे म्हणाले,

“भाऊ, आमचा गाव कधीही सुधारणार नाही बघा. आठवी-नववी झाली, की पोरं शाळा सोडून गावात उंडगत फिरतात. अजून ज्यांचे ओठ पिळलं तर दूध निघेल, अशी पोरं दारू पिऊन आईशी-बापसांना दांडकतात. पोरींची छेड काढतात. मग कशी होईल आमच्या गावाची सुधारणा? ‘माझा बावा ऽऽ माझा बावा’ करीत पोरांना त्यांच्या आईसी-बापसांनी त्यांना अगदी डोक्यावर चढवून ठेवलंय. रात्र झाली की पोरगा दारू पितो आणि त्याचा बापूससुद्धा दारू पितो. मग रात्रभर घरात पोरग्याचा आणि त्याच्या बापसाचा तमाशा. कार्ट्यांना कष्ट करायला नको, घाम गाळायला नको आणि शाळासुद्धा शिकायला नको. अशा नालायक पोरांचा काय उपयोग? त्यांना फक्त कष्ट न करता आयतं खायाला पाहिजे.”

"बापू, तुम्ही बोलता त्यातलं अक्षरन्‌अक्षर खरं आहे. मी या ठिकाणी आल्यापासून हे सगळं डोळ्यांनी पाहातोय."

"कूळ कायदा लागू होण्याच्या आधी तुम्ही खोताच्या नावे शिमगा करीत होतात. आता शासनानं जमिनी तुमच्या नावे केल्यात. तरीसुद्धा तुमची गरिबी का हटत नाही, तुमचा विकास का होत नाही, कुणाकडे कष्ट करायची वृत्तीच राहिली नाही. अरे, शेतात घाम गाळा आणि सोनं पिकवा. कशाला तुम्हाला मुंबईला जाऊन नोकऱ्या शोधायला हवेत?" बापू तावातावानं बोलत होते.

"बापू, माणसानं कष्ट करायला पाहिजे. कष्टाशिवाय काहीही मिळत नाही." मी.

"भाऊ, माझा धाकटा भाऊ पांडू. तो तुमच्या खात्यात सिंधुदुर्ग जिल्ह्यात कसाल या गावात तलाठी म्हणून नोकरी करीत होता. त्याला मी कटकटीची नोकरी सोडायला लावली आणि मी त्याला पुण्यात चिंचवड गावात किराणा मालाचं दुकान काढून दिलं. आज त्याचं दुकान चांगलं चाललंय. नोकरीपेक्षा तो दुप्पट-तिप्पट त्या धंद्यात पैसा मिळवत्योय. मीसुद्धा बाहेर कुठेतरी धंदा करण्यासाठी गेलो असतो. परंतु या गावात माझी वडिलोपार्जित जमीन आहे ती टाकून मला जाता येत नाही. माझी बायको म्हणजे मोठी खोतीण. ती कामाला खूप आळशी आहे. उन्हं घरात शिरल्याशिवाय ती कधी उठायची नाही. सकाळी लवकर ड्यूटी असेल, तर मीच लवकर उठतो. थंड पाण्यानं अंघोळ करून बाहेर पडतो. ती कधी म्हणायची नाही 'थांबा, मी तुम्हाला कांदा-पोहे करून देते' म्हणून. माझ्या बायकोला चांगलं ठाऊक आहे, की मी हॉटेलमध्ये कधी खात नाही म्हणून. दिवसभर फक्त खाऊन झोपा काढायच्या. मग बाहेर दांडीवरचे वाळत घातलेले कपडे कुणी चोरून नेले तरी तिला त्याचा पत्ता लागत नाही." बापू स्वत:च्या बायकोची माझ्यासमोर खरडपट्टी काढीत म्हणाले.

इतक्यात खेडला जाणारी शिरगाव गाडी आली. बापू बसलेल्या दगडावरून झटकन उठून उभे राहिले. बापूंना पाहून ड्रायव्हरनं एसटी लगेच थांबवली. मी आणि बापू एसटीत सोबतच चढलो. गाडी लगेच खेडच्या दिशेनं धावू लागली.

*****

हळूहळू माझा जम चांगला बसत होता. माझ्या सजातील चारी गावांतील लोकांबरोबर आता माझी छान ओळख झाली होती. माझं काम लोकांना आवडत असल्यामुळे ते मला माझ्या कामात सहकार्य करीत होते. ऐनवरे, सवेणी आणि माणी या गावातील पोलीस पाटील आणि सरपंच चांगले होते. ते मला माझ्या वसुलीच्या कामात आणि अन्य शासकीय कामात आपणहून मदत करीत होते.

माणी गावाचे सरपंच जातीनं धनगर होते. त्यांना लिहायला-वाचायला बिलकूल

जमत नसे. ग्रामसेवक सांगतील त्या ठिकाणी ते अंगठा लावत होते. त्यांचे त्यांच्या समाजातील एका बाईसोबत अनैतिक संबंध होते. समाजाची भीती न बाळगता उतारवयातसुद्धा ते दोघं सर्वत्र फिरत होते. त्यांची प्रेमकहाणी आता सगळ्यांना ठाऊक झाली होती. त्यामुळे त्याचं आता कुणाला आश्चर्य वाटत नव्हतं.

हेदली गावाचे पोलीस पाटील कामचुकार होते. एकदा प्रांतसाहेब तपासणीवर येणार म्हणून सावंत तलाठ्यानं त्यांचं जेवण बनवलं होतं. त्यावेळी चुलीत घालायची लाकडं पोलीस पाटलांनी त्यांना न सांगता घरी चोरून नेली म्हणून सावंतला त्या पोलीस पाटलाचा खूप राग आला होता. प्रांतसाहेब त्यांची कामगिरी आटोपून गेल्यानंतर सावंत तलाठ्यानं त्यांची लगेच बिनपाण्याची हजामत केली. त्या दिवसापासून पोलीस पाटील थोडे वठणीवर आले होते. पोलीस पाटलाला नातवंडं झाली होती. तरी त्यानं गेल्या वर्षी धाक दाखवून एका गरीब, असाहाय्य महिलेवर बळजोरी करून तिला मातृत्व बहाल केलं होतं. समाजात छीऽथूऽ होऊ नये म्हणून त्या महिलेला बाळंतपणासाठी लांजा येथील महिला अनाथाश्रमात ठेवण्यात आलं होतं. त्या दिवसापासून पोलीस पाटलाची अब्रू पार धुळीला मिळाली होती. समाजात त्यांना वर तोंड करून बोलता येत नव्हतं. मला त्या पोलीस पाटलाचा मनस्वी राग यायचा. मी त्याला कधीही माझ्या ऑफीसमध्ये बोलावत नसे.

सावंत तलाठ्याचे बदलीसाठी प्रयत्न सुरू आहेत, असं माझ्या कानावर येत होतं आणि त्याला माझ्या सजावर बदली हवी होती. त्यासाठी त्याचे जोरात प्रयत्न सुरू होते. त्याची बायको फिरती करायची. त्यावेळी ती लोकांना धडधडीत सांगायची की, 'नलावडे या गावात टेंपररी तलाठी म्हणून आले आहेत. माझे मिस्टर बदली होऊन पुन्हा याच गावात तलाठी म्हणून येणार आहेत.' माझ्या कानावर ते येत असलं तरी मी तिकडे दुर्लक्ष करून माझ्या कामात लक्ष देत असे. एवढ्या लवकर सावंत तलाठ्याची या गावात बदली होणार नाही, याची मला पूर्ण खात्री होती.

पावसाळा तोंडावर आला होता. माझ्या आईनं चूल पेटविण्यासाठी पावसाळ्यात लागणारा लाकूडफाटा भरून ठेवला होता. माझी मुलं लहान होती. मधल्या वाडीत चव्हाण यांच्या घरी मी भाड्यानं खोली घेऊन राहत होतो. वाडीत आईच्या आणि बायकोच्या आता चांगल्या ओळखीसुद्धा झाल्या होत्या. माझी छोटी मुलं वाडीतील मुलांच्याबरोबर खेळत होती. ती त्या मुलांच्या बरोबर आता चांगली रमलीसुद्धा होती.

एके दिवशी माझ्या ध्यानीमनी नसताना चिपळूण प्रांताच्या सहीचा बदलीचा आदेश माझ्या हातात पडला. तो आदेश बघून माझ्या भ्रमाचा भोपळा टचकन फुटला. मी माझ्या मनात खूप अस्वस्थ झालो. मला अंधारात ठेवून सावंत तलाठ्यानं

प्रांताला वशिला लावून त्याची बदली माझ्या सजावर करून घेतली आणि माझी बदली तो काम करीत असलेल्या कुळवंडी सजावर झाली होती. कुळवंडी सजा इथून पाच किलोमीटर्स अंतरावर होता. माझा अजिबात विचार न केल्यामुळे मला सावंत तलाठ्याचा खूप राग आला होता. माझी या सजावर चांगली घडी बसत असतानाच ती आता विस्कटण्यासाठी वेळ आली होती. त्यामुळे मी बदलीचा आदेश वाचून मनात निराश झालो होतो.

माझी बदली झाली याची वार्ता माझ्या सजामधील चारही गावांत वाऱ्यासारखी पसरली. बदलीची बातमी ऐकून लोकांना वाईट वाटलं. हेदली गावचे माजी सरपंच कोंडिबा कडू गावातील लोकांना सोबत घेऊन माझी झालेली बदली रद्द करण्यासाठी चिपळूणच्या प्रांतांना भेटायला गेले. प्रांतसाहेब नेमकं त्या दिवशी फिरतीला गेले होते. शिरस्तेदार मयेकर भाऊसाहेबांनी लोकांना थातूरमातूर कारण सांगून त्यांची त्यांनी बोळवण केली. गेलेले लोक हात हलवीत परत आले.

माझी आई मला काळजीनं म्हणाली,

"राम, पौसाळा त्वांडावर आलाय. बिऱ्हाड बदललं की, पोरा-बाळांचे लई हाल व्हतील. पौसाळ्यासाठनं मी हिथं लाकूडफाटा गोळा केलाय. त्याचं काय करायचं मंग?"

आईची समजूत घालीत मी तिला म्हणालो,

"आई, बदली रद्द होण्यासाठी माझे प्रयत्न चालू आहेत. काही ना काही मार्ग नक्की निघेल. तू त्याची काळजी करू नकोस."

चिपळूणच्या प्रांताकडे मी माझी झालेली बदली रद्द होण्यासाठी विनंती अर्ज लगेच सादर केला. त्यात पावसाळा जवळ आला असल्याचंदेखील कारण लिहिलं. माझ्या विनंती अर्जाचा त्यांना सहानुभूतीनं विचार व्हावा, असं मी त्यात नमूद केलं होतं. सावंत तलाठ्याचा मोठा वशिला असल्यानं माझा अर्जाचा विचार होईल, याची मला खात्री वाटत नव्हती. सावंत तलाठ्याची पत्नी या गावात नर्स म्हणून नोकरी करीत असल्यामुळे शासनाचा पती आणि पत्नीला एकत्र ठेवण्याचा आदेश झाला होता. त्यामुळे माझ्या मनात आशा-निराशेचा खेळ सुरू झाला होता. बदली रद्द होण्यासाठी मी विनंती अर्ज केल्यानंतर काही दिवसांनी पुन्हा मला प्रांतांचं पत्र मिळालं होतं. त्या पत्रानुसार माझ्या बदलीला पावसाळा संपेपर्यंत स्थगिती दिली होती. आजचं मरण उद्यावर गेलं होतं. बदलीची टांगती तलवार माझ्या मानेवर मात्र कायम तशीच होती.

◆◆◆

चार

सप्टेंबर १९८४ मध्ये मी कुळवंडी या सजावर हजर झालो. कुळवंडी या सजामध्ये एकूण तीन गावं होती. कुळवंडी, जांभुळगाव आणि तिसंगी अशी ती तीन गावं होती. तीन गावांत एकूण तीन कोतवाल होते. दत्तू गांधी, नारायण निकम आणि भिकाजी निकम अशी त्या कोतवालांची नावं होती. भिकाजी फक्त जांभुळगावात राहायचा. बाकीचे कोतवाल कुळवंडी गावात वेगवेगळ्या वाडीत राहात. कुळवंडी सजामध्ये माझे तिन्ही कोतवाल शेतकरी होते आणि त्यांनी वयाची पन्नाशी पार केली होती. गांधी कोतवाल शेतकरी असला तरी तो शेती करीत नसे. त्याच्या घरात किराणा मालाचं छोटं दुकान होतं. अख्ख्या कुळवंडी गावात गुजर समाजाचं त्याचं एकच घर होतं. तिन्ही कोतवालांना दारू पिण्याची सवय होती. गांधी कोतवाल चोवीस तास नशेत असला तरी त्याला जमिनीच्या ७/१२ ची खडान्खडा माहिती होती. त्याच्याशिवाय शेतकऱ्यांचं पानसुद्धा हलायचं नाही. भिकू फक्त सांगकाम्या होता. त्याला जमिनीच्या ७/१२ ची तितकीशी माहिती नव्हती. तिन्ही कोतवालांमध्ये नारायण प्रामाणिक आणि सज्जन होता. त्याला फक्त ऑफीसला उशिरा येण्याची सवय होती. गुरं-ढोरं तसंच शेतीची कामं उरकून तो यायचा. भिकू प्रामाणिक असला तरी त्याला कामाला दांड्या मारण्याची सवय होती. त्याचीसुद्धा शेती होती, गुरं-ढोरं होती. त्याची मुलं लहान असल्यामुळे सगळं काही त्यालाच करावं लागत होतं.

माझं तलाठी कार्यालय वडाची वाडी इथं दत्तू सोनार यांच्या घरी एका खोलीत होतं. दत्तूला दारूचं भरपूर व्यसन होतं. तो मुंबईला सोनं-चांदीच्या दागिन्याच्या दुकानात नोकरी करायचा. मिळालेला पगार त्याचा दारूत खर्च व्हायचा. घरी आल्यावर तो लवकर मुंबईला त्याच्या कामावर जात नसे. तो उत्तम कारागीर असल्यामुळे मालकाला त्याला कामावरून काढतादेखील येत नव्हतं. त्याची बायको गावी कसंबसं घर चालवीत होती. तिच्या पदरात तीन मुलं होती. तिची तिन्ही मुलं

मराठी शाळेत शिकत होती.कुळवंडी गावाला वळसा घालून डूबी नदी जगबुडी खाडीला भेटायला जात होती. तिच्या काठाला अनेक कुटुंबं शतकानुशतकं नांदत होती. वेगवेगळ्या जाती-धर्मांचे लोक तिच्या जिवावर जगत होती. कुळवंडी सजामध्ये उंच डोंगर किंवा दाट जंगलं नव्हती. गावांच्या आजूबाजूला छोटे डोंगर, टेकड्या होत्या, तुरळक जंगलं होती. कधीतरी त्या जंगलात शिकारीसाठी गेलेल्या लोकांच्या आरोळ्या कानावर पडायच्या. माझी कुळवंडी सजाला बदली झाली असली तरी मी बिऱ्हाड बदललेलं नव्हतं. माझं बिऱ्हाड हेदली गावातच होतं. एसटीनं मी जाऊनयेऊन करीत होतो. सोसायटीचं कर्ज घेऊन मी वेरळ गावात घर बांधण्यासाठी जमीन खरेदी केली होती. वेरळ गाव तालुक्याच्या अगदी लगत होतं. तसेच हेदली गावाची सीमा आणि वेरळ या गावाची सीमा एकमेकांला अगदी लागून होत्या. मला घरबांधणीच्या वेळी ते फार सोयीचं होणार होतं. त्यामुळे मी बिऱ्हाड बदलण्याचा विचार करीत नव्हतो. माझ्या आईला आणि बायकोलासुद्धा त्याचं समाधान वाटलं. शिवाय घरमालकालासुद्धा आम्ही आमचं बिऱ्हाड घेऊन कुळवंडी इथं राहायला जावं, असं वाटत नव्हतं. या सर्व बाबींचा विचार करूनच मी माझं बिऱ्हाड न बदलण्याचा निर्णय घेतला होता.

मी कुळवंडी सजाला हजर झाल्यावर जमाबंदी ऑडिट लागलं. या जमाबंदी ऑडिटमध्ये तलाठ्यानं वर्षभर केलेल्या वसुलीची तपासणी केली जायची. कलेक्टर किंवा प्रांत कार्यालयातील कारकून आणि अधिकारी त्या तपासणी पथकात असत. प्रांतानं सलग दोन वर्षं जमाबंदी ऑडिट केल्यावर तिसऱ्या वर्षी कलेक्टर कार्यालयातील कर्मचारी व अधिकारी जमाबंदी ऑडिटसाठी येत. त्यावेळी त्या ऑडिट-पथकाचा थाट आमदार किंवा खासदाराप्रमाणे असे. त्यांची सरबराई करण्यासाठी तालुका तलाठी, संघटनेचा अध्यक्ष, तलाठी व मंडळ अधिकारी यांच्याकडून अव्वाच्या सव्वा वर्गणीच्या नावानं पैसे उकळायचा. एरवी साध्या एसटीच्या गाडीनं गर्दीत धक्के खात प्रवास करणारे ऑडिटर जमाबंदी ऑडिटच्या वेळी मात्र तलाठी संघटनेच्या अध्यक्षाला त्यांना आणायला खास वातानुकूलित गाडी पाठवायला सांगत. ऑडिट म्हणजे अवघड जागेवरचं दुखणं असल्यामुळे तलाठ्यांना त्यांचा रोष पत्करूनसुद्धा जमत नव्हतं. ऑडिटच्या वेळी तलाठ्यांना त्या ऑडिटरना खूप सांभाळावं लागायचं. त्या ऑडिटची लग्नाची बायकोसुद्धा एवढी काळजी घेणार नाही, तेवढी काळजी तलाठ्यांना त्यांची घ्यावी लागत होती. ऑडिटच्या वेळी दप्तरात पाचर कशी मारून ठेवायची असते, हे त्या आलेल्या ऑडिटरना माहीत असायचं. त्यांनी तपासणीत भरमसाठ त्रुटी काढल्या, तर त्याची पूर्तता करता करता तलाठी अगदी घायकुतीला

येत असे. जमाबंदी तपासणीत फार त्रुटी निघू नये म्हणून तलाठी त्या ऑडिटरच्या समोर गोंडा घोळीत. एखादा शर्ट किंवा पँटीचं कापड त्यांना भेट म्हणून आणून देत, तर एखादा त्यांना नवीन घड्याळ विकत देत, एखादा हळूच त्यांच्या हातात पैशाचं पाकीट देत असे.

जो तलाठी आलेल्या ऑडिटरना खूश ठेवत नसे, त्याची तपासणी मात्र अगदी कडक व्हायची. एखादा हळव्या मनाचा तलाठी रडकुंडीलासुद्धा यायचा. तालुक्यातील सर्व तलाठ्यांना जमाबंदी ऑडिटसाठी त्याचं दप्तर तालुक्याला घेऊन जावं लागतं. ऑडिटच्या पथकात पाच किंवा सहाजणांचा समावेश असे. खुर्च्या-टेबलं मांडून चावडीत जमाबंदी ऑडिटच्या कामाला सुरुवात व्हायची. ऑडिटसाठी आलेल्या तलाठ्यांच्या पोटात भीती असायची. आपल्या मागे कोणतंही शुक्लकाष्ठ न लागता आपलं ऑडिट निर्विघ्न पार पडावं, असं तालुक्यातील प्रत्येक तलाठ्याला अगदी मनापासून वाटायचं.

यंदा कलेक्टर ऑफीस तालुक्याचं जमाबंदी ऑडिट करणार होतं. मी माझ्या तिन्ही गावांचं दप्तर एक ते एकवीस नमुने क्रमानं लावून घेतले. तिन्ही गावांचं कॅशबुक, चलनफाईल आणि पावती पुस्तकं एकत्र एका रुमालात बांधलं. तिन्ही गावांची एकूण चार बोचकी झाली होती. कागदपत्रांची बोचकी बांधण्यासाठी मला गांधी कोतवाल मदत करीत होता. त्याचं वय झालं असलं तरी तो अजून धष्टपुष्ट होता. मी गांधीला खेडला एसटीतून दप्तर आणण्यासाठी पैसे देत म्हणालो,

"तुम्ही उद्या सकाळच्या गाडीनं हे दप्तर घेऊन खेडच्या चावडीत या. मी चावडीत आहे."

"मी आणतो दप्तर चावडीत."

"तुम्हाला एकट्याला एवढं दप्तर आणायला जमेल का? नाहीतर नारायण कोतवालाला तुमच्या सोबतीला घ्या."

"कश्याला त्याला. मी काय आजच दप्तर ऑडिटला नेत न्हाय. आणीन मी एकटा."

"मला भेटल्याशिवाय तुम्ही परत जायचं नाही."

"एका दिवसात आपलं दप्तर तपासून व्हईल?"

"चावडीत संपूर्ण तालुक्याचं दप्तर तपासणीला येणार आहे. त्यामुळे एका दिवसात तपासणीचं काम आटोपणार नाही. मी उद्या त्याचं तुम्हाला चावडीत सांगतो."

"बरं." गांधी बांधलेली कागदपत्रांची बोचकी उचलून बाकावर ठेवत म्हणाला.

दुसऱ्या दिवशी मी दहाच्या आत तालुक्याला चावडीत पोहोचलो. माझ्या

आधीच गांधी कोतवाल दप्तर घेऊन पोहोचला होता. चावडीत तलाठी आणि कोतवाल आपापल्या सजाचे दप्तर घेऊन येत असल्यामुळे गर्दी होत होती. तपासणीला अजून सुरुवात झाली नव्हती. त्यामुळे तलाठी ठिकठिकाणी घोळक्यानं उभं राहून आपसात चर्चा करीत होते. चावडीत अनेक गावांची दप्तरं आली असल्यामुळे आज आपला नंबर लागेल, असं मला वाटत नव्हतं. काही ऑडिटर लवकर तपासणी करून मोकळं होत, काही ऑडिटर एकेक सजाची तपासणी करण्यासाठी दिवस काढीत. बारीकसारीक गोष्टीत कीस काढीत. गांधी कोतवाल म्हणाला,

"मग मी जाऊ? उगाच मी या ठिकाणी कशाला बसून ऱ्हावू."

"भाई, ऑडिट झालं की मी तुम्हाला कुणाकडूनतरी निरोप देईन. तेव्हा तुम्ही दप्तर न्यायला या."

"भाऊ, मी आता दप्तर आणलंय. नारायणला मी दप्तर घेऊन यायला पाठवीन."

"चालेल." मी त्याला माझी संमती दिली.

गांधी बसस्थानकाच्या दिशेनं जायच्या आधी मी त्याला गाडीखर्चासाठी आणि चहा-नाश्ता करण्यासाठी पैसे दिले. पैसे पाहून गांधीचा चेहरा आनंदानं उजळला. मी दिलेले पैसे खिशात टाकून तो बसस्थानकाच्या दिशेनं झपझप पावलं टाकीत त्याच्या तंद्रीत जाऊ लागला. तो दिसेनासा होईपावोत मी त्याच्या पाठमोऱ्या आकृतीकडे पाहत होतो.

माझ्याजवळ सागवेकर तलाठी उभा होता. त्यानंसुद्धा जमाबंदी तपासणीसाठी त्याचं दप्तर आणलं होतं. मी त्याच्याकडे चौकशी करीत त्याला म्हणालो,

"ऑडिटर रत्नागिरीवरून आलेत का?"

"नाहीत अजून."

"कधी येणार आहेत ते?"

"ऑडिटरना आणण्यासाठी सकाळीच इथून एसी गाडी गेली आहे. त्याचा खर्च शेवटी आपल्यालाच झक मारून करावा लागणार आहे. आपल्या संघटनेच्या लोकांना अक्कल नाही. यांचेच ते लाड आहे. आपण नाही म्हणालो असतो, तर ते झक मारून एसटीतून आले असते. कशाला यांचे लाड करायला हवेत. साल्यांना काय त्रुटी काढायच्या असतील ते काढू दे."

"सागवेकर, तुम्हीच फक्त असे म्हणताय. परंतु आपल्या तलाठी संघटनेमध्ये एकमत आहे का? याचा आधी तुम्ही नीट विचार करा." मी त्याला जमिनीवर आणत म्हणालो.

"तेच तर आपल्याला नडतंय. आपले निम्मे तलाठी त्यांच्या बाजूनं. कोकजे,

राजाध्यक्ष, साळवी आणि मोरे, शेलार या लोकांच्या लगेच तपासण्या होतात. आपल्यासारख्या लोकांच्या तपासण्या करायला ते दोन-दोन दिवस लावतात. गेल्या वर्षी प्रांत कार्यालयानं जमाबंदी ऑडिट केलं. त्यावेळी मोरे आणि शेलार तलाठ्यांनी दप्तराची गाठसुद्धा सोडली नव्हती. तरी ऑडिटरनं त्यांची दप्तरं न पाहताच तपासणीचा फॉर्म भरला.''

''सागवेकर, गेल्या वर्षी ऑडिटच्या वेळी त्या दोघांनी काय केलं होतं, हे तुम्हाला ठाऊक आहे का?''

''नाही.''

''अहो, त्यांनी ऑडिटरना उंची दारूच्या बाटल्या देऊन जमाबंदी ऑडिटचा फॉर्म भरून घेतला होता म्हणे.''

''काय सांगताय काय?'' सागवेकराच्या भुवया उंचावल्या होत्या.

''मला कांबळे तलाठ्यानं सांगितलं तेच मी तुम्हाला सांगितलं.''

''राजाध्यक्ष, कोकजे आणि साळवी हे तलाठी, तर स्वत:च्या ऑडिटचा फॉर्म स्वत:च भरतात आणि त्यावर ऑडिटरची सही घेतात. आपल्याला जेवढा जमाबंदी ऑडिटचा त्रास होतो, त्याच्या १० टक्केसुद्धा त्या लोकांना त्याचा त्रास होत नाही. दुपारी पुन्हा ऑडिटरच्या मांडीला मांडी लावून हे लोक दारू प्यायला आणि जेवायला बसणार. आपल्या पैशांवर साले हे लोक मजा करणार आणि आपण फक्त त्यांची तोंडं बघणार.''

''कलेक्टर व प्रांतांना या गोष्टीची कल्पना आहे.''

''अहो, त्यांना इकडे येऊन ऑडिटर काय काय धंदे करतात-हे चांगलं ठाऊक असतं. परंतु ते मुद्दाम डोळ्यांवर कातडं ओढून घेऊन आपल्याला काय ठाऊक नाही, असं दाखवीत असतात. साले सगळेच चोर आहेत.'' सागवेकर रागानं म्हणाला.

''एकटा कलेक्टर कुठं कुठं म्हणून लक्ष ठेवणार. अशा लोकांकडे ते नाइलाजानं दुर्लक्ष करतात.''

''आपल्या जिवावर हे दारू, मटण खाऊन जिवाची चंगळ करणार, हे मला बरोबर वाटत नाही.'' सागवेकर मनात उदास होऊन म्हणाला.

''गेल्या वर्षी सवणसच्या कदम तलाठ्यानं पाचशे रुपयाचं चलन चुकीचं भरलं म्हणून प्रांत कार्यालयातून आलेल्या ऑडिटरनं किती गोंधळ घातला होता हे माहीत आहे ना?'' मी.

''शेवटी तहसीलदारानं त्या प्रकरणात मध्यस्थी केल्यामुळे कदम तलाठ्याला

रोख पाच हजार रुपये त्या ऑडिटरना देऊन ते प्रकरण मिटवावं लागलं. नाहीतर त्या कदम तलाठ्याची नोकरी गेली असती आणि जेलची हवासुद्धा त्याला खावी लागली असती.''

''या ऑडिटरची किती किती वर्गणी काढायची आहे, याबद्दल तुम्हाला काय माहिती आहे का?''

''नाही. आपल्या संघटनेनं जादा वर्गणी मागितली, तर मी एक नवा पैसासुद्धा देणार नाही. या लोकांना वाटत असतं की तलाठ्याकडे पैशाचं झाड असतं म्हणून. पण आम्ही कसे गावात दिवस काढतो, हे आम्हालाच ठाऊक. लोक आता पहिल्याप्रमाणे साधे-भोळे राहिले नाहीत. आवळा देऊन कोहळा काढण्याची आताच्या लोकांची वृत्ती आहे. ७/१२ ची शासनमान्य फीसुद्धा द्यायला लोक काऽकूऽ करतात. आपल्या सजावर आपल्याला मोठं घबाड मिळतंय म्हणून हे ऑडिटर त्याच नजरेनं आपल्याकडे पाहात असतात.''

''गरीब लोक प्रामाणिकपणे ७/१२ व ८ अ च्या नकलेची फी देतात. परंतु गावपुढारी मात्र लबाड असतात. आपण त्यांना ७/१२ किंवा ८ अ ची फी मागितली, की त्याचा त्यांना लगेच रागसुद्धा येतो. मग ते तहसीलदारांना भेटून त्या तलाठ्याची तक्रार करतात. रावसाहेबांना तलाठ्यांच्या जेवढ्या तक्रारी येतील, तेवढं त्यांना चांगलं असतं. मग ते त्या तलाठ्याला शहानिशा न करता भर मीटिंगमध्ये फाडफाड बोलून त्याचा पाणउतारा करतात. ढोलकीला जसा दोन्ही बाजूनं मार बसतो, तशी तलाठ्याचीसुद्धा गत आहे.''

मी आणि सागवेकर तलाठी बराच वेळ जमाबंद ऑडिट या विषयावर बोलत होतो. ऑडिटरना आणण्यासाठी रत्नागिरीला गेलेली एसी गाडी अजून परत आली नव्हती. एव्हाना दुपार टळून गेली होती. ऑडिटरांची वाट पाहून मी खूप कंटाळलो होतो. मी सागवेकरला म्हणालो,

''हे लोक कधी येतील ते सांगता येणार नाही. मी आता घरी जातो आणि उद्या सकाळी दहाच्या आत या ठिकाणी हजर होतो. आपल्या तालुक्यात ऑडिटरांचा पाच दिवस मुक्काम आहे.''

''मीसुद्धा आता तसंच करणार आहे. आता ते आले तरी लगेच तपासणीला सुरुवात करणार नाहीत. आल्या आल्या ते आधी दारू ढोसत बसतील. आपल्या संघटनेनं त्याची मस्त व्यवस्था करून ठेवलीय. मेले रांडंचे ऑडिट करणारे.'' सागवेकरला ऑडिटरांचा खूप राग आला होता.

मी ऑडिटरांची वाट पाहून घरी निघून गेल्यावर सागवेकरसुद्धा त्याच्या घरी

निघून गेला. तो तालुक्यातच एका भाड्याच्या खोलीत राहत होता.

*****

दुसऱ्या दिवशी सकाळी दहाच्या आत ऑडिटसाठी मी चावडीत हजर झालो. माझ्याआधी काही तलाठी आणि सर्कल चावडीत हजर झाले होते. त्यांच्या दप्तराचं ऑडिट सुरू होतं. दप्तर तपासणी करता करता काहीतरी खाता यावं म्हणून प्रत्येक ऑडिटच्या समोर एका बशीत वेफर्स, तर दुसऱ्या बशीमध्ये सफरचंद कापून त्याचे तुकडे ठेवले होते. पिवळी धम्मक केळी होती. शिवाय गरम चहा-कॉफी, अर्ध्या अर्ध्या तासानं त्यांच्यासाठी पेठे यांच्या हॉटेलमधून मागविला जायचा. एक-दोघेजण सकाळीच झोकून तलाठ्यांची दप्तर तपासणी करण्यासाठी बसले होते. त्या ठिकाणाचं वातावरण पाहून कोणत्याही सभ्य माणसाला चीड यावी असंच होतं. हे सारं कमी म्हणून की काय ऑडिटर अगदी क्षुल्लक क्षुल्लक कारणावरून समोर उभा असलेल्या तलाठ्याला अद्वातद्वा बोलून त्याचा चारचौघांत अपमान करीत होते. त्यावेळी त्या तलाठ्याची 'दे माय धरणी ठाय' अशी गत होत होती.

त्या ऑडिट पथकात एम. के. जाधव नावाचा अत्यंत खत्रुड ऑडिटर होता. त्याच्याकडे घाबरून कुणीही तलाठी दप्तर घेऊन जात नव्हते. मला समोर पाहून कोकजे तलाठ्यानं मला विचारलं,

"नलावडे, तुझं दप्तर आणलंय का?"

"होय."

"मग लाव जाधव साहेबांच्याकडे. ते रिकामेच बसले आहेत."

"लावतो." मी अनिच्छेनं म्हणालो.

मला त्या ऑडिटरचा स्वभाव ठाऊक नव्हता. कोकजेंना त्यांचा स्वभाव ठाऊक होता. मी माझ्या दप्तराची बोचकी ऑडिटरच्या समोर नेऊन सोडली. मी दप्तर व्यवस्थित लावून आणलं होतं. ऑडिटर मागतील तो कागद फक्त मला त्यांच्यासमोर तपासणीसाठी ठेवायचा होता. हातात पारकरचा पेन घेऊन ऑडिटर सरसावून लाकडी खुर्चीत बसले. त्यांचा गंभीर चेहरा पाहून माझ्या पोटात भीतीनं गोळा आला होता. ऑडिट करताना तलाठ्याला अडचणीत आणण्यासाठी ऑडिटर उलटसुलट प्रश्न विचारतात, हे मला ठाऊक होतं. त्याचा वाईट अनुभव मी आधीसुद्धा घेतला होता. नंतर माझ्या मनात असा प्रश्न पडला, की माझी फजिती होण्यासाठीच कोकजेनं जाधव ऑडिटरकडे दप्तर लावायला मला सांगितलं तर नसेल?

ऑडिटरच्या डोळ्यांवर सोनेरी काड्यांचा चष्मा होता. त्या चष्म्याच्या आडून त्यांनी माझ्यावर त्यांचे दोन डोळे रोखले होते. नंतर त्यांनी मला करड्या आवाजात विचारलं,

"तुझी किती वर्षं नोकरी झालीय?"

"सात."

"या सजावर कधीपासून काम करतोस?"

"कुळवंडी सजावर माझी याच वर्षी बदली झालीय."

एवढं विचारून झाल्यावर त्यांनी जमाबंदी ऑडिटचा फॉर्म भरायला सुरुवात केली. आधी त्यांनी त्या छापील फॉर्मवर माझं संपूर्ण नाव, मी कोणत्या तारखेपासून कुळवंडी सजावर काम करीत आहे ती तारीख आणि माझ्या सजातील गावांची नावं लिहिली. एवढी सुरुवातीला माहिती भरून झाल्यावर ते मला तपासणीसाठी एकेक रजिस्टर मागू लागले. मी दिलेलं रजिस्टर बारकाईनं ते पाहत. शंका आली तरच ते मला त्याबद्दल गंभीर आवाजात विचारत. दप्तर तपासणीला सुरुवात होऊन तीन तास झाले असले, तरी अजून माझं निम्मंसुद्धा दप्तर तपासून झालं नव्हतं. पीक-पाणी पाहण्यासाठी त्यांनी मला तिन्ही गावांचे ७/१२ चे तुकडे मागितले. मी माझ्या सजातील तिन्ही गावांच्या ७/१२ची पीक-पाणी पूर्ण केली होती. चालू वर्षाची पिकपाणी करण्याचं काम माझं कोणत्याही गावात शिल्लक नव्हतं.

चालू वर्षाची पीक-पाणी ७/१२ वर केलेली पाहून ऑडिटरनं मला विचारलं,

"पीक-पाणी शेतात फिरून केली आहे का?"

"होय."

मी ऑडिटरना 'होय' म्हणून अगदी खोटं सांगितलं होतं, याचं कारण त्यांनाही ठाऊक होतं आणि मलाही ते चांगलं ठाऊक होतं. प्रत्येक शेतात पीक-पाणी फिरून करण्यासाठी तलाठ्याला अनेक अडचणींना कोकणात तोंड द्यावं लागत होतं. एकतर ठिकाणावर जाण्यासाठी गटबुक हवं असतं, नकाशा हवा असतो. तलाठी दप्तरात हे कागद फाटून अगदी जीर्णशीर्ण झाले होते. प्रत्येक शेतकऱ्याचे छोटे छोटे शेतीचे तुकडे होते. प्रत्येक शेतात जाऊन वस्तुनिष्ठ पीक-पाणी करायची झाली, तर तलाठ्याला वर्षभर दुसरं कोणतंही काम न करता निव्वळ पीक-पाणीचंच काम करावं लागणार होतं. महसूल खात्यात काम करणाऱ्या तलाठ्याला एवढा वेळ मिळत नसे. त्यामुळे तो गेल्या वर्षाची पीक-पाणी ऑफीसमध्ये बसून चालू साली लिहायचा. मीसुद्धा तेच केलं होतं.

दुपारचे दीड वाजून गेले होते. इतक्यात तहसील कार्यालयातील माळी शिपाई ऑडिटरच्या जवळ गेला आणि त्यांना तो हळू आवाजात म्हणाला,

"भाऊसाहेब, ताटं मांडली आहेत. जेवायला चला."

शिपायाचं बोलणं ऐकून जाधव भाऊसाहेब त्याच्या मागून जेवायला निघून

गेले. माझं कागदपत्र त्यांच्या टेबलावर अस्ताव्यस्त पसरलेलं असल्यामुळे मी ते येईपर्यंत त्यांची वाट पाहत तिथेच थांबलो. अर्ध्या तासानं जाधव भाऊसाहेब भरपेट जेवून आले. जेवणामुळे त्यांना थोडी सुस्ती आली होती. तरी त्यांनी दप्तर तपासणीचं काम न थांबवता ती पुढे चालूच ठेवली.

जेवणानंतर जाधव भाऊसाहेबांनी माझं कॅशबुक तपासायला सुरुवात केली. कॅशबुक तपासताना बँकेत सरकारी भरणा वेळेत झाला की नाही म्हणून भरणा केलेली चलनंसुद्धा ते बारकाईनं तपासत होते. तिसंगी गावाचे कॅशबुक तपासताना त्यांना एके ठिकाणी शंका आली म्हणून ते थांबले. आता त्यांचा चेहरासुद्धा गंभीर झाला होता. त्यांचा गंभीर चेहरा पाहून मला भीती वाटू लागली. चष्म्यातून माझ्याकडे रोखून पाहत ऑडिटरनं मला गंभीर आवाजात विचारलं,

"तुझा जामीन किती रुपयाचा आहे?"

"पाचशे रुपये."

"तुझ्याकडे सरकारी वसुलीचा पैसा ठेवण्यासाठी तुला किती दिवसांची मुदत आहे?"

"पाचशे रुपयाच्या आत वसुलीचे पैसे असतील, तर ते मला पंधरा दिवस माझ्याकडे ठेवण्याचा अधिकार आहे. त्यापेक्षा अधिक रक्कम असेल, तर त्याचा लगेच दुसऱ्या दिवशी बँकेत भरणा करायला हवा."

"मग तुझ्या तिसंगी गावाचा सहाशे बत्तीस रुपयांचा भरणा दोन दिवस उशिरा का झाला? दोन दिवस तू सरकारी पैसे स्वत:साठी वापरले म्हणून तुझ्यावर पोलीस स्टेशनमध्ये गुन्हा दाखल होऊ शकतो."

ऑडिटरचं बोलणं ऐकून भीतीनं माझे हातपाय थरथर कापू लागले. माझ्या पायाखालची जमीन सरकू लागली. थोड्या वेळानं मी स्वत:ला सावरलं आणि कॅशबुक आणि चलनावरील तारीख पाहून मी खातरजमा करण्यासाठी भिंतीवर असलेल्या कॅलेंडरमध्ये त्या तारखा पाहू लागलो. कॅलेंडरवरील तारखा आणि वार पाहून मला हायसं वाटलं. मी लगेच ऑडिटरना म्हणालो,

"भाऊसाहेब, अकरा तारखेला दुसरा शनिवार असल्यानं तहसील कार्यालयाला सुट्टी होती आणि बारा तारखेला रविवार असल्यामुळे स्टेट बँकेला सुट्टी होती. त्यामुळे मी तेरा तारखेला त्या रकमेचा भरणा केला आहे."

"अरे, मग तू कॅशबुकला पेन्सिलीनं तसं लिहून ठेवायला पाहिजे होतं. आता तू किती गोत्यात आला असतास, याची तुला कल्पना तरी आहे का?"

मी त्यांच्या समोरच कॅशबुकवर पेन्सिलीनं तसं लिहिलं. चालू वर्षाचा मी गाव-नमुना-नंबर-अकरा (पिकाची नोंदवही) लिहिलं नव्हतं ते त्यांनी त्यांच्या तपासणीच्या

फॉर्मात लिहून घेतलं. सायंकाळी पाच-साडेपाच वाजल्यानंतर माझ्या जमाबंदी तपासणीचा फार्स एकदाचा आटोपला. ऑडिटरच्या समोर सकाळपासून उभं राहून माझे पाय दुखत होते. तपासणी पूर्ण झाल्यानंतर मी सुटकेचा मोकळा श्वास घेतला. दप्तर बांधून ठेवून मी ताजी हवा घेण्यासाठी बाहेर आलो. बाहेर आल्यावर मला सागवेकर तलाठी भेटला. मी त्याला लगेच विचारलं,

"तुम्ही अजून दप्तर लावलं नाही?"

"आज गर्दी आहे. मी उद्या लावतो. तुमची झाली तपासणी?"

"होय."

"कशी झाली?"

"मी त्या खत्रूड माणसाच्या तावडीतून कसाबसा सुटलो. तुम्ही त्याच्याकडे दप्तर लावू नका."

सागवेकर माझ्याजवळ येऊन मला हळू आवाजात म्हणाला,

"तुम्हाला काही ठाऊक आहे का?"

"कशाबद्दल?"

"अहो, त्या गावडे ऑडिटरनं खेडेकर तलाठ्याला त्याच्या पायातील चपलेचा अंगठा तुटलाय म्हणून तो शिवून आणायला स्टँडवर एका चांभाराकडे मघाशी पाठवलं होतं."

"हे या लोकांचं अति होतंय."

"तो खेडेकर तलाठीसुद्धा मूर्खासारखा त्याची चप्पल घेऊन स्टँडवर गेला होता."

सागवेकरचं बोलणं ऐकून माझ्या मनात चीड निर्माण झाली होती. त्याचा निरोप घेऊन बसस्थानकात आलो. बसस्थानकात आल्यानंतर मी कुळवंडी गावच्या एका ओळखीच्या माणसाकडे दप्तर घेऊन जाण्यासाठी गांधी कोतवालाला तातडीचा निरोप दिला.

*****

कुळवंडी गावामध्ये ज्या वडाची वाडीत माझं तलाठी कार्यालय भाड्यानं होतं, त्याचं भाडं घरमालकांना शासनातर्फे प्रत्येक वर्षी मिळायचं. ते भाडं अगदी तुटपुंजं असे. घरमालक जरी जातीनं सोनार असले तरी त्यांची घरची आर्थिक परिस्थिती अत्यंत हलाखीची होती. नोकरी निमित्तानं घरमालक मुंबईला राहत. त्यांना दारूचं अति व्यसन असल्यानं त्यांना महिन्याला मिळालेला पगार दारूची उधारी भागविण्यासाठीच खर्च व्हायचा. कधीतरी गावी पैसे घेऊन येत असत. गावी आल्यावरसुद्धा त्यांचा कधी डोळा उघडा नसायचा.

घरमालकांच्या बायकोला मी 'वहिनी' म्हणत असे. ती चाळिशीची सावळ्या रंगाची होती. शेती आणि मोलमजुरी करून ती कसंबसं तिच्या मुलांना सांभाळीत होती. तिला तीन मुलगे होते, पोटी मुलगी नव्हती. माझ्याकडे कुणी वरिष्ठ अधिकारी आला, तर मी कोतवालामार्फत चहा बनविण्यासाठी तिला साखर, चहा पावडर आणि दूध आणून द्यायचो. तिच्याकडे चांगल्या कपबश्या नसायच्या. गांधी त्याच्या घरातून कपबशा आणून त्यातून आलेल्या पाहुण्यांना तो चहा द्यायचा. कधीकधी मी माझ्या कामात व्यस्त असताना ती माझ्यासाठी बिनदुधाचा चहा करून आणायची. मी संकोचाने 'नको' असं म्हणाल्यावर ती लगेच म्हणायची, 'माझ्याकडे दूध न्हाय!' तिला वाईट वाटू नये म्हणून मी तिच्या हातातील गरम चहाची कपबशी घेऊन तो चहा लगेच पिऊन टाकायचो.

शेवंता वहिनींच्या घरात तिची चिपळूणला राहणारी बहीण तिच्या नवऱ्याला आणि मुलांना घेऊन आली कि ती मला दुपारी आग्रह करून तिच्या घरात त्यांच्या सोबत जेवायला नेत होती. घरात सणवार असेल, तर शेवंता वहिनी तिच्या मुलांच्या सोबत मला जेवायला वाढायची. तिची मुलं मला 'काका' म्हणून साद घालीत. आता ती माझ्या चांगल्या ओळखीची झाली असल्यामुळे मी ऑफिसात एकटा असेन तेव्हा ती मुलं माझ्या समोर बाकड्यावर येऊन बसत. दिलीप सर्वांत मोठा. त्याच्यापाठी दीपक आणि सर्वांत छोटा विजय होता. तो बुद्धिमान होता. दिलीप हा तेरा-चौदा वर्षांचा होता.

मी मुंबईला कधीही गेलो नव्हतो. माझे कुणीही नातेवाईक मुंबईला राहत नव्हते. संपूर्ण जगाला आकर्षण असलेली मुंबई आहे तरी कशी? ते पाहण्याचं स्वप्न मी माझ्या मनात अनेक दिवस बाळगून होतो. दत्तू शेट (घरमालक) दिवाळीच्या सणाला गावी आले होते. त्यांनी मला मुंबई पाहायला येण्यासाठी आग्रहाचं निमंत्रण दिलं. मी त्यांना लगेच माझा होकार दिला. दत्तू शेट मुंबईला त्यांच्या नोकरीवर निघून गेल्यावर मी त्यांचा मोठा मुलगा दिलीप याला माझ्या सोबत घेऊन मुंबईला जाण्यासाठी एसटीत बसलो. दिलीपला त्याच्या वडिलांचा पत्ता माहीत होता. जाताना दिलीपला एसटी लागत होती. काचेच्या खिडकीतून ओकून ओकून तो अगदी बेजार झाला होता. अंगावर घाण उडत्येय म्हणून प्रवाशी ओरडत होते. मुंबईला पोहोचेपर्यंत दिलीपला प्रवासाचा खूप त्रास सहन करावा लागला.

मुंबई सेंट्रलला उतरल्यानंतर आम्हाला नेण्यासाठी दिलीपचे वडील येणार होते. त्यांचा तिथे पत्ता नव्हता. आताच्या प्रमाणे वीस-पंचवीस वर्षापूर्वी कुणी मोबाईल वापरत नव्हते. दिलीपला त्यांचा पत्ता ठाऊक असल्यामुळे एक-दोन ठिकाणी चुकत

चुकत आम्ही दोघं त्या ठिकाणी जाऊन पोहोचलो. मालकानं दिलीपला लगेच ओळखलं. ते आम्हाला पाहून म्हणाले,

"मी दिलीपच्या वडिलांना तुम्हाला घेऊन येण्यासाठी मुंबई सेंट्रलला पाठविलं होतं. तुम्ही त्यांना भेटला नाहीत म्हणून ते मघाशीच परत आलेत. आता ते दारू पिऊन पडले आहेत."

त्यांनी बोटानं दाखविलेल्या दिशेला पाहिल्यावर दत्तू शेट दारू पिऊन एका लादीवर पडलेले आम्हाला दिसले. त्यांचा डोळा त्यावेळी मुळीच उघडा नव्हता. त्या दिवशी त्यांच्याकडे मुक्काम करून मी दुसऱ्या दिवशी लगेच गावी जाणाऱ्या एसटीत बसलो.

शेवंता वहिनीचं माहेर त्याच वाडीत अवघं पंधरा पावलांवर होतं. माहेर आणि सासर यांच्यामध्ये फक्त भिकाजी सोनार याचं एक घर होतं. शेवंता वहिनीच्या माहेरी तिची वयोवृद्ध आई आणि बिनलग्नाचा पन्नाशीचा एक दारुड्या भाऊ होता. तो काहीही कामधाम करीत नसे. दिवसभर कुणाकडूनतरी पैसे घेऊन त्या पैशाची तो दारू प्यायचा. भूक लागली की घरी यायचा. त्याची वयोवृद्ध आई काय असेल ते त्याला एका जर्मनच्या ताटलीत खायला द्यायची. तो पैशासाठी तिची गाडकी-मडकी तिच्या पश्चात शोधत असतो म्हणून ती त्याला शिव्यासुद्धा देत असे. अतिवृष्टीनं त्यांचं अर्धं घर पडलं होतं. शासनाकडून त्यांना नुकसानभरपाईसुद्धा मिळाली होती. परंतु म्हातारीच्या दारुड्या मुलानं तिला धमकावून तिच्याकडून पैसे काढले होते आणि तो पैसे दारू पिऊन त्यानं संपवून टाकले होते. कोसळलेला मातीचा ढीग बाजूला करून घराच्या अर्ध्या भागात म्हातारीनं जेवणासाठी तीन दगडांची चूल मांडली होती. ती दोघंही अत्यंत हलाखीचं जीवन जगत होती.

म्हातारीच्या दारुड्या मुलाचं नाव सुदाम असं होतं. त्याच्या अंगावर फक्त पट्ट्यापट्ट्याची अर्धी मळकी चड्डी आणि बाह्याचा ढगळ सदरा होता. अंगावरचे कपडे तो कधी धूत नसे आणि तो कधीतरी अंगावर पाणी ओतून घ्यायचा. त्यामुळे त्याच्या अंगाचा घाणेरडा वास यायचा.

मी ऑफिसमध्ये हजर असलो की सुदाम माझ्याकडेसुद्धा दारू प्यायला पैसे मागायचा. त्याचा आवाज ऐकून शेवंता वहिनी धावतच तिच्या घरातून यायची आणि भावाला शेलक्या शिव्या घालीत ती रागानं त्याला म्हणायची,

"मेल्या, तुला हिथं हाफीस हाय त्ये कळत न्हाय. आता पुनींदा हिथं पैसं मागायला आलास, तर मी तुला चांगलं थोबडवीन."

बहिणीला घाबरून सुदाम लगेच माझ्या ऑफिसमधून काढता पाय घ्यायचा. एकदा शेवंतावहिनी मला ताकीद करीत म्हणाली,

“भाऊ, तुमी माझ्या भावाला तुमच्या हाफीसात आजाबात थारा देऊ नका. हिथली एखादी वस्तू सुदीक त्यो चोरून नेऊन दारुवाल्याला ईकील.”

“वहिनी, तुमच्या भावानं अजून तरी तसं काही केलं नाही. या आधीसुद्धा ते माझ्या ऑफिसमध्ये कितीतरी वेळा पैसे मागायला आले होते.”

“भाऊ, दारुड्या मान्साचा भरुसा नसतो. त्यांला फकस्त प्यायला दारू हवी असते. माझ्या म्हातारीच्या घरात त्यानं याक वस्तुक सुदीक ठिवली न्हाय. सरकारकडनं घरदुरुस्तीला पैसं घावलं हुतं. त्या पैशाची सुदीक त्यो दारू प्यायला.”

“शासन घरदुरुस्तीसाठी पुन्हा पैसे देणार नाही.” मी.

“ते माझ्या भावाला कळलं असतं, तर तो असा वागला नसता. माझ्या म्हातारीचंच हाल हाईत. तिला मी माझ्याकं येवून ऱ्हायला सांगत्ये. तर ती माझं काय बी ऐकत न्हाय. ती म्हनते, की जावयाच्या घरी मी कशी ऱ्हावू? लेक आपली म्हून जावाय आपला न्हाय. त्यो कंधी ना कंधी तरी बोलून दावनारच.”

लेकीचं घर जवळ असूनसुद्धा म्हातारी तिच्या घरी कधी तरी येत असे. जेवणाची वेळ असेल तेव्हा शेवंतावहिनी तिला जेवायला वाढायची. नाहीतर चहा करून तिला प्यायला द्यायची. जावई आणि मुलगा दोघेही दारुडे आहेत म्हणून ती त्यांचा रागराग करायची. आता तिला गरिबीची सवय झाली होती. एखाद्या दिवशी तिला खायला काहीही मिळालं नाही, तरी ती त्याचा अजिबात गवगवा करीत नसे. लेकीच्या आधारानं ती शेवटचे तिचे दिवस मोजत होती. लेकीलासुद्धा तिचा आधार वाटत होता.

*****

सावर्डेकर सर्कलची बदली झाली होती. त्यांच्या जागेवर बुद्धिमान, अनुभवी आणि थोडं विक्षिप्त स्वभाव असलेले डी. के. भावे नावाचे गृहस्थ सर्कल म्हणून हजर झाले होते. त्यांच्या अंगावर खाकी फूल पँट आणि रेघारेघांचा बाह्यांचा ढगळ सदरा असायचा. त्यांची रिटायरमेंट जवळ आली होती. त्यांच्या डोक्यावर विरळ केस असले तरी ते केसांना तेल लावून मधोमध छान भांग पाडीत. एखादा त्यांच्या ओळखीचा माणूस असेल, तर ते त्याच्याशी गालात हसून मनमोकळेपणाने बोलत. बिनओळखीच्या माणसाबरोबर ते गंभीर चेहऱ्यानं मोजकं बोलत. त्यांच्या अंगात स्पष्टवक्तेपणा अगदी ठासून भरला होता. ते बुद्धिमान होते. जमीनमोजणी करण्याच्या कामात त्यांची अख्ख्या तालुक्यात ख्याती होती. जमीन मोजणीच्या कामासाठी पैसे घेऊन लोक त्यांच्या मागे धावत. ते पैशाच्या मागे कधी धावत नसत.

भावे माझ्याकडे सर्कल म्हणून हजर झाल्यावर मी त्यांना विचारलं,

"भाऊसाहेब, तुम्ही माझ्या सजावर कधी येणार आहात?"

माझं बोलणं ऐकून भाऊसाहेब मला स्पष्टपणे म्हणाले,

"हे बघ, मी तुला सांगून कधीही तुझ्या सजावर येणार नाही. मी अचानक येईन. तू तुझ्या ऑफिसात गैरहजर असशील, तर मी ताबडतोब तसा पंचनामा करेन आणि पंचांच्या सह्या घेऊन तहसीलदाराकडे लगेच रिपोर्ट पाठवून देईन."

भाऊसाहेबांचं बोलणं ऐकून मला घाम फुटला आणि त्यांच्या हाताखाली फार सावधपणे आपल्याला काम करावं लागेल, असा विचार लगेच माझ्या मनात आला. ते त्यांच्या घरी बायको-मुलांच्या सोबतसुद्धा तुसडेपणानं वागत होते, असं माझ्या कानावर आलं होतं. राजाध्यक्ष आणि कोकजे तलाठी यांचे ते कट्टर विरोधक होते.

भावे भाऊसाहेब माझ्या सजाला भेट देण्यासाठी कधी आले, तर त्यांना माझ्याकडील पाणीसुद्धा चालत नसे. ते उकळलेलं पाणी एका बाटलीतून येताना आणत. त्यांच्या दुपारचा जेवणाचा डबासुद्धा त्यांच्या सोबत असायचा. त्यांना त्यांच्या जेवणात कांदा, लसूण चालत नसे. दुपारचा एक वाजल्यावर त्यांच्यासमोर टेबलावर कागदपत्रांचा पसारा असला तरी ते बॅगेतून त्याच्या जेवणाचा डबा काढून लगेच हात न धुता जेवायला सुरुवात करीत. खाता खाता मला विचारीत,

"तू दुपारी जेवणाचा डबा आणत नाहीस?"

"आणतो."

"मग तूसुद्धा खाऊन घे."

भावे भाऊसाहेब स्वभावानं विक्षिप्त असले तरी त्यांच्याकडून शिकण्यासारखं खूप काही गोष्टी होत्या. एकदा मी ७/१२ चं पुनर्लेखन करताना 'वामन' या शब्दाऐवजी 'वामण' असा शब्द लिहिला होता. तेव्हा त्यांनी माझ्यासमोर लगेच नाराजी व्यक्त केली होती. लोक त्यांना त्यांच्या कामाचे पैसे स्वखुशीनं देत. त्यांनी कधी कुणाकडे पैसे मागितलेलं मी पाहिलेलं नाही. एकदा त्यांचा चांगला मूड असताना ते मला म्हणाले,

"नलावडे, कूळ कायदा लागू झाला तेव्हा कूळ म्हणून नाव लागण्यासाठी लोक माझ्याकडे पैसे घेऊन येत. परंतु मी त्यांच्या पैशाला कधी शिवलो नाही. मी त्यावेळी तलाठी म्हणून काम करीत होतो. त्यावेळच्या तलाठी आणि सर्कलनं चांगली कमाई केली. माझ्याकडे पैसे कमाविण्याची त्यावेळी चांगली संधी चालून आली होती. परंतु मी त्या संधीचा अजिबात उपयोग करून घेतला नाही."

मी त्यांच्या बोलण्यावर लगेच विश्वास ठेवला. भाऊसाहेब बुद्धिमान असले तरी त्यांना टापटीपपणा ठाऊक नव्हता, लिहितानासुद्धा ते कधी अक्षरावर आडवी

रेष मारीत नसत, नकाशे, गटबुक हे जीर्णशीर्ण झालेले कागदपण कधी जपून वापरत नसत, त्यांच्या हातात गेलेला कागद त्याच अवस्थेत परत येईल, याची खात्री नव्हती.

साग, फणस, आंबा इत्यादी झाडं तोडण्यासाठी शासनाची मनाई होती. ती झाडं तोडण्यासाठी आधी महसूल खात्याची आणि वनविभागाची परवानगी काढावी लागत होती. अशी झाडं विनापरवाना तोडली, तर ती जप्त करण्याचा गावच्या तलाठ्याला अधिकार होता. तिसंगी गावात राहणारे दादा खोत मोठी प्रतिष्ठित व्यक्ती होती. त्यांच्या मालकीची गावात भरपूर जमीन होती. काही जमिनीमध्ये त्यांनी सागाची झाडं लावली होती. ती झाडं आता मोठी झाली होती. दादा खोतांचा अख्ख्या गावात दरारा होता. त्यांनी त्यांच्या मालकीची झाडं ऐनवरे गावचे बाबाजी जाधव यांना विकली. बाबाजी जाधव यांनी शासनाची परवानगी न काढताच ती झाडं तोडून त्याचा एका ठिकाणी ट्रकमधून नेण्यासाठी ढीग करून ठेवला होता. मला त्याची कुणकुण लागल्यावर मी कोतवालाला सोबत घेऊन त्या ठिकाणी गेलो आणि ती झाडं जप्त करून त्यांचा पंचनामा तयार केला. तोडलेली झाडं गावच्या पोलीस पाटलाच्या ताब्यात देऊन मी पंचनाम्यासह तहसीलदारांकडे रीतसर माझा अहवाल सादर केला.

ते प्रकरण तहसीलदारांच्या मार्फत स्थानिक चौकशीसाठी जेव्हा भावे भाऊसाहेबांकडं आले, तेव्हा मी त्यांना सावध करीत म्हणालो, ''भाऊसाहेब, दादा खोत गावात बडी असामी आहे, तेव्हा थोडं जपून रहा.''

माझं बोलणं ऐकून भाऊसाहेब मला काहीही बोलले नाहीत. त्यांनी ओठात संभाजीछाप विडी धरून ती त्यांनी त्यांच्या पँटीच्या खिशातील लायटर काढून शिलगावली आणि ते मनसोक्त विडीचे झुरके घेत नाकातोंडातून धुरांची वलयं हवेत सोडू लागले.

विनापरवाना लाकूडतोड झालेल्या प्रकरणाची स्थानिक चौकशी करण्यासाठी भावे भाऊसाहेब दादा खोतांच्या घरी मला सोबत घेऊन गेले. दादा खोतांनी आमच्या दोघांचं हसून स्वागत केलं. आम्हाला त्यांच्या बैठकीच्या खोलीत बसायला खुर्च्या ठेवल्या. स्वयंपाकखोलीत जाऊन त्यांच्या पत्नीला आमच्यासाठी त्यांनी चहा करायला सांगितला. दादा खोतांनी वयाची साठी पार केली होती. तरी ते अंगानं धष्टपुष्ट होते. रंग गोरा, तेजस्वी डोळे नि भेदक नजर. पाहणाऱ्यांवर त्यांच्या व्यक्तिमत्त्वाची लगेच छाप पडायची. त्यांच्या डोक्यावर लाल रंगाचा फेटा असे. त्यामुळे त्यांच्या रुबाबात आणखी भर पडत होती.

दादा खोतांच्या आदरातिथ्यानं भावे भाऊसाहेब एकदम भारावून गेले. त्यांनी विनापरवाना शासनाची बंदी असलेली झाडं तोडली आहेत, हे ते थोडा वेळ

विसरूनसुद्धा गेले.

चहाचे गरम घुटके घेता घेता भाऊसाहेब दादा खोतांच्या समोरच मला मोठ्या आवाजात म्हणाले,

"अरे, तू मला यांच्याबद्दल चुकीची माहिती सांगितलीस. दादा खोत तर भले गृहस्थ आहेत."

भाऊसाहेबांचं बोलणं ऐकून मला चहाचा गरम घोट एकदम तोंडात कडूजार वाटू लागला. दादा खोतांनी त्यांचं बोलणं ऐकल्यामुळे मी माझ्या मनात एकदम खजिल झालो होतो. मला पुढे काहीही बोलता येईना. त्या क्षणी मला भावे भाऊसाहेबांचा माझ्या मनात खूप राग आला होता.

भावे भाऊसाहेबांना अति लवून बोलणाऱ्यांचा खूप राग येई. ते नेहमी म्हणत, 'अति लवे तो भाझवे' अति लवून बोलणारा माणूस स्वार्थी आणि दांभिक असतो, असं त्यांचं म्हणणं असायचं. म्हणून ते त्याच्यापासून कधीही चार हात दूर असत. अति लवून बोलणाऱ्यांचा जसा त्यांना राग येत असे, तसं कारणाशिवाय हळू आवाजात कानात बोलणाऱ्यांचासुद्धा त्यांना राग यायचा. परंतु ते स्वत: कधीकधी हळू आवाजात कुणाच्या तरी कानात बोलत असत तेव्हा त्यांना स्वत:चा दोष अजिबात दिसायचा नाही.

भावे भाऊसाहेबांच्या विक्षिप्त, लहरी स्वभावामुळे त्यांच्या सर्कलमधील तलाठ्यांचं आणि त्यांचं कधी पटायचं नाही. ते तलाठ्यांना समजून घेण्यासाठी कमी पडत होते. परंतु त्यांना दप्तरी कामाची चांगली माहिती असल्यामुळे त्यांच्या समोर तोंड उघडून बोलण्याची कुणाचीही हिंमत होत नसे. माझ्या नोंदी मंजूर करीत असताना ते कधीही पैशाचं नावदेखील काढत नसत. इतर सर्कल फेरफार रजिस्टरमधील नोंदी मंजूर करताना त्यांच्या मनात पैशाचा विचार करीत असत. मी कोणत्याही पक्षकाराकडून फेरफारमध्ये त्यांच्या नोंदी करताना त्यांच्याकडून कधी पैसे घेत नसे. माझ्याकडून नोंदी मंजूर करताना सर्कलना पैसे मिळाले नाहीत तर ते माझ्यावर फार नाराज होत. परंतु भावे भाऊसाहेब मात्र त्याला अपवाद होते.

भावे भाऊसाहेबांकडे एक जुनी एम.एटी होती. एखाद्या तरुण मुलाप्रमाणे ते त्यांची एम.एटी. खूप वेगानं चालवित. ते एम.एटी वरूनच ते तलाठ्यांच्या ऑफीसला भेटी देत. त्यांच्या पँटीच्या खिशातील पाकिटात एक शंभराची कोरी करकरीत नोट नेहमी असायची. मला ते एकदा त्या शंभराच्या नोटाबद्दल सांगत म्हणाले,

"मी गाडी चालवीत असताना कुठं पडलो आणि मला दुखापत झाली, तर मला उचलून नेताना दुसऱ्याला त्याचा खर्च नको म्हणून मी माझ्या पाकिटात ही नोट

नेहमी बाजूला काढून ठेवत असतो.''

त्यांचं बोलणं ऐकून मी बापडा त्यांच्यासमोर काय बोलणार? मी गप्प राहाणं पसंत केलं. महसूल खात्यात एवढी दूरदृष्टी असणारा माणूस मी माझ्यासमोर पहिल्यांदाच पाहत होतो.

*****

तिसंगी आणि कुळवंडी या गावांत आदिवासी कातकरी समाज राहात होता. त्यांच्यासाठी शासनाची इंदिरा आवास घरकुल योजना लागू झाली होती. बेघर लोकांसाठी शासनानं घरकुल योजना संपूर्ण राज्यात लागू केली होती. प्रत्येकी रुपये सात हजार एवढी शासनातर्फे रक्कम मंजूर झाली होती. देवघेवीचा आर्थिक व्यवहार सर्व भावे भाऊसाहेब करीत होते. तहसीलदारांनी घरकुल योजनेसाठी रक्कम सर्कलच्या ताब्यात दिली होती. परंतु काम पूर्ण करण्याची जबाबदारी मात्र त्यांनी माझ्यावर टाकली होती. कमी रकमेत आदिवासी कातकरी समाजाला घरकुलं कशी बांधून द्यायची, असा प्रश्न माझ्या मनाला पडला होता.

कातकरी समाजाला उघड्यावर राहाणं आवडायचं. उघड्यावर मोकळी हवा त्यांच्या अंगाखांद्यावर खेळू लागल्यावर शिकारीसाठी त्यांच्या अंगात सहस्त्र हत्तीचं बळ येत असे. मी जेव्हा घरकुलाची माहिती त्यांना सांगू लागतो तेव्हा एकानं मला लगेच विचारलं, 'घरकुल म्हंजी काय रं भाऊ?' हा दोष तो प्रश्न विचारणाऱ्याचा मुळीच नव्हता. या प्रस्थापित समाजानं त्यांना आधीपासूनच दूर ठेवलं होतं. त्यामुळे तो समाज देशाला स्वातंत्र्य मिळूनसुद्धा अश्मयुगातील मानवागत आतासुद्धा जगत होता. हे पुरोगामी म्हणवून घेणाऱ्या महाराष्ट्राला अगदी लाजिरवाणं होतं. त्याचं जीवनमान उंचविण्यासाठी महाराष्ट्र शासन त्यांच्यासाठी अनेक कल्याणकारी योजना राज्यात राबवत असे. त्यापैकीच एक घरकुल योजना होती.

पावसाळ्यामध्ये कातकरी समाजाचे खूप हाल होत असत. गावात कुणाच्या तरी गुरांच्या गोठ्यात किंवा मोकळ्या माळरानावर ते गवताच्या झोपड्या बांधून राहात. त्या झोपड्यामध्ये पाऊस वरून धोऽधोऽ कोसळू लागल्यावर चिखल व्हायचा. एखादी गरोदर बाई त्या चिखलातच तिच्या मुलाला जन्माला घालायची. थंडीवाऱ्यात एखाद वेळी ती बाई आणि तिचं नवजात बालक दगावतसुद्धा. मग ते कातकरी लोक त्यांच्या नशिबाला दोष देऊन गप्प बसत.

गावातील कातकऱ्यांना दारू म्हणजे त्यांचा जीव की प्राण. दारूसाठी ते वाट्टेल ते काम करायला कधीही एका पायावर तयार असत. त्यांच्या या व्यसनाचा, भोळेपणा आणि अशिक्षितपणाचा गावातील लोकांना फायदा होई. पावसाळ्यात

भातलावणीचं काम गावात सगळीकडे सुरू झाल्यावर ग्रामस्थ कातकरी लोकांना दारू पाजत आणि त्यांच्याकडून एखाद्या जनावराप्रमाणे दिवसभर काम करून घेत. एखाद्या शेतकऱ्याकडे नांगराला एकच बैल असेल, तर कातकरी गडी दुसऱ्या बाजूच्या जोखडाखाली आपली मान घालून बैलागत चिखलातून नांगर ओढत. दिवसभराची मजुरी त्यांची दारू पिण्यातच खर्च होत असे. महिलासुद्धा पुरुषांच्या बरोबरीनं दारू पिऊन शेतात भातलावणीची कामं करीत. मग त्या तरुण असो किंवा म्हाताऱ्या असोत. दारूचा घोट त्यांच्या पोटात गेल्याशिवाय त्यांना कष्टाची कामं करायला अजिबात जमत नसे. कातकरी समाजासाठी दारू म्हणजे अमृत होतं.

उन्हाळ्यात डूबी नदीच्या कोरड्या पात्रात दारूच्या भट्ट्या लागत. त्या दारूच्या भट्ट्यांमध्ये कातकरी लोक काम करायला जात असत. त्या ठिकाणी त्यांना मालकाकडून दारू प्यायला मिळायची आणि दिवसभराच्या मजुरीचे पैसेसुद्धा मिळायचे. त्यामुळे कातकरी त्या ठिकाणी काम करण्यासाठी अगदी आनंदानं जात असत. एकदा माणुसकीला काळिमा फासणारी घटना त्या ठिकाणी घडली होती. त्याची वाच्यता कुठंही झाली नव्हती.

काळू कातकरी दारूच्या भट्टीवर तीन वर्षांपासून काम करीत होता. एके दिवशी त्याचा पाच वर्षांचा मुलगा घरी आजारी असल्यामुळे त्याला कामावर जायला थोडा उशीर झाला होता. दारूभट्टीच्या मालकाचं नाव शंकर भोसले असं होतं. त्याची दारू रिक्षानं तालुक्याला विक्रीसाठी जात होती. पोलिसांना त्याचा हप्ता नियमित जात असे. एकदा हप्ता घेऊनसुद्धा दळवी नावाचा बीट हवालदार शंकर भोसले याच्याकडे पैसे मागायला आला, तेव्हा त्यानं त्याला नागडा करून तालुक्याला पाठवलं होतं. काळूला कामावर यायला उशीर झाला म्हणून शंकर भोसलेची त्याला पाहून तळपायाची आग पार मस्तकाला जाऊन भिडली. मागचा पुढचा विचार न करता त्यानं दारूचा गरम गरम रसायनाचा डबा काळूच्या डोक्यावर रागानं ओतला. झाडाच्या सालीगत काळूची अंगावरची कातडी गरम रसायनामुळे सोलवटून निघाली, काळू जाग्यावरच गतप्राण झाला. त्याची कुठंही बोंब झाली नाही.

तिसंगी गावात दोन आणि कुळवंडी गावात चार अशी एकूण मला सहा घरकुलं एप्रिल महिन्याच्या आत बांधून पूर्ण करायची होती. त्या आधी तिसंगी गावात कातकरी समाजासाठी एकूण आठ घरकुलं शासनामार्फत बांधून देण्यात आली होती. त्या घरकुलांची झालेली दुरवस्था मी उघड्या डोळ्यांनी पाहत होतो. आपलं जीवनमान उंचावं, आपल्या बायको-मुलासाठी डोक्यावर आसरा असावा, असं त्यांना मनापासून कधी वाटत नसे. इतक्या वर्षांत जसं त्यांना जगायची सवय झाली होती, तसं त्यांना

त्यापुढेही जगावं असं वाटत होतं. शासनानं आधी बांधून दिलेली घरकुलं कौलारू होती. कातकरी समाजातील पुरुष आपली दारूची तलफ भागविण्यासाठी घरकुलावर असलेली कौलं दारूवाल्याला नेऊन अगदी स्वस्तात विकत. कमी किमतीत कौलं विकत मिळत असल्यानं दारूवाला अगदी हौसेने ती कौलं विकत घेऊन त्यांना प्यायला दारू द्यायचा. यामुळे आधीच्या आठ घरकुलांच्या छपरावरील कौलं गायब झाली होती आणि ती घरकुलं आता गवतारू दिसत होती. 'दैव देतं नि कर्म नेतं', अशी कातकरी समाजाची गत झाली होती. त्यांच्यासाठी शासनाच्या अनेक सवलती जाहीर झाल्या होत्या. परंतु दुर्दैवानं त्या सवलती कातकरी समाजाला पदरात पाडून घेता येत नव्हत्या.

मंजूर झालेल्या घरकुलाच्या कामाला जेव्हा सुरुवात झाली, तेव्हा ते लोक मला त्या कामात अजिबात मदत करीत नव्हते. मी त्यांच्या वस्तीवर जायच्या आधीच ते शिकारीसाठी किंवा मजुरीसाठी पसार झालेले असत. त्यांच्या वस्तीवर गेल्यावर त्यांची गाडगी-मडकीच माझ्या स्वागताला असत. घरकुलाच्या कामाच्या प्रगतीचा अहवाल तालुक्याच्या तहसीलदारांना प्रत्येक आठ दिवसांनी मला द्यावा लागत होता. कामगारांना शोधून आणायचं आणि त्यांना कातकऱ्यांच्या घरकुलाच्या कामाला लावायचं, एवढंच आता मी काम करीत होतो.

कधीतरी माझी आणि कातकऱ्यांची त्यांच्या वस्तीवर गाठभेट व्हायची. तेव्हा मी त्यांना त्यांच्या घरकुलाच्या कामात मदत करायला सांगत होतो. कमी खर्चात घरकुल बांधून पूर्ण करणं, हे माझ्यासाठी खूप मोठं आव्हान होतं. त्यांच्या मदतीमुळे माझा थोडा खर्च वाचणार होता. म्हणून मला त्यांच्या मदतीची गरज होती.

पिऱ्या हिलम माझं बोलणं ऐकून मोठ्या आवाजात मला म्हणाला,

"भाऊ, तू आमाला दारू पाजशील? मंग आमी तुला मदत करताव."

त्याचं बोलणं ऐकून मला त्याचा खूप राग आला. मी त्याला लगेच खडसावीत म्हणालो,

"माझ्याकडे दारूसाठी पैसे मागायला तुला लाज वाटायला पाह्यजे. या घरकुलात तू राहाणार आहेस. याचा तू विचार करायला पाहिजे."

"चुकलो भाऊ. एकडाव मला माफी द्या." पिऱ्या त्याच्या मनात खजील झाला.

एकदा कुळवंडी या गावी घरकुलाचं काम पाहण्यासाठी भावे भाऊसाहेब आले होते. त्या ठिकाणी आनंद हिलम नावाचा एक कातकरी समाजाचा इसम खेड तालुक्याला गुणदे या गावी हायस्कूलमध्ये शिपाई म्हणून काम करीत होता. त्याचं जेमतेम तिसरी-चौथीपर्यंत शिक्षण झालं होतं. तो भाऊसाहेबांना म्हणाला की, 'घरकुलाच्या

चारी कोनावर तुमी दगडी खांब हूभं करून द्या. आमाला त्या ठिकाणी लाकडाच्या मेढी नकू.' भावे भाऊसाहेबांनी तो खर्च झेपणार नसल्यामुळे त्याचं बोलणं लगेच धुडकावून लावलं. आनंदला त्यांचा राग आला आणि तो भाऊसाहेबांना अश्लील भाषेत शिव्या देऊ लागला. भावे भाऊसाहेबांची तेथून पळता भुई थोडी झाली. मी आनंदची समजूत घातल्यावर त्याचा राग थोडा कमी झाला.

तिसंगी आणि कुळवंडी या गावातील लोक चांगले होते. मी त्यांना विनंती केल्यावर मला त्यांनी त्यांच्या जमिनीतील एकेक वासा कातकऱ्यांच्या घरकुलासाठी तोडून दिला. रानात तोडून ठेवलेले वासे आणायचे कसे? असा मला प्रश्न पडला. शेवटी मी कातकऱ्यांना फरसाण देण्याचं कबूल केल्यावर ते जंगलातील तोडून ठेवलेले वासे आणायला तयार झाले. जोत्याचं काम पूर्ण झाल्यावर मी गावातील सुतारांच्या शोधासाठी फिरू लागलो. सुतारांनी सांगितल्याप्रमाणे त्यांना लागणारे खिळे, चुना इत्यादी सामान दुकानातून विकत आणून मी त्यांच्याकडे दिलं. काही ग्रामस्थ मला कुत्सितपणे म्हणत, 'भाऊ, या लोकांना कशाला वं तुमी घरकुलं बांदून देताव. अवं ही येडी जात. ते काय तुमच्या बांधून दिलेल्या घरकुलात थोडंच ऱ्हानार हैत? त्यांच्या अंगाला मोकळा वारा लागायला पाह्यजे. यात त्यांचा जीव गुदमरून जाईल बगा.' मी त्यांच्या बोलण्याकडे कधी लक्ष देत नसे. मी माझं काम करीत असे. घरकुलाच्या सुतारकामाला जेव्हा सुरुवात झाली तेव्हा मी माझं तलाठी कार्यालय बंद ठेवून सुतारांच्या हाताखाली मजूर म्हणून काम करू लागलो. माझे कोतवालसुद्धा माझ्या सोबत मजूर म्हणून काम करीत. उजाडायच्या आतच कातकरी रानावनात पसार होत. जेव्हा घरकुलांचं काम पूर्ण झालं तेव्हा मी मोकळा श्वास घेतला.

*****

तिसंगी गावात मी जमीन महसूल, कूळ कायदा वसुली किंवा अन्य सरकारी कामाकरता मी आठवड्यातून एक-दोनदा तरी हमखास जात असे. आपल्याकडे आलेल्या पाहुण्यांचा किंवा शासकीय कर्मचारी-अधिकाऱ्यांचा योग्य पाहुणचार करण्यासाठी त्या गावची ख्याती होती. माझ्या बॅगेत नेहमी दुपारच्या जेवणाचा डबा असायचा. एकदा नवानगर येथे राहणारे गावचे सरपंच गणपतराव भोसले मला ताकीद करीत म्हणाले,

"भाऊ, आमच्या गावात येताना तुम्ही कधीही सोबत डबा आणू नका. दुपारच्या वेळी तुम्ही आमच्या पंगतीत बसून जेवायचं."

सरपंच मिलिटरीतून सेवानिवृत्त होऊन आले होते. त्यांच्या वयाची आता साठी उलटून गेली होती. तरी बोलण्या-चालण्यातून त्यांचा दरारा अजून तरी जाणवत होता. तिसंगी गावात त्यांना लोक मानत असत. त्यांच्या पुढे कुणीही

बोलण्याचं धाडस करीत नसत. गावातील स्त्री-पुरुषांच्या मनात त्यांच्याबद्दल आदरयुक्त भीती होती. आपल्या तिसंगी गावाचा विकास व्हावा, एवढाच त्यांच्या मनात ध्यास होता. ते तालुक्याला एसटीतून जात असत. एसटीत कुणी कंडक्टरबरोबर हुज्जत घालू लागला, तर ते बसल्या जागेवरूनच त्याच्यावर ओरडत. त्यांचा खणखणीत आवाज ऐकून अख्खी एसटी साप शिवल्याप्रमाणे शांत होत असे.

सरपंच गणपतराव भोसले मनानं मात्र प्रेमळ, मृदू होते. शासकीय कर्मचारी व अधिकाऱ्यांची ऊठबस नेहमी त्यांच्या घरी व्हायची. त्यांची आर्थिक परिस्थिती बेतासबात असली तरी सरकारी लोकांचा पाहुणचार करताना त्यांच्या कपाळावर कधी नाराजीची आठ पडलेली मला तरी दिसली नाही. त्यांची धर्मपत्नीसुद्धा स्वभावानं शांत आणि प्रेमळ होती. तिला लोक 'माऊली' असं म्हणत.

तिसंगी गावात काम करताना मला काही अडचण आली, तर मी लगेच सरपंचाना जाऊन भेटायचो. गावात त्यांना लोक 'दादा' म्हणून ओळखत. दादा मिलिटरीमध्ये बर्फाच्छादित भागात रात्रंदिवस देशसेवा करीत असल्यामुळे त्यांच्या उजव्या पायाला त्याचा संसर्ग होऊन तिथं जखम झाली होती. ती जखम औषधोपचार करूनसुद्धा बरी होत नव्हती. दादा जखमेवर माशा बसू नयेत म्हणून पायावर नेहमी रुमाल टाकत. घरात बसून ते अख्ख्या गावाची गाऱ्हाणी ऐकत आणि त्या सोडविण्यासाठी नि:स्वार्थीपणानं काम करीत. कुणाकडूनही नव्या पैशाचीदेखील कधी अपेक्षा करीत नसत. गरिबीतदेखील कसं समृद्ध जीवन जगायचं असतं, हे त्यांना खूप चांगलं कळायचं. दादा त्यांच्या गावात काम करणाऱ्या सरकारी कर्मचाऱ्यांचे आधारवड होते, असं म्हटलं तरी ते अजिबात चुकीचं होणार नाही.

दादांकडे सरपंचासारखं मानाचं पद होतं. संपूर्ण तिसंगी गावातील ते प्रथम नागरिक होते. परंतु त्यांनी कधीही मला बेकायदेशीर काम करायला सांगितलं नाही किंवा एखादं नियमात नसलेलं काम करण्यासाठी माझ्यावर कधी दबाव त्यांनी आणला नाही. तरी त्यांना त्यांच्या गावात आदराचं स्थान होतं. माझ्या आधी त्या ठिकाणी आनंद शेले नावाचा माझ्याच समाजाचा तलाठी म्हणून काम करायचा. दादा त्याला त्याच्या कामात मदत करीत. परंतु त्यानं लोकांकडून कामासाठी पैसा घेतला, तर दादा मनात त्याच्यावर नाराज होत. परंतु ते तोंडानं त्याला तसं बोलून दाखवीत नसत. दादासारखा प्रेमळ, मनमिळाऊ आणि नि:स्वार्थी असणारा सरपंच मला पुन्हा कधी भेटला नाही याची खंत मला आजसुद्धा वाटते.

तिसंगी गावात पोलीस पाटील म्हणून बाबाराव भोसले काम करीत. त्यांच्याकडून कधी मला मदत मिळत नसे. ते स्वत:ला भारी शिष्ट समजत. एकदा तर त्यांनी

माझ्या ऑफीसमध्ये येऊन कहरच केला होता. माझ्या गैरहजेरीत ते माझ्या कार्यालयात येऊन माझ्या खुर्चीत जाऊन रुबाबात बसले. लाकडी बाकड्यावर गांधी कोतवाल बसले होते. पोलीस पाटील माझ्या खुर्चीत बसलेले पाहून कोतवालाला त्याचं खूप आश्चर्य वाटलं. कोतवालांच्या बरोबर लाकडी बाकड्यावर बसायला त्यांना त्याची लाज वाटत होती.

थोड्या वेळानं मी माझ्या कार्यालयात आलो. माझ्या खुर्चीत बसलेल्या पोलीस पाटलांना पाहून मला त्यांचा राग आला. मी त्यांना थोड्या गुश्शातच म्हणालो,

"पोलीस पाटील, तुम्हाला कळायला हवं, तुम्ही कुणाच्या खुर्चीत जाऊन बसलात ते."

"भाऊ, खुर्ची रिकामी व्हती म्हून मी त्यात बसलू."

"उद्या तुम्ही जर तहसील कार्यालयात गेलात आणि समजा तिथं तहसीलदारांची खुर्ची तुम्हाला रिकामी दिसली, तर तुम्ही त्या खुर्चीत जाऊन बसाल?"

माझं बोलणं ऐकून पोलीस पाटील त्यांच्या मनात खजील झाले. मी गांधी कोतवालाकडे वळून म्हणालो,

"भाई, तुम्ही यांना बाकड्यावर बसायला का नाही सांगितलंत?"

"भाऊ, मी यांना तसं सांगनार व्हतू, पर त्या आधीच हे तुमच्या खुर्चीत जाऊन बसले. मंग मी त्यांना काय सांगणार?"

माझ्या कार्यालयात पक्षकारांना बसण्यासाठी फक्त एकच लाकडी बाक होता. गावातील प्रतिष्ठित मंडळींना माझ्यासमोर त्या लाकडी बाकावर बसायला संकोच वाटायचा. एकदा तिसंगी गावातील शिवाजीनगर येथे राहणारे आणि मिलिटरीमध्ये मेजर या पदावर काम करणारे माधव भोसले माझ्याकडे त्यांच्या जमिनीच्या ७/१२ च्या नकलासाठी आले होते. ते मनात न संकोच बाळगता त्या बाकावर बसले आणि त्यांनी माझ्याशी एक-दीड तास मनसोक्त गप्पा मारल्या. मिलिटरीमध्ये देशसेवा करताना कोणती कोणती साहसी कामं करावी लागतात, याची ते मला इत्थंभूत माहिती सांगत होते. त्यांचं बोलणं ऐकताना भीतीनं अंगावर सर्रकन काटा उभा राहत होता. तिसंगी गावच्या पोलीस पाटलानं आपण फार मोठी व्यक्ती आहोत, असं त्यांच्या मनात समज करून घेतला होता. मला त्यांना त्यांची जागा दाखवावी लागली होती. उथळ पाण्याला खळखळाट फार असतो, हे माझ्या लक्षात आलं होतं.

एके दिवशी मृत्यूनं मला अक्षरश: हुलकावणी दिली. त्याचं असं झालं, की मी आणि नारायण कोतवाल जमीन महसुलाची वसुली करण्यासाठी तिसंगी गावातील शिवाजीनगर येथे चालत जात होतो. उन्हाळा असल्यामुळे डूबी नदीतूनसुद्धा आम्हाला

जाता येत होतं. परंतु डूबी नदीत सकाळ-संध्याकाळ दारूच्या भट्ट्या नेहमी धगधगत असत. त्यामुळे लोक नदीतून सहसा जात नसत. मी आणि नारायण कोतवाल वाडीतून जाणाऱ्या पाऊलवाटेवरून शिवाजीनगरला जात होतो. मी पुढे आणि माझ्या मागे नारायण कोतवाल चालत होता. आम्ही दोघंही बोलत-बोलतच चालत होतो.

माझं लक्ष बोलण्यात होतं. एका करवंदाच्या झुडपाजवळ पाऊलवाटेवर एक छोटा खड्डा होता. मी तो खड्डा ओलांडून गेल्यावर मला त्या खड्ड्यात काहीतरी हलताना दिसलं म्हणून मी झटकन मागे वळून पाहिलं. त्या खड्ड्यात एक जाती सर्प वेटोळं घालून बसला होता. त्याला पाहून माझी तर बोबडीच वळली. प्रसंगावधान राखून मी भीतीनं मोठ्यानं ओरडलो, 'नारायण मागे व्हा. खड्ड्यात साप आहे!' माझं बोलणं ऐकून नारायण कोतवाल 'बाप रे' करीत लगेच भीतीनं मागे सरकला. नंतर तो सर्प अंगाचे वेटोळे सोडून त्या करवंदाच्या झुडपात सळसळ करीत नाहीसा झाला. तो भला मोठा साप पाहून माझ्या सर्वांगाला घाम सुटला होता. माझा चुकून त्या खड्ड्यात पाय पडला असता, तर त्या जाती सर्पानं लगेच माझ्या पायाचा चावा घेतला असता. नारायण कोतवालानं मला नंतर सांगितलं की, तो फार विषारी साप होता म्हणून. काळ आला होता परंतु वेळ आली नव्हती.

*****

गांधी कोतवाल कामसू होता. त्याला लोक 'भाई' म्हणून साद घालीत असत. बरीच वर्षं कोतवाल म्हणून काम केल्यामुळे त्याला कागदपत्रांची चांगली माहिती होती. शेतकरी त्यांच्या मालकीची जमीन कसत. परंतु त्यांना बऱ्याच वेळा ते कसत असलेल्या जमिनींचा सर्व्हे नंबर आणि हिस्सा नंबर सांगता येत नसे. त्यामुळे मला त्या शेतकऱ्यांना हवा असलेला ७/१२ काढून देता येत नसे. मग ते शेतकरी गांधी कोतवालाला नंबर शोधून देण्यासाठी गळ घालीत. गांधी त्यांना ठिकाणाचा नाव विचारायचा. त्यांनी ठिकाणाचे नाव सांगितल्यावर गांधी कपाटातील सर्व तुकडे काढून ते पुढ्यात घेऊन बसायचा. नंतर तो त्या शेतकऱ्याला हवा असलेला ७/१२ काढून द्यायचा. त्यावरून मी त्याची नक्कल काढून शेतकऱ्याला द्यायचो. माझ्या अपरोक्ष तो शेतकरी खुशीनं गांधी कोतवालाला पैसे काढून द्यायचा. ७/१२ शोधण्याचं काम माझ्या अपरोक्षसुद्धा तो करायचा. त्यावेळी मला त्याचा राग यायचा.

तलाठी दप्तरातील सातबारा हा अत्यंत महत्त्वाचा कागद असतो. त्यामध्ये जर फेरफार झालं, तर त्यामुळे तलाठ्याच्या नोकरीवरसुद्धा गंडातर येऊ शकतं. गांधी कोतवाल हा दारुडा होता. त्याच्यावर माझा विश्वास नव्हता. कुणी त्याला पैशाची लालूच दाखवून त्याच्याकडून गैरकाम करवून घेतलं तर, असा प्रश्न माझ्या

मनात पडायचा. त्यामुळे माझ्या गैरहजेरीत ७/१२ला हात लावायचा नाही, अशी मी त्याला ताकीद देऊन ठेवायचो.

एकदा मी गांधी कोतवालाला माझ्या गैरहजेरीत एका शेतकऱ्याला त्याच्या जमिनीच्या ७/१२ ची माहिती देताना रंगेहात पकडलं. मी त्याला रागानं बडबडलोसुद्धा. त्याचा त्याला लगेच राग आला. तो गुश्शातच ऑफिसच्या बाहेर पडून निघून गेला. दोन-तीन तासांनी तो दारू पिऊन तर्रर होऊन आला आणि नशेत अंगणात लोळू लागला. तोंडानं त्याचं नशेत बरळणं सुरू होतं-

'मी येवडा तज्ज्ञ माणूस असून तलाठी मला बडबडतात. माझ्याशिवाय या हाफिसाची कामं व्हनारच न्हाईत. कुणाची जिमिन कोणत्या सर्वे नंबरात हाय ते माझ्याशिवाय कुणाला ठाव न्हाय. मी या कुळवंडी गावचा खोत हाय.'

थोड्या वेळानं भाभी तिच्या मोठ्या लेकाला (दिलीप) सोबत घेऊन आली आणि त्या मायलेकानं कोतवालाला त्याच्या बखोटीला धरून घरी नेलं. दुसऱ्या दिवशी अपराधी चेहऱ्यानं भाई माझ्या कार्यालयात आला. मी त्याला काहीही बोललो नाही. एखाद्या दारुड्या माणसाला 'दारू पिणं वाईट आहे' असं सांगितलं तरी त्याला ते कधीही पटणार नाही, हे मला ठाऊक होतं. नारायण आणि भिकाजी हे माझे दोन कोतवालसुद्धा दारू पीत असत. परंतु ते कधी दारू पितात हे कुणाला कळतदेखील नव्हतं. नारायण एखाद्या वसुलीच्या खातेदाराकडे वसुलीसाठी सारखंसारखं त्याच्या घरी चकरा मारून दमल्यावर तो ऑफीसमध्ये येऊन माझ्यासमोर त्याला शिव्या देत असायचा. माझे तिन्ही कोतवाल मला कधी दुरुत्तरं करीत नसत. उलट एखादं निकडीचं काम त्यांनी वेळेत केलं नाही, की मीच त्यांना रागानं बोलत असे. तेव्हा ते माझं बोलणं निमूटपणे ऐकून घेत. भिकाजीला फक्त कामावर दांड्या मारायची सवय होती. बाकी त्याला नाव ठेवायला जागा नव्हती. नारायणाच्या प्रामाणिकपणाला तर तोड नव्हती. तो स्वभावानं फार साधाभोळा होता. कोणतीही लपवाछपवी न करता तो त्याच्या वाट्याला आलेलं जगणं अगदी प्रामाणिकपणे जगत होता.

भाई कोतवालाच्या अंगात थोडी लबाडी होती. आपल्याला प्यायला दारू कशी मिळेल, याचाच ते नेहमी विचार करीत असे. त्याच्या घरी किराणा मालाचं छोटं दुकान होतं. परंतु त्याचा मुलगा आणि त्याची बायको त्याला गल्ल्यावर कधी बसायला सांगत नसत. तो गल्ल्यातील पैसे काढून दारू पितो, हे त्यांना ठाऊक होतं. माझ्याकडे जमिनीच्या कामासाठी लोक येत. भाई त्यांना त्यांच्या कामात मदत करायचा. ते लोक त्याला त्यांचं काम झाल्यानंतर माझ्या अपरोक्ष खुशीनं पैसे काढून देत.

जुने कागदपत्र आणि ७/१२ चे तुकडे बांधण्यासाठी मी कापडाच्या दुकानातून सफेद रंगाचे रुमाल विकत आणायचो. भाई ते रुमाल दप्तर सोडून त्याच्या घरी सर्वांची नजर चुकवून न्यायचा. सुरुवातीला माझ्या ते लक्षात आलं नाही. नंतर मी जेव्हा त्याच्या घरी जाऊन पाहिलं, तेव्हा ते रुमाल मला त्यांच्या घरी दिसले. मी त्या रुमालाबद्दल भाईला अजिबात विचारलं नाही. मला एवढंच कळून चुकलं की, भाईच आपल्या ऑफिसातील दप्तर बांधलेले रुमाल पळवत असतो म्हणून.

भाईचा स्वभाव तसा बेडर. तंगडीत शेपूट घालणं हे त्याला ठाऊक नसे. एखादा अनुचित प्रकार त्यानं गावात कुठं डोळ्यानं पाहिला, तर तो ते लगेच्या माझ्या कानावर येऊन घालायचा. त्याच्या बरोबर सरकारी जमीन महसूल वसुलीला किंवा इतर कामाला जाताना मला त्याचा आधार वाटायचा. थकबाकीदार गावचा खोत असला तरी तो त्याच्यावर तोंड टाकायचा. भाई वरून उग्र, कठोर दिसत असला तरी तो आतून अगदी मृदू स्वभावाचा होता. त्याच्यासोबत काम करताना मला त्याचा अनुभव येत होता. तो पूर्वी गावचा खोत असला तरी फिरतीला जाताना तो माझी बॅग त्याच्या हातात घ्यायचा. त्याला त्यात अजिबात कमीपणा कधी वाटत नसे. नारायण आणि भिकाजीसुद्धा फिरतीला जाताना माझी बॅग ते त्यांच्या हातात घेत. मी मोकळ्या हातानं त्यांच्या सोबत चालायचो. गावातील वाड्या लांब लांब असत. झाडीझुडपात लपलेल्या तांबड्या पाऊलवाटा कोतवालांना माहीत असत. म्हणून ते माझ्या पुढे चालत नि मी त्यांच्या मागून पाऊलवाट तुडवायचो. काटेरी झुडपाजवळून जाताना ते मला सावध करीत म्हणत, ‘भाऊ, काटा लागेल. साबुस्तीनं या.’ राग, द्वेष, दुरावा हे त्यांच्या गावी सुद्धा नव्हतं. शासनाच्या तुटपुंज्या पगारावर ते मला माझ्या कामात त्यांची शेतीवाडी सांभाळून मदत करीत असत. मी कधीतरी कामानिमित्तानं माझ्या कोतवालांच्या घरी जात असे. त्यावेळी त्यांना झालेला आनंद मला त्यांच्या उजळलेल्या चेहऱ्यावर दिसायचं. मला चहा देऊन झाल्यावर ते मला दही बरोबर भाकरी खाण्यासाठी आग्रह करीत. त्यांच्या त्या निरपेक्ष प्रेमानं मला अगदी भरून पावायचं आणि मनात वाटायचं की, मागच्या जन्माच्या पुण्याईनं आपल्याला या लोकांकडून एवढं प्रेम मिळतंय.

माझ्या ऑफीसच्या जवळून पाऊलवाट डांबरी सडकेकडे जात होती. त्या पाऊलवाटेवरून रोज एक पन्नाशी उलटलेली बाई सकाळी अकराच्या दरम्यान हातात एका ताम्हणात पाण्याचा तांब्या, जळकी उदबत्ती आणि जास्वंदीची फुलं घेऊन दुःखी मनानं रोज डांबरी सडकेच्या दिशेनं चालत जात असे. मी त्या बाईला रोज जाता-येता पाहात असल्यानं एके दिवशी मी भाईला म्हणालो,

"भाई, ही बाई ताम्हणात पाण्याचा तांब्या आणि जास्वंदीची फुलं घेऊन रोज कुठं जात असते?"

"तुमाला ते ठाव न्हाय?"

"नाही."

भाई थोडा वेळ गप्प बसला. नंतर दीर्घ नि:श्वास टाकून तो मला म्हणाला,

"भाऊ, या गोस्टीला आज पाच वरीस झालंय. दसऱ्याच्या वक्ताला देवाला कौल लावून आमची वाडी रानात शिकारीला गेली व्हती. त्यात तिचा न्हवरा सुदीक व्हता. आन लक्ष्मन नावाचा तिचा दीरसुदिक व्हता. तिचा दीर बरकनदार हाय. त्याच्याकडे काडतुसाची बंदूक हाय. दिराची नि हिच्या नवऱ्याची जागा-जिमिनीवयनं पैल्यापास्नं दुस्मनी व्हती. रानात डुक्कर उठल्यावर या बाईच्या दिरानं ती संधी साधून डुक्कराला गोळी मारतू म्हणून त्यानं हिच्या नवऱ्याच्या छातीत गोळ्या घातल्या. हिचा नवरा गुणाजी जाग्यावरच ठार झाला. कोर्टात तारका लागल्या. नंतर समदी निर्दोस सुटली. पर ही सगुणा रोज न्हवऱ्याच्या समाधीवर पाणी घालून फुलं वाहिल्याबिगर त्वाँडात पानी दिकून घेत न्हाय."

भाईचं बोलणं ऐकून मी अवाक झालो. नवरा मारतो, छळतो म्हणून त्याचा कायमचा काटा काढणाऱ्या काही महिला मी पाहिल्या होत्या. त्यांच्याबद्दल मी माझ्या कानानं ऐकलं होतं. नवरा मेल्यानंतरसुद्धा त्याच्यावर एवढी निष्ठा, प्रेम आणि जिव्हाळा असणारी बाई मी माझ्या डोळ्यांनी पहिल्यांदाच पाहात होतो. कुळवंडी वडाचीवाडी इथं राहाणारी सगुणाबाई निकम मला कलियुगातील सती सावित्री वाटत होती.

*****

एके दिवशी मी माझ्या ऑफीसमध्ये काम करीत बसलो असताना भाई घाबराघुबरा होऊन ऑफिसमध्ये आला. त्याचा राकट चेहरा घामाघूम झाला होता. त्याला पाहून मीसुद्धा माझ्या मनात दचकून गेलो. माझ्या मनात अनेक शंका-कुशंका येऊ लागल्या. भाई माझ्यासमोर बाकड्यावर बसला आणि घामाघूम झालेला चेहरा अंगावरील धोतऱ्याच्या सोग्यानं पुसू लागला. नंतर दीर्घ नि:श्वास टाकून तो मला गंभीर आवाजात म्हणाला,

"भाऊ, तिसंगी गावात लई मोठं इपरीत परकरण घडलंय बगा."

"भाई, काय झालंय?" मी त्याला विचारलं.

"सांगतो, आधी वाईच पानी पितू."

माझ्यासमोर पाण्याचा तांब्या होता. भाई वाटीत पाणी घेऊन तो वर तोंड

करून घटाघटा प्यायला. नंतर धोतराच्या सोग्यानं तोंड पुसत तो मला म्हणाला,

“भाऊ, लोकांनी गावचं देऊळ दुरुस्त करण्यासाठनं सरकारी देवरहाटीतील आंब्याची मोठमोठी झाडं पाडलीत. मी आता तितूनच आलुय.”

“तुम्ही त्यांना मनाई करायची नाही? ती झाडं सरकारी मालकीची आहेत. सरकारी परवानगीशिवाय ती झाडं कुणालाही तोडण्याची परवानगी नाही.”

“मी त्यांना मनाई केली सुदीक. पर त्यांनी माझं कायसुदीक आयकून घेतलं न्हाय. गणपत खोत मग म्हणला की, गावच्या देवळाचं काम हाय म्हून आमी ही झाडं तोडताव. यात सरकारचा काय संमंद येत न्हाय. माझा त्यांच्या म्होरं नाइलाज झाल्यावर मी तुमाला सांगण्यासाठनं ताबडतोब आलुय.”

“भाई, आपल्याला त्यांनी तोडलेली झाडं लगेच जप्त करून गावच्या पोलीस पाटलाच्या ताब्यात द्यायला हवी आणि लगेच तहसीलदारांना रिपोर्टनं कळवायला हवं. आपण तिकडे दुर्लक्ष केलं म्हणून उद्या ते प्रकरण आपल्या अंगलट येईल. आपण आपलं काम करून मोकळं होऊ. उद्या आपल्या गळ्याशी आलं तर कुणीसुद्धा आपल्या मदतीला येणार नाहीत.”

“भाऊ, मी पोलीस पाटलांना त्या ठिकाणी म्होरं जावून घेवून येतू. तुमी माझ्या मागून देवरहाटीत या.”

“चालेल. जा तुम्ही पुढे.”

“जातू.” भाई बसलेल्या जागेवरून झटकन उठून उभा राहिला.

मी तिसंगी गावच्या देवरहाटीमध्ये पोहोचायच्या आधी भाई त्या ठिकाणी गावच्या पोलीस पाटलाला घेऊन हजर झाला होता. ग्रामस्थांनी देवरहाटीतील एकूण तीन मोठी आंब्याची झाडं पाडून त्याचे ट्रकमधून नेण्यासाठी ते तुकडे करीत होते. ग्रामस्थांनी झाडं पाडून देवरहाटी उद्ध्वस्त केली होती. ती उजाड देवरहाटी पाहून मनाला खूप वाईट वाटलं. झाडं पाडणाऱ्या ग्रामस्थांना ताकदी देऊन मी पाडलेल्या आंब्याच्या झाडांचा पंचनामा केला. त्यावर पोलीस पाटीलाची आणि इतर पंचाच्या सह्या घेतल्या. पाडलेली झाडं पुढील आदेश होईपर्यंत ती मी गावच्या पोलीस पाटलाच्या ताब्यात दिली आणि मी भाईला घेऊन देवरहाटीमधून लगेच बाहेर पडलो.

देवरहाटीत पाडलेल्या झाडांचं माझ्या अहवालासह प्रकरण तयार करून मी ते देण्यासाठी तालुक्याला तहसील कार्यालयात गेलो. रावसाहेब त्यांच्या दालनात हजर होते. मी त्यांच्या दालनात जाऊन भेटलो आणि त्यांना म्हणालो,

“रावसाहेब, तिसंगीच्या देवरहाटीतील ग्रामस्थांनी आंब्याची झाडं विनापरवाना तोडली आहेत.”

“त्याचं प्रकरण तुम्ही तयार करून आणलंय का?”

“होय.”

“ते प्रकरण टपालात द्या.”

“देतो.”

“ग्रामस्थ आपल्याला कुटुंब कल्याणाच्या केसेस देत असतील, तर मी त्यांच्यावर पुढील कारवाई करणार नाही.”

त्यांचं बोलणं ऐकून मी माझ्या मनात निराश झालो. हातातील प्रकरण मी बारनिशी कारकुनाकडे देऊन मी त्याची पोच घेतली आणि तहसील कार्यालयाच्या बाहेर पडलो. त्या प्रकरणावर पुढे काहीही कारवाई झाली नाही. भाईच्या आणि माझ्या वाट्याला मात्र त्या गावचा वाईटपणा आला. पुढे दोन महिन्यानं गांधी कोतवालाचं हृदयविकाराच्या तीव्र झटक्यानं निधन झालं. त्यावेळी अशी आवई उठली होती की, गांधी कोतवालानं ग्रामस्थांनी देवरहाटीतील झाडं पाडली म्हणून तलाठीभाऊंना सांगितलं म्हणून गावानं त्या कोतवालावर देव घातला.

*****

बँकेत ठेवीदारांना आकर्षित करण्यासाठी नवीन योजना सातत्यानं जाहीर केल्या जातात. एसटी महामंडळ प्रवाशी सुरक्षा सप्ताह आणि सौजन्य सप्ताह दरवर्षी राबवत असते. त्याचप्रमाणे महसूल खात्यात १ ऑगस्ट या महसूल दिनांकापासून राजस्व अभियान दरवर्षी राबविलं जात असतं. राजस्व अभियानमध्ये तलाठ्याच्या दप्तरी कामाकडे अधिक लक्ष दिलं जातं. दरवर्षी घालावयाचे नवीन नमुने तयार करणे, मयत खातेदारांचे वारस तपास करून त्यांच्या वारसांची नावे ७/१२ व ८ अ ला लावणे, फेरफार नोंदीचा निपटारा करून त्याचा अंमल ७/१२ व ८ अ ला देणे. तसेच जुने कागदपत्र तालुक्याच्या रेकॉर्डमध्ये जमा करणे इत्यादी कामं राजस्व अभियानमध्ये केली जात असतात. या अभियानात तलाठ्याला त्याच्या कामात मदत करण्यासाठी आणि त्याच्याकडील शिलकी नोंदीचा निपटारा करण्यासाठी झोनल ऑफिसर हे पद तात्पुरतं निर्माण केलं जातं. हे झोनल ऑफीस तहसील कार्यालयात कोणत्यातरी विभागात अव्वल कारकून म्हणून कार्यरत असतात.

आमच्या आंबवली या सर्कलमध्ये झोनल ऑफिसर म्हणून मयेकर भाऊसाहेब यांची तात्पुरती नेमणूक राजस्व अभियान या कालावधीत झाली होती. एके दिवशी मला न सांगताच ते भाड्याच्या रिक्षानं माझ्या सजावर येऊन थडकले. माझ्या ऑफिसात चहाची सोय नव्हती म्हणून मी त्यांना जवळच असणाऱ्या नारायण कोतवालाच्या घरी नेलं. नारायण कोतवाल घरी नव्हते. त्यांची चौदा-पंधरा वर्षांची

एका अस्वस्थ तलाठ्याची डायरी । ११९

शालिनी नावाची मुलगी घरी होती. तिनं आम्हाला चहा करून दिला. चहा घेऊन बाहेर आल्यावर मयेकर भाऊसाहेब मला हसत हसत म्हणाले, "काय चिकनी पोरगी होती." त्यांनी ते नारायण कोतवालाच्या मुलीला उद्देशून बोलल्यामुळे मला त्यांचा राग आला. ते तहसील कार्यालयात कूळ कायद्याच्या टेबलावर टेनन्सी अव्वल कारकून म्हणून काम करीत. त्यांच्या हाताखाली एक नवीन नोकरीला लागलेली महिला कारकून काम करायची. तिलासुद्धा मयेकर भाऊसाहेब अश्लील टोमणे मारून त्रास देत. म्हणून एकदा तिनं त्यांची तहसीलदारांकडे तोंडी तक्रार केली. तहसीलदारानं त्यांच्या अधिकारात तिचं टेबल बदलून तिची नेमणूक दुसऱ्या टेबलावर केली. स्त्रीलंपट म्हणून मयेकर भाऊसाहेबांची जिल्ह्यात ख्याती होती.

नंतर मी त्यांना घेऊन माझ्या तलाठी कार्यालयात आलो. कुळवंडी गावच्या कूळ कायद्याच्या ३२ ग च्या नोंदी निकाली काढावयाच्या असल्यामुळे मी त्यांच्या पुढ्यात फेरफार, रजिस्टर, नोटीस फाईल आणि तहसील कार्यालयामार्फत आलेले ३२ ग च्या सर्टिफिकट्स इत्यादी कागदपत्र ठेवले आणि मी त्यांच्यासमोर उभा राहिलो. मयेकर भाऊसाहेबांनी मी घातलेल्या नोंदी मोजल्या. त्या एकूण तीस नोंदी होत्या. नंतर माझ्याकडे पाहत त्यांनी मला विचारलं,

"तुझ्याकडे ३२ ग च्या सर्टिफिकेट्स तालुक्याकडून कधी आल्या?"

"गेल्या जुलै महिन्यात."

"मग तू त्याच वेळी फेरफार रजिस्टरला त्याच्या नोंदी का केल्या नाहीस?"

"गेल्या महिन्यात मला जमाबंदीचं खूप काम होतं. म्हणून मला त्या नोंदी करता आल्या नाहीत."

"तू आता एक काम कर."

"काय करू ते तुम्ही मला सांगा." मी.

"तू मला आता प्रत्येक नोंदीचे तीस रुपये याप्रमाणे मला नऊशे रुपये दे. मगच मी तुझ्या नोंदी मंजूर करतो."

"भाऊसाहेब, मी कुणाकडून नोंदींचे पैसे घेतले नाहीत."

"तू मला आता पैसे दे. नंतर तू लोकांकडून घे."

"मला ते शक्य होणार नाही."

"मग मला तू रिक्षाचं भाडं म्हणून दोनशे रुपये दे. रिक्षाला मला भाडं द्यायला पाहिजे."

"भाऊसाहेब, मी रिक्षाचं भाडंसुद्धा देऊ शकत नाही."

"ठीकाय. मी आता रावसाहेबांना जाऊन सांगतो की, तू ३२ ग च्या

सर्टिफिकेट्सच्या नोंदी वेळेत फेरफार रजिस्टरमध्ये केल्या नाहीस म्हणून.''

मयेकर भाऊसाहेबांचं बोलणं ऐकून मी त्यांना पुढे एक शब्दसुद्धा बोललो नाही. भाऊसाहेब तणतणत माझ्या ऑफिसमधून बाहेर पडले आणि त्यांनी तहसील कार्यालयात जाऊन त्यांनी माझ्या विरोधात रावसाहेबांचे कान फुंकले. माझी भोसडमपट्टी करण्यासाठी रावसाहेबांना संधी अगदी चालून आली होती. त्या नोंदीवरून त्यांनी माझी भोसडमपट्टी केली. मयेकर भाऊसाहेबांना मी पैसे दिले असते, तर अपमानित होण्याची वेळ माझ्यावर मुळीच आली नसती.

*****

माझं नवीन घराचं स्वप्नं पूर्ण झालं होतं. कर्जबाजारी होऊन मी तालुक्यापासून अगदी जवळ असलेल्या वेरळ गावच्या ग्रामपंचायतीच्या हद्दीत जांभ्या दगडाचं कौलारू घर बांधलं होतं. पावसकर तहसीलदरांची बदली होऊन त्या ठिकाणी बाबाजी मांडवकर यांची बदली झाली होती. त्यांचं बिऱ्हाड दापोलीला होतं. चिपळून प्रांताकडे चार तालुके असल्यामुळे त्यांच्याकडील खेड तालुका कमी करून तो आता दापोली प्रांताकडे दिला होता. कुळवंडी सजावर माझी सेवा पाच वर्षं झाली असल्यानं दापोली प्रांतानं माझी बदली पन्हाळजे या सजावर केली होती.

पन्हाळजे हा सजा तालुक्यापासून खूप दूर होता. माझा महिन्याचा पगार निम्म्यापेक्षा अधिक कर्जाच्या हप्ता कापून जात असे. पगार म्हणून मला अगदी थोडेच पैसे मिळत. त्या पैशात कसाबसा आम्हाला महिना काढावा लागत होता. दोन मुलं मराठी शाळेत जात होती. छोटी मुलगी माधुरी आता चार वर्षांची झाली होती.

पन्हाळजे गाव पांडवकालीन लेण्यांसाठी प्रसिद्ध होतं. परंतु एवढ्या लांब जाऊन नोकरी करणं मला अशक्य असल्यानं माझी बदली फिरविण्यासाठी मी दापोली प्रांताकडे विनंती अर्ज सादर केला. माझा विनंती अर्ज मान्य करून प्रांतानं माझी बदली आंजणी (आयनी) या सजावर केली. मी तहसीलदारांना फाट्यावर मारून प्रांताकडून बदली फिरवून घेतल्यामुळे मांडवकर तहसीलदारांना माझा खूप राग आला. त्यांच्या दालनात त्यांनी मला बोलावून घेऊन ते रागानं मला खूप बडबडले. आयनी गावात ब्राह्मणवाडीत तलाठी कार्यालय असल्यामुळे मला त्यांनी त्या गावात बिऱ्हाड करून राहायला सांगितलं. तसं त्यांनी माझ्याकडून लेखी लिहून घेतलं. मी मागासवर्गीय असल्यामुळे मला आयनीच्या ब्राह्मणवाडीत राहायला खोली मिळणार नाही, असं त्यांनी त्यांच्या मनात विचार केला होता. माझ्याआधी आयनी सजावर सर्व ब्राह्मण तलाठ्यांनी काम केलं होतं.

◆◆◆

पाच

आयनी या गावाला ऐतिहासिक पार्श्वभूमी होती. आयनी गावाच्या सुपुत्राने नाशिकला 'संगीत शारदा' हे नाटक सुरू असताना नाटकाला आलेल्या कलेक्टर जॅक्सन या गोऱ्या साहेबाचा गोळ्या घालून खून केला होता. त्यांचं संपूर्ण नाव अनंत लक्ष्मण कान्हेरे असं होतं. त्यावेळी त्याचं वय अगदी कोवळं होतं. कोवळ्या वयातच इंग्रजांनी त्याला सन १९०९ मध्ये फाशीची शिक्षा दिली होती. देशासाठी हौतात्म्य पत्करणाऱ्या त्या पराक्रमी युवकाची जन्मभूमी आयनी हे गाव होतं. त्या आयनी गावात माझी तलाठी म्हणून बदली झाल्यामुळे मी स्वत:ला खूप भाग्यवान समजत होतो.

आयनी या गावाला निसर्गाचंसुद्धा वरदान लाभलं होतं. पश्चिमेला गावाला वळसा मारून वाहणारी विशाल जगबुडी खाडी होती. त्या खाडीत मासेमारी करण्यासाठी दिवसरात्र लाँचेस, छोट्या होड्या मचूळ पाण्यात तरंगत होत्या. उत्तरेला हरणटेंबा नावाचा उंच डोंगराचा हिरव्या झाडांनी आच्छादलेला तुकडा होता. त्याच्या पायथ्याशीच घरं होती. त्या ब्राह्मणवाडीच्या सभोवार गावातील इतर वाड्या होत्या. ब्राह्मण वाडीत आकाशात झेपावलेली नारळ-पोफळीची झाडं असल्यामुळे वाडीतील कौलारू घरं अजिबात दुरून दिसत नव्हती. गावात हिरव्यागार झाडांची दाटी असल्यामुळे उन्हाळ्यातसुद्धा गावात थंडगार आणि आल्हाददायी वातावरण असे. आयनी गावाला लागूनच सात्वीण गाव होतं. सुमारे दोनशे वर्षांपूर्वी त्या गावातून पाटाने आयनी ब्राह्मणवाडीत पाणी आणलं होतं. तो पाट जांभा दगडाच्या चिरा वापरून बंदिस्त केलेला होता. त्या बंदिस्त पाटात पूर्वी घोड्यावरूनसुद्धा माणूस जात-येत असे.

जगबुडीखाडीच्या किनाऱ्याला गावातील लोकांची खलाटीची भातशेती होती. उन्हाळ्यात त्या ठिकाणी कडधान्याचं पीक काढलं जायचं. उन्हाळ्यात छातीभर वाढलेल्या तुरीत रानडुक्करं रात्री धुडगूस घालून पिकाचं मोठ्या प्रमाणात नुकसान करीत. म्हणून रात्री मचाण काढून शेतकरी हातात बंदूक घेऊन पिकाच्या राखणीला

बसत. क्वचित प्रसंगी पिकात शिरलेली डुकरं राखणीला बसलेल्या शेतकऱ्यांच्यावरसुद्धा प्राणघातक हल्ला करीत. गावात ब्राह्मण, मराठा, कुणबी, सोनार, तेली, भोई इत्यादी समाजाची घरं होती. पूर्वीपासून अख्ख्या आयनी गावावर ब्राह्मण या समाजाचं वर्चस्व होतं.

तहसीलदार मांडवकर यांच्या दबावतंत्राला न जुमानता मी निसर्गसंपन्न असलेल्या आणि हुतात्मा अनंत लक्ष्मण कान्हेरे यांच्या जन्मगावी पावसाला सुरुवात झाल्यानंतर १९८९ मध्ये हजर झालो होतो. माझं तलाठी कार्यालय ब्राह्मणवाडीत रमेश कान्हेरे यांच्या मालकीच्या भल्या मोठ्या वाड्यात होतं. तो वाडा 'एल' या इंग्रजी आकाराचा होता. त्यात मधोमध पाण्याची कारंजीसुद्धा होती. परंतु त्यात थोडा बिघाड झाल्यामुळे ते सध्या बंद अवस्थेत होतं. वाड्यात असंख्य खोल्या होत्या. तो संपूर्ण वाडा दोनशे वर्षापूर्वी जांभ्या दगडानं बांधून पूर्ण केला होता. पुण्याहून काचेचे सामान घेऊन आडवाटेनं अकरा उंट आले होते. त्यापैकी दोन उंट चोरांनी पळविले होते. नऊ उंट काचेचे सामान घेऊन गावी पोहोचले होते. म्हणून अवघ्या पंचक्रोशीत त्यावेळी ते 'नऊलाखे' कान्हेरे म्हणून प्रसिद्ध होते. दोनशे वर्षापूर्वी आणलेले शोभिवंत काचेची हंडे आणि झुंबरं अजूनही दिवाणखान्यात जशीच्या तशी होती. त्यामुळे त्या वाड्याची शोभा तसूभरसुद्धा अजून कमी झाली नव्हती. त्या वाड्याला पाणीपुरवठा करण्यासाठी नऊलाखे कान्हेरे यांनी सात्वीणगाव येथून पुरुषभर उंचीचा जांभ्या दगडाचा पाट काढून पाणी वाड्यात आणलं होतं.

कान्हेरे यांचा वाडा दुमजली होता. पूर्वी कान्हेरे यांची आसपासच्या गावात शेती होती. त्यामुळे त्यांना त्यांचे कूळ प्रत्येक वर्षी बैलगाडीतून भात आणून त्यांना देत असत. त्यासाठी भली मोठी भाताची कोठारं वाड्यात बांधली होती. कूळ कायदा लागू झाल्यापासून त्यांच्या कुळांच्याकडून भात यायचं बंद झालं होतं. त्यामुळे ती भाताची कोठारं रिकामी होती. त्या रिकाम्या भाताच्या कोठारात माझं तलाठी कार्यालय होतं. पूर्वी मराठी शाळेला इमारत नसल्यामुळे वाड्यातच शाळेचे वर्ग भरत असत.

माझं तलाठी कार्यालय वरच्या मजल्यावर होतं. खाली आंब्याच्या फळ्या होत्या. त्यावरून चालू लागल्यावर पावलांचा आवाज व्हायचा. तलाठी कार्यालयासाठी एवढी ऐसपैस आणि भरपूर मोकळी हवा असलेली जागा मला अद्याप कोठेही मिळाली नव्हती. त्यामुळे मी माझ्या मनात खूप हरखून गेलो होतो. मला आणखी एक आश्चर्याचा धक्का बसला. मी तलाठी म्हणून हजर झाल्यावर त्या वाड्याचे मालक रमेश कान्हेरे मला लगेच भेटायला आले. जुजबी इकडचं-तिकडचं बोलून झाल्यावर त्यांनी मला विचारलं,

"भाऊ, तुम्ही रोज जेवणाचा डबा आणणार आहात की मी तुमचं दुपारचं जेवण करायला घरी सांगू?"

मी त्यांचं बोलणं ऐकून आश्चर्यचकित झालो. असं ते मला आपुलकीनं विचारतील, असं मला स्वप्नातदेखील वाटलं नव्हतं. त्या वाड्याची ख्याती मी ऐकून होतो. परंतु मी त्याचा अनुभव प्रत्यक्ष घेतसुद्धा होतो.

मी त्यांना संकोचानं म्हणालो,

"मी माझा दुपारचा जेवणाचा डबा घरातून येताना घेऊन येईन."

"तुम्हाला रोज सकाळी आणि संध्याकाळी आमच्याकडून चहा मिळेल. त्याची तुम्हाला काळजी नको. तुमच्या आधी क्षीरसागरभाऊ या ठिकाणी तात्पुरते काम करीत होते. ते त्यांच्या निगडे या सजातून आठवड्यातून दोन वेळा या ठिकाणी काम करायला येत. त्यावेळी ते दुपारी आमच्याकडे जेवायला असत. काटदरेभाऊंची बदली झाल्यापासून त्यांनी या ठिकाणी वर्षभर तरी काम केलं. ते आमच्या वाड्यात राहात. त्या आधी बापट, जंगम, दांडेकर इत्यादी तलाठी या ठिकाणी काम करून गेलेत."

"काटदरेभाऊ माझे खास ओळखीचे आहेत."

"त्यांनी आमच्या गावात पाच वर्षं अगदी मजेत काढली. त्यांना कोट्या करण्याची सवय आहे. काय असेल ते लगेच स्पष्टपणे बोलून मोकळे होत. त्यांना मूलबाळ नव्हतं. पूर्वी मीसुद्धा मुंबईला नोकरी करीत होतो. दादा (रमेश कान्हेरे यांचे चुलते) वारल्यामुळे या वाड्याची आणि आमच्या जमिनींची देखभाल करण्यासाठी मला नोकरी सोडून गावी यावं लागलं."

"तुमचा वाडा फारच छान आहे."

"आवडला तुम्हाला?"

"होय."

"चला, तुम्हाला आमचा संपूर्ण वाडा फिरून दाखवितो." ते बसलेल्या जागेवरून उठत म्हणाले.

मलासुद्धा तो वाडा आतून पाहण्याची इच्छा होती. त्यामुळे मी खळखळ न करता त्यांच्या मागून नि:शब्द चालू लागलो. त्या वाड्यात पूर्व-पश्चिमेला असंख्य खोल्या होत्या. काही उघड्या खोल्यामध्ये वटवाघळांनी आसरा घेतला होता. रमेशभाऊ मला खोल्या दाखवित म्हणाले,

"भाऊ, हा वाडा इतका मोठा आहे की, आम्ही त्याची झाडलोटसुद्धा करू शकत नाही. कूळ कायद्याच्या आधी वाड्यात भरपूर लोकांचा वावर असे. वाड्यात अनेक नोकरचाकर असल्यामुळे ते रोजच्या रोज खोल्या झाडून स्वच्छ करीत. आता

कामाला गडी मिळणंसुद्धा मुष्किल झालं आहे. त्यामुळे आमच्याकडून हा वाडा रोजच्या रोज झाडून स्वच्छ करता येत नाही. आठवड्यातून किंवा पंधरवड्यातून गडी लावून आम्ही या वाड्याची स्वच्छता करतो.''

''मी ऐकलं होतं, की वाड्यात भुयार आहे म्हणून. खरं आहे का ते?''

''होय. परंतु आता त्या भुयाराची पडझड झाली आहे, त्यामुळे ते वापरात नाही. त्यामुळे तुम्हाला ते दाखविता येणार नाही.''

सर्व खोल्या पाहून झाल्यावर रमेशभाऊ मला म्हणाले की, ''चला आता मी तुम्हाला आमचं देवघर दाखवितो.'' त्यांचं बोलणं ऐकून मी माझ्या मनात सावध झालो. त्यांना अजून माझी जात ठाऊक नव्हती. उद्या त्यांना माझी जात ठाऊक झाली, तर त्यांना माझा नक्की राग येणार. मांडवकर तहसीलदार माझ्या जातीमुळेच मला आयनी या सजावर हजर होऊ देत नव्हते. ते मराठा या जातीचे होते. त्यांना त्यांच्या जातीचा अभिमान होता. मला माझ्या जातीपेक्षा माणूस म्हणून जन्माला आलोय याचा मला अभिमान वाटत होता.

मी त्यांचं बोलणं ऐकून जाग्यावरच थबकल्यामुळे रमेशभाऊ संभ्रमात पडले. नंतर त्यांनी मला लगेच विचारलं,

''काय झालं भाऊ?''

''मी तुमच्या देवघरात आलेलं तुम्हाला चालेल ना?'' मी त्यांना अडखळत विचारलं.

माझं बोलणं ऐकून रमेशभाऊ गालात हसले. नंतर ते मला म्हणाले,

''आम्ही ब्राह्मण जरी असलो तरी जातीयता कधी पाळत नाही. गावातील महार-चांभारसुद्धा आमच्या वाड्यात येत असतात. चला तुम्ही.''

रमेशभाऊंनी माझ्या हाताला धरून मला त्यांनी त्यांच्या देवघरात नेलं. माझी जेवढी श्रद्धा माझ्या दिवंगत आईवडिलांवर आहे तेवढी माझी श्रद्धा देवावर नाही, हे मी अगदी प्रामाणिकपणे कबूल करतो. परंतु देव समोर दिसला, तर मी त्याला नमस्कार करत असतो. मी रमेशभाऊंच्या सोबत समोरच्या देवाला मनोभावे हात जोडून नमस्कार केला. मला ते देवघर आणि रमेशभाऊंच्या मनाचा निर्मळपणा दोन्हीही आवडलं होतं. मी आनंदानं त्या देवघरातून त्यांच्यासोबत बाहेर पडलो.

*****

आयनी सजामध्ये माझ्याकडे एकूण चार गावं होती. आयनी, मेटे, असगणी आणि असगणी मोहल्ला अशी ती एकूण चार गावं होती. या चार गावांपैकी फक्त आयनी या गावात मुस्लीम समाजाची वस्ती नव्हती. इतर तीन गावांत मुस्लीम

समाजाची वस्ती होती. या समाजापैकी जे लोक आखाती देशात नोकरी करीत होते त्यांच्याकडे आर्थिक सुबत्ता होती. बाकीचे लोक गावातच शेती आणि छोटे छोटे व्यवसाय करून जगत असत. हल्लीची मुली-मुलं शाळेत शिकत होती, आधीची पिढी मात्र निरक्षर होती, राहणीमान अस्वच्छ. पूर्वी ते लोक गावागावांत जाऊन चाळणी विकत. शेतकरी भाताचं पीक चाळण्यासाठी त्यांच्याकडून चाळणी विकत घेत. पूर्वीची त्यांची आर्थिक परिस्थिती अत्यंत हलाखीची होती. त्या सर्वांच्या गवताऱू झोपड्या होत्या. नंतर ते आखाती देशात जाऊन नोकऱ्या करू लागले. तशी त्यांच्याकडे आर्थिक सुबत्ता आली. गवताऱू झोपड्या जाऊन त्या ठिकाणी सिमेंट काँक्रीटचे बंगले उभे राहिले. त्यांचं बोलणंसुद्धा उर्दूमिश्रित मराठी होतं. बोलण्यात ते 'तुमला-आमला' करीत आणि ते मराठी भाषेचे उच्चार वेगळ्याच ढंगात करीत. त्यांची ती उर्दू-मराठीमिश्रित भाषा ऐकताना कानाला भारी गोड वाटायची. स्त्री-पुरुष घराच्या बाहेर पडताना उंची कपडे घालून त्यावर परदेशी सुगंधी अत्तराचे फवारे मारीत. त्यामुळे त्यांना न पाहातासुद्धा ऑफीसमध्ये 'मामू' किंवा 'भाभी' त्यांच्या कामासाठी येत आहेत, असं खुशाल ओळखावं.

मुस्लीम समाजाच्या लोकांचं त्यांच्या जमीन-जुमल्यावर आत्यंतिक प्रेम होतं. जमिनीच्या तुकड्यावर ते पुत्रवत प्रेम करीत. परंतु दुर्दैवानं बहुतेकांच्या जमिनी शासनानं औद्योगिकरणासाठी ताब्यात घेऊन त्या ओस ठेवल्या होत्या. १९७५ पासून शासन ताब्यात घेतलेल्या जमिनींचा उपयोग करीत नव्हतं आणि त्या ग्रामस्थांनादेखील त्यात काही करू देत नव्हतं. शासनानं त्या जमिनी त्यांना अल्प मोबदला देऊन ताब्यात घेतल्या होत्या. त्यामुळे त्याचा असंतोष ग्रामस्थांच्या मनात एखाद्या लाव्हारसाप्रमाणे खदखदत होता. परंतु संघर्ष न करता शासनाच्या पुढे त्यांनी त्यांची मान तुकविली होती. शासकीय अधिकाऱ्यांना त्यांच्या कामात ते आपणहून मदत करीत. असगणी आणि असगणी मोहल्ला येथील शासनानं ताब्यात घेतलेल्या जमिनी सपाटीवर होत्या. क्वचित ठिकाणी छोट्या-छोट्या टेकड्या होत्या.

माझ्या चार गावांत आधी एकूण आठ कोतवाल काम करीत. त्यातील निम्मे मी येण्याच्या आधी सेवानिवृत्त झाले होते. मेटे गावचा भागणे नावाचा कोतवाल मी हजर झाल्यावर एका महिन्याच्या आतच सेवानिवृत्त झाला. सखाराम पवार, नारायण रेमजे आणि दगडू दळवी माझ्या हाताखाली कोतवाल म्हणून काम करीत होते. त्या तिघांमध्ये सखाराम पवार हा अत्यंत प्रामाणिक आणि कामसू होता, नारायण रेमजेला लिहिता-वाचता येत नसे, दगडू दळवीला थोडं थोडं लिहितवाचता येत होतं. दगडू आणि नारायण या दोघांची जोडी होती. त्यांना गावात लोक काळू-बाळू म्हणून

ओळखत. ते दोघंही मुखदुर्बळ होते. मी त्यांना काही विचारलं तरच त्यांच्या तोंडातून शब्द बाहेर पडत असे. नाहीतर ते माझ्यासमोर बाकड्यावर एखाद्या जप करीत असलेल्या ऋषिमुनींसारखं पायावर पाय देऊन, तोंडात मिठाची गुळणी घेऊन अगदी शांत बसून राहत. मी काम करीत असताना माझ्या शरीराच्या होणाऱ्या हालचाली ते डोळ्यांनी पापणी न हलवता निरखत असत. ऑफिसात आलेल्या लोकांबरोबर ते घडाघडा बोलत नसत.

सखाराम पवाराचा स्वभाव त्या दोघांच्या उलट होता. माझ्या तिन्ही कोतवालांची पन्नाशी उलटून गेली होती. सखारामाला तलाठी दप्तराची चांगली माहिती होती. त्याला कोणत्या जागेचा कोणता सर्व्हे क्रमांक आणि हिस्सा क्रमांक आहे, हे माहीत असे. ठिकाणांची नावंसुद्धा तो अगदी बिनचूक सांगायचा. माकडाची माळ, बिबिची टोपी अशी ठिकाणांची नावं फार मजेशीर असत. तलाठी कार्यालयात सखारामनं तरुण वयापासून नोकरी केल्यामुळे त्याला त्याची चांगली माहिती झाली होती. ७/१२ च्या नकला काढताना मलासुद्धा त्याच्या माहितीचा उपयोग व्हायचा. सखाराम तेली समाजाचा होता, नारायण कुणबी, तर दगडू मराठा समाजाचा होता. माझे तीन कोतवाल तीन जातींचे होते. परंतु सरकारी कामं करताना मला त्यांची जात कधीच आड येत नसे किंवा माझी जात त्यांच्या आड येत नसे. मी सकाळच्या गाडीनं वेरळहून ऑफीसला यायचो. माझ्या आधीच बसथांब्यावर मला ऑफीसला नेण्यासाठी एक तरी कोतवाल हजर असे. मला त्याचं खूप आश्चर्य वाटे. थंडी असो किंवा ऊन-पावसाळा असो, त्यांचा तो नेम कधी चुकायचा नाही. माझ्या आधीच्या तलाठ्यांनी त्यांना ती सवय लावून ठेवली होती.

मी गावात नवीन हजर झाल्यावर सखाराम मला लोकांची आणि तेथील परिसराची माहिती सांगायचा. त्यामुळे मला कोणत्या व्यक्तीशी कसं वागायला हवं, याची कल्पना ढोबळ प्रमाणात यायची. स्पष्टवक्तेपणा हा आणखी एक चांगला गुण सखारामाच्या ठायी होता. एखादी गोष्ट त्याच्या मनाविरुद्ध घडत असेल, तर तो कुणाचाच मुलाहिजा न ठेवता तिथल्या तिथं तो त्याला सुनवायचा. मग तो गावचा खोत असो, की सरपंच, की पोलीस पाटील असो. त्याला त्याची बिलकूल पर्वा नसे. त्याचा आवाज खणखणीत होता. त्याचा आवाज ऐकून मी त्याला लांबूनच ओळखायचो.

ब्राह्मणवाडीत म. सी. कान्हेरे नावाचे भले गृहस्थ राहत होते. रत्नागिरी जिल्ह्यात गुहागर आणि मंडणगड या दोन तालुक्यांत त्यांनी तहसीलदार म्हणून काम केलं होतं. आताच्या सिंधुदुर्ग जिल्ह्यातील देवगड तालुक्यातसुद्धा त्यांनी काही वर्षं तहसीलदार म्हणून काम केलं होतं. त्यांचं जुनी मॅट्रिकपर्यंतचं शिक्षण पुण्यात झालं

होतं, त्यांना क्रिकेटच्या खेळाची आणि आध्यात्मिक पुस्तकांचं वाचन करण्याची फार आवड होती.

महसूल खात्यात सरळमार्गी कर्मचारी व अधिकाऱ्यांची फार कुचंबणा होत असते. नोकरी करत असताना त्यांना अनेक अडचणींना तोंड द्यावं लागतं. म. सी. कान्हेरे ऊर्फ काका सरळमार्गी, तर होतेच शिवाय नि:स्वार्थीपणे काम करणं हा त्यांचा हातखंडा होता. महसूल खात्यातील नोकरीचा ज्यावेळी त्यांना उबग आला, तेव्हा त्यांनी ऐंशीच्या दशकात सरळ नोकरीचा राजीनामा लिहून दिला आणि ते गावी येऊन शेती या त्यांच्या पारंपरिक व्यवसायात लक्ष घालू लागले.

काका जेव्हा नोकरीचा राजीनामा देऊन गावी आले, तेव्हा ब्राह्मणवाडीला वाटलं, की त्यांनी महसूल खात्यात नोकरी केल्यामुळे नक्की ट्रक भरून सामान आणलं असेल. परंतु त्यांनी सर्वांना आश्चर्याचा धक्का दिला. हायवेवर लवेल या गावी उतरून ते एका बैलगाडीत बसून गावी आले. त्यांच्याजवळ काहीही सामान नव्हतं. त्याचं सर्वांना आश्चर्य वाटलं. आताचे तहसीलदार पद मिळाल्यावर एका वर्षाच्या आतच गाडी व बंगला बांधून गब्बर होतात. पुढे पुढे तर कुबेरालासुद्धा त्यांच्या संपत्तीचा हेवा वाटू लागतो. अशा वेळी निवृत्त कान्हेरे तहसीलदारांची आठवण आल्याशिवाय राहत नाही.

काका गावी आल्यावर स्वस्थ बसले नाहीत. ते बुद्धिमान होते तसं त्यांच्या अंगात काम करण्याची धमक होती. गावी आल्यानंतर त्यांनी काजू-कलमांच्या बागा फुलविल्या आणि नोकरीपेक्षाही ते त्यापासून वर्षाला लाखो रुपये कमाऊ लागले. त्यांच्या मालकीची डोंगराच्या उताराला काजू-कलमाला पोषक असणारी वडिलोपार्जित पंचावन्न एकर जमीन होती. अरबी समुद्राकडून येणाऱ्या खाऱ्या वाऱ्यामुळे काजू-कलमांची झाडं जोमदार वाढू लागली. काकांनी काही वर्षांतच तो चमत्कार करून दाखविल्यामुळे ब्राह्मणवाडीनं आश्चर्यानं तोंडात बोटं घातली. त्यांना कधी हे असं करण्यासाठी सुचलं नव्हतं. त्यांच्याकडेही वडिलोपार्जित डोंगराच्या उताराला भरपूर जमिनी होत्या. काकांचा आदर्श घेऊन ब्राह्मणवाडीत लोक काजू-कलमांच्या बागा फुलवू लागले आणि ते वर्षाला लाखो रुपयांची कमाई करू लागले. कलमी आंब्याच्या हंगामात दलालाला बाजूला करून स्वत: ट्रक किंवा टेंपो भरून पुणे किंवा मुंबईला कलमी आंब्याच्या पेट्या पाठवू लागले.

काकांच्या वडिलांचं नाव सीताराम कान्हेरे असं होतं. ते त्यांच्या गरीब कुळांच्यावर पुत्रवत प्रेम करीत. एखादा कुणी आजारी पडला, तर स्वत: बैलगाडी घेऊन लवेल गावी जात आणि कुलकर्णी डॉक्टरांना त्यांच्यावर उपचार करण्यासाठी

घेऊन येत. एखाद्या गरीब बाईची साडी-चोळी फाटली असेल, तर नवीन साडी-चोळी घेऊन ते तिला तिच्या घरी पाठवीत. खोती पद्धत चालू होती तेव्हा अनेक खोत गरीब कुळांवर अन्याय-अत्याचार करीत, कुळांच्या बायकांचा उपभोग घेत. परंतु काकांचे वडील परस्त्रीकडे कधीही वाईट नजरेनं पाहात नसत. वडिलांचे सर्व गुण काकांमध्ये जसेच्या तसे उतरले होते. गरीब कुळांच्या मदतीला काका वेळकाळ न पाहता लगेच धावून जात. म्हणून ते कुळांचे खरे मायबाप होते.

आयनी गावात मी तलाठी म्हणून हजर झाल्यावर एके दिवशी सखाराम कोतवालाला सोबत घेऊन काकांना भेटण्यासाठी त्यांच्या राहत्या घरी गेलो. काका घरासमोर काढलेल्या मांडवात आरामखुर्चीत बसून काहीतरी वाचत होते, त्यांच्या अंगावर पट्ट्यापट्ट्याचा लेंगा आणि रेघारेघांचा ढगळ सदरा होता, दाढीचे खुंट वाढले होते. मला पाहून त्यांनी त्यांच्या हातातील पुस्तक बाजूला ठेवलं आणि तोंडभर हसत माझं स्वागत करीत ते गोड आवाजात मला म्हणाले,

"या या."

"नमस्कार काका."

"बसा." मी त्यांच्या समोर एका रिकाम्या खुर्चीत बसलो.

"थांबा, मी आलो." काका लगेच स्वयंपाकखोलीत निघून गेले.

सखाराम दरवाज्याजवळ असलेल्या एका कठड्यावर बसला होता. काका आत गेल्यामुळे मी खुर्चीत निःशब्द बसलो होतो. थोड्या वेळानं काकांनी माझ्यासाठी स्वत: गॅसच्या शेगडीवर चहा बनवून आणला. सखारामला मधुमेह असल्यानं तो चहा पीत नाही, हे काकांना ठाऊक होतं. त्यांच्या हातांत दोन चहाचे कप होते. त्यातील एक कप माझ्यासाठी होता आणि दुसरा कप त्यांच्यासाठी होता.

गरम चहाचा कप तोंडाला लावत काकांनी मला आपुलकीनं विचारलं,

"नलावडे, गाव कोणतं तुमचं?"

"कोल्हापूर."

"सध्या राहता कोठे?"

"वेरळ गावी. माझं बिऱ्हाड आहे."

"स्वत:चं घर आहे?"

"होय. गेल्याच वर्षी मी नवीन घर बांधलंय."

"मुलं किती तुम्हाला?"

"तीन."

"तुमची बायको नोकरी करत्येय?"

"नाही. तिचं फार कमी शिक्षण झालंय." मी रिकामा कप खाली ठेवत म्हणालो.

काकांचासुद्धा चहा पिऊन झाला होता. त्यांनी अडकित्त्यानं ओली सुपारी कातरून माझ्या हातावर ठेवली. मी ती तोंडात टाकली. ओल्या सुपारीची मस्त चव माझ्या तोंडात रेंगाळू लागली. नंतर काकांनीसुद्धा सुपारी कातरून त्यांच्या तोंडात टाकली. सुपारी चघळतच पुढे त्यांनी मला विचारलं,

"वेरळवरून जाऊन-येऊन करणार का?"

"होय."

"तुम्हाला काय अडचण आली तर बेलाशक ते माझ्या कानावर घालायचं."

"होय."

"कधी जेवणाची गरज लागली तरी तुम्ही मला सांगायचं. सखारामला सगळं ठाऊक आहे. काय रे सखाराम, तुला ठाऊक आहे ना जेवणाचं?" काका सखारामकडे पाहत म्हणाले.

"व्हय, मला ते समदं ठाव हाय." सखाराम.

"काका, येतो मी आता." मी बसल्या जागेवरून उठत म्हणालो.

"या तुम्ही." काका रिकामे चहाचे कप घरात घेऊन जात म्हणाले.

काकांच्या घरापासून माझं तलाठी कार्यालय फक्त एक फर्लांगभर अंतरावर होतं. मी सखाराम कोतवालाला सोबत घेऊन माझ्या कार्यालयात आलो. खुर्चीत बूड टेकल्यावर मी सखारामला म्हणालो,

"पवार, मला काकांचा स्वभाव आवडला. त्यांचा स्वभाव अगदी मोकळाढाकळा आहे."

"भाऊ, काका माणूसपारखी हाईत. कोण माणूस कसा हाय त्ये त्यास्नी बरूबर कळतंय बगा. हिरी ते तसं कुनाला बी जवळ करनार न्हाईत. येकाद्यावर त्यांची मर्जी बसली, की ते त्याला कमरेचंसुदीक काडून देतील. समजा, त्यांस्नी येकुद्याचा राग आला, तर त्याचं ते कंधी तोंडसुदीक बगनार न्हाईत."

"काकांच्या पत्नी मला कुठं घरात दिसल्या नाहीत."

"अवं त्यांचं आपसात कुठं पटतंय. ते दोगं आता म्हातारे झाले असले तरी त्यांचा अजून येकमेकांवरचा राग गेला नाही. काकी देवघरात माळ ओढत जप करीत बसलेल्या असतात. काकांचा सोभाव तसा एककल्ली हाय म्हून त्या त्यांच्या भानगडीत पडत न्हाईत. काकांच्याकडे कोन मानूस गेला, तर ते काकींना चहा करायला सांगीत न्हाईत. ते सोता चहा करून आलेल्या पाहुण्यांना पाजतात."

"काकांना मुलं किती आहेत?"

“त्यांना दोन मुलं आणि एक मुलगी हाय. त्यांचा एक मुलगा चिपळूणला हायस्कूलवर शिक्षक आहे, दुसरा खेडला एसटी खात्यात नोकरी करत्योय. मुलीला त्यांनी रायगड जिल्ह्यात दिलंय. ते मोठे त्या ठिकाणी बागायतदार हाईत. आंब्याच्या हंगामात समदी एकत्र जमतात. तवा काकांचं घर एकदम भरलेलं असतं.”

“काकांनी एवढ्या लवकर नोकरीचा राजीनामा नको द्यायला पाहिजे होता.” मी.

“अवं त्यांनी नोकरीचा राजीनामा दिला, म्हून तर ही बामणवाडी सुधारली. त्यांचं बगून बाकीच्यांनीसुदीक त्यांच्या जमिनीत काजू-कलमं लावली. न्हायतर ते अजूनपावोत भातशेतीच करीत ऱ्हायले असत्ये. काकांनी नोकरीचा राजीनामा दिला त्याला आनकी याक कारन होतं.”

“कोणतं कारण होतं?” मी त्याला अधीर होऊन विचारलं.

सखाराम हळू आवाजात मला म्हणाला,

“काकांना शेवटी शेवटी दारूचा नाद लागला व्हता. त्यामुळे त्यांना नोकरी सोडावी लागली. पर त्यांनी त्यांच्या नोकरीत काय बी कमावलं न्हाय. आपल्या खात्यात त्यांनी लई इमानदारीत नोकरी केली. आपल्या दप्तराची म्हाईती त्यांच्याइतकी कुनाला न्हाय. आपल्या खात्यात काकांनी नोकरी केल्यामुळे त्यास्नी मांस-मच्छीसुदीक चालत्ये. काकींना ते म्हाईत न्हाय.”

“आपल्या ऑफीसमध्ये मांस-मच्छी आणून खाल्लं तर चालतं का?” मी त्याला माझ्या मनातील शंका विचारली.

“चालतं. माझ्या घरी मटणाचं जेवण बनवून आम्ही कितीतरी वेळा हिथं साहेबलोकांना जेवायला घातलंय. काकासुदीक एक-दोन वेळा साहेबांच्या बरूबर जेवायला आले होते.”

“तुम्ही मला हे सांगितलंत ते बरं झालं.”

“तसं हिथं कुनी खायला मनाई करनार न्हाईत.”

“आपण कधीतरी या ठिकाणी जेवण बनवू आणि काकांना जेवायला बोलवू.”

“पण त्याचा खर्च काका तुमाला करायला लावनार न्हाईत.”

“का?”

“ते त्याचा खर्च सोता करतील. मगच ते जेवायला येतील.”

“अरेच्चा, असं आहे तर...”

“काकांचा सोभाव तसा हेकेखोर आहे, एवढ्यात ते तुमच्या ध्यानात येणार न्हाय. त्यांच्या मुलांशीसुदीक ते तसंच वागतात. त्यांची मुलं त्यांच्या समुर कंधी त्वांड उघडून बोलनार न्हाईत. काकांचा एककल्ली सोभाव त्यांच्या घरात समद्यांना ठाव हाय.”

ब्राह्मणवाडीत राहणारे बापू कान्हेरे यांचं नुसतं नाव घेतलं तरी तालुक्यातील सर्व लोकांच्या भुवया उंचावायच्या. बापू आयनी गावातील बडी असामी. धिप्पाड शरीरयष्टी, विलक्षण तेजस्वी भेदक डोळे, डोक्याला तेल लावून मधोमध छान भांग पाडलेला, दोन्ही कानांत अत्तराचे फाये. अंगात खाकी अर्धी चड्डी आणि पितळी बटनं असलेला मलमली सदरा. वयाची साठी उलटून गेली असली, तरी त्यांच्या अंगात एखाद्या तरुणागत रगेल आणि रंगेलपणा होता. बापू त्यांच्या जुन्या झालेल्या एमएटीवरून काजू-कलमांच्या बागेकडे चक्कर मारायला जाऊ लागले, तर लोक त्यांच्याकडे डोळे फाडफाडून कौतुकमिश्रित डोळ्यांनी पाहात. बापूंचं ज्या ठिकाणी राहातं घर होतं त्या ठिकाणी एसटीचा थांबा होता. त्या थांब्याला 'बापूंचा थांबा' असं ओळखलं जाई.

ब्राह्मणवाडीत हुतात्मा अनंत लक्ष्मण कान्हेरे यांच्या नावे हायस्कूल होतं. बापू त्याचे संचालक होते. बापूंचं शिक्षण जुनी मॅट्रिकपर्यंत झालं होतं. परंतु हायस्कूलमध्ये शिक्षकपदाची जेव्हा भरती असेल, तेव्हा ते उमेदवारांची स्वत: मुलाखत घेत. वेगवेगळे प्रश्न विचारून उच्च शिक्षण घेतलेल्या उमेदवारांची अक्षरश: ते भंबेरी उडवत. बापूंचं वाचन अफाट होतं. त्यांच्या हायस्कूलमध्ये असलेली सर्व ललित पुस्तकं त्यांनी वाचून काढली होती, धार्मिक ग्रंथ वाचून त्यांच्या ज्ञानाच्या कक्षा आणखी रुंदावल्या होत्या. शिवाय गतआयुष्याचं अनुभवाचं संचित त्यांच्याकडे असल्यानं मुलाखतीच्या वेळी निव्वळ पुस्तकी ज्ञान असलेले उमेदवार त्यांच्यासमोर एकदम फिके पडत.

बापूंच्या अंगात धूर्त, कावेबाज आणि लोभीपणा जसा होता तसं त्यांच्या अंगी परोपकारीपणासुद्धा होता. महाराष्ट्राच्या कानाकोपऱ्यांतून मुलाखतीसाठी आलेल्या उमेदवारांची ते त्यांच्या घरी दुपारच्या जेवणाची सोय करीत. त्यांच्या घरी रेशन दुकान आणि किराणा मालाचं दुकान होतं. खरे नावाचे मध्यम वयाचे गृहस्थ त्यांच्या दोन्ही दुकानांत कामं करीत. एकदा तालुक्याच्या तहसील कार्यालयातून बापूंच्या रेशन दुकानाची तपासणी करायला काहीजणं आले होते. त्यात काझी नावाचे एक मुस्लीम धर्मीय गृहस्थसुद्धा होते. दुपारी जेवण उरकून मंडळी उठली, तेव्हा खरे काझी भाऊसाहेबांच्या जवळ जाऊन त्यांना म्हणाला,

"भाऊसाहेब, तुमचं पान उचलून घराच्या मागे नेऊन टाका."

खरे यांचं बोलणं बापूंनी त्यांच्या कानानं ऐकलं. त्यांना त्यांच्या नोकराचा राग आला. त्या तिरमिरीतच ते खरेच्या जवळ गेले आणि त्यांनी त्याला काही कळायच्या आतच त्याच्या एक सणसणीत थोबाडीत मारली आणि ते त्याला म्हणाले,

"गाढवा, तुला कळत नाही? ते आज आपल्याकडे पाहुणे म्हणून आलेत ना? त्यांना तू खरकटं पान उचलायला सांगत्योस?"

"बापू, चुकलं माझं." खरे गाल चोळत खजील होऊन म्हणाला.

बापूकडे जातीयता नावालादेखील शिल्लक नव्हती. त्यांच्या घरी पूर्वी बुद्ध लोक पाणी भरत, गावातील सोनू तांबे त्यांच्या घरी मांडीला मांडी लावून जेवायला बसे. बापू एखाद्या माणसाकडे माणूस म्हणून पाहत. बापू हायस्कूलचे संचालक असल्यानं शिक्षकवृंद त्यांना वचकून होता. त्यांच्यासमोर तोंड उघडून बोलण्याची कुणाची छाती होत नव्हती.

मी पहिल्यांदाच बापूंना भेटायला गेलो होतो, तेव्हा ते अंगणात आरामखुर्चीत बसून ताजं वर्तमानपत्र वाचत बसले होते. मी त्यांना नमस्कार केल्यावर त्यांनी गालात हसून त्यांच्या समोर असलेल्या रिकाम्या खुर्चीत मला बसायला सांगितलं. माझी त्यांनी आपुलकीनं चौकशी केली. माझ्यासाठी त्यांच्या 'गंगा' नावाच्या कामवालीला चहा आणायला सांगितला. चहा घेऊन मी बापूंचा निरोप घेतला. बोलण्यात बापू कसलाही आडपडदा ठेवत नसत. ब्राह्मणवाडीत त्यांच्याच नात्यातल्या एका महिलेकडे त्यांचं सारखं जाणं-येणं असे. त्यामुळे त्यांच्या पत्नी मनात दु:खी होत्या. परंतु त्यांनी त्यांच्या मनातील दु:ख बापूंना कधी बोलून दाखविलं नाही. बापूंनी त्यांच्या धर्मपत्नीला न मागता सर्व काही दिलं होतं. त्यांची पत्नी जुनी मॅट्रिक शिकलेली असल्यामुळे त्यांनी तिला हायस्कूलमध्ये कारकून म्हणून नोकरी दिली होती. ब्राह्मणवाडीत बापूंचे विरोधक त्या बाईवरून त्यांच्या पश्चात कुचेष्टा करीत. बापू ती कधीही मनावर घेत नसत. सर्व आघात सहन करीत कसं मजेत जगायचं असतं हे कुणीही बापूंकडून शिकून घ्यावं. ते नेहमी म्हणत की, 'माणसावर संकटं येतात ते त्याला शहाणं करण्यासाठी. संकटं आली तरी ते कधी सावली बनून राहत नाहीत. संकटं येतात आणि वाऱ्याप्रमाणे निघूनसुद्धा जातात.'

एके दिवशी मांडवकर तहसीलदार माझी दप्तर तपासणी करायला आयनी गावात आले होते. माझी दप्तर तपासणी झाल्यावर त्यांनी बापूंच्या रेशन दुकानाचीसुद्धा वरवरची तपासणी केली. बापूंनी त्यांच्या दुपारच्या जेवणाची त्यांच्या घरी सोय केली होती. मीसुद्धा त्यांच्या जेवणाच्या पंगतीत होतो. तेव्हा बापू माझं तोंडभरून कौतुक करीत तहसीलदारांना म्हणाले, 'रावसाहेब, तुम्ही आमच्या गावात तलाठी म्हणून खरोखर हिरा दिलात. एवढे तलाठी आमच्या गावात येऊन गेले. पण यांच्यापुढे ते सर्व फिकेच पडतील.'

बापूंचं बोलणं ऐकून रावसाहेबांचा चेहरा खरोखर पाहण्यासारखा झाला होता.

याचं कारण ते कट्टर जातीयवादी होते. या गावात मी मागासवर्गीय असल्यामुळे लोक मला टिकू देणार नाहीत, अशी त्यांची सुरुवातीला कल्पना होती. मी त्याला सुरुंग लावला होता. मी माझ्या नोकरीला सुरुवात केल्यापासून अजूनपर्यंत लोकांनी माझी वरिष्ठांकडे लेखी तक्रार केली नव्हती. लोकांची अडीनडीची कामं करून त्यांची मनं कशी जिंकायची, हे आता मला चांगलं कळत होतं. उडदामाजी काळे-गोरे असतात तसं प्रत्येक गावात काही मंडळी गुंड प्रवृत्तीचीसुद्धा असत. परंतु मी त्यांना कधी दाद दिली नव्हती. त्यांनी दिलेल्या धमकीचा माझ्या मनावर कधी परिणाम होत नसे किंवा पैशाच्या लोभापायी मी एखाद्याचं नियमात न बसणारं काम करीत नव्हतो. गावातील काही माणसं माझ्या पश्चात माझ्या कामाचं मूल्यमापन करून माझ्याबद्दलचं त्यांचं मत बनवीत होते.

बापूंकडे जेवण झाल्यावर रावसाहेब मला आज्ञा करीत म्हणाले, 'नलावडे, गाडीत बसा.' त्यांनी सांगितल्याप्रमाणे मी त्यांच्या गाडीत बसलो. गाडी थोडी पुढे आल्यावर त्यांनी मला गंभीर आवाजात विचारलं,

"नलावडे, रेशन दुकानाजवळ रस्त्यालगत जी नवीन इमारत बांधली आहे ती कुणाची आहे?"

"रावसाहेब, ती इमारत बापूंची आहे." मी.

"त्यांनी त्याची बिनशेती परवानगी घेतली आहे का?"

"नाही."

"मग तुम्ही सजावर राहून काय कामं करताय?" रावसाहेबांनी चढ्या आवाजात मला विचारलं.

"रावसाहेब, मी विनापरवाना बांधकामाचं प्रकरण तयार करून पुढील योग्य कार्यवाहीसाठी माझ्या बारनिशीला त्याची नोंद ठेवून गेल्या महिन्यात ते आपणाकडे पाठविलं आहे." मी अगदी शांतपणे त्यांना सांगितलं.

माझं बोलणं ऐकून रावसाहेब शांत झाले. बापूवर पुढील कार्यवाही करणं, हे आता त्यांचं काम होतं. माझी जबाबदारी संपली होती. मी जर त्यावेळी ते प्रकरण पाठविलं नसतं, तर त्यांनी मला लगेच नोटीस काढून माझ्यावर कारवाई केली असती. गावातील प्रतिष्ठित मंडळींसमोर हे तंगडीत शेपूट घालणारे अधिकारी हाताखालील कर्मचाऱ्यांसमोर मात्र एखाद्या ढाण्या वाघाप्रमाणे डरकाळ्या फोडत.

वेडीवाकडी वळणं घेत गाडी माझ्या सजातील असगणी मोहल्ला या गावात आली. त्या गावात रावसाहेबांनी गावच्या पोलीस पाटलांनी विनापरवाना लावलेल्या कोळसा भट्टीवर धाड टाकली. तो पोलीस पाटील गयावया करू लागल्यावर

रावसाहेबांनी त्याला एक कोळशाचं पोतं त्यांच्या गाडीत टाकायला सांगितलं. पोलीस पाटलानं कुरकुर न करता त्यांच्या गाडीत एक कोळशाचं पोतं नेऊन टाकलं. आता आमची गाडी राष्ट्रीय महामार्गाच्या दिशेनं हवेत काळा धूर सोडत धावू लागली. गाडी लवेल एसटी स्टॉप येथे आल्यावर रावसाहेब मला म्हणाले,

"नलावडे, मी आवाशी इथं एका कामासाठी केमिकल कंपनीमध्ये जात्योय. तुम्ही येथे उतरा आणि ते कोळशाचं पोतं माझ्या घरी पोहोच करा. आता एवढ्यात मिरज-दापोली गाडी येईल."

रावसाहेबांनी मला सांगितल्यामुळे मी झक मारून ते कोळशाचं पोतं घेऊन खाली उतरलो. त्यांनी मला त्यांचा दापोली येथील घरचा पत्ता सांगितला. नंतर त्यांची गाडी माझ्या डोळ्यांसमोरून पुढे निघून गेली. त्यांनी सांगितलेल्या पत्त्याप्रमाणे त्यांच्या घरी मी ते कोळशाचं पोतं नेऊन पोहोचवलं.

*****

कोकण रेल्वेचं काम युद्धपातळीवर सुरू झालं होतं. ठरलेल्या मुदतीत काम पूर्ण करण्यासाठी ठेकेदार जिवाचं रान करीत होते. मोठमोठ्या मशिनरींची डोंगरामध्ये घरघर सुरू झाली होती. पोकलेन, जेसीबी लावून डोंगर पोखरले जात होते. त्या डोंगरातून काढलेली माती रेल्वेच्या मार्गात आणून टाकली जात होती. डंपरने डोंगराच्या पोटातून काढलेल्या मातीची वाहतूक होत होती. कच्च्या रस्त्यावरून ठेकेदारांचे डंपर धुरळा उडवित जात-येत होते. उडालेल्या धुराळ्यामुळे जगबुडी खाडीचा जीवसुद्धा गुदमरून गेला होता.

भोलासिंग हे उत्तर प्रदेश या राज्यात विधानसभेवर निवडून आलेले आमदार होते. त्यांनी आयनी गावात पाच किलो मीटर्स पर्यंतचा रेल्वेचा मार्ग तयार करण्याचं काम घेतलं होतं. ते त्यांच्या कामावर कधीतरी महिन्या-दोन महिन्यांनी देखरेख करण्यासाठी येत. काम करून घेण्याची जबाबदारी त्यांनी त्यांच्या हाताखालील माणसांवर सोपवली होती. आमदार काम पाहण्यासाठी आले, तर त्यांचा मुक्काम जवळच्या पंचतारांकित ताज या हॉटेलात असायचा. किसान विकासपत्रं घ्यावीत म्हणून मी त्यांना एकदा भेटलो होतो. त्यांनी माझ्याकडून रुपये पाच हजारांची किसान विकासपत्रं खरेदी केली होती. त्यावेळी शासनानं किसान विकासपत्रांची कामं करण्यासाठी तलाठी व मंडळ अधिकारी यांच्या मागे तगादा लावला होता. मुदत भरल्यानंतर त्याची रक्कम ती घेणाऱ्याला भारतात कोठेही मिळणार होती.

माझ्या सजातील आयनी (आंजणी) आणि मेटे या दोन गावांतून कोकण रेल्वेचा मार्ग जात होता. त्याच्या भूसंपादनाचं काम पूर्ण झालं होतं. शेतकऱ्यांच्या

जमिनींचा मोबदला देण्यासाठी माझ्याकडून कोकण रेल्वेनं संपादित केलेल्या जमिनींचे ७/१२ च्या नकलांची मागणी केली होती. दिवस-रात्र खपून मी त्या जमिनींच्या ७/१२ च्या नकला तयार करून दिल्या. त्याचे मला एकरकमी रुपये चार हजार मिळाले. मी त्या पैशातून लगेच ब्लॅक अँड व्हाईट दूरदर्शन संच विकत घेतला. माझ्या बायको-मुलांना घरात टीव्ही आलेला पाहून खूप आनंद झाला. त्यावेळी दूरदर्शनवर दर रविवारी प्रसारित होणारं रामानंद सागर यांचं 'रामायण' आणि बी. आर. चोप्रा यांचं 'महाभारत' या मालिका खूप लोकप्रिय झाल्या होत्या. त्या लोकप्रिय मालिका स्वत:च्या मालकीच्या टीव्हीवर पाहण्याचं भाग्य कोकण रेल्वेमुळेच आम्हाला शक्य झालं होतं.

कोकण रेल्वे प्रकल्पग्रस्तांना त्यांच्या संपादित करण्यात आलेल्या जमिनींचा शासनातर्फे मोबदला मिळायला सुरुवात झाली होती. मयत खातेदारांचा वारसा तपास झाल्याशिवाय त्यांच्या वारसांना संपादित केलेल्या जमिनींचा मोबदला शासनाकडून मिळत नव्हता. गावच्या ७/१२ त वारस तपासानं मयताचं नाव कमी करून त्याच्या वारसाचं नाव लागल्यावर शासन त्याला धनादेशाद्वारे रक्कम अदा करीत असे.

रेल्वेकडून पैसे मिळणार म्हणून माझ्या ऑफीसमध्ये मयत खातेदारांच्या वारसांची वारस तपास होण्यासाठी गर्दी होऊ लागली. मी त्यांची अडचण ओळखून त्यांचं काम माझ्याकडून लवकर कसं होईल, त्यासाठी प्रयत्न करीत असे. काही महाभाग माझ्या चांगुलपणाचा गैरफायदासुद्धा घेत आणि मला खोटी माहिती सांगत. नाइलाजानं मला त्यांच्या बोलण्यावर विश्वास ठेवावा लागे.

एके दिवशी आयनी भोईवाडीतून शंकर मिंडे त्याच्या बहिणींना सोबत घेऊन माझ्या ऑफीसमध्ये त्याच्या मयत बापाचा वारस तपास करण्यासाठी आला. सखाराम माझ्या समोर बाकड्यावर बसून शिल्लक राहिलेल्या वसुलींच्या खातेदारांची माहिती काढत होता. तो शंकर मिंडेला आणि त्याच्या बहिणींना चांगला ओळखत होता.

मी आयनी गावचं वर्दीबुक पुढ्यात घेऊन शंकरला विचारलं,

"तुम्ही ग्रामपंचायतीकडून मयताचा दाखला सोबत घेऊन आलात काय?"

"व्हय." त्यानं मयताचा दाखला माझ्यासमोर ठेवला.

दाखला वाचून मी त्याला पुढे म्हणालो,

"वारस तपास करण्यासाठी मी आता या वर्दीबुकात तुमचा वर्दी जबाब घेत्योय. तुम्ही मला मयताच्या वारसांची बिनचूक आणि खरी माहिती सांगायची."

"व्हय. सांगतू." शंकर मिंडे.

मी लगेच शंकरचा वर्दी जबाब घ्यायला सुरुवात केली. मी शंकर मिंडेना

विचारून वर्दी जबाबात माहिती लिहीत होतो. सखाराम आमच्या दोघांचं बोलणं ऐकत त्याचं काम करीत होता. शंकरच्या दोन विवाहित बहिणी खाली माना घालून बसल्या होत्या. ऑफीसमध्ये आल्यापासून त्याच्या बहिणींनी तोंडातून चकार शब्दसुद्धा काढला नव्हता. त्यांच्या मनावर कसलंतरी दडपण आलं होतं. त्यामुळे त्या दोघींचे चेहरे भयग्रस्त झालेले मला माझ्या डोळ्यांनी दिसत होते.

मी शंकरला त्याच्या बहिणींची नावं विचारल्यावर त्यानं झटकन एकीचं नाव सौ. सुवर्णा जनार्दन भोई व दुसरीचं नाव सौ. संगीता बबन भोई असं सांगितलं. मी त्याच्या बहिणींची नावं वर्दीबुकात लिहून घेण्याच्या आधी सखारामनं संगीताकडे बोट दाखवित शंकरला करड्या आवाजात विचारलं,

"ही तुझी बहीण हाय का?"

"व्हय." शंकर मनात प्रचंड घाबरून गेला होता.

"मी तुझ्या सोनगावात दिलेल्या धाकट्या बहिणीला चांगलं वळखतो. खोटी माहिती दिलीस की, तुझ्या हातात बेड्या पडतील. तुरुंगाची हवा खाल्ल्यावर तुला बरूबर अक्कल यील."

सखारामनं त्याला खिंडीत पकडल्यावर शंकर गयावया करीत म्हणाला,

"मामानू, माझी चुकी झाली. मी माझ्या सोनगावला दिलेल्या बहिणीला घेऊन येतो."

शंकर बहीण म्हणून त्याच्या वाडीत राहणाऱ्या दुसऱ्याच एका बाईला वारस तपास करण्यासाठी घेऊन आला होता. सखारामनं मला सावध केलं नसतं, तर मी शंकरनं सांगितल्याप्रमाणे वर्दी जबाब घेऊन खोटा वारस तपास करून मोकळा झालो असतो आणि पुढे कधीतरी ते माझ्या गळ्याशी लागलं असतं. सखारामनं मला त्यापासून वाचवलं होतं. मी खोटी माहिती दिल्यामुळे शंकरला रागानं बडबडलो. शंकर खाली मान घालून माझ्या ऑफिसातून बाहेर पडला. दुधानं तोंड पोळल्यावर माणूस ताकसुद्धा फुंकून पीत असतो. वारस तपासाच्या कामाला माझ्या ऑफिसात कुणी आला, तर मी त्याला आधी गावचे पोलीस पाटील किंवा सरपंच यांना वारसांच्या नावांची खात्री करून घेण्यासाठी बोलावून आणायला सांगू लागलो. स्वत:च्या फायद्यासाठी माणसं दुसऱ्याचा बळी देण्यासाठी मुळीच मागे-पुढे पाहत नसतात, याचा अनुभव मला ग्रामीण भागात काम करीत असताना येत होता.

*****

काकांचं आणि बापूंचं ब्राह्मणवाडीत विळ्या-भोपळ्याचं सख्य होतं. जमिनीवरून त्या दोघांत पूर्वीपासून वाकडीक होती. ते दोघं एकमेकांचा जरी दुस्वास करीत असले, तरी ते त्यांच्या तोंडावर कधी तसं दाखवित नसत. बापू काकांच्या घरी

आंब्याच्या कलमी झाडावर डिसेंबर-जानेवारीमध्ये कोणती फवारणी करायची याची माहिती विचारायला जात. त्यावेळी घराच्यासमोर अंगणात कोवळ्या उन्हात त्यांच्या छान गप्पा रंगायच्या. जमिनीचा विषय निघाला की, त्यांच्या गप्पांना पूर्णविराम मिळायचा.

मी माझ्या घराच्या माळ्यावर फळ्या टाकण्यासाठी गावात आंब्याचं झाड विकत घेण्यासाठी शोधतोय, हे काकांना कसं समजलं कुणास ठाऊक. एके दिवशी मी त्यांच्या तब्येतीची चौकशी करण्यासाठी त्यांच्या घरी गेल्यावर ते मला त्यांच्या मालकीचं रस्त्यांच्या कडेला असलेलं झाड हातानं दाखवित म्हणाले,

"नलावडे, हे झाड तोडून तुम्ही ट्रकमधून घेऊन जा आणि त्याच्या फळ्या करून तुम्ही तुमच्या घराच्या माळ्यावर टाका."

"काका त्याचे पैसे..." मी त्यांना अडखळत म्हणालो.

"तुम्ही मला त्या आंब्याच्या झाडाची किंमत म्हणून एक नवीन पैसासुद्धा द्यायचा नाही. मी तुम्हाला ते स्वखुशीनं देत आहे."

काकांनी एकदा घेतलेला निर्णय हा अंतिम असतो म्हणून मी पुढे त्यांना काहीही बोललो नाही. दुसऱ्या दिवशी सकाळी दहाच्या दरम्यान मी एक मजुरीनं गडी करून ते झाड पाडण्यासाठी गेलो. माझ्या सोबत आलेला गडी त्या आंब्याच्या झाडावर कुऱ्हाडीचा घाव घालण्याच्या तयारीत असताना बापूनं त्यांच्या रेशन दुकानात काम करणाऱ्या खरे याला त्या ठिकाणी पाठविलं.

खरे मला म्हणाला,

"भाऊ, बापूनं सांगितलंय की, हे झाड त्यांच्या मालकीचं असून ते पाडायचं नाही म्हणून."

"मला काकांनी हे झाड पाडायला सांगितलं होतं."

"मी तुम्हाला बापूंचा निरोप सांगितला. पुढे तुमची मर्जी." खरे आला तसा निघूनसुद्धा गेला.

मी ते झाड न पाडताच काकांकडे गेलो आणि घडलेली घटना त्यांच्या कानावर लगेच घातली.

माझं बोलणं ऐकल्यानंतर काका गुश्शातच मला म्हणाले,

"बघितलंत, हे असं आहे. हा बापू नेहमीच मला सगळ्या कामात आडकाठी करीत असतो. स्वत: काही करायचं नाही आणि दुसऱ्यालासुद्धा करू द्यायचं नाही."

"काका, रमेशभाऊ (वाड्याचे मालक) मला फळ्यासाठी आंब्याचं झाड पाडून देणार आहेत." मी.

"मग घ्या त्याच्याकडून. त्याच्याकडे आंब्याची पुष्कळ झाडं आहेत. बापू

कधीतरी ते आंब्याचं झाड पाडायला लागल्यावर मी त्याला हरकत घेणार आहे. मग बघतो तो कसं ते झाड पाडतो.''

माझ्यासोबत आलेल्या गड्याला मी त्याच्या घरी पाठवून दिलं आणि मी काकांच्या घरी त्यांच्याशी गप्पा मारत बसलो.

''भाऊ, एकदा आपण महादेवाचं मंदिर पाहायला जाऊ. तसं ते दूर नाही. एक-दीड किलो मीटर्स अंतरावर आहे. मंदिर जुनं आहे. त्या मंदिराजवळ माझा वाघ पकडण्याचा पिंजरा आहे. तो पिंजरा माझ्या वडिलांनी मेटेच्या सुताराकडून तयार करून घेतला होता.''

''काका, मंदिर पाहायला मी तुमच्या सोबत नक्की येईन.''

''आता त्या पिंजऱ्याचा काही उपयोग होत नाही. पूर्वीपेक्षा या भागात वाघाचं प्रमाण खूप कमी झालंय. वर्षा-सहा महिन्यांनी क्वचित कुणालातरी वाघ दिसतो. पूर्वी दिवसा-उजेडी जंगली वाघ गुरांवर हल्ला करून त्यांना ठार करीत. पूर्वीसारखी आता जंगलं राहिली नाहीत.''

थोडा वेळ काका आरामखुर्चीत कातरलेली सुपारी चघळत शांत बसले. नंतर ते बसलेल्या खुर्चीतून उठत मला म्हणाले,

''भाऊ, तुम्हाला ताक प्यायला आवडतं ना?''

''होय.'' मी.

माझं बोलणं ऐकून काका झटकन आत गेले आणि ते माझ्यासाठी घट्ट ताकाचा प्याला घेऊन माझ्याजवळ आले. माझ्या हातात ताकाचा प्याला देत ते मला आग्रह करीत म्हणाले, 'प्या. तुम्हाला या उन्हात बरं वाटेल.' मी संकोच करीत त्यांच्या हातातून तो प्याला घेतला आणि सावकाशपणे ताकाचे घोट त्यांच्यासमोर घेऊ लागलो. ताक पिऊन संपल्यावर रिकामा प्याला खाली ठेवून मी रुमालानं तोंड पुसू लागलो. ताक प्यायल्यानंतर मला खूप बरं वाटू लागलं. माझा समाधानानं उजळलेला चेहरा पाहून काकांनी मला हसत हसत विचारलं,

''ताक प्यायल्यानंतर बरं वाटतं ना?''

''खूप बरं वाटतं.''

''तुम्ही आता एक काम करा.''

''काय करू?'' मी.

''माझ्याकडे रोज भरपूर ताक असतं. घरी आम्हाला ते पिऊन संपत नाही. तुम्ही दगडू किंवा नारायण कोतवालाला रोज माझ्याकडे पाठवा. मी त्यांच्याकडे रोज तांब्याभरून ताक देईन. त्या ताकाबरोबर दुपारी तुम्हाला भाकरी किंवा चपाती

कुस्करून खातासुद्धा येईल.''

''काका, तुम्हाला कशाला त्याचा त्रास.'' मी आढेवेढे घेत त्यांना म्हणालो.

''यात कसला आलाय डोंबलाचा त्रास. तुम्ही रोज कोतवाल पाठवा.''

''पाठवतो.'' मी.

''मांडवकर तहसीलदारांची बदली झाली असं मी काल पेपरमध्ये वाचलं.''

''त्यांची बदली मंडणगडला झालीय. आता त्यांच्याऐवजी गणेश भट यांची खेड तहसीलदार म्हणून बदली झालीय.''

''सध्या ते कोठे काम करतात?''

''रत्नागिरी जिल्हाधिकारी कार्यालयात. त्यांचं मूळ गाव रत्नागिरी जवळचं शिरगाव हे आहे, असं मला ऐकायला मिळालंय.''

''माझ्या ते परिचयाचे नाहीत.''

एके दिवशी मी काकांबरोबर हिरव्यागार झाडीत लपलेलं कौलारू महादेवाचं मंदिर आणि काकांच्या वडिलांनी कसबी सुताराकडून बनवून घेतलेला वाघ पकडण्याचा पिंजरा बघायला गेलो. काकांनी वयाची साठी ओलांडली असली तरी तांबड्या पाऊलवाटेवरून ते माझ्या पुढे चालत होते. त्यांच्या एका हातात डोक्याला ऊन लागू नये म्हणून छत्री होती. काकांबरोबर झाडी-झुडपामधून चालताना माझी मात्र अक्षरश: दमछाक होत होती. काका किरकोळ शरीरयष्टीचे असल्यानं भरभर चालत.

एकदाचे आम्ही दोघं अर्धा तास चालून महादेवाच्या मंदिरात जाऊन पोहोचलो. त्या मंदिराच्या भोवतीनं वड, पिंपळ, आंबा इत्यादी झाडांची दाटी झाली असल्यामुळे उन्हाळ्यात तेथील वातावरण थंडगार आणि आल्हाददायी होतं. मी मंदिराच्या गाभाऱ्यात जाऊन पिंडीचं दर्शन घेतलं. गुरव नुकताच पूजा करून गेला होता. त्याने पिंडीवर ताजी चाफ्याची फुलं ठेवली होती, उदबत्ती जळत होती. त्याचा सुगंध गाभाऱ्यात दरवळत होता, महादेवाच्या पिंडीचं दर्शन घेऊन आम्ही गाभाऱ्यातून बाहेर पडलो. नंदीचं दर्शन घेतल्यावर काका मला वाघाला पकडण्याच्या पिंजऱ्याजवळ घेऊन आले. ते मला त्या पिंजऱ्यात वाघ कसा बंदिस्त करतात याची थोडक्यात माहिती सांगू लागले. शेळी कोणत्या कप्प्यात बांधून ठेवायची असते. वाघ त्या शेळीला खायला पिंजऱ्यात गेल्यावर तो पिंजरा आपोआप बंद होऊन तो वाघ आतमध्ये कसा अडकतो याची त्यांनी मला अगदी बारकाईनं माहिती दिली. त्यांनी सांगितलेली माहिती ऐकून मी एकदम रोमांचित झालो. काकांच्या वडिलांनी या पद्धतीनं अनेक वाघ पकडून त्यांना बंदुकीची गोळी घालून ठार केलं होतं.

*****

आंब्याच्या हंगामात तर माझी नुसती चंगळ असे. मी काकांच्या घरी त्यांना भेटायला गेलो की, काका त्यांच्या गड्याला डोळ्यांनी खूण केल्यावर तो एका स्टीलच्या ताटात आंबा कापून त्याच्या गोड फोडी माझ्यासमोर आणून ठेवीत असे. घरात, पडवीत आणि मांडवातसुद्धा सर्वत्र आंबेच आंबे असत. त्यांच्याकडे आंब्याच्या पेट्या भरायला माणसं असत. काका त्यांना सूचना देण्यासाठी मांडवात आरामखुर्ची टाकून बसत. जाताना मला ते चांगले पिशवीभर गोड आंबे घरी खायला देत आणि मला प्रेमानं ताकीद करीत म्हणत, 'हे आंबे खाऊन संपले की नारायणला किंवा दगडूला माझ्याकडे लगेच पाठवा.' मी त्यांना फक्त 'हो' असं म्हणायचो. संकोचानं मी आंब्याच्या हंगामात त्यांना सहसा भेटायला जात नसे. तेव्हा काका आंब्याची भरलेली पेटी देऊन त्यांच्या गड्याला माझ्याकडे पाठवित असत.

काकांचं आणि माझं कोणत्या जन्मीचे ऋणानुबंध होते, हे मला कळायचं नाही. ते माझ्यावर पुत्रवत प्रेम करीत असत. माझा स्वभाव त्यांना आवडला असल्यामुळेच त्यांची आणि माझी तार जुळली होती. एरवी आर्थिक व्यवहाराला एकदम चोख असणारे काका १९९२ ला जेव्हा मी माझ्या पुतण्याचं लग्न केलं तेव्हा मला त्यांनी एकरकमी रुपये दहा हजार उसने दिले. 'पैसे परत कधी देणार?' असं त्यांनी मला एका शब्दानंदेखील विचारलं नाही. थोड्याच दिवसांत मी त्यांचे घेतलेले पैसे त्यांना परत दिले. त्यामुळे माझ्यावर असलेला त्यांचा विश्वास आणखी दुणावला.

आयनी गावात आंब्याची झाडं भरपूर असल्यानं ब्राह्मणवाडीतील माझ्या ओळखीचे लोक मला भेट म्हणून आंब्याच्या पेट्या त्यांच्या गड्यामार्फत पाठवित. त्यामध्ये सुरेश कान्हेरे, बापू कान्हेरे, काका कान्हेरे इत्यादी मंडळी आघाडीवर असत. माझं ज्या वाड्यात तलाठी कार्यालय होतं, त्याच्या मालकांना गावात रमेशभाऊ म्हणून लोक ओळखत. त्यांच्या वडिलांना नाना आणि आईला नानी म्हणत. शुद्ध चारित्र्यसंपन्न आयुष्य कसं जगायचं असतं, हे मला त्या वाड्यात पाहायला आणि ऐकायला मिळत होतं. त्या वाड्यात गावातील तरुण महिलासुद्धा कामासाठी येत. परंतु तेथे कधी अनुचित प्रकार घडलेला माझ्या ऐकिवात नाही.

नाना आणि नानीनं गोरगरिबांना मदत करण्याची वृत्ती पहिल्यापासून अंगी बाणवली होती. घरी आलेल्या माणसाला काहीतरी देऊन त्याचं समाधान करावं, असं त्यांना नेहमी वाटे. परंतु दुर्दैवानं तो गुण रमेश कान्हेरे यांनी त्यांच्या आई-वडिलांकडून घेतलेला नव्हता. माझं कार्यालय वरच्या मजल्यावर होतं. वाड्यात जाण्यासाठी तेथे एक चोरदरवाजा होता. तो आम्ही कडी घालून बंद केला होता. आंब्याच्या हंगामात नाना माझ्यासाठी धोतरात लपवून आंबे आणत आणि दरवाजाजवळ

उभं राहून आतून दार ठोठावत. तो आवाज ऐकून कोतवाल कडी काढत. नाना घाईघाईनं माझ्याजवळ येत आणि धोतरात लपवून आणलेले पिकलेले आंबे माझ्यासमोर टेबलावर ठेवत म्हणत, 'आजकालच्या पिढीला कुणाला काही द्यायला नको. म्हणून मला असं यावं लागतं.' नाना जास्त वेळ थांबत नसत. ते लगेच निघून जात. नानीनं एकदा मला एक गुलकंदाची बाटली भेट दिली आणि ते कसं बनवायचं, याचीसुद्धा खूप चांगली माहिती दिली. नाना आणि नानी फार निर्मळ मनाचे होते. त्यांना मी डोळ्यांसमोर पाहिलं की मला माझ्या आई-वडिलांची आठवण हमखास व्हायची आणि माझ्या डोळ्यांच्या पापण्या ओल्या होत असत.

*****

मी माझ्या तलाठी कार्यालयात ७/१२ची पीक-पाणी करीत असताना सखाराम कोतवाल घाबराघुबरा होऊन ऑफीसमध्ये आला. त्याला त्या अवस्थेत पाहून माझ्या पोटात एकदम धस्स झालं. बाकावर बसून श्वास घेतल्यानंतर तो मला गंभीर आवाजात म्हणाला,

"भाऊ, एक वाईट बातमी."

"कोणती?" मी कपाळावरील घाम पुसत त्याला विचारलं.

"भाऊ, सावळाराम कान्हेरेच्या गवतारू घराला आग लागलीय."

"कधी?"

"काल सायंकाळी. आताच मला गावच्या पोलीस पाटलानं ही वार्ता माझ्या घरी येऊन सांगितलंन. तवा ते तुमाला सांगायला लगीच आलू."

"जीवितहानी झाली आहे का?"

"न्हाय." सखाराम.

"ठीकाय. आपण जळिताचा पंचनामा करून लगेच त्याचा अहवाल तालुक्याच्या तहसील कार्यालयाला पाठवू."

ऑफीस बंद करून आम्ही दोघं सावळाराम कान्हेरे याच्या जळीत घराच्या दिशेनं वाट तुडवू लागलो. सावळाराम कान्हेरे ब्राह्मणवाडीत राहात नसत. ते ब्राह्मणवाडीपासून दोन किलो मीटर्सच्या अंतरावर जगबुडी खाडी काठावर त्यांच्या जमिनीत घर बांधून राहात असत. ते पूर्वी आयनी गावचे खोत होते. कूळ कायद्यात जाऊनसुद्धा त्यांच्याकडे बरीच जमीन शिल्लक होती. त्यामुळे ते जमीन महसुलाच्या दस्ताला पात्र होते. सावळाराम कान्हेरे यांची 'दैव देतं आणि कर्म नेतं' अशीच गत झाली होती. त्यांना दारू पिण्याचा नाद असल्यानं आयनीची ब्राह्मणवाडी त्यांना कधी जवळ करीत नसे, त्यांच्या अडीअडचणीलासुद्धा धावून जात नसे, ब्राह्मणवाडी

सावळारामचा तिरस्कार करीत असल्यामुळे ते कधीच वाडीत पाऊल टाकत नसत.

सावळारामच्या घरात इन-मीन-तीन माणसं होती. सावळारामच्या बरोबर त्यांच्या घरात त्याची आई आणि अविवाहित बहीण राहत होती. गेल्या वर्षी एका मागासवर्गीयानं त्याच्या अविवाहित बहिणीवर दिवसा अत्याचार केला होता. परंतु त्याच्या मदतीला गावातील कुणी धावून गेले नाहीत. त्याच्या दारूच्या व्यसनाला कंटाळून त्याची बायको छोट्या मुलाला घेऊन कायमचीच तिच्या माहेरी निघून गेली. तिचं माहेर खेड तालुक्यात वाडीबीड या गावी होतं. तिचे वडील गद्रे गुरुजी आणि तिचा भिक्षुकी करणारा भाऊ मनोहर गद्रे माझ्या चांगल्या परिचयाचे होते. मी त्यांच्या घरी जात-येत होतो.

सावळाराम कान्हेरे यांनी दारूच्या व्यसनामुळे खलाटीची चांगल्या पिकाची भातशेतीची जमीन मातीमोल भावानं विकून टाकली होती. आता ते जवळच्या आष्टी गावात एका मुस्लीम खोताकडे सालगडी म्हणून काम करीत होते. त्यांचं जेवणखाण आणि राहणंसुद्धा त्या खोताकडं होतं. त्यामुळे संपूर्ण ब्राह्मणवाडी नाक मुरडत होती. ज्या आयनी गावात त्यांच्या वाडवडिलांनी मानानं दिवस काढले होते, त्याच गावात सावळारामनं त्यांची प्रतिष्ठा धुळीला मिळवून तो लाचारीचं जीवन जगत होता. दारूच्या व्यसनामुळे त्यानं त्याच्या राहत्या मंगलोरी कौलारू घराचं रूपांतर गवताऱू घरात केलं होतं. त्याच्या दारूच्या व्यसनापायी त्याची वयोवृद्ध आई आणि बहीणसुद्धा शिक्षा भोगत होती. गरिबीचे चटके आणि मानहानी त्यांनासुद्धा गावात सहन करावी लागत होती. पूर्वी गावात त्याला खोत म्हणून लोक ओळखत. आता त्याला गावात 'सावळ्या' म्हणून ओळखत.

सखाराम कोतवाल आणि मी बोलत बोलत सावळाराम कान्हेरे याच्या जळालेल्या गवताऱू घराजवळ आलो. त्या ठिकाणी त्याची वृद्ध आई आणि अविवाहित बहीण होती. सावळाराम आष्टी गावी खोताकडे कामाला गेला होता. त्या ठिकाणाची परिस्थिती पाहून आम्ही एखाद्या आदिवासीच्या वस्तीवर आलो नाही ना? अशी माझ्या मनात शंका निर्माण झाली. गावापासून दूर राहिल्यामुळे त्या घरावर कोणतेही ब्राह्मणी संस्कार झालेले मला दिसत नव्हते. मी सावळारामच्या आईचा जबाब घेऊन त्यावर त्यांचा अंगठा घेतला. पंचनामा लिहून त्यावर पंचांच्या सह्या घेतल्या आणि मी लगेच मागे फिरलो.

*****

मी जेव्हा आयनी (आंजनी) सजावर हजर झालो, तेव्हा मला रिसबूड नावाचे सर्कल होते. त्यांचं मूळ गाव दापोली हे होतं. त्यांच्यापेक्षा वयानं लहान असणारा

त्यांचा भाऊ दापोली तहसीलदार म्हणून काम करत होता. रिसबूड सर्कलांची सेवानिवृत्ती जवळ आली होती. सर्कल भाऊसाहेब आधी दापोली तहसील कार्यालयामध्ये तलाठी म्हणून काम करीत होते. सेवानिवृत्ती जवळ आल्यावर त्यांना सर्कल म्हणून बढती मिळाली होती. त्यांचा छोटा भाऊ त्यांच्यानंतर नोकरीला लागून तहसीलदार या पदापर्यंत पोहोचला होता. त्यांनी लिपिक म्हणून नोकरीला सुरुवात केली होती. तलाठ्यांना बढतीच्या संधी लिपिकांपेक्षा कमी असतात. याची सल ग्रामीण भागात काम करणाऱ्या तलाठी वर्गात अजूनही कायम आहे.

रिसबूड भाऊसाहेबांना त्यांच्या भावाच्या हाताखाली दापोली तालुक्यात काम करीत असताना त्यांची बोलणी खावी लागत होती. तलाठी मीटिंगमध्ये रिसबुड रावसाहेब त्यांच्या मोठ्या भावाला 'रिसबूड' असं संबोधून उत्तरं देण्यासाठी उभं करीत. सख्ख्या थोरल्या भावाला भर मीटिंगमध्ये फाडफाड बोलल्यावर बाकीच्यांचं धाबं आपोआप दणाणत. दापोली शहराच्या मध्यवस्तीत डांबरी सडकेला लागून त्यांचं वडिलोपार्जित घर होतं. दोघंही भाऊ सेवानिवृत्त झाल्यावर त्या घराच्या समोर असलेल्या एका माडाच्या झाडावरून त्यांच्यामध्ये वाद सुरू झाला होता.

रिसबुड रावसाहेबांना मी ओळखत होतो. ते बुद्धिमान आणि शांत स्वभावाचे होते. त्यांचा चेहरा नेहमी हसरा असायचा. त्यांच्या उलट त्यांच्या थोरल्या भावाचा स्वभाव होता. ते काहीसे विक्षिप्त आणि चिडचिड करणारे होते. ते नाकातून हेल काढून बोलत. त्यांच्या घशातून निघालेला आवाजसुद्धा चिरका होता. त्यांच्या या स्वभावामुळे लवेल सर्कलमधील सर्व तलाठी त्यांचा राग करीत. रिसबुड भाऊसाहेबांचं कार्यालय लवेल तलाठ्याच्या कार्यालयातच होतं. त्या ठिकाणी पवार तलाठी म्हणून काम करीत होता. रिसबुड भाऊसाहेबांची खोड मोडण्यासाठी पवार तलाठ्यानं रागानं त्याच्या ऑफीसमधील भाऊसाहेबांची खुर्ची काढून ती नाहीशी केली.

त्यांना महसूल खात्याचा अनुभव चांगला होता. शिवाय ते बुद्धिमान होते. परंतु प्रेमानं माणसं जिंकता येतात हे त्यांना कळत असूनसुद्धा वळत नव्हतं.

मी आयनी सजावर हजर झाल्यावर त्यांची एक-दोन महिन्यांतच पुन्हा दापोली तहसील कार्यालयात सर्कल (मंडळ अधिकारी) म्हणून बदली झाली. रिसबुड भाऊसाहेबांची बदली झाल्यावर पांडुरंग तळेकर यांची बदली लवेल सर्कल म्हणून झाली. ते कुणबी या समाजाचे होते. त्यांचं मूळगाव लवेल होतं. त्यांच्या वडिलांचं नाव केशव तळेकर असं होतं, ते सामाजिक कार्यकर्ते होते, त्यांना दोन बायका होत्या. सर्कल भाऊसाहेबांना सख्खे भाऊ किंवा बहीण नव्हती, त्यांना सावत्र भाऊ होते. त्यांच्या वडिलांकडे पुष्कळ शेती होती. परंतु त्यांनी त्यांच्या मृत्युपत्रात

त्यातील फक्त सात एकर जमीन सर्कलच्या नावे लिहून ठेवली होती. त्यामुळे त्यांचा त्यांच्या वडिलांवर राग होता. सर्कल भाऊसाहेबांना मुलगा नव्हता. त्यांना एकूण सात मुली होत्या. त्यापैकी दोन मुली माझ्या सजातील गावात दिल्या होत्या. एक आयनीत दिली होती, तर दुसरी मेटे गावात गावडेंना दिली होती.

सर्कलच्या आयनी येथे राहणाऱ्या व्याह्यांनी नवीन जमीन खरेदी केल्यावर मी त्यांचं नाव जमिनीला खरेदीखताप्रमाणे लागण्यासाठी नोंद घालून संबंधितांना नोटिसा काढल्या. त्यांच्या व्याह्यानं मला विचारलं की, 'जमीन नावावर होण्यासाठी सर्कलना च्या-पानी द्यावं लागतं का?' मी त्यांना समजून सांगत म्हणालो. 'सर्कल भाऊसाहेब तुमचे व्याही असल्यानं ते तुमच्याकडे पैशाची अपेक्षा मुळीच करणार नाहीत.' माझं बोलणं ऐकून त्यांना फार आनंद झाला. सर्कल भाऊसाहेब ती नोंद मंजूर करायला माझ्या ऑफीसमध्ये आल्यावर त्यांच्या व्याह्याचं नि माझं झालेलं बोलणं मी त्यांच्या कानावर घातलं. माझं बोलणं ऐकून तळेकर भाऊसाहेब मनात निराश होऊन मला म्हणाले,

"नलावडे, तू त्यांना असं सांगायला नको होतं. ते जरी माझे व्याही असले तरी त्यांना माझी किंमत त्यामुळे कळून आली असती."

मी सर्कलचं बोलणं ऐकून अवाक झालो. पैशासमोर नातीसुद्धा कशी फिकी पडतात, हे मला कळून चुकलं होतं. त्यांनी ती नोंद मनात नाराज होऊन मंजूर केली. तळेकर भाऊसाहेब सेवानिवृत्त झाल्यावर काही दिवसांतच हृदयविकाराच्या तीव्र झटक्यानं त्यांचं दु:खद निधन झालं.

तळेकर यांच्यानंतर लवेल सर्कल म्हणून जोगदंड हे हजर झाले. जोगदंड उंचेपुरे आणि शरीरानं किरकोळ होते, त्यांचा वर्ण सावळा आणि डोळे मिस्कील होते, त्यात लोभीपणाची झाक होती. वरिष्ठ अधिकाऱ्यांना चिरीमिरी देऊन कसं खूश करायचं असते, हे त्यांच्याकडून कुणीही शासकीय कर्मचारी व अधिकाऱ्यांनी शिकून घ्यावं. महसूल खात्यात काम करणाऱ्या तलाठ्याला त्यानं केलेल्या कामाची वेळोवेळी अधिकाऱ्यांना माहिती द्यावी लागत होती. जोगदंड भाऊसाहेबांच्या हाताखाली सात तलाठी वेगवेगळ्या सजावर काम करीत. त्या सर्वांना गाठून त्यांच्याकडून माहिती घेणं म्हणजे जिकिरीचं आणि वेळकाढू काम. त्यापेक्षा जोगदंड भाऊसाहेब स्वत:कडील असलेल्या माहितीवरून नवीन माहिती तयार करून ती तहसील कार्यालयात देऊन वेळ मारून नेत. सर्व सर्कलच्या आधी लवेल सर्कलची माहिती आली म्हणून तहसीलदार जोगदंड कामसू सर्कल म्हणून खूश होत. त्यांनी दिलेली माहिती बरोबर आहे की चूक आहे, हे तपासून घेण्याच्या ते कधी भानगडीत पडत नसत. नंतर त्यांनी दिलेली माहिती ते आम्हाला सांगत आणि त्या माहितीवर ठाम राहण्यासाठी

एका अस्वस्थ तलाठ्याची डायरी । १४५

ते आम्हा तलाठ्यांना बजावून सांगत.

प्रांत किंवा तहसीलदार तलाठी दप्तर तपासण्यासाठी गावी आल्यावर जोगदंड भाऊसाहेब त्यांची उत्तम बडदास्त ठेवीत. अशा वेळी एखादा तलाठी खर्च करण्यासाठी का ऽ कू ऽ करू लागला, तर ते स्वत:च्या खिशातील पैसा खर्च करीत. पैशासाठी कंजुषी करणं हा त्यांचा मुळी स्वभाव नव्हता.

लवेल सर्कलकडे जांभा दगडाच्या पंचवीस-तीस खाणी होत्या. दगडाच्या खाणी आणि खडी क्रशर होते. शिवाय ते तहसीलदारांना चिरीमिरी देऊन लोकांची बिनशेती प्रकरणं मंजूर करून घेत. यातून त्यांना महिन्याला बक्कळ पैसा मिळायचा. पैशाची त्यांना कधी ददात नसे. तलाठी दप्तर तपासणी करायला आलेले तहसीलदार व प्रांत त्यांनी केलेल्या पाहुणचारामुळे खूश होत. जोगदंड भाऊसाहेब अधिकाऱ्यांच्या बरोबर असलेल्या शिपाई आणि ड्रायव्हर यांना प्रत्येकी शंभर शंभर देऊन त्यांनासुद्धा खूश करून टाकत. एक तीळ सातजणांत वाटून खावा असाच काहीसा त्यांचा स्वभाव होता.

जिल्हाधिकारी कार्यालयातून दोन-तीन महिन्यांनी तालुक्यात असलेल्या खाणी तपासण्यासाठी खणीकर्म अधिकारी येत त्यावेळी जोगदंड भाऊसाहेब त्यांच्या सर्कलमधील प्रत्येक खाणवाल्याकडून पैसे गोळा करून एका चांगल्या हॉटेलात त्या खणीकर्म अधिकाऱ्यांची खाण्यापिण्याची सोय करून त्यांना नोटांनी भरलेलं जाडजूड पाकीट देत, तेव्हा तो अधिकारी हरखून जायचा. तो लवेल सर्कलमधील कोणतीही खाण न तपासता जिल्ह्यात परत जात असे. सर्व काही नियमांत काम चालू आहे म्हणून जिल्हाधिकारी यांना तो खोटा रिपोर्ट सादर करायचा. 'आंधळं दळतंय आणि कुत्रं पीठ खातंय' असला तो काहीसा मामला होता. 'सुंठीवाचून खोकला गेला' की नियमबाह्य काम करणाऱ्या खाणमालकांना हायसं वाटायचं. जोगदंड भाऊसाहेब त्यांच्या गळ्यातले एकदम ताईत बनले होते.

जोगदंड भाऊसाहेबांची देवाधर्मावर भारी श्रद्धा होती. ते वर्षातून दोनदा पंढरपूरची वारीसुद्धा करीत. श्रावण महिन्यात सत्यनारायणाची पूजा घरी ब्राह्मण बोलावून घालत. लाडू-जिलेबीच्या पंगती उठवीत. दिवाळीच्या सणाला बेकरीमधून तयार मिठाईचे खोके आणून ते शेजाऱ्यांना वाटत आणि शंभर-दीडशे फुटांपर्यंत फटाक्यांची ते माळ लावीत. त्या फटाक्यांच्या कानठळ्या बसणाऱ्या आवाजानं जमीन भूकंप झाल्याप्रमाणे हादरून जात असे. 'भगवान देता है तो छप्पर फाडके देता है' असं त्यांच्याकडे पाहून लोकांना वाटे.

*****

भट रावसाहेबांना अपेयपान आणि मांस-मच्छी अजिबात वर्ज्य नसे. सायंकाळ

झाली, की त्यांची मैफल चावडीत किंवा रावसाहेबांच्या खोलीत सुरू व्हायची. त्यावेळी रावसाहेब भाड्याच्या खोलीत एकटेच राहात. मोरे, शेलार आणि टकलू साळवी हे त्यांचे त्या मैफलीतील भिडू होते. अपेयपानासाठी किंवा चकना आणण्यासाठी रावसाहेबांना एक नवीन पैसासुद्धा कधी खर्च करावा लागत नसे. त्याचा संपूर्ण खर्च त्यांच्या हाताखाली काम करणारे तलाठी-भिडू अगदी हौसेनं करीत आणि एखादं नियमात न बसणारं काम त्यांच्याकडून करून घेऊन तो पैसा वसूल करीत.

रावसाहेबांची बदली रायगड जिल्ह्यातील पोलादपूरवरून खेडला झाली होती. तलाठी व मंडळ अधिकारी यांच्या मीटिंगमध्ये ते नेहमी पोलादपूरला असं काम केलं, तसं काम केलं म्हणून म्हणत. एकदा त्यांनी आम्हाला सांगितलं, की 'मी शाळेतील मुलांना चॉकलेट-गोळ्या देऊन उन्हाळ्यात त्यांच्याकडून बंधाऱ्यांची कामं करून घेतली.' त्यांचं बोलणं ऐकून आम्हाला हसू येत असे. परंतु ते आम्हाला गंभीर होऊन सांगत असत. ते रत्नागिरीला कलेक्टर ऑफीसमध्ये नोकरी करीत असताना त्यांच्या वडिलांचं निधन झालं होतं. त्याचं दु:ख त्यांच्या ऑफीसमध्ये त्यांच्याशिवाय अन्य कुणालाही झालं नव्हतं. उलट त्यांच्या दु:खाची खपली काढत एका महाभागानं त्यांची टिंगलटवाळी करीत विचारलं, 'भट, तुमचे वडील खरोखर वारलेत का?'

रावसाहेबांचा स्वभाव सणकी होता. मेहता पब्लिशिंग हाऊसतर्फे माझा पहिलावहिला 'जोगवा' कथासंग्रह प्रकाशित झाला होता. ४ सप्टेंबर १९९४ रोजी मा. रामनाथ चव्हाण यांच्या शुभहस्ते त्याचा प्रकाशन समारंभ दापोली येथील वराडकर-बेनोसे या कॉलेजमध्ये होणार होता. मी मोठ्या आपुलकीनं त्यांना प्रकाशन समारंभाचं आमंत्रणपत्रिका द्यायला त्यांच्या दालनात गेलो. त्यावेळी ते खबरी तलाठी विजय शिर्के याच्यासोबत बोलत होते. मी त्यांच्यासमोर त्यांचं बोलणं होईपर्यंत उभा राहिलो. नंतर त्यांनी त्रासिक चेहऱ्यानं मला विचारलं,

''काय रे आहे तुझं काम?''

''रावसाहेब, ४ तारखेला माझ्या पुस्तकाचा दापोली येथे प्रकाशन कार्यक्रम आहे. त्याची मी तुम्हाला आमंत्रणपत्रिका द्यायला आलोय.''

''ठेव त्या टेबलावर.'' असं म्हणून ते पुन्हा शिर्के तलाठ्याबरोबर बोलू लागले.

मी त्यांनी सांगितल्याप्रमाणे कार्यक्रमाची निमंत्रणपत्रिका त्यांच्यासमोर टेबलावर ठेवली आणि मनात नाराज होऊन बाहेर आलो. थोड्या वेळानं शिर्केसुद्धा बाहेर आला आणि तो मला म्हणाला, 'नलावडे, कशाला तू त्या माणसाला निमंत्रणपत्रिका द्यायला गेलास? बघितलंस ना त्यांनी तुझा कसा अपमान केला.' मी त्याला पुढे काहीही बोलू शकलो नाही.

महाराष्ट्र राज्याच्या मंत्रिमंडळाच्या बैठकीचे आंब्याच्या मोसमात रत्नागिरीमध्ये आयोजन करण्यात आलं होतं. कलेक्टरांच्या तोंडी आदेशावरून जिल्ह्यातील सर्व तहसीलदार येणाऱ्या मंत्र्यांना रत्नागिरीचे हापूसचे आंबे खायला घालण्यासाठी जिल्हाधिकारी कार्यालयाकडे टेंपो, जीपमधून आंब्याच्या करंड्या पाठवू लागले होते.

त्याच दरम्यान रावसाहेबांनी माझी दप्तर तपासणी लावली. त्यांच्यासोबत सर्कलसुद्धा आले होते. मी त्यांच्या पुढ्यात माझं दप्तर ठेवलं. काही छोटी रजिस्टरं आणि गाव नमुने मी स्टॅपलरनं पिना मारून तयार केली होती. रावसाहेबांना ते मुळीच आवडलं नाही. ते मला समजावून सांगत म्हणाले,

"हे बघ, काही दिवसांनी या पिना गंजून पडत असतात. म्हणून कधीही रजिस्टरला स्टॅपलरने पिना मारायच्या नाहीत. सुई-दोऱ्यानं ते शिवायचं. म्हणजे ते रजिस्टर टिकतं."

त्यांचं बोलणं मला एकदम पटलं. पुढे मी कधीही स्टॅपलरनं पिना मारून रजिस्टर तयार केलं नाही. माझी दप्तर तपासणी झाल्यावर त्यांनी बापूंच्या रेशन दुकानाचीसुद्धा तपासणी केली. नंतर रावसाहेबांनी रत्नागिरीला होत असलेल्या मंत्रिमंडळाच्या बैठकीची बापूंना कल्पना देऊन त्यांच्याकडे आंब्याच्या करंड्या मागितल्या. बापूंनी रावसाहेबांच्या शब्दाला मान देऊन त्यांच्या गड्याला सांगून आंब्याच्या दोन करंड्या रावसाहेबांच्या गाडीत ठेवल्या. दोन दिवसांनी सर्कल मला म्हणाले, 'बापूंनी आंबे चांगले दिले नाहीत. त्यांनी खूप बारीक-बारीक आंबे दिले आहेत. रावसाहेबांनी त्या आंब्याच्या करंड्या तुला परत बापूंना नेऊन द्यायला सांगितलंय.'

मी त्यांना निक्षून म्हणालो,

"हा विचार रावसाहेबांनी त्यांच्याकडून आंब्याच्या करंड्या ताब्यात घेताना करायला हवा होता. मी त्यांना ते परत नेऊन देणार नाही."

रावसाहेब आंब्याचे मोठे बागाईतदार होते. त्यांच्या गावी त्यांच्या मालकीची लागती आंब्याची दोनशे तरी झाडं होती. तरी ते लोकांकडून आंब्याच्या पेट्या गोळा करीत होते.

*****

एके दिवशी तत्कालीन आमदार रामदास कदम हे रावसाहेबांना एक शिष्टमंडळ घेऊन दुपारनंतर भेटायला येणार होते. तसं त्यांच्या सेक्रेटरीनं रावसाहेबांना फोन करून आधी कळविलंसुद्धा होतं. नेमकं त्याच दिवशी कलेक्टरांचा खेडला अचानक दौरा लागला. त्याच्या आदल्या दिवशी आवाशी येथील घरडा केमिकलमध्ये स्फोट होऊन त्यात एका कामगाराचा बळी गेला होता. त्या स्फोटाची प्रत्यक्ष पाहणी करण्यासाठी जिल्हाधिकारी येणार होते. रावसाहेबांना जिल्हाधिकारी कार्यालयाकडून तसं कळविण्यात आल्यावर ते त्यांच्या दौऱ्यात सामील होण्यासाठी निघून गेले.

दुपारनंतर आमदार त्यांच्या लवाजम्यासह तहसील कार्यालयात येऊन डेरेदाखल झाले. येथे येऊन ते पाहातात तर रावसाहेब त्यांच्या दालनात हजर नाहीत. रावसाहेबांना आधी सांगूनसुद्धा ते गैरहजर राहिले म्हणून आमदारांना त्यांचा खूप राग आला. त्यांना तो त्यांचा अपमान वाटला. रावसाहेब येईपर्यंत आमदारांनी त्यांच्या लवाजम्यासह कार्यालयात ठिय्या आंदोलन केलं.

कलेक्टर केमिकल कंपनीला भेट देऊन परस्पर निघून गेल्यावर रावसाहेबांची गाडी थोड्याच वेळात तहसील कार्यालयाच्या आवारात शिरली. रावसाहेबांना व्हरांड्यात अडवून आमदारांनी त्यांना मोठ्या आवाजात विचारलं,

"मी कोण आहे ते तुम्हाला ठाऊक आहे का?"

"तुम्ही आमदार आहात ते मला ठाऊक आहे." रावसाहेब त्यांना जशास तसं उत्तर देत म्हणाले.

"मी यायचं ठाऊक असूनसुद्धा तुम्ही का नाही थांबलात?"

"कलेक्टरसाहेबांचा अचानक इकडे दौरा लागल्यामुळे मला त्यांना भेटायला जावं लागलं."

"कलेक्टर मोठा की आमदार मोठा?"

"इथं कोण मोठा, कोण छोटा याचा प्रश्न नाही. ते माझे वरिष्ठ आहेत. त्यांच्या आज्ञाचं पालन करणं माझं कर्तव्य आहे." रावसाहेब रागानं म्हणाले.

इतक्यात व्हरांड्यात कर्णकर्कश आरोळ्या उठल्या. आमदारांसोबत आलेली मंडळी रावसाहेबांच्या नावानं शिमगा करू लागले. 'भट तहसीलदार मुर्दाबाद, भट तहसीलदारांची बदली झालीच पाहिजे.' रावसाहेबांनी त्या घोषणांना अजिबात धूप घातली नाही. ते तणतणतच त्यांच्या दालनात निघून गेले. थोड्या वेळानं आमदार निघून गेल्यावर तहसील कार्यालयात स्मशानशांतता पसरली. कार्यालयातील कर्मचारी भीतीनं थरथर कापत होते.

आयनी सजात पूर्ण पाच वर्षं झाल्यानंतर माझी ऑक्टोबर १९९५ ला कळवणी बुद्रुक सजाला बदली झाली. मी आयनी सजातील सर्वांचा प्रेमानं निरोप घेऊन बदलीच्या ठिकाणी हजर झालो.

◆◆◆

सहा

तालुक्यापासून कळबणी बुद्रुक हा सजा मुंबई-गोवा या राष्ट्रीय महामार्गावर अवघ्या सात किलो मीटर्सच्या अंतरावर होता. माझ्या वेरळच्या घरापासूनसुद्धा तेवढंच अंतर होतं. त्यामुळे मला सजावर जाणं-येणं करण्यासाठी अगदी सोयीचं होतं. शिवाय जाण्या-येण्यासाठी वाहनंसुद्धा खूप होती. माझ्या ऑफीसपासून थोड्याच अंतरावर नातूवाडी धरण होतं. त्याचं पाणी कालव्यानं भरणे गावापर्यंत येत असल्यानं शेतकरी पावसाळ्यात भात पीक घेत आणि उन्हाळ्यातसुद्धा भात, भुईमूग आणि कडधान्याची पिकं घेतं. त्यामुळे तो पट्टा बारोमास हिरवागार दिसे. नातूवाडीच्या थोडं पुढे कशेडी घाट होता. त्या कशेडी घाटातूनच वाहनं कोकणात उतरत होती.

माझ्या नवीन सजाचं तलाठी कार्यालय कळबणी बुद्रुक या गावातील वाळंजवाडीत होतं. या सजामध्ये एकूण चार गावं होती. कळबणी बुद्रुक, निळवणे, शिरवली आणि कर्टेळ अशी ती एकूण चार गावं होती. कळबणी बुद्रुक या गावाच्या पूर्वेला माझ्या सजातील उर्वरित तीन गावं होती. सगळ्या गावातील रस्ते आता डांबरी झाले होते, शिरवली गावात मोठं धरण झालं होतं. त्या धरणात प्राणघातक हल्ला करणाऱ्या मगरी होत्या. पावसाळ्यात ते धरण पाण्यानं तुडुंब भरल्यावर तो देखावा डोळ्यांना सुखावत होता. धरणाच्या पाण्यात कोसळणाऱ्या जलधारा पाहण्यात मजा काही औरच होती. आनंदात अगदी चिंब चिंब न्हाल्यागत प्रत्येकाला वाटायचं.

कळबणी बुद्रुक या सजात मला माझ्या कामात मदत करण्यासाठी एकूण तीन कोतवाल होते. बाळा जाधव, दिनकर कदम आणि सखाराम गुरव, अशी त्या कोतवालांची नावं होती. या तिघात बाळा जाधव हा कोतवाल सरळमार्गी आणि प्रामाणिक होता. त्याला पाठीत पोक आल्यामुळे तो चालताना खाली वाकत चालायचा. त्याच्या लहानपणी तो घरातील माळ्यावरून पडला होता, तेव्हा त्याच्या पाठीच्या मणक्याला मार लागला होता.

दिनकर कदम निळवणे गावचे खोत होते, ते अंगानं धिप्पाड होते, स्वभावाने ते वरून करारी, कठोर दिसत असले तरी आतून ते मृदू होते, त्यांच्या शरीराला अगदी साजेसा त्यांचा आवाजसुद्धा खणखणीत होता. निळवणे गावात त्यांचा अजूनही दरारा होता. ते धोतर आणि सदरा घालीत, त्यांच्या डोक्यावर सफेद टोपी असे. ते निळवणे गावचे कोतवाल आहेत, असं सांगूनसुद्धा कुणाला ते खरं वाटत नसे; कारण त्यांचा रुबाब एखाद्या पुढाऱ्यापेक्षा अजिबात कमी नव्हता. त्यांच्या गावात पश्चिमेला एक छोटी नदी होती. पावसाळ्यात पूर आल्यावर कदम या कोतवालानं एकदा नितोरे नावाच्या तलाठ्याला त्यांच्या खांद्यावर घेऊन नदीच्या पलीकडे नेलं होतं. हा किस्सा त्यांनी मला मी कळबणी बुद्रुक या सजावर हजर झाल्यावर स्वत:च्या तोंडानं सांगितला होता.

शिरवली गावच्या कोतवालाचा या दोन कोतवालापेक्षा थोडा वेगळा स्वभाव होता. तिन्ही कोतवाल वयाच्या पन्नाशीच्या जवळपास होते. गुरव उंचेपुरे अंगानं मध्यम होते, त्यांच्या राकट चेहऱ्यावर आणि डोळ्यांत बेरकीपणा होता, त्यांच्या दोन्ही कानांवर काळ्या-पांढऱ्या केसांचे पुंजके होते, सरड्यानं रंग बदलावा तसं बोलताना गुरव कोतवालाचे राकट चेहऱ्यावरील भावसुद्धा क्षणाक्षणाला बदलत, त्यांच्या अंगावर सफेद रंगाचा सदरा आणि लेंगा असे, डोक्यावर सफेद रंगाची टोपी असे आणि त्यांच्या डाव्या हातात कातडी पट्ट्याचं जुनं घड्याळ होतं.

आपण शिरवली गावाचे कोतवाल आहोत, आपल्याला प्रत्येक महिन्याला शासनाकडून पगार मिळतो, हे गुरव कधीकधी विसरून जात. माझ्या ऑफीसला ते कधीतरी आठ-पंधरा दिवसांनी एखाद्या पाहुण्यागत चक्कर मारीत. येताना शिरवली गावचे पडधने ग्रामसेवक यांनी केलेली कर्जाची प्रकरणं माझ्या सहीसाठी आणत.

मी एकदा गुश्शात गुरव कोतवालाला विचारलं,

"गुरव, तुम्ही माझे कोतवाल आहात, की त्या ग्रामसेवकाचे आहात?"

"न्हाय बा, मी तुमचा कोतवाल हाय." गुरव अगदी साळसूदपणे म्हणाला.

"तुम्हाला पगार तहसील कार्यालयातून मिळतो की पंचायत समितीकडून?"

"तहसील कार्यालयातून." गुरव आता सावध होत म्हणाला.

"मग तुम्ही आपली कामं करायची सोडून लष्कराच्या भाकऱ्या का भाजताय?"

माझं बोलणं ऐकून गुरव थोडा वेळ सटपटला. नंतर तो घसा खाकरून घोगऱ्या आवाजात मला म्हणाला,

"भाऊ, माझी वाट आमच्या गावच्या ग्रामपंचायतीच्या हाफिसावरनं हाय. मी दिसलू की ग्रामसेवकभाऊ मला त्यांचं काम सांगीत असतात. त्यास्नी मी न्हाय कसं म्हणू?"

एका अस्वस्थ तलाठ्याची डायरी । १५१

"त्यांचं काम असेल त्याच वेळी तुम्ही इकडे येत असता. एरवी तुम्ही आठ-आठ दिवस इकडे फिरकतसुद्धा नाही." मी पुन्हा गुश्शातच त्यांना सुनावलं.

माझं बोलणं गुरव कोतवालानं खालमानेनं जरी ऐकून घेतलं असलं, तरी त्यांच्या वागण्यात जराही बदल होत नसे. पुन्हा आपलं 'ये रे माझ्या मागल्या', हे त्यांचं चालू असायचं. माझे तिन्ही कोतवाल मी त्यांना कामाच्या निमित्तानं जरी रागानं बोलत असलो तरी ते मला कधीही दुरुत्तरं करीत नसत. माझा अपमान होईल, असे शब्द ते माझ्याशी बोलताना तोंडातून कधी काढत नसत. मीसुद्धा त्यांचा राग माझ्या पोटात कधीही ठेवत नसे. दिनकर आणि सखाराम गुरव त्यांच्या घरची व शेतीची कामं उरकून दुपारी बाराच्या दरम्यान तलाठी कार्यालयात येत असत. त्या दोघांना 'ऑफीसला वेळेवर या' असं कितीतरी वेळा बजावून सांगूनसुद्धा त्याचा काडीमात्र उपयोग होत नसे.

एकदा गुरव कोतवाल माझ्यासमोर बाकावर बसून मृदू आवाजात मला म्हणाला,

"भाऊ, मला एक सल्ला तुमच्याकडून हवाय."

"बोला." मी त्याच्या चेहऱ्याकडे पाहत म्हणालो.

आवंढा गिळून सखाराम गुरव मला पुढे म्हणाला,

"मी एकाला उसनं पैसं दिलेत. तो मला दोन-तीन वर्ष 'पैसं देतू' म्हून तंगवतोय. यावर काय तो तुम्ही मला उपाय सांगा. मी माझे पैसं त्याच्याकडून कसं वसूल करू?"

"तुम्ही त्याला उसने पैसे दिलेत, याचा तुमच्याकडे काय लेखी पुरावा आहे का?"

"न्हाय."

"मग अवघड आहे."

"काय अवघड आहे?"

"अहो, तुमच्याकडे समजा त्याचा लेखी पुरावा असता, तर त्याच्यावर तुम्हाला कायदेशीर कारवाई करता आली असती."

"पुराव्याबिगार त्याच्यावर मला काय करता येनार न्हाय?"

"कशी करणार तुम्ही त्याच्यावर कारवाई? पुरावा नको?"

"दुसरा काय याला विलाज?"

"तुम्ही चांगल्या माणसांना यात मध्यस्थी घालून त्याच्याकडून तुमचे पैसे वसूल करून घेऊ शकता. पैशाचा व्यवहार करताना तुम्ही लेखी पुरावा घ्यायला हवा होता. अशा वेळी तो उपयोगी पडतो."

"अवं तो माझ्या लई इसवासाचा मानूस व्हता. म्हून मी त्याच्यासंगं पैशाचा

ह्यो वेवार केला व्हता. त्यो म्होरं असा इसवासघात करील असं मला तवा सपनात दिकून वाटलं न्हवतं.'' गुरवचा आवाज कातर झाला होता.

माझं तलाठी कार्यालय एका रंजना नावाच्या विधवा बाईच्या मालकीच्या खोलीत होतं. त्या बाईला संजय गांधी निराधार योजनेतून दरमहा पेन्शन मिळत होती. त्यांना मराठी शाळेत शिकणारा एकच मुलगा होता. पती निधनानंतर त्या माहेरी येऊन राहत होत्या. त्यांची आर्थिक परिस्थितीसुद्धा बेतास बात होती. त्यांच्या मुलाचं नाव सागर होतं. तो शाळेत हुशार होता. सागरच्या डोळ्यांत ती तिचं उज्ज्वल भविष्य पाहत होती. त्या घरातील रंजनाचा भाऊ भगवान, त्याची बायको, वडील ही सर्वच माणसं फार प्रेमळ होती. ते माझ्याशी फार आदरानं बोलत. मला कधी त्यांची मदत लागली तर ते तत्परतेनं करीत. कधी मला चहा आणून देत, तर कधी जेवणासाठी आग्रह करीत. त्या वाडीतील माणसंसुद्धा माणुसकी जपणारी होती. मी कधी रस्त्यानं त्यांना जाता-येता दिसलो की, 'काय भाऊ, बेस हाव ना?' असं म्हणून ते माझी आपुलकीनं चौकशी करीत.

माझ्या ऑफीसजवळ डोंगरे आडनावाचं एक बेलदार समाजाचं कुटुंब राहत होतं. जागा विकत घेऊन त्यांनी त्या वाडीत घर बांधलं होतं. डोंगरे एसटीत नोकरी करीत. काही दिवसांपूर्वीच त्यांचं हृदयविकाराच्या तीव्र धक्क्यानं निधन झालं होतं. आर्थिक नुकसानभरपाई एसटीकडून मिळण्यासाठी त्यांच्या पत्नीला वारस तपास करून हवा होता. परंतु त्यांची अडचण अशी होती, की पती निधनाला सव्वा महिना झाल्याशिवाय त्यांच्या पत्नीला घराच्या बाहेर पाऊल टाकता येणार नव्हतं.

त्यांची ती अडचण मी अगदी चुटकीसरशी सोडवली. कळबणी बुद्रुक गावाचं वर्दीबुक, ८अ, नोटिशीचा कोरा फॉर्म वगैरे घेऊन मीच त्यांच्या घरी त्यांची वर्दी घेण्यासाठी गेलो. वर्दीबुकात जबाब घेऊन मी नोटिशीच्या फॉर्मवर त्यांची सही घेतली. फेरफार रजिस्टरला मयताच्या वारस तपासाची नोंद घालून ती मी कांबळे सर्कलकडून मंजूर करून घेतली. नंतर मी ७/१२ ला त्यांचं नाव लावून त्याची नक्कल काढून त्यांच्या घरी नेऊन दिली. तेव्हा त्या डोंगरेवहिनी पती निधनाचं थोडा वेळ दु:ख विसरून कृतज्ञपणे माझ्याकडे पाहू लागल्या. मी त्यांना त्यांच्या अडचणीच्या वेळी मदत केली म्हणून मलासुद्धा त्याचं निश्चित समाधान वाटलं.

माझ्या तलाठी कार्यालयाला अगदी लागून सुतार गुरुजींचं बिऱ्हाड होतं. महाराष्ट्र-कर्नाटक सीमा भागात त्यांचं मूळ गाव असल्यानं त्यांच्या बोलण्यातसुद्धा तिकडील भाषेचा झालेला परिणाम झटकन लक्षात येत होता. त्यांची शाळेत जाणारी दोन्ही मुलं बुद्धिमान होती. ती मुलं मराठी शाळेत शिकत होती. माझ्या कार्यालयात

मी एकटाच असल्यावर ती अभ्यास करण्यासाठी माझ्याकडे येत. अभ्यास करताना त्यांना शंका आली, तर ते मला संकोच न करता विचारीत असत. सुतार गुरुजींची मुलं मला 'काका' म्हणत. ते ऐकून माझ्या कानाला भारी गोड वाटायचं. सुतार गुरुजी आणि त्यांची पत्नी समंजस आणि मनमिळाऊ होती. सुतार गुरुजी घरी असत त्यावेळी ते मला चहा घेण्यासाठी आग्रहानं बोलावत.

कळबणी गावी उपजिल्हा ग्रामीण रुग्णालय होतं. एकदा त्या रुग्णालयात मोतीबिंदूचं शस्त्रक्रिया करण्यासाठी शिबिर लागलं होतं, तेव्हा मी त्या शिबिरात माझ्या वयोवृद्ध आईला मोतीबिंदूचं शस्त्रक्रिया करण्यासाठी नेलं होतं. त्या शिबिरात आईची मोतीबिंदूची शस्त्रक्रिया अगदी व्यवस्थित झाली. माझी आई रुग्णालयात दोन-तीन दिवस होती. सुतार वहिनी सकाळ-संध्याकाळ माझ्या आईसाठी चहा-बिस्किटं, नाश्ता आणि जेवण घेऊन जात. त्यांचे हे ऋण माझ्याकडून कधीही फिटणार नाही. घरी आल्यानंतर माझी आई सुतार वहिनींचं भारी कौतुक करीत होती.

कर्टेल गावी मी जमीन महसुलाची वसुली करायला कोतवालाला सोबत घेऊन जायचो. तेव्हा त्या गावचे पोलीस पाटील मला वसुलीच्या कामात आपणहून मदत करीत. काही खातेदारांकडून ते वसुलीचे पैसे आधीच घेऊन ठेवत. नंतर मी कधी त्या गावात वसुलीला गेलो की, त्याच्या पावत्या करून मी त्यांच्याकडे द्यायचो. कर्टेल गावच्या पोलीस पाटलांनी अजून वयाची पस्तिशीसुद्धा गाठली नव्हती. मदतीसाठी त्यांचा हात नेहमी पुढे असायचा. माझ्याकडे दुपारच्या जेवणाचा डबा असला तरी ते मला तो डबा माझ्या बॅगेतून बाहेर काढून देत नसत. कोतवाल आणि मी दुपारी त्यांच्या घरी त्यांच्या पंगतीत बसून जेवायचो. सायंकाळी आम्ही परतीची वाट धरल्यावर ते गावच्या सीमेपर्यंत आम्हाला निरोप देण्यासाठी येत.

शासनानं कर्टेल गाव आदर्श गाव म्हणून जाहीर केलं होतं. तो गाव अगदी शांत होता. कुठं गडबड नाही की गोंधळ नाही. गावात फक्त मराठा, कुणबी आणि बौद्ध समाजाची वस्ती होती. परंतु त्यांच्यातील भाईचारा मात्र कायम होता. शिरवली धरणाला लागूनच डोंगराच्या पायथ्याशी त्या गावाची वस्ती होती. कर्टेल गाव तसा छोटा होता. त्या गावात फक्त शंभर-सव्वाशे उंबरठा होता. दक्षिणेला छोटे छोटे डोंगर, तर उत्तरेला शिरवली धरणाचं शांत, निर्मळ पाणी. त्याच्या अगदी मधोमध गावाची वस्ती होती. धरणात मासेमारीला पूर्ण बंदी होती. त्या धरणाच्या गोड पाण्याप्रमाणेच त्याच्या काठाला असलेल्या शिरवली आणि कर्टेल या गावातील माणसांचा स्वभाव निर्मळ व गोड होता. त्यांच्या साध्याभोळ्या स्वभावाचा कुणालाही हेवा वाटावा.

कर्टेल हे आदर्श गाव असल्यानं कोकण आयुक्तांनी त्या गावची दप्तर तपासणी लावली. कलेक्टर ऑफीसकडून तसं पत्र आल्यावर सर्कल, तहसीलदार आणि प्रांत यांचं धाबं दणाणलं. माझी गतसुद्धा त्यांच्यासारखीच झाली होती. परंतु मी स्वतःला सावरण्यात यशस्वी झालो होतो. 'वाघ म्हटलं तरी खाणार आणि वाघोबा म्हटलं तरी तो खाणारच.' हे मला ठाऊक होतं.

पुढील महिन्यात कर्टेल गावची दप्तर तपासणी करायला आयुक्त येणार म्हणून तालुका तहसील कार्यालय सतर्क झालं. रोजच्या रोज मला कांबळे सर्कलमार्फत वरिष्ठांच्या तोंडी सूचना मिळू लागल्या. कांबळे सर्कलना तहसील कार्यालयातील सर्वजण त्यांच्या पश्चात 'गब्बरसिंग' असं म्हणत. ते दिसायला काळेसावळे आणि अंगानं लठ्ठ होते, त्यांचं पोट थोडं पुढे आलं होतं. त्यामुळे त्यांना या खात्यातील लोक गब्बरसिंग म्हणून ओळखत. कांबळे सर्कलचं पोट सुटलं असल्यामुळे ते हुबेहूब शोले चित्रपटातील गब्बरसिंगप्रमाणे दिसत.

त्यावेळी तहसीलदार म्हणून पाटील आडनावाचे गृहस्थ होते. एमपीएससी परीक्षा उत्तीर्ण झाल्यानंतर ते नवीनच तहसीलदार या मानाच्या पदावर रुजू झाले होते. त्यांच्या आधी एमपीएससी होऊन या तालुक्यात तहसीलदार म्हणून कुणीही रुजू झाले नव्हते. पाटील रावसाहेब नवीन असल्यानं त्यांना तलाठी दप्तराची तितकीशी माहिती नव्हती. तलाठ्याचं दप्तर म्हणजे एक प्रकारे ब्रह्मांड होतं. त्यातील एक ते एकवीस नमुने एकमेकावर आधारित असत. एखाद्या बुद्धिमान आयएएस अधिकाऱ्याचीसुद्धा तलाठी दप्तर तपासणी करताना दमछाक होत असे. अशा वेळी ते अधिकारी जुने, अनुभवी तलाठी किंवा सर्कल यांच्याकडून त्याची माहिती घेत असत. त्या अधिकाऱ्यांना त्यात अजिबात कमीपणा वाटत नसे.

पाटील तहसीलदार नवीन असल्यानं त्यांनी माझं दप्तर आयुक्तांना दाखविण्याआधी नायब तहसीलदार विलास याळगी यांना तपासायला सांगितलं. याळगीनं माझं दप्तर तपासल्यानंतर प्रांतसाहेबसुद्धा माझं दप्तर तपासणार होते. याळगी कर्नाटकी ब्राह्मण असले तरी त्यांना अपेयपान आणि मांसाहार वर्ज्य नव्हता. त्यासाठी त्यांना पदरचा एक रुपयासुद्धा खर्च करावा लागत नव्हता. एखाद्या ओळखीच्या पक्षकाराच्या खिशात हात घालूनसुद्धा ते पैसे काढत. त्यावेळी त्यांच्या सावळ्या चेहऱ्यावर लाचारीचे भाव असत. ते बोलायला अगदी मोकळेढाकळे होते. त्यांच्याकडे नायब तहसीलदाराची मानाची खुर्ची होती. तरी त्यांना त्या खुर्चीचा अजिबात गर्व किंवा अभिमान नव्हता.

एखादा तलाठी अडचणीच्या वेळी रावसाहेबांना भेटायच्या आधी त्यांच्याकडे

रजेचा अर्ज घेऊन जायचा. तेव्हा तो तलाठी याळगी रावसाहेबांना गयावया करीत म्हणत,

"रावसाहेब, गावी माझे वडील वारलेत. मला किरकोळ रजा हवीय."

"तू तुझा रजेचा अर्ज माझ्याकडे दे आणि तू बिनधास्त निघून जा. पण तुला माझी संध्याकाळची सोय करायला हवी. त्यासाठी तू मला दोनशे रुपये दे."

"देतो." नाइलाजानं तो तलाठी त्यांना पैसे काढून देत असे.

तो तलाठी त्याच्या वडिलांच्या मयतीला निघून गेल्यावर याळगी रावसाहेब त्याच्या सर्कलवर तोंड टाकत मोठ्या आवाजात म्हणत,

"सर्कल, तुमचं तुमच्या कामावर अजिबात लक्ष नाही."

"काय झालं रावसाहेब?" सर्कल खूप घाबरलेला असायचा.

"तो देवघरचा भोसले तलाठी सजावर नाही. आताच त्या गावचे लोक माझ्याकडे आले होते. तो सजावर नाही म्हणून त्यांनी माझ्याकडे तशी तक्रार केली आहे. भोसले तलाठी सजावर गैरहजर आहे म्हणून, तुम्ही मला आता तसा रिपोर्ट लिहून द्याल."

"देतो."

सर्कलनं रिपोर्ट लिहून दिल्यावर याळगी रावसाहेब तो तलाठी मयत वडिलांचं क्रियाकर्म करून परत आल्यावर 'तुझ्याविरुद्ध सर्कलनं माझ्याकडे रिपोर्ट दिलाय' म्हणून त्याला तो रिपोर्ट दाखवून घाबरवत आणि पुन्हा त्याच्याकडून त्यावर पडदा टाकण्यासाठी पैसे काढीत. याळगी रावसाहेब मनानं मोकळेढाकळे असले, तरी त्यांच्याजवळ जायला लोकांना त्यांची भीती वाटायची. याळगी रावसाहेब तहसील कार्यालयाजवळ असलेल्या महसूल खात्यानं बांधलेल्या अल्पबचत इमारतीमध्ये एकटेच राहत. त्यांचं बिऱ्हाड परगावी होतं. त्या अल्पबचत इमारतीला अगदी लागूनच तालुका सब-इन्स्पेक्टर यांचं क्वॉर्टर होतं. मागे पोलीस वसाहत होती, तरी याळगी रावसाहेब त्या अल्पबचत इमारतीमध्ये नको ते धंदे करीत. ऑफिसातील एक शिपाई त्यांची सेवा अगदी इमानंइतबारं करायचा. याचं कारण असं होतं, की याळगी रावसाहेबांसोबत त्यालासुद्धा उंची, विलायती दारू एक रुपयासुद्धा खर्च न करता प्यायला मिळत होती. हॉटेलातील चमचमीत मच्छी-मटणाचं जेवणं, बिर्याणी भरपूर चापायला मिळत होती.

एकदा तो शिपाई त्यांच्या नादी लागून अति दारू प्यायला आणि रात्री तो त्याच्या घरी जाताना मोरीवरून खाली पडला. खाली पडून त्याचा पाय मुरगळल्यामुळे त्याचा तो पाय एकवीस दिवस प्लॅस्टरमध्ये होता. एवढं रामायण-महाभारत घडूनसुद्धा तो शिपाई याळगी रावसाहेबांची संगत सोडायला अजिबात तयार नव्हता. त्या दोघांची

जोडी संपूर्ण तहसील कार्यालयात चर्चेचा विषय झाली होती. याळगी रावसाहेबांची लग्नाची बायको साक्षात लक्ष्मीचा अवतार होती, असं माझ्या कानावर आलं होतं. ती तिच्या लग्नाच्या नवऱ्याचे गुन्हे पोटात घालून त्यांचा संसार करीत होती, त्याच्या मुलाचं संगोपन करीत होती. बायकोच्या मनातील गैरसमज थातूरमातूर कारणं सांगून कसा दूर करायचा हे धूर्त, चाणाक्ष याळगी रावसाहेबांना फार चांगलं कळत होतं.

तहसील कार्यालयात पाटील रावसाहेबांना भेटण्याच्या आधी सर्व पक्षाचे राजकीय पुढारी आधी नायब तहसीलदार याळगी यांना भेटत असत. त्यावेळी याळगी रावसाहेब तोंडानं साखरपेरणी करीत त्यांच्याशी इतकं चांगलं वागत, की प्रत्येक राजकीय पुढाऱ्याला वाटायचं, की हा माणूस आपल्या कामाचा आहे म्हणून. ते त्यांच्या गळ्यातील ताईत बनत. खरं तर ते कोणाच्याच बाजूनं नसत. गोड बोलून राजकीय पुढाऱ्यांना 'उल्लू' बनवायला त्यांना फार चांगलं जमत होतं. एखादं काम महसूल खात्याच्या अखत्यारीत कायदेशीर असो किंवा नसो, पैसे मिळाल्यावर कायद्याला बगल देऊन ते काम करण्यात त्यांचा हातखंडा होता. त्यामुळे तालुका त्यांना मानायचा. त्यांच्याबद्दल नको ते कानावर आलं तरी लोक तिकडे कानाडोळा करीत.

तालुक्यातील चिरेखाण, डबरखाण आणि वाळू व्यापारी यांच्याबरोबर याळगी रावसाहेबांची अगदी जिगरी दोस्ती होती. त्यांची वैध किंवा अवैध कामं करून याळगी रावसाहेब त्यांच्या मैत्रीला जागत. तालुक्यातील लोक याळगी रावसाहेबांची कधीही वरिष्ठांकडे तक्रार करीत नसत. एखाद्या तलाठ्याकडे तोंड वेंगाडून तंबाखू मागून खाणारे याळगी रावसाहेब वेळ आली की, त्या तलाठ्याच्या नरडीवर पाय द्यायला मुळीच मागे-पुढे कधी पाहात नसत. त्यामुळे तालुक्यातील तलाठी आणि मंडळ अधिकारी (सर्कल) यांना त्यांच्याशी फार सावधपणे वागावं लागत होतं. त्यांच्या जवळ जायला ते बिचकत.

मी याळगी रावसाहेबांचा नेहमी रागराग करीत असे. मला त्यांचा स्वभाव अजिबात आवडायचा नाही. ते मला खोट्या आपुलकीनं कधीकधी 'रामभाऊ' अशी हाक मारत. त्यावेळी मी त्यांचा डाव ओळखून माझ्या मनात सावध होत असे. त्यांचे दाखवायचे आणि खायचे दात वेगवेगळे होते, हे मला चांगलं ठाऊक होतं. त्यांना दारू पाजण्याची किंवा माझ्या वैयक्तिक कामासाठी चिरीमिरी देण्याची अजूनपर्यंत तरी तशी माझ्यावर वेळ आली नव्हती.

कांबळे सर्कलनं मला निरोप दिल्यावर मी लगेचच याळगी रावसाहेबांना तहसील कार्यालयात जाऊन भेटलो. माझ्याकडे गंभीर चेहऱ्यानं पाहत याळगी रावसाहेब मला म्हणाले,

"आयुक्त तुझं कर्टेल गावचं दप्तर तपासणी करायला येणार आहेत, हे तुला माहीत आहे का?"

"होय."

"फेरफाराच्या नोंदी ७/१२ व ८अ ला भिडविल्या आहेत का?"

"होय."

"चालू वर्षाचा गाव-नमुना-नंबर-अकरा तयार केलंस काय?"

"माझा चालू वर्षाचा गाव-नमुना मी तयार केला आहे."

"तू आता असं कर. कर्टेल गावचं सगळं दप्तर रुमालात बांधून ताबडतोब माझ्याकडे घेऊन ये. कमी-जास्त पत्रकं, ७/१२चे तुकडे, आकारबंद इत्यादी सर्व कागदपत्रं रिक्षा करून ताबडतोब आण. आयुक्त फार कडक आहेत, तुझ्याबरोबर तू आम्हाला देखील कामाला लावशील, रावसाहेबांनी तुझ्या कर्टेल गावाची दप्तर तपासणी करायला मला सांगितलंय."

'घेऊन येतो मी दप्तर,' असं म्हणून मी तहसील कार्यालयाच्या बाहेर पडलो.

एक-दीड तासांत मी रिक्षा करून कर्टेल गावाचे सर्व कागदपत्रं दोन-तीन रुमालात बांधून त्यांच्याकडे घेऊन आलो आणि मी त्यांना त्यांच्या जवळ जाऊन त्याची कल्पनासुद्धा दिली. 'थांब तू. आधी माझी कामं उरकू दे. मग तुझं दप्तर पाहू.' त्यांनी असं मला सांगितल्यावर मी तहसील कार्यालयातील बाकावर येऊन बसलो. दिवस बुडाला तरी त्यांनी माझ्या दप्तराकडे ढुंकुनसुद्धा पाहिलं नाही. अंधार पडल्यावर मी त्यांना विचारून माझ्या घरी गेलो. दुसऱ्या दिवशी पुन्हा सकाळी दहाच्या आत तहसील कार्यालयात येऊन हजर झालो. पहिल्या दिवसाप्रमाणे मला त्यांच्याकडून दुसऱ्या दिवशीही तोच अनुभव आला. माझ्या दप्तराची गाठ सुटली नाही म्हणून मला बसून बसून खूप कंटाळा आला होता. ती मी एक प्रकारे शिक्षा भोगत होतो. नाक दाबल्याशिवाय तोंड उघडत नाही, हे याळगी रावसाहेबांना चांगलं ठाऊक होतं. तलाठी सहजासहजी खिशातील पैसा खर्च करीत नाहीत, हे त्यांना अनुभवानं कळून चुकलं होतं.

चार-पाच दिवस माझे वाया गेल्यानंतर मी कांबळे भाऊसाहेबांना वैतागानं म्हणालो,

"भाऊसाहेब, कर्टेल गावाचं दप्तर अजून याळगी रावसाहेबांनी तपासलं नाही. चार-पाच दिवस मला त्यांनी ऑफीसमध्ये बसवून ठेवलंय. त्यामुळे माझ्या ऑफीसचंसुद्धा मला काम करता आलेलं नाही. तुम्ही त्यांना सांगा माझं दप्तर लवकर तपासून द्यायला."

माझं बोलणं अगदी शांतपणे ऐकून घेऊन कांबळे भाऊसाहेब मला त्यावर उपाय सांगत म्हणाले,

"तुम्हाला याळगी रावसाहेब हा माणूस कसा आहे ते ठाऊक आहे ना? तुम्ही त्यांना चांगल्या हॉटेलात नेऊन खायला-प्यायला घाला. मग ते लगेच तुमचं दप्तर तपासायला सुरुवात करतील. त्यांना दिवसासुद्धा प्यायला लागते. मी त्यांना तसं सांगायला गेलो, तर ते माझ्याकडेसुद्धा दारू प्यायला पैसे मागतील. म्हणून मी त्यांच्या जवळ जात नाही."

मी महसूल खात्यात काम करीत असताना अजूनपर्यंत तरी कोणत्या अधिकाऱ्याला दारू-मटणाचं जेवण घातलं नव्हतं. मला दारूचा पहिल्यापासून तिटकारा होता. मी कांबळे भाऊसाहेबांना निक्षून म्हणालो,

"भाऊसाहेब, मला त्यांनी आणखी महिनाभर रखडवलं तरी चालेल. परंतु मी त्यांना दारू-मटणाचं जेवण देणार नाही."

"तुमची मर्जी." त्यातून अंग काढून घेत कांबळे भाऊसाहेब मला म्हणाले.

आठवड्यातून एकदा तरी दापोली प्रांत (उपविभागीय अधिकारी) तहसील कार्यालयाला भेट देण्यासाठी येत असत. राजेश नार्वेकर नवीनच प्रांत म्हणून दापोली उपविभागीय कार्यालयात हजर झाले होते. ते एमपीएससी झालेले होते. ते तरुण आणि कामसू होते. त्यांच्या हाताखाली काम करणाऱ्या कर्मचाऱ्यांच्या अडचणी समजून घेऊन त्या सोडविण्यासाठी ते अगदी मनापासून प्रयत्न करीत. म्हणून दापोली विभागातील खेड, मंडणगड आणि दापोली तालुक्यात त्यांच्या मार्गदर्शनाखाली काम करणाऱ्या तलाठी आणि मंडळ अधिकारी यांचे नार्वेकर साहेबांबद्दल फार चांगलं मत होतं. एवढा विश्वास आधीच्या कोणत्याही प्रांतानं तलाठी आणि मंडळ अधिकारी (सर्कल) यांच्याकडून मिळवलेला नव्हता.

एकदा कदम तलाठी त्याच्या वैयक्तिक कामासाठी प्रांतसाहेबांना त्यांच्या खोलीवर भेटायला गेला होता. तेव्हा साहेब तोंडाला साबण लावून दाढी करीत होते. दरवाजावरील बेल वाजल्यावर त्यांनी स्वत: दरवाजा उघडून कदम तलाठ्याला आत घेतलं आणि दाढी करायचं सोडून ते त्याचं म्हणणं शांतपणे ऐकून घेऊ लागले. त्यांच्या चेहऱ्याला लागलेला साबण सुकून गेला, तरी त्याचं म्हणणं संपूर्ण ऐकून घेऊन मगच त्यांनी दाढी करायला सुरुवात केली, असा मोठ्या मनाचा माणूस दापोलीला प्रांत म्हणून लाभला होता. त्यांच्याऐवजी दुसरा एखादा खत्रुड प्रांत असता, तर त्यानं लगेच त्या तलाठ्याची भोसडमपट्टी करूनच त्याला परत पाठविलं असतं. मोठ्या पदाच्या खुर्चीची ऊब लागल्यामुळे ते निम्मे माणूस आणि निम्मे

एखाद्या जनावरागत वागत असत.

नार्वेकर प्रांतसाहेब तहसील कार्यालयात आल्याबरोबर आधी त्यांनी माझं कर्टेल गावाचं दप्तर तपासणीसाठी मागितलं. मी संपूर्ण दप्तर घेऊन त्यांच्याकडे गेलो. ते बारकाईनं माझं दप्तर पाहत होते. याळगी रावसाहेब त्यांच्या जवळ बसून त्यांना दप्तराची माहिती देत होते. काही माहिती ते प्रांतसाहेबांना चुकीचीसुद्धा सांगत होते. मी मध्ये तोंड घातलं असतं, तर कदाचित ते त्यांना आवडलं नसतं. याळगी रावसाहेबांनी ऑफीसमध्ये काम केल्यामुळे त्यांना तलाठी दप्तराची परिपूर्ण माहिती बिलकूल नव्हती. एकदा ते माझ्याकडे रागानं पाहत प्रांतसाहेबांना सांगू लागले,

"सर, आपण या तलाठ्यांना महिन्याला हजार-दीड हजार पगार देतो. पण हे लोक पगाराच्या मानानं मुळीच काम करीत नाहीत. मग यांना आपण तेवढा पगार कशासाठी द्यायचा, असा प्रश्न पडतो."

नार्वेकरसाहेबांनी त्यांचं बोलणं या कानानं ऐकून त्या कानानं लगेच सोडून दिलं. बहुधा याळगी रावसाहेबांची अपकीर्ती त्यांच्या कानावरसुद्धा गेली असावी असं मला माझ्या मनात वाटू लागलं. नंतर प्रांतसाहेब कर्टेल गावाचं ८-अ हा गाव-नमुना तपासू लागले. या नमुन्यात खातेदाराच्या नावे असलेल्या जमिनीचं सर्व्हे क्रमांक, हिस्सा क्रमांक, क्षेत्र, आकार आणि खराबा इत्यादी माहिती असे. सर्वांत शेवटी लाल शाईनं आडवी रेष मारून त्याची एकूण बेरीज केलेली असे.

प्रांतसाहेब गावचा नमुना नंबर ८-अ तपासत असताना त्यांनी मला विचारलं,

"तुम्ही खातेदाराच्या दस्ताची आकारणी कशी करता?"

"आधी प्रत्येक पोटहिश्शाची केलेल्या आकारणीची खाली एकूण बेरीज करतो. आलेल्या बेरजेच्या सात पटीनं जिल्हा परिषदेची आकारणी करतो. ग्रामपंचायत कर म्हणून आलेल्या मूळ दस्ताएवढी मांडून नंतर मूळदस्त, जिल्हा परिषद कर आणि ग्रामपंचायत कर या तीन बाबींची बेरीज पुढे मांडतो. या तीन बाबींच्या बेरजेप्रमाणे आम्ही खातेदाराकडून दस्ताची (शेतसारा) वसुली करीत असतो." मी.

याळगी रावसाहेबांना माझं बोलणं अजिबात पटलं नाही. मी प्रांतसाहेबांना चुकीची माहिती सांगितली, असं त्यांना त्यांच्या मनात वाटलं होतं. माझ्याकडे रागानं पाहत ते प्रांतसाहेबांना सांगू लागले,

"सर, आता तुम्हाला या तलाठ्यानं सांगितलेली माहिती चुकीची आहे. वास्तविक प्रत्येक पोटहिश्शाच्या आकारणीप्रमाणे जिल्हा परिषद आणि ग्रामपंचायत कराची आकारणी करायला हवी. याने एकूण मूळदस्ताप्रमाणे जिल्हा परिषद आणि ग्रामपंचायतीची आकारणी केली आहे."

आमच्या दोघांच्या बोलण्यात विसंगती असल्यामुळे प्रांतसाहेब थोडा वेळ संभ्रमात पडले. नंतर त्यांनी शिपायामार्फत जुने, अनुभवी सर्कल वसंत गोवळकर यांना बोलावून घेतलं. गोवळकर भाऊसाहेब दबकत दबकत आत आले. नंतर त्यांनी साहेबांना आकारणीबाबत मी सांगितल्याप्रमाणे माहिती सांगितली. आमच्या तिघांचं बोलणं ऐकल्यानंतर प्रांतसाहेब गोवळकर भाऊसाहेब आणि माझ्या मताशी सहमत होत म्हणाले,

"मीसुद्धा असं ऐकलं होतं की, प्रत्येक पोटहिश्शावर आकारणी न करता एकूण मूळदस्ताप्रमाणे जिल्हा परिषद आणि ग्रामपंचायत कराची आकारणी करायची असते म्हणून."

प्रांतसाहेबांचं बोलणं ऐकून याळगी रावसाहेबांचा चेहरा एकदम खर्रकन उतरला. दीड-दोन तासांत प्रांतसाहेबांनी कर्टेल गावाची दप्तर तपासणी उरकली. येणार येणार म्हणून आम्ही सर्वजण ज्या आयुक्तांची वाट पाहत होतो, ते शेवटी आलेच नाहीत. त्यांची वाट पाहण्यात आमचा मात्र वेळ वाया गेला होता.

*****

कांबळे भाऊसाहेब वरून उग्र, कठोर दिसत असले तरी ते आतून फार भित्रे होते. वरिष्ठ अधिकाऱ्यांना ते फार घाबरत असत. एकाच डांबरी रस्त्याला कांबळे भाऊसाहेबांच्या खोलीच्या पुढे पाटील रावसाहेबांचा बंगला होता. ते त्या बंगल्यात भाड्यानं राहत असत. आम्हा सर्व तलाठ्यांची प्रत्येक बुधवारी केलेल्या कामाबाबत सर्कलच्या खोलीवर बैठक असायची. रावसाहेबांची अंबर दिव्याची गाडी डांबरी सडकेवरून जाऊ लागल्यावर कांबळे भाऊसाहेब जरी त्यांच्या खुर्चीत बसून काम करीत असले, तरी उघड्या खिडकीतून त्यांना रावसाहेबांची गाडी जाताना दिसल्यावर ते झटकन बसलेल्या खुर्चीतून उठून उभे राहत.

एके दिवशी मला राहावलं नाही म्हणून मी त्यांना बोललो,

"भाऊसाहेब, तुम्ही तुमच्या खोलीत आहात. रावसाहेब त्यांच्या गाडीतून जाताना तुम्ही कशाला बसलेल्या खुर्चीतून उठायला हवं. ऑफिसात एकवेळ ते ठीक आहे."

मला वेड्यात काढत ते मला म्हणाले,

"असं कसं म्हणताय. शेवटी ते या तालुक्याचे तहसीलदार आहेत. त्यांना आपण मान द्यायला हवा."

भाऊसाहेबांच्या या कृत्यामुळे मात्र ते संपूर्ण तहसील कार्यालयात टिंगलीचे धनी होत. त्यांच्या घाबरटपणाच्या वृत्तीची मला अगदी कीव करावीशी वाटे. भरणे या सजावर रघुनाथ दामले हे तलाठी म्हणून काम करीत. भाऊसाहेब त्यांचा नेहमी

राग राग करीत. दामले तलाठी मुखदुर्बल होते. त्यांचं काम ते अगदी प्रामाणिकपणे करीत असत. ते माझ्यापेक्षा चार-पाच वर्षं आधी नोकरीला लागले होते. परंतु कांबळे भाऊसाहेब त्यांच्याकडे पूर्वग्रह दूषित नजरेनं पाहत. काही उच्च जातीय अधिकारी व कर्मचारीसुद्धा खात्यात दलितांकडे चांगल्या नजरेनं कधी पाहत नसत, याचा मलासुद्धा कैक वेळा अनुभव आला होता. परंतु तोंडावर मला तसं कुणी बोलून दाखवीत नसत. माणसाच्या मनात जातीयतेचं असलेलं भूत ज्या दिवशी जाईल, तो सुदिन म्हणायला हरकत नाही.

बेदखल कुळाच्या नोंदी करण्यासाठी वरून फतवा आला होता. जमीन मालकाची हरकत नसेल, तर कुळाचा साध्या कागदावर अर्ज घेऊन फेरफार रजिस्टरला तशी नोंद झाल्यावर सर्कल जमीन मालक आणि कूळ यांच्या नोटिशीच्या फॉर्मवर सह्या पाहून ती नोंद मंजूर करीत असत. त्याप्रमाणे नंतर त्याचा अंमल ७/१२ला देऊन कुळाचं नाव दाखल करता येत होतं.

एके दिवशी मी बेदखल कुळांच्या अर्जाप्रमाणे फेरफार रजिस्टरला नोंदी करत असताना गुरव कोतवाल मला अजिजी करीत म्हणाला,

"भाऊ, माझं एक तुमच्याकडं काम हाय."

"बोला." मी त्याच्याकडे न पाहाताच म्हणालो.

"तुमी हे काम मला करून दिलंत, तर माझ्यावर तुमचं लई उपकार व्हतील बगा."

"गुरव, तुम्ही मला आधी तुमचं काम सांगा. नंतर मी त्याबद्दल सांगू शकेन."

माझं बोलणं ऐकून गुरव मला घसा खाकरून सांगू लागला,

"भाऊ, मी एकाची बरीच वर्षं जिमीन कसत्योय. पर त्या जिमिनीवर माझं कूळ म्हून नाव न्हाय. तुमी माझं त्या जिमिनीला कूळ म्हून नाव तेवढं लिवा. माझी पोरंबाळं तुमाला म्वॉप दुवा देतील बगा."

"त्या जमिनीचा मालक कोण?"

"त्याचा मालक विष्णू चिटणीस हाय."

"त्यांची याला कबुली आहे का?"

"व्हय. त्यो खोत लई चांगला हाय."

"आपल्या नऊ नंबरच्या नोटिशीच्या फॉर्मवर ते सही करतील का?"

"नक्की करतील."

"मग तुमचं काम नक्की होईल. तुम्ही मला तसा अर्ज लिहून द्या. मी लगेच फेरफार रजिस्टरला नोंद करून त्याच्या नोटिसा काढतो."

माझं बोलणं ऐकून गुरव कोतवाल नि:शब्द झाला. मला त्याचं थोडं आश्चर्य

वाटलं. मी त्याला विचारलं,

"गुरव, बोलायचं का थांबलात?"

"भाऊ, यात एक अडचण हाय."

"कोणती?" मी.

"मला अर्ज लिवता येत न्हाय. तेवडं ते तुमीच लिवा. मी त्यावर माझी सईन करतू."

"आलं लक्षात. लिहितो मी." मी गालात हसत हसत त्याला म्हणालो.

एक पाठकोरा कागद घेऊन मी गुरव कोतवालचं बेदखल कूळ म्हणून विष्णू चिटणीस यांच्या मालकीच्या जमिनीला नाव लागण्यासाठी त्याचा अर्ज लिहिला. त्या अर्जावर त्याची सही घेऊन मी लगेच शिरवली गावच्या फेरफार रजिस्टरला त्याची नोंद केली. गुरव माझ्या शरीराच्या हालचाली निरखत माझ्यासमोर बाकावर बसला होता. मी त्याचं काम लगेच करायला घेतलं म्हणून त्याचा माझ्यावरील विश्वास आणखी दुणावला होता. आवंढा गिळून गुरव मला त्याच्या मनातील शंका विचारीत म्हणाला,

"भाऊ, सर्कल भाऊसाहेबांना माझी नोंद मंजूर करण्यासाठी किती पैसं मला द्यावं लागतील?"

गुरवनं विचारलेला प्रश्न मला मुळीच आवडला नव्हता. मी त्याला अगदी स्पष्ट शब्दांत बजावत म्हणालो,

"गुरव, नोंद मंजूर करण्यासाठी तुम्ही सर्कलला पैसे द्या, असं मी तुम्हाला अजिबात सांगणार नाही. नोकरीला लागल्यापासून असं मी कोणालाही सांगितलेलं नाही. तुम्ही या महसूल खात्यात कोतवाल म्हणून काम करताय. आपण सर्व एकाच कुटुंबातील आहोत. तुमच्याकडून पैशाची अपेक्षा करणं ही या खात्याला फार लाजिरवाणं आणि शरमेची बाब आहे."

"सर्कल भाऊसाहेबांना पैसे मिळाले नाहीत, तर ते माझी नोंद रद्द करतील."

"गुरव, मी माझं काम केलंय. सर्कलचं मी तुम्हाला काहीही सांगू शकणार नाही."

गुरवनं माझ्या अपरोक्ष त्याच्या नोंदीच्या कामासाठी सर्कलची भेट घेतली आणि त्यांना त्या कामासाठी त्याने दोनशे रुपये दिले. सर्कलनं त्याच्याकडून ते पैसे हसत हसत स्वीकारले. नंतर ती नोंद सर्कलनं माझ्या सजावर येऊन मंजूर केली. थोड्या दिवसांनी गुरवनं स्वतःच्या तोंडानं सर्कलला दिलेल्या पैशाचं सांगितलं, तेव्हा मला त्या दोघांचासुद्धा राग आला होता. ७/१२ वर गुरव कोतवालाचं नाव कूळ म्हणून लागल्यावर तो त्याच्या मनात खूश होता. त्याला सर्कलला दिलेल्या पैशाचं अजिबात दुःख झालं नव्हतं.

*****

शिरवली या गावच्या चिटणीस मंडळींनी अटकेपार झेंडा लावला होता, असं म्हटलं तरी ते मुळीच चुकीचं होणार नव्हतं. मेहनत, जिद्द, चिकाटी आणि बुद्धिमत्ता इत्यादी अंगभूत गुणांनी त्यांनी त्यांच्या जीवनात कर्तृत्वाची शिखरं पादाक्रांत केली होती. यशाची शिखरं गाठली होती. संपूर्ण शिरवली गावाला त्यांचा हेवा वाटत होता, त्यांच्याबद्दल गावाला अभिमान वाटत होता. भारताच्या दिल्ली या राजधानीच्या ठिकाणी चकाचक असलेल्या भागात एकाचे दोन सिनेमा थिएटर होते, महाराष्ट्राची राजधानी मुंबई इथं एक चिटणीस सॉलिसिटर म्हणून काम करीत होते. अनेक गुंतागुंतीच्या कोर्टातील प्रकरणात वकील मंडळी त्यांच्याकडे सल्ला घेण्यासाठी येत होते; काही चिटणीस मंडळी देशांत-परदेशांत मोठ्या पदावर नोकऱ्या करून गावाचं नाव उज्ज्वल करीत होते.

स्वकर्तृत्वानं मोठी झालेली ही मंडळी आपल्या शिरवली या जन्मगावाला अजिबात विसरली नव्हती. सवड मिळेल तेव्हा ही मंडळी स्वत:च्या किमती गाड्या घेऊन गावी येत. त्यावेळी ते आपल्या गावच्या अडचणी ऐकून घेऊन त्या सोडविण्यासाठी प्रयत्नसुद्धा करीत, ते गावाला आर्थिक मदतसुद्धा करीत असत, चिटणीस मंडळी शिरवली गावचे खोत असल्यामुळे संपूर्ण गाव त्यांना अजूनपर्यंत तरी मान देत होता. होळीच्या धार्मिक कार्यक्रमात त्यांचा फार मोठा मान होता. त्यांचा स्वभावसुद्धा अगदी गोड होता. त्यांच्याकडे असलेल्या पैशाचा आणि बुद्धिमत्तेचा त्यांना अजिबात गर्व वाटत नसे. गावी आल्यावर ते ग्रामस्थांच्या बरोबर अगदी जिव्हाळ्यानं वागत. त्यांचा त्यांच्या वडिलोपार्जित जमिनीवर आणि गावावर निरातिशय प्रेम होतं. मी त्या गावात सरकारी कामाकरता फिरत असल्यामुळे मला ते कळून येत होतं.

माणूस जगाच्या कानाकोपऱ्यांत कुठेही असला तरी तो आपल्या जन्मभूमीला कधीही विसरू शकत नाही, हे मला पुन्हा एकदा कळून चुकलं होतं. परगावी किंवा दूरदेशी असलेले चिटणीस मंडळी जेव्हा ते गावी येत, तेव्हा त्यांच्या जमिनीच्या ७/१२ च्या उताऱ्यासाठी हमखास माझ्या कार्यालयात येत असत. माझ्याशी भरभरून गप्पा मारीत. जाताना मला मुंबई किंवा दिल्लीला येण्यासाठी हार्दिक आमंत्रणसुद्धा देत. त्यांच्या मालकीच्या जमिनींचं रेकॉर्ड मी सुरक्षित ठेवत असल्यामुळे त्यांचा माझ्यावर लोभ होता. हे सुख मी ग्रामीण भागात तलाठी म्हणून काम करीत असल्यामुळेच मला मिळत होतं.

शिरवलीचे प्रभाकर चिटणीस नावाचे गृहस्थ अमेरिकेत सनफ्रान्सिस्को येथे वास्तव्याला होते. ते पेशानं इंजिनीअर होते. आता ते ज्येष्ठ नागरिक असल्यामुळे त्यांना अमेरिकन शासनाच्या ज्येष्ठ नागरिकांना असणाऱ्या सोयी-सवलती मिळत

होत्या. त्यांचा मुलगासुद्धा इंजिनीअर होता. अमेरिकेत तो एका बड्या कंपनीत नोकरी करत होता. प्रभाकर चिटणीस यांच्या मालकीचे अमेरिका, पुणे, मुंबई आणि त्यांच्या मूळ गावी बंगले होते. ते गर्भश्रीमंत होते. परंतु ते त्यांच्या मूळगावाला अजिबात विसरले नव्हते. वेळात वेळ काढून ते वर्षातून दोन-तीन वेळा तरी ते त्यांच्या कुटुंबीयांना सोबत घेऊन गावी येत. गावी त्यांना लोक 'भाई' म्हणून प्रेमानं हाक मारीत.

माझी आणि त्यांची प्रथम भेट झाली तेव्हा त्यांची वयाची पंचाहत्तरी जवळ आली होती. परंतु त्यावेळीसुद्धा त्यांच्या अंगात एखाद्या पंचविशीच्या तरुणाला लाजवेल असा उत्साह होता. उंच, धिप्पाड, गोरा वर्ण, भव्य कपाळ आणि निळसर झाक असलेले विलक्षण भेदक डोळे. त्यात बुद्धिमत्ता ओतप्रोत भरलेली. त्यांच्या डोक्यावरील टाळूच्या ठिकाणी छान टक्कल पडलं होतं. त्यांच्या अंगावर उंची बुशशर्ट आणि चॉकलेटी रंगाची पँट होती, बुशशर्ट आत खोवून त्यावर त्यांनी काळ्या रंगाचा कातडी पट्टा लावला होता, डाव्या हाताच्या मनगटावर उंची अमेरिकन कंपनीचं घड्याळ होतं. त्यांचा तो रुबाब मी क्षणभर थक्क होऊन डोळ्यांनी पाहत राहिलो. कुणावरही प्रथम दर्शनी छाप पडावी, असंच त्यांचं व्यक्तिमत्त्व होतं.

शिरवलीच्या भगवान तांबे यांच्या वडिलांच्या नावे असलेली भातशेतीची जमीन प्रभाकर चिटणीस यांनी त्यांना रोख पैसे देऊन खरेदी केली होती. खरेदी खताप्रमाणे त्यांचं नाव लागण्यासाठी प्रभाकर चिटणीस भगवानला आणि त्याच्या वडिलांना सोबत घेऊन माझ्या तलाठी कार्यालयात आले होते. भगवानचे वडील अत्यंत साधे होते. तलाठी कार्यालयात येण्याच्या आधी त्यांनी त्यांच्या पायातील जोडे काढून बाहेर ठेवले होते आणि कार्यालयात शिरताना त्यांनी मला दोन्ही हात जोडून 'रामराम' केला. क्षणभर मी त्यांच्याकडे पाहातच राहिलो. त्यांच्या गरीब डोळ्यांत मला सरकारी कर्मचाऱ्यांच्याबद्दल असलेला जिव्हाळा, आत्मीयता आणि प्रेम दिसत होतं. त्यांच्या त्या निर्व्याज्य प्रेमानं मी क्षणभर भारावून गेलो होतो.

प्रभाकर चिटणीस मला विनंती करीत म्हणाले,

"भाऊ, मी यांची जमीन खरेदी केली आहे. तुम्ही त्याची ७/१२ ला नोंद करून द्या." खरेदी खताची नक्कल त्यांनी माझ्यासमोर ठेवली.

"मी खरेदी खताप्रमाणे लगेच नोंद घालून त्याच्या नोटिसा काढतो." मी.

"तरी माझ्या कामाला किती दिवस लागतील?"

"कमीत कमी पंधरा-सोळा दिवस तरी लागतील."

"चालेल. मी आता महिनाभर तसा गावी राहाणार आहे. माझी फॅमिली मी बरोबर आणली आहे."

"तुमचं काम झालं की, मी तुम्हाला गुरव कोतवालामार्फत निरोप पाठवीन."

"तुम्हाला राग येणार नसेल, तर मला एक शंका तुम्हाला विचारायची होती."

"खुशाल विचारा. मला राग मुळीच येणार नाही."

"या कामासाठी साहेबांना पैसे वगैरे द्यावे लागतात का?" चिटणीस यांनी अडखळत मला विचारलं.

"तुमचं काम अगदी रीतसर आहे. यात कुणाला पैसे देण्याचा प्रश्नच येत नाही."

"मी तुम्हाला विचारलं म्हणून राग नाही ना?"

"नाही." मी.

माझ्याकडील काम आटोपून चिटणीस भगवानला आणि त्याच्या वडिलांना सोबत घेऊन आनंदानं बाहेर पडले.

*****

प्रभाकर चिटणीस हे इंजिनीअर असले तरी त्यांची त्यांच्या गावच्या देवावर अपार श्रद्धा होती. गावी आल्यानंतर ते आधी देवाचं दर्शन घेण्यासाठी देवळात जात. एक नवा पैसासुद्धा न घेता मी त्यांनी नवीन घेतलेली जमीन त्यांच्या नावे ७/१२ला केल्यामुळे त्यांची माझ्यावर मर्जी बसली होती. मी त्यांना यावेळी जमिनीच्या ७/१२ वर खरेदीखताप्रमाणे त्यांचं नाव लावण्यासाठी जरी पाच-दहा हजार मागितले असते, तरी त्यांनी न खळखळ करता मला रक्कम दिली असती. परंतु त्यामुळे मी त्यांचा विश्वास गमावून बसलो असतो. त्या दिवसापासून आमची दोघांची मैत्री पुढे पुढे अधिकाधिक वृद्धिंगत होऊ लागली. आमच्या निखळ मैत्रीत वय, आर्थिक परिस्थिती, जात इत्यादी बाबी अगदी गौण ठरत होत्या. ग्रामीण भागात काम करीत असताना मी कुणापुढे कधी पैशासाठी लाचार होऊन हात पसरत नसे. त्यामुळे मी लोकांच्या विश्वासाला पात्र ठरत होतो.

एकदा मी आणि चिटणीस त्यांच्या गाडीमधून शिरवलीहून खेडला जात होतो. शिरवली ते खेड हे अंतर जवळजवळ चौदा किलो मीटर्स एवढं आहे. चिटणीस स्वत: गाडी चालवीत होते. मी त्यांच्या जवळ डाव्या बाजूला बसलो होतो. गाडी डांबरी सडकेवरून धूर सोडीत वेगानं धावत होती. दोन्ही बाजूला उंच झाडं, डोंगर, भातशेती आणि कौलारू घरं दिसत होती. गाडीच्या काचेच्या खिडकीतून निळ्या आभाळाचा शांत तुकडा दिसत होता. ते दृष्य भारी विलोभनीय होतं. गाडी चालवीत असताना चिटणीस ते दृश्य त्यांच्या दोन्ही डोळ्यांत साठवित होते. त्यामुळे त्यांचा वृद्ध चेहरा आनंदानं उजळून गेला होता. अवघे पाऊणशे वयोमान असले तरी

त्यांचा चेहरा आणखी तरुण दिसू लागला होता.

गाडी चालवीत ते मला म्हणाले,

"नलावडे, पूर्वी मी याच रस्त्यानं चालत एल. पी. इंग्लिश स्कूलमध्ये शिकायला जायचो. आता आपण गाडीनं जात असतानासुद्धा मला माझ्या लहानपणीचे दिवस पुन्हा आठवतात आणि मला त्याचं खूप समाधान वाटतं."

"खेडचं एल. पी. इंग्लिश स्कूल खूप जुनं आहे?"

"होय. ते हायस्कूल माझ्या जन्माच्या आधीपासून आहे. आता त्या हायस्कूलला ऐंशी वर्षं तरी होऊन गेली असतील. कवी केशवसुत या हायस्कूलमध्ये अध्यापन करीत होते. म्हणजे त्याला किती वर्षं झाली असतील, याचा तुम्हीच विचार करा."

चिटणीसांचा बंगला शिरवली धरणाला अगदी लागून होता. त्यांच्या बंगल्याच्या गच्चीवरून पाण्यानं भरलेलं शिरवली धरण फार सुंदर दिसायचं. शिरवली धरणात निवांतपणे जलविहार करण्यासाठी त्यांनी अमेरिकेहून एक फायबरची बोट विमानातून आणली होती. शिरवली ग्रामस्थांना त्या फायबरच्या बोटीचं भारी कौतुक वाटायचं. 'आमच्या भाईनं लई मोठी कमाल केलंन.' असं ते आपसात म्हणत.

एकदा चिटणीस त्यांची गाडी घेऊन माझ्या वेरळच्या गावीसुद्धा आले होते. मी त्यांना माझं घर आतून फिरून दाखविलं. त्यांनी माझ्या वृद्ध आईची आपुलकीनं चौकशी केली. बायकोनं गरम गरम चहा दिल्यावर ते अगदी आनंदानं प्यायले. जात-धर्म यांच्या पलीकडे जाऊन ते नेहमी विचार करीत असल्यानं सामान्य लोकांमध्ये वावरताना त्यांना फार अडचणी येत नसत. त्यात त्यांना भरभरून आनंददेखील मिळत होता.

गावी आल्यावर ते मला फोन करून त्यांच्या बंगल्यात बोलावून घेत असत. एकदा त्यांनी फार आग्रह केल्यामुळे मी आणि माझी छोटी मुलगी माधुरी त्यांना त्यांच्या मुंबई येथील बंगल्यात भेटायला गेलो होतो. माधुरी तेव्हा जेमतेम दहा-अकरा वर्षांची होती. चिटणिसांनी मला त्यांच्या मुंबई येथील निवासाच्या पत्त्याचं एक कार्ड देऊन ठेवलं होतं. माटुंगा रेल्वे स्टेशनच्या लगतच त्यांच्या मालकीचा एक महागडा फ्लॅट होता. दोघा पती-पत्नीनं आमचं आनंदानं स्वागत केलं. भाभीने माधुरीला जवळ बोलावून तिचे भरपूर लाड केले. त्यांच्याकडे जेवण झाल्यावर आम्ही आनंदानं त्यांच्या फ्लॅटमधून बाहेर पडलो.

तातू गमरे माझ्या ऑफिसजवळ बौद्धवाडीत राहायचा. पंचविशीचा तो तरुण होता. त्याचं लग्न होऊन त्याला एक वर्षाची मुलगी होती. तो कुणाच्याही मदतीला तत्परतेनं धावून जायचा. सकाळी उठून चार-पाच लिटरचा दुधाचा उकाडा घातल्यावर

तो दिवसभर मोकळाच असायचा. कधीतरी माझ्या ऑफीसमध्ये येऊन त्याच्या वाडीतील जमिनीचे ७/१२ चे उतारे माझ्याकडून काढून तो घेऊन जायचा. ऑफिसात कोतवाल नसेल तेव्हा मी त्याला एखादं काम सांगितलं, तरी तो मला अजिबात 'नाही' म्हणायचा नाही.

तातूला कधी राग आलेला मी पाहिलेला नाही किंवा तो कुणाशी अभद्र बोलायचा नाही. त्याचं बोलणं गोड असल्यामुळे गावातील लोकांची मनं त्यानं जिंकलेली होती. लोकांमध्ये मिसळण्यासाठी त्याला त्याची जात किंवा धर्म कधी आड आलं नव्हतं. 'तातू' म्हणून तो सर्वांना परिचित होता. जमिनीच्या कागदपत्रासाठी तातू कधी माझ्या ऑफीसमध्ये आला, तर मी त्याच्याकडून नियमानुसार असणारी फीसुद्धा कधी घेत नसे. लोकांना मदत करण्यासाठी तो कधी वेळकाळ पाहात नसे, वैयक्तिक स्वार्थ कधी पाहत नसे. त्यामुळे मला त्याच्याकडून कागदपत्राची फी घ्यावी असं वाटत नसे.

कळबणी उपजिल्हा ग्रामीण रुग्णालयात माझ्या समाजाची एक नर्स काम करीत होती. तिचे आई-वडील तिच्या गावी राहत. रुग्णालयानं बांधलेल्या क्वार्टर्समध्ये ती राहायची. तिचा नवरा पंचायत समितीमध्ये कृषी अधिकारी म्हणून काम करीत होता. नवरा-बायकोचं आपसात पटत नसे म्हणून ते दोघं एकत्र राहत नव्हती. तातू तिच्याकडे सकाळी दूध घालायला जायचा. त्यामुळे तिची शोकांतिका त्याला ठाऊक झाली होती. त्या दोघा नवरा-बायकोचं पुन्हा दिलजमाई होऊन ते एकत्र राहावेत म्हणून तातू अगदी तळमळीनं प्रयत्न करीत होता. कधी कधी त्याच्या ओळखीच्या प्रतिष्ठित लोकांना त्या नवरा-बायकोमध्ये मध्यस्थी करायला तो सांगायचा. तातूनं तिला बहीण मानली होती. परंतु त्या नवरा-बायकोचा एकमेकांवर प्रचंड राग असल्यानं ती पुन्हा कधी एकत्र आलीच नाहीत. ती नर्स जेव्हा बदली करून तिच्या गावी निघून गेली तेव्हाच तातू हताश होऊन शांत बसला.

वेरळ गावी नऊ गुंठे जागेत माझ्या मालकीचं जांभ्या दगडाचं घर आहे. माझ्या घरी लाकडं फोडायची असो किंवा अन्य कोणतंही काम असेल, तेव्हा तातू निरोप दिल्यावर लगेच हजर व्हायचा. मी त्याला त्याची मजुरी देऊ लागल्यावर ती घेण्यासाठी तो संकोच करायचा. मग मला ते पैसे बळे बळे त्याच्या खिशात घालावे लागत होते. तातूने माझ्या दारासमोर एक तोतापुरी जातीच्या आंब्याच्या झाडाचं रोप स्वत:च्या हातानं लावलं होतं. पाच-सहा वर्षांतच त्या झाडाला फलधारणा होऊ लागली. त्याचे आंबे सोललेल्या नारळाएवढे मोठे असत आणि चवीलासुद्धा गोड असत. परंतु संपूर्ण झाडावर चाळीस किंवा पन्नास आंबे वर्षाला मिळत. ते झाड पुढे

एवढं पसरलं, की त्यामुळे घरात दिवसा अंधार होऊ लागला. म्हणून मला ते झाड नाइलाजाने तोडून टाकावं लागलं.

तातू आमच्या घरी येत असल्यामुळे माझी आई त्याला चांगली ओळखू लागली होती. आई कधीकधी भरणे येथे काळकाई देवीच्या दर्शनाला नारळ-उदबत्ती घेऊन जात असे. तातू तिला त्या ठिकाणी उभा राहिलेला दिसायचा. आई घरी आली की, मला ती म्हणायची, 'राम, तातू आज मला दिसला व्हता.'

मुंबई-गोवा या राष्ट्रीय महामार्गालगतच बौद्धवाडी होती. एखादा अपघात झाल्यावर त्या ठिकाणी सगळे धावून जात. त्यातले काहीजण पडलेला माल लंपास करीत. परंतु तातू त्यातील जखमींना मदत करून त्यांना तत्काळ कळबणी उपजिल्हा रुग्णालयात उपचारांसाठी घेऊन जात असे. त्याचं त्याच्या घरात कमी लक्ष असे. परंतु बाहेर त्याचं अधिक लक्ष. तत्कालीन खेड कोर्टाचे न्यायाधीश कळबणी गावात एका बंगल्यात भाड्यानं राहत. रात्री तातूला सोबत घेऊन ते नदीत मासेमारी करीत. तेव्हा तातूच्या एका हातात पेटती मशाल असे आणि दुसऱ्या हातात पाण्यातील माशावर वार करण्यासाठी नंगी तलवार असे. तातू परोपकारी होता म्हणून तो कायम निर्धन राहिला होता.

सायंकाळचे सात वाजले होते. मी माझ्या ब्लॅक अँड व्हाईट दूरदर्शनच्या सह्याद्री वाहिनीवरून दिल्या जाणाऱ्या बातम्या पाहत होतो. सकाळपासून फिरस्ती करून मी खूप थकलो होतो. त्यामुळे चहा घेऊन झाल्यावर एका प्लॅस्टिकच्या खुर्चीत बसून अगदी निवांतपणे बातम्या पाहत होतो. इतक्यात वेरळ खोपी फाट्यावर राहणाऱ्या गावच्या सरपंचांची दोन मुलं अगदी घाईतच माझ्या घरी आली. घराच्या पायरीवर उभं राहून त्यातील एकजण मला मोठ्या आवाजात म्हणाला,

"भाऊ, आमदारांचे सेक्रेटरी आमच्या घरी आलेत. तुम्हाला तुमचे शिक्के घेऊन ताबडतोब आमच्या घरी त्यांनी बोलवलंय."

"कशाला?" मी रागानंच विचारलं.

"ते काय आमास्नी ठाव न्हाय."

लग्नाच्या मांडवात नवरीपेक्षा करवलीचेच फार नखरे असतात. आमदारांचे सेक्रेटरी वेरळ येथे खोपी फाट्यावर राहत होते. माझ्या सजातील कर्टेल हे त्यांचं मूळ गाव. सेक्रेटरी म्हणून ते तालुक्याच्या आमदारांच्या हाताखाली काम करीत. आमदारांच्या जिवावर ते अधिकाऱ्यांना धमकावून त्यांच्याकडून काम करून घेत. जणू ते या तालुक्याचे आमदार आहेत. त्यांचा तोरा एखाद्या मंत्र्यापेक्षा कमी नव्हता. बिचारे शासकीय अधिकारी आणि कर्मचारी त्यांना घाबरत असत.

एकदा तहसील कार्यालयामध्ये कवळेबाईंनी त्यांना त्यांची जागा दाखविली होती. त्याचं असं झालं की, आमदारांचे सेक्रेटरी एके दिवशी तहसील कचेरीत आले नि मोठ्या रुबाबात एका रिकाम्या खुर्चीत बसले. त्यांच्या समोर फौजदारी कारकून कवळेबाई काम करीत बसल्या होत्या. त्या बाईंना मोठ्या आवाजात तोंडी आदेश देत सेक्रेटरी म्हणाले,

"ओ बाई, त्या बिडीओंना मला जरा फोन लावून द्या."

त्यांचं बोलणं ऐकूनसुद्धा कवळेबाईंनी न ऐकल्यागत केलं. सेक्रेटरीनं पुन्हा एकदा त्यांना सांगितल्यावर त्या बाई त्रासिक चेहऱ्यानं त्यांना म्हणाल्या,

"तुमच्या जवळ फोन आहे ना. मग तुम्हीच त्यांना फोन लावा. मला कशाला सांगताय."

कवळेबाईंचं बोलणं ऐकून सेक्रेटरी मनात खजील झाले. ते अधिक वेळ तहसील कार्यालयात थांबले नाहीत. ते लगेच उठून चालू पडले. इतर शासकीय खात्यात जशी त्यांची चलती होती, तशी चलती त्यांची महसूल खात्यात अजिबात चालत नसे. या खात्यातील कर्मचारी व अधिकारी सहसा त्यांना दाद देत नसत.

एखाद्या घरगड्याला निरोप द्यावा तसं आमदारांच्या सेक्रेटरीनं मला माझ्या सजाचे शिक्के घेऊन सायंकाळच्या वेळी यायला सांगितलं होतं. एखादं बेकायदेशीर काम असेल, तर मी माझ्या वरिष्ठांनासुद्धा कधी दाद दिली नव्हती. त्यामुळे मला त्या सेक्रेटरीचा राग आला होता. मी रागानंच त्या निरोप द्यायला आलेल्या मुलांना म्हणालो,

"मी येत नाही म्हणून त्यांना सांगा."

"सांगतू." मुलं आल्यापावली परत फिरली.

थोड्या वेळानं ग्रामीण बँकेचे मॅनेजर आणि त्यांचा एक सहकारी माझ्या घरी आले. मी त्यांना बसायला खुर्च्या दिल्या. बँक मॅनेजर मला शांतपणे म्हणाले,

"कर्टेल गावाची काही शेतकऱ्यांची कर्जाची प्रकरणं करायची होती म्हणून आम्ही आमदारांच्या सेक्रेटरींना भेटलो होतो. त्या प्रकरणावर तुमच्या सह्या लागणार आहेत. म्हणून त्यांनी तुम्हाला बोलावणं पाठविलं होतं. कृपया गैरसमज नसावा."

"साहेब, मी शिक्के घरी आणत नाही. तुम्ही उद्या माझ्या ऑफिसला या. तुमचं काम मी करतो."

"ठीकाय. आम्ही उद्या तुमच्या ऑफिसला येतो."

ते दोघे आले तसे लगेच निघून गेले. पुन्हा कधीही त्या सेक्रेटरीचं मला बोलावणं आलं नाही. 'सुंठीवाचून खोकला' गेला होता.

खवटी या सजावर शशी खेडेकर हे तलाठी म्हणून काम करीत होते. कशेडी

घाटाच्या पायथ्याला मुंबई-गोवा महामार्गालगत त्यांचं खवटी गावात कार्यालय होतं. ते आणि मी एकाच सर्कलमध्ये असल्यानं एखादं निकडीचं काम असेल तेव्हा आम्ही सर्कलमधील सर्व तलाठी एकमेकाला मदत करण्यासाठी जात असू.

खवटी या गावाच्या ७/१२ चं पुनर्लेखनाचं काम असल्यानं कांबळे भाऊसाहेबांनी तोंडी दिलेल्या सूचनेप्रमाणे आम्ही त्यांच्या सर्कलमधील सात-आठ तलाठी सकाळी दहाच्या दरम्यान खवटी तलाठी कार्यालयात जमलो होतो. प्रत्येक दहा वर्षांनी तलाठीकडे असलेल्या ७/१२ चं पुनर्लेखन करावं लागतं. ते सर्कलकडून पुन्हा पान न् पान बारकाईनं तपासून झाल्यानंतर तहसीलदार त्याचं प्रमोलगेशन (प्रख्यापन) करतात. त्यानंतर तो ७/१२ शासकीय कामाच्या वापरासाठी आणला जातो.

खेडेकर तलाठ्यानं तहसील कार्यालयातून ७/१२ चे कोरे फॉर्म आणून ठेवले होते. आम्हा प्रत्येकाला त्यानं पुनर्लेखन करण्यासाठी कोरे फॉर्म आणि एकेक मूळ ७/१२ चा तुकडा दिला. तलाठी कार्यालयाला अगदी लागून एक तरुण आरोग्य सेविका त्या घरात वेगळ्या खोलीत भाड्यानं राहत होती. तलाठी कार्यालयाला आणि तिच्या खोलीला मागील दार होतं. त्या आरोग्य सेविकेच्या मागीलदारी बाहेर तिची अंघोळ करण्याची नारळाच्या झापांनी तयार केलेली न्हाणी होती. अंगावरील सर्व कपडे काढून ती आरोग्य सेविका त्या न्हाणीत अंघोळ करीत होती.

आमचं तलाठी कार्यालयात गरम गरम चहा आणि बिस्किटं खाऊन झाल्यावर ७/१२ च्या पुनर्लेखनाचं काम सुरू झालं होतं. सुनील कदम हा तळे या सजावर तलाठी म्हणून काम करीत होता. तो अजून पोरगेलसा होता, तो रंगानं गोरागोमटा होता, त्याच्या डोळ्यांना चष्मा होता. त्याला तंबाखू खाण्याची सवय होती. तोंडात तोबरा भरून त्यानं ७/१२ च्या पुनर्लेखनाच्या कामाला सुरुवात केली होती. थोड्या वेळानं तो बसलेल्या जागेवरून झटकन उठला आणि मागील दारातून बाहेर जाऊन तो थुंकून आला. पुन्हा त्यानं त्याच्या कामाला सुरुवात केली.

आम्ही आमच्या कामात गर्क असताना खोली मालकाच्या घरात एकाएकी गोंधळाला सुरुवात झाली. त्या खोली मालकाच्या घरी फक्त दोनच माणसं राहत होती. दोघेही वयस्कर होती. त्यांची मुलं नोकरी निमित्तानं मुंबईला राहत होती. मघाशी मागील दारी न्हाणीघरात अंघोळ करणारी तरुण आरोग्य सेविका हमसाहमशी तोंडानं शिव्या देत रडत होती. तिचा रडण्याचा आवाज ऐकून आम्हा सर्वांना आश्चर्य आणि भीतीसुद्धा वाटू लागली. आम्ही आमचं काम थांबवून धावतच 'काय झालं?' म्हणत तिच्याकडे गेलो.

सुनील कदमाला डोळ्यांसमोर पाहून त्या आरोग्य सेविकेची आणखी तळपायाची

आग तिच्या मस्तकाला जाऊन भिडली. ती तिच्या डोळ्यांतून आगीच्या ठिगण्या सांडत मोठ्या आवाजात म्हणाली,

"या भाड्यानं मला मी मोरीत अंघोळ करताना वाकून बघितलंय. मी याला आता सोडणार नाही." ती पुन्हा मोठ्यानं गळा काढून रडू लागली.

अचानक तिनं त्याच्यावर भलताच आळ घेतल्यामुळे सुनील थोडा वेळ भांबावून गेला. काय बोलावं हे त्याला थोडा वेळ सुचेचना. तिनं त्याच्यावर एकदम घाणेरडा आळ घेतला होता. त्यामुळे तो त्याच्या मनात घाबरून गेला होता. आम्ही सर्व त्याला तो नोकरीला लागल्यापासून चांगलं ओळखत होतो. तो हे घाणेरडं कृत्य करेल, असं आम्हाला मुळीच वाटत नव्हतं.

थोड्या वेळानं सुनीलनं स्वत:ला सावरलं आणि तो तिला रागानं म्हणाला,

"ए बाई, तू माझं नाव घेतलंस, तर मी तुझं कानफाड फोडीन."

"तू मला मी अंघोळ करताना वाकून नाही बघितलंस?"

"मी बाहेर थुंकायला गेलो होतो."

"मी कशाला खोटं बोलू."

त्या आरोग्य सेविकेची वर्तणूक चांगली नव्हती. तिचं लग्नाचं वय टळून गेलं असलं तरी तिचं अजून लग्न झालं नव्हतं. शशी खेडेकरच्या आधी खवटी येथे एक स्त्रीलंपट तलाठी होता. तो रात्रीच्या वेळी तिच्या खोलीवर घातलेली कौलं काढून तिला भेटायला जायचा. हे आम्हा सर्वांना त्या तलाठ्यानंच सांगितलं होतं. आम्ही सर्व भक्कमपणे सुनील कदमाच्या बाजूनं उभे राहिलो. आकांडतांडव करून दमल्यावर ती आरोग्य सेविका नंतर शांत झाली. स्वत:ची अब्रू तिनं स्वत:च वेशीवर नेऊन टांगली होती.

एकाच तालुक्यात दहा वर्षांपेक्षा अधिक सेवा झाल्यामुळे माझी शासनाच्या नियमानुसार कळबणी बुद्रुक या सजावरून एक वर्षाच्या आत दापोली तालुक्यात खेर्डी या सजावर बदली झाली. माझ्यासोबत शशी खेडेकर (बुरोंडी), विनायक बापट (गिम्हवणे), रवींद्र साळवी (वेळवी), रघुनाथ दामले (केळशी) इत्यादी तलाठ्यांचीसुद्धा एकाच तालुक्यात दहा वर्षांपेक्षा अधिक नोकरी झाल्यामुळे शासनाच्या नियमानुसार दुसऱ्या तालुक्यात दापोली प्रांताकडून बदल्या करण्यात आल्या होत्या.

◆◆◆

सात

दापोली या छोट्या शहराला निसर्गानं अगदी मुक्तहस्ते उधळण केली आहे. या तालुक्यात मोठमोठे डोंगर-दऱ्या नाहीत, डोंगराच्या छोट्या छोट्या टेकड्या आहेत. काळ्या दगडापेक्षा जांभा दगड अधिक. पश्चिमेला डोंगराएवढ्या लाटांचा उसळणारा अरबी समुद्र. पश्चिमेकडून येणाऱ्या खाऱ्या वाऱ्यानं फुललेल्या काजू, कलम, नारळ-पोकळीच्या बागा तालुक्यातील सर्व गावांत पाहायला मिळतात. पिकलेल्या कोकमाच्या आंबट वासानं जीव अगदी वेडावून जात असतो. म्हणून महाराष्ट्रात दापोली शहराला मिनी महाबळेश्वर म्हणून ओळखलं जातं. दिवाळी झाल्यावर पर्यटकांची पावलं आपोआप दापोलीकडे वळू लागतात. येथील समुद्रकिनारा शांत आणि स्वच्छ असल्यामुळे पर्यटकांची संख्या दिवसेंदिवस अधिकाधिक वाढत आहे.

दापोली या तालुक्याच्या गावापासून अवघ्या पाच किमीच्या अंतरावर माझा खेर्डी हा सजा (मुख्यालय) दापोली-पालगड या डांबरी रस्त्यालगत होता. माझ्या सजामध्ये एकूण तीन गावं होती. खेर्डी, करंजाणी आणि बोंडीवली. माझ्या तिन्ही गावच्या सीमा एकमेकाला लागूनच होत्या. गावं जवळजवळ असली तरी त्या गावातील वाड्या लांब लांब होत्या. एका वाडीतून दुसऱ्या वाडीत पायी चालत जावं लागत होतं. वाडीतून जाणाऱ्या पायवाटा तांबड्या धुळीनं भरलेल्या होत्या. माझ्या तिन्ही गावात मराठा आणि कुणबी यांचाच भरणा अधिक होता. खेर्डी गावात ब्राह्मणांची चौदा-पंधरा विखुरलेली घरं होती. ते एके ठिकाणी राहात नव्हते. तिन्ही गावांत मुस्लीम समाजाचा एकही मोहल्ला नव्हता.

माझं तलाठी कार्यालय ग्रामपंचायत कार्यालयाच्या हद्दीत होतं. तलाठी कार्यालयाची नवीन इमारत शासनाच्या अनुदानातून बांधली होती. इमारत मोठी होती. आतमध्ये पाण्याची सोय वगळता बाकी सर्व सोयी होत्या. जमिनीवर लादी घातली होती. महत्त्वाचं दप्तर ठेवण्यासाठी नवीन गोदरेजचं कपाट आणि दोन लाकडी मांडण्या

होत्या. पक्षकारांना बसण्यासाठी पत्र्याच्या खुर्च्या आणि एक लाकडी बाक होता. कार्यालयाच्या सभोवार काजूची भरपूर झाडं लावली होती. जवळच एसटीचा थांबा होता. तलाठी कार्यालयाची ती सुंदर इमारत आणि त्याच्या सभोवार असलेला परिसर पाहून माझा जीव फार हरखून गेला होता. मला झाडापेडांनी गच्च भरलेल्या निसर्गाची फार ओढ आहे. मला जसं हवं होतं, अगदी तसंच वातावरण त्या ठिकाणी होतं. त्यामुळे मी आनंदानं वेडावून गेलो होतो.

अशोक कालेकर हा खेर्डी सजामध्ये कोतवाल म्हणून काम करीत होता. तीन गावांसाठी तो एकटाच कोतवाल म्हणून काम करीत होता. चाळिशीच्या दरम्यान वय असलेला अशोक हा रंगानं सावळा होता, अंगावर शर्ट आणि पँट या पेहरावात तो नेहमी असायचा. त्याला पान खाण्यासोबत दारू पिण्याचं सुद्धा व्यसन होतं. त्याच्या घरात त्याचे वृद्ध आई-वडील आणि त्याची बायको-मुलं होती. तो करंजाणी गावात नाट्य आणि सिनेअभिनेते विजय कदम यांच्या घराशेजारीच राहत असे. विजय कदम मुंबई येथे राहत, कधीतरी गावी येत. दापोलीला त्यांचा नाटकाचा प्रयोग असेल त्यावेळी ते हमखास त्यांच्या गावी भेट देत.

आपल्याला दारू प्यायला पैसे मिळावेत म्हणून अशोक लोकांची तालुक्याला जाऊन जमिनींची कामंसुद्धा करायचा. कुणाचं खरेदीखत करायचं असो किंवा कुणाला त्यांच्या नावे रेशन कार्ड काढायचं असो. अशोक त्यांना त्यांच्या कामात मदत करण्यासाठी त्यांच्यासोबत तालुक्याला जात असे. त्यात त्याला दोन पैसे मिळत. मिळालेला पैसा अशोक बिअरबार किंवा हातभट्टीवर जाऊन खर्च करायचा. त्यामुळे त्याच्या घरची आर्थिक परिस्थिती बेतास बात होती. त्याच्याकडे उत्तम पिकाची भातशेती असल्यामुळे त्याला कधीही धान्य विकत घ्यावं लागत नव्हतं.

अशोकचा दारू पिण्याचा एक नाद सोडला, तर त्याला नाव ठेवायला जागा नव्हती. सजातील तिन्हीं गावांची तो एकटा वसुली करायचा. काही नाठाळ लोक चार-पाच वेळा वसुलीसाठी त्यानं त्यांच्या दारी चकरा मारल्या, तरी ते त्याला अजिबात दाद देत नसत. अशा लोकांकडून दस्ताची वसुली करण्यासाठी मला त्यांच्या घरी जावं लागायचं. कधीकधी वसुलीसाठी वरिष्ठ अधिकाऱ्यांचा तगादा वाढला, तर मलासुद्धा त्याच्याबरोबर फिरावं लागत होतं. अशोकचा स्वभाव साधा असला तरी त्याला दारू पिण्याचा भयंकर नाद असल्यानं मी त्याच्यावर मुळीच विश्वास ठेवत नसे. जमिनीचे महत्त्वाचे कागदपत्र मी सहसा त्याच्या ताब्यात कधी देत नसे. न जाणो त्यानं दारूच्या नशेत त्या कागदपत्रांत काही घोटाळा करून ठेवला, तर त्याची शिक्षा मलाच हमखास भोगावी लागली असती. ही भीती माझ्या

पोटात घर करून राहिली होती. मी जरी अशोकवर अविश्वास दाखवित असलो, तरी तो माझी कधीही लोकांसमोर बदनामी करीत नसे. उलटपक्षी तो लोकांसमोर माझं नाव आदरानं घेत असे. हा त्याचा चांगला गुण मला आवडला होता.

खेर्डी या सजावर मी माझं बिऱ्हाड करून राहत नव्हतो. मी माझ्या वेरळ या खेड तालुक्यातील गावातून येऊन-जाऊन करीत होतो. वेरळ या गावातून यायला मला एकूण तीन गाड्या बदलाव्या लागत होत्या. रोज सकाळी लवकर उठून सात-साडेसातच्या दरम्यान दुपारच्या जेवणाचा डबा घेऊन मला घराच्या बाहेर पडावं लागत होतं. आधी वेरळवरून एसटी पकडून खेडला यावं लागायचं. नंतर खेडवरून दापोलीला आल्यावर तेथून एसटीनं खेर्डीला यावं लागत होतं. कधी कधी एसटी वेळेत लागत नसे. कधी ती ठरलेल्या वेळेनुसार निघून गेलेली असे. त्यामुळे मला माझ्या ऑफीसला पोहोचण्यासाठी वेळ लागत असे. ज्या लोकांची माझ्याकडे त्यांच्या जमिनींच्या संदर्भात निकडीची कामं असतील, ते बिचारे माझी वाट पाहात ऑफिसात थांबलेली असत. परंतु कधी 'तुम्ही एवढ्या उशिरानं का ऑफीसला आलात?' असं मला कुणी चुकून विचारीत नसत. हा त्या लोकांचा मोठेपणा होता.

तलाठ्याला शासनाच्या ऑफीसच्या वेळेनुसार त्याला कधी काम करता येत नाही. त्याच्या सजामध्ये एकापेक्षा अनेक गावं असतात. तीन, चार, पाच किंवा त्याच्याकडे दहासुद्धा गावं त्याच्या सजामध्ये असू शकतात. नैसर्गिक आपत्ती किंवा कोठे जळीत झालं असेल त्या ठिकाणी त्याला त्याची बाकीची कामं बाजूला ठेवून धावत जावं लागतं. वसुलीसाठी त्याला गावात फिरावं लागतं किंवा तहसीलदार, प्रांत, कलेक्टर यांच्या मीटिंगसाठी त्याला तालुक्याला हजर व्हावं लागतं. त्यामुळे तलाठ्याला त्याच्या ऑफीसच्या वेळेत कार्यालयात थांबता येत नाही. अशा वेळी लोकांचा त्याच्याबद्दल गैरसमज होण्याचा अधिक संभव असतो.

तलाठ्यानं केलेल्या कामाची रोजच्या रोज डायरी लिहिली पाहिजे, असं त्याच्यावर शासनाचं कायदेशीर बंधन आहे. तलाठी कार्यालयात हजेरीपत्रक ठेवलेलं नसतं. त्याची डायरी हेच त्याचं हजेरीपत्रक. तहसीलदार, प्रांत किंवा कलेक्टर तलाठ्याची दप्तर तपासणी झाल्यावर त्याची डायरी पाहण्यासाठी हमखास मागून घेतात. अशावेळी समजा तलाठ्यानं त्याची दैनंदिन डायरी लिहिली नसेल, तर त्याच्यावर कायदेशीर कारवाईचा हमखास बडगा उगारला जातो.

माझ्या आईचं आता वय झालं होतं. ती आजारी होती म्हणून मी एके दिवशी तिला डॉक्टरांच्याकडे घेऊन जाण्यासाठी सायंकाळी चार वाजता कार्यालय बंद करून खेडला जाण्यासाठी बसथांब्याजवळ हातात बॅग घेऊन गाडीची वाट पाहत उभा

राहिलो होतो. इतक्यात पालगडहून मला प्रांतसाहेबांची लाल दिव्याची गाडी येताना दिसली. ती गाडी पाहून माझ्या पोटात एकदम धस्स झालं. वेळेच्या आधी मी माझं कार्यालय बंद करून घरी निघालो होतो. त्यामुळे माझ्या पोटात भीती उत्पन्न झाली होती.

मी बसथांब्यावर हातात बॅग घेऊन उभा असल्याचं प्रांतांनी त्यांच्या डोळ्यांनी मला पाहिलं होतं. त्यांची गाडी माझ्याजवळ आल्यावर त्यांनी त्यांच्या ड्रायव्हरला लगेच गाडी थांबवायला सांगितली. गाडी माझ्याजवळ येऊन थांबल्यावर मला आणखी भीती वाटू लागली.

माझ्याकडे पाहात प्रांत साहेबांनी मला घसा खाकरून सौम्य भाषेत विचारलं, ''निघालात?''

''होय.'' माझ्या तोंडातून कसेबसे शब्द बाहेर पडले.

''बसा गाडीत.'' साहेब मला आदेश देत म्हणाले.

मी घाबरत घाबरत प्रांतसाहेबांच्या गाडीत बसलो. गाडी पुन्हा डांबरी सडकेवरून वेगानं धावू लागली. आता आपलं काही खरं नाही. आपण आपलं कार्यालय वेळेच्या आधी बंद केलं म्हणून आता प्रांतसाहेब नक्कीच आपल्यावर कारवाई करतील, असे एक ना अनेक विचार माझ्या डोक्यात अक्षरशः थैमान घालू लागले. नको नको ते माझ्या मनात येऊ लागलं. साहेबांच्या तावडीत मी कधी नव्हे तो आयताच सापडलो होतो. गिधाडाची जेव्हा शंभरी भरते तेव्हा ते शहराच्या दिशेनं धाव घेत असते, असे हिंदी सिनेमातला संवाद मी माझ्या कानानं अनेक वेळा ऐकला होता. त्या संवादाचीसुद्धा मला आठवण झाली होती.

परंतु हा माझा भ्रम होता. भीतीचा भस्मासुर मी नाहक माझ्या मागे लावून घेतला होता आणि प्रांतसाहेबांचा चांगुलपणाचा मला पुन्हा एकदा अनुभव आला. गाडी दापोली शहराच्या जवळ आल्यावर प्रांतसाहेबांनी मला सौम्य आणि मृदू आवाजात विचारलं,

''नलावडे, तुम्हाला कुठं सोडायचं?''

''बसस्थानकात.'' मी माझ्या मनात ओशाळलो होतो.

ड्रायव्हरनं लगेच गाडी बसस्थानकाच्या दिशेनं वळविली. दापोली बसस्थानक जवळ आल्यावर ड्रायव्हरनं गाडी थांबविल्यावर मी खाली उतरलो. मी उतरल्यावर ती गाडी प्रांत कार्यालयाच्या दिशेनं हवेत काळा धूर सोडत निघून गेली. गाडी निघून गेल्यावर मी माझ्या मनात विचार करू लागलो. नार्वेकरसाहेबांच्या ठिकाणी अन्य एखादा कायद्यावर बोट ठेवणारा अधिकारी असता, तर त्यानं लगेच आपल्याला वेळेआधी कार्यालय सोडलं म्हणून 'कारणे दाखवा' नोटीस देऊन आपल्यावर त्यांनी

नक्की कारवाई केली असती. नार्वेकर प्रांताकडे जसे हाताखालील कर्मचाऱ्याकडून कामं करून घेण्याचं कौशल्य होतं, तसे ते त्यांच्याकडे माणूस म्हणूनच पाहत होते. ते कर्मचाऱ्यांच्या अडीअडचणी ऐकून घेत होते आणि त्यांना मदतसुद्धा करीत होते. मला एवढंच दु:ख वाटतं, की असा भला प्रांताधिकारी माझ्या आयुष्यात पुन्हा मला कधी भेटला नाही. अर्ध्या हळकुंडानं पिवळे होणारे आणि खुर्चीची डोळ्यांत नशा चढलेले अधिकारी त्यांच्या हाताखालील कर्मचाऱ्यांना त्यांच्यावर कायद्याचा बडगा उगारून त्यांना ते सळो की पळो करून सोडत होते. हे मी स्वत:च्या डोळ्यांनी पाहिलं होतं. परंतु नार्वेकरसाहेब त्याला एकमेव अपवाद होते.

*****

एखादी तातडीची माहिती द्यावयाची असल्यावर मी ती माहिती तयार करून सर्कलकडे नेऊन द्यायचो. सर्कल त्यांच्या अखत्यारीत सर्व तलाठ्यांच्या माहितीचे एकत्रित संकलन करून मगच ते तहसील कार्यालयात नेऊन देत. रऊफ तडवी हे दापोली सर्कल म्हणून काम करीत होते. ते माझ्याच वयाचे होते. ते मुस्लीम समाजातील मागासवर्गीय असल्यामुळे माझ्यानंतर नोकरीला लागूनसुद्धा ते अनुसूचित जमातीमध्ये मोडत असल्यामुळे त्यांना माझ्या आधी बढती मिळाली होती.

तडवी भाऊसाहेब रंगानं उजळ आणि धडधाकट होते. त्यांच्या उजळ चेहऱ्यावर काळी, खुरटी दाढी होती. त्यांच्या अंगावर नेहमी कडक इस्त्री केलेले कपडे असत. शाळेतील विद्यार्थ्यांप्रमाणे ते नेहमी शर्टपँटमध्ये खोचून त्यावर चामड्याचा पट्टा लावत. त्यामुळे समोरच्या माणसावर त्यांच्या व्यक्तिमत्त्वाची छाप पडायची.

मी तडवी भाऊसाहेबांच्या हाताखाली काम करताना मला जात, धर्म, पद इत्यादी गोष्टी कधी आड येत नसत. तडवी भाऊसाहेब निर्मळ मनाचे होते. त्यांच्या अंगी छक्के-पंजे नसत किंवा हाताखाली काम करणाऱ्या कर्मचाऱ्याला त्यांच्याकडून अडचणीत आणण्याचा कधी प्रयत्न होत नसे. त्यामुळे त्यांच्या सर्कलमध्ये काम करणाऱ्या तलाठ्यांचं आणि त्यांचं चांगलं मेतकूट जमायचं. त्यांच्याकडे कामासाठी गेलेल्या पक्षकारालासुद्धा ते फार चांगलं समजावून सांगत. त्यामुळे ते दापोली तालुक्यात सर्कल म्हणून फार लोकप्रिय झाले होते. एखादं निकडीचं काम आलं, तर तालुक्याचे तहसीलदार त्यांच्या शिपायाला आदेश देत म्हणत, 'जा रे, तडवी भाऊसाहेबांना ताबडतोब बोलावून आण.'

तलाठी आणि मंडळ अधिकारी यांचे तालुक्यात वेगवेगळे ग्रुप असत. परंतु तडवी भाऊसाहेब कोणत्याच ग्रुपमध्ये स्वत:ला जखडून ठेवत नसत. त्यांचे सर्वांबरोबर चांगले संबंध असत. दर महिन्याला जिल्ह्यातून किंवा नवी मुंबई येथील आयुक्तालयातून

वरिष्ठ अधिकारी शासकीय कामाच्या निमित्तानं येऊन दापोली येथील कृषी विद्यापीठाच्या किसान भवन या गेस्ट हाऊसमध्ये उतरत. त्यांच्या जेवणाचा, राहाण्याचा आणि पिण्याचा खर्चसुद्धा तडवी भाऊसाहेबांना स्वत:च्या खिशातून करावा लागत असे. शनिवार-रविवार सुट्टी असेल तेव्हा वरिष्ठ अधिकारी त्यांच्या कुटुंबीयांच्या सोबत समुद्रकिनारी जिवाची चैन करण्यासाठी येत. त्यांचा संपूर्ण खर्च झक मारून तडवी भाऊसाहेबांना करावा लागत होता. त्यांच्या सर्कलमधील कोणत्याही तलाठ्याला त्या अनाठायी खर्चाला हातभार लावण्यासाठी ते सांगत नसत.

मी माझ्या सजातील तीन गावांच्या फेरफार रजिस्टरमध्ये खरेदीखत, कूळ कायदा, वारस तपास आणि सहहिस्सेदार म्हणून नावे लावण्यासाठी नोंदी घालीत असे. परंतु त्या नोंदी मंजूर करण्यासाठी ते इतर सर्कलप्रमाणे माझ्याकडे कधी पैशाची मागणी करीत नसत. मी लोकांकडून नोंद घालण्यासाठी पैसे घेत नाही, हे त्यांना ठाऊक झालं होतं. तडवी भाऊसाहेब मला माझ्या आडनावानं कधी हाक मारीत नसत. ते मला आपुलकीनं 'रामभाऊ' म्हणून हाक मारीत. मी त्यांना कधी इतर तलाठ्यांप्रमाणे हॉटेलमध्ये नेऊन चहा-नाश्ता देत नसे किंवा बिअरबारमध्ये नेऊन दारू-मटण खायला घालीत नसे; तरी माझा कधी त्यांना राग येत नसे. त्यांच्या वागण्यात-बोलण्यात त्यामुळे कधी फरक पडायचा नाही. १४ नोव्हेंबर या बालदिनी माझ्या सजातील बालकामगारांची माहिती तयार करून ती तहसील कार्यालयात ताबडतोब नेऊन द्यायची होती. मी त्या दिवशी सजावर हजर नव्हतो म्हणून तडवी भाऊसाहेबांनी माझ्या तीन गावांत स्वत: त्यांच्या मोटारसायकलवर फिरून बालकामगारांची माहिती घेतली आणि ती माहिती त्यांनी तहसील कार्यालयात नेऊन दिली. त्यांच्या ठिकाणी अन्य एखादा सर्कल असता, तर त्यानं 'तलाठी सजावर हजर नाही' म्हणून तहसीलदारांकडे माझी वर्दी लावली असती.

*****

या स्वार्थी जगामध्ये रक्ताची नातीसुद्धा तकलादू आणि बेगडी असतात, मला मी ग्रामीण भागामध्ये काम करीत असताना त्याचा अनुभव येत होता. रक्ताच्या नात्यापेक्षा माणसाचं त्याच्या स्थावर किंवा जंगम मालमत्तेवर फार लोभ असतो. एखाद्याच्या मयतानंतर कालांतरानं त्याच्या दु:खाची धारसुद्धा बोथट होते आणि हळूहळू तो माणूस विस्मृतीत जाऊ लागतो.

एके दिवशी मी माझी दैनंदिन डायरी लिहीत असताना अशोक कोतवाल त्याच्या करंजाणी गावातील माणसं माझ्याकडे घेऊन आला. त्यात तीन महिला आणि दोन पुरुष होते. त्या दोन पुरुषांनी त्यांच्या डोक्यावरील संपूर्ण केस काढून तुळतुळीत

गोटे केले होते. त्यांच्याकडे पाहून मी संभ्रमात पडलो. ते माझ्याकडे कशाला बरं आले असावेत? असं मी थोडा वेळ माझ्या मनात विचार करू लागलो. ते सर्वजण आत येऊन माझ्यासमोर बाकावर बसले होते.

मी आवंढा गिळून अशोकला विचारलं,

"अशोक, यांचं माझ्याकडे काय काम आहे?"

माझं बोलणं ऐकून अशोक माझ्या टेबलाजवळ आला आणि तो मला खालच्या आवाजात सांगू लागला,

"भाऊ, ही सर्वी माणसं माझ्याच वाडीत राहातात. यांचे वडील मयत झालेत. म्हूनं हे वारस तपास करण्यासाठनं आपल्या हाफिसात आलेत. अजून मयताचं कार्य झालं नाही. कार्य झाल्यावर मयताच्या लगीन झालेल्या मुली त्यांच्या घरी निंगून जातील. त्यांच्या सह्या आपल्याला मिळनार न्हाईत. मंग त्यांच्या वारस तपासाचं काम व्हनार न्हाय."

"ठीकाय. मी त्यांची वर्दी लिहून घेतो."

त्यांच्या वडिलांचं मयत होऊन तीन-चार दिवस झाले होते. तरी मला माझ्यासमोर बसलेल्या मयताच्या मुलांच्या चेहऱ्यावर त्याचं अजिबात दु:ख दिसत नव्हतं. एखाद्या लग्नसमारंभाला उजळलेल्या चेहऱ्यानं यावं तसं ते माझ्या तलाठी कार्यालयात वारस तपासाला आले होते. महिला फार हळव्या मनाच्या असतात, हे मला ठाऊक होतं. परंतु या ठिकाणी माझ्यासमोर बसलेल्या महिला त्याला अपवाद होत्या, असं मला वाटू लागलं. जणू काही झालंच नाही, असं ते एकमेकींशी बोलत होते. अशोकचं बोलणं ऐकून मी सहानुभूतीनं त्यांच्याकडे पाहात होतो. परंतु त्यांना त्यांचं काहीही सोयरसुतक नव्हतं.

दीर्घ नि:श्वास सोडून मी बसलेल्या लाकडी खुर्चीतून उठलो आणि करंजाणी गावाचं कपाटातील वर्दीबुक घेऊन पुन्हा मी कपाट बंद करून खुर्चीत बसलो. मयताच्या मोठ्या मुलाचं नाव चंद्रकांत असं होतं. वारस तपास करण्यासाठी मी त्याचा वर्दी जवाब घेऊ लागलो. चंद्रकांत मी त्याला विचारलेली माहिती मला सांगत होता. त्यानं सांगितलेली माहिती मी भरभर माझ्या करंजाणी गावच्या वर्दीबुकात लिहून घेत होतो. आता मला मयताच्या लग्न झालेल्या मुलींची नावं आणि वयं त्यांना विचारून वर्दीबुकात लिहायचं होतं.

मी मयताच्या मोठ्या मुलीला म्हणालो,

"ताई, तुमचं संपूर्ण नाव आणि वय मला सांगा, तुम्ही तुमच्या नवऱ्याकडील नाव सांगायचंय."

माझं बोलणं ऐकून मयताची मोठी मुलगी तोंडावर साडीचा पदर धरून फिस्कारू लागली आणि ती तिच्या दुसऱ्या बहिणीला तिचं नाव सांगण्यासाठी 'तू सांग' असं म्हणाली. मी तिच्या दुसऱ्या बहिणीला विचारल्यावर तीसुद्धा दातावर पदर धरून गालातल्या गालात फिस्कारू लागली. तिसरीला मी विचारल्यावर तिनंसुद्धा तिच्या बहिणींचा कित्ता गिरवला. मला त्या त्यांच्या नवऱ्याकडील नावं सांगायला लाजत होत्या आणि त्या गालातल्या गालात हसतसुद्धा होत्या.

वडील मयत होऊन तीन-चार दिवस झाले असताना या मुलींना हसू तरी कसं येतं? मला त्यांच्या चेहऱ्यावर नावालासुद्धा दु:ख दिसत नव्हतं आणि त्यांचं आपसातील हसणंसुद्धा थांबत नव्हतं. मी आणि अशोक अवाक होऊन त्यांच्याकडे पाहत होतो. मला त्या हसणाऱ्या मुलींचा राग आला होता. मी त्यांना रागानं मोठ्या आवाजात म्हणालो,

''तुमचे वडील मयत झाले असताना तुम्हाला हसायला तरी कसं येतं? तुम्हाला जर तुमची नावं सांगायची नसतील, तर आलात तसे चालायला लागा. मला तुमचा वारस तपास करायचा नाही.''

मी त्यांना रागानं बोलल्यावर त्याचा त्यांच्यावर परिणाम झाला. ते सर्वजण गंभीर चेहरे करून खाली पाहू लागले. त्यांना त्यांची चूक उमगली होती, त्यांच्या चेहऱ्यावरील हसू आता गायब झालं होतं. मयताची मोठी मुलगी खजील होऊन मला म्हणाली, 'भाऊ, माझी चूक झाली. तुमी लिवा मी माझं नाव सांगत्ये.' थोरलीनं तिचं नाव सांगितल्यावर तिच्या धाकट्या बहिणींनीसुद्धा मला त्यांची नावं आणि वयं सांगितलं. त्यांनी सांगितल्याप्रमाणे मी वर्दीबुकात लिहून घेतलं. घेतलेल्या वर्दीच्या खाली मी चंद्रकांतची सही घेतली. माझ्याकडील काम आटोपून ते सर्वजण खालमानेनं बाहेर पडले.

शिवाजी उतेकर हे दापोली तहसीलदार म्हणून काम करीत होते. त्यांचं मूळगाव वावे हे होतं. ते गाव खेड तालुक्यात सह्याद्रीच्या अगदी पायथ्याशी होतं. माझी नोकरीला जेव्हा सुरुवात झाली होती तेव्हा ते खेड तहसील कार्यालयात अव्वल कारकून म्हणून काम करीत होते. नंतर ते नायब तहसीलदार झाले. आता ते दापोली तहसीलदार म्हणून काम करीत होते.

उतेकर रावसाहेब जेवढे स्वभावाने कडक होते, तेवढे ते आतून मृदू होते. त्यांची सेवानिवृत्ती जवळ आली होती. तलाठी दप्तराची आणि महसुली कामाची त्यांना चांगली माहिती होती. एखादा तलाठी त्यांना त्याच्या कामाबद्दल थातूरमातूर माहिती देऊ लागला, तर ते त्यांच्या झटकन लक्षात येई. त्या कामाचा त्यांना अनुभव

असल्यानं तलाठ्याचं पितळ उघडं पडायचं. माझे वडील जेव्हा स्वर्गवासी झाले होते, तेव्हा ते त्यांच्या सहकाऱ्यांना घेऊन माझ्या सांत्वनासाठी घरी आले होते. तेव्हा ते तरुण होते. आता ते वृद्धत्वाकडे झुकले असल्यामुळे त्यांच्या सावळ्या चेहऱ्यावर सुरकुत्या पडल्या होत्या. तहसीलदार म्हणून उतेकर रावसाहेबांचा अख्ख्या दापोली तालुक्यात दरारा होता. लोकांच्या आणि त्यांच्या हाताखाली काम करणाऱ्या कर्मचाऱ्यांच्या मनात त्यांच्याबद्दल आदरयुक्त भीती होती.

आता जसं तालुक्यानं तहसीलदार पक्षकारांकडून कामाचे राजरोस पैसे घेऊन लाचलुचपत विरोधी खात्याच्या जाळ्यात अलगद सापडतात त्यामानानं त्यावेळी परिस्थिती अधिक चांगली होती. त्यावेळी भ्रष्टाचार होत होता परंतु त्याला मर्यादा होती. सर्व व्यवहार अगदी गुपचूप व्हायचा, ते कुणाच्याही लक्षात येत नसे. आता त्याची कुणाला चाड राहिली नसल्यामुळे सर्वत्र भ्रष्टाचार अगदी राजरोस सुरू आहे. एमपीएससी झाल्यानंतर तरुण वयात तहसीलदार, प्रांत यांसारख्या मोठ्या पदावर काम करणारी मंडळी हल्ली अँटी करप्शनच्या जाळ्यात सापडण्याचं प्रमाण फार वाढलं आहे. जीवनशैली बदलल्यामुळे हे अधिकारी सर्रासपणे प्रलोभनाला बळी पडत आहेत, ही फार चिंतेची बाब आहे.

आम्ही चार-पाच तलाठी खेड तालुक्यातून बदली झाल्यामुळे दापोली तालुक्यात आलो होतो. उतेकर रावसाहेब खेड तालुक्यातील मूळ रहिवासी असल्यामुळे ते नेहमी आम्हाला झुकतं माप देत असत. मासिक मीटिंग ते सायंकाळी खूप उशिरापर्यंत घेत असत. प्रत्येक विषयाची प्रत्येक तलाठ्याकडून सखोल माहिती घेत. एखाद्या तलाठ्यानं कामात कुचराई केली असेल किंवा त्याचे काम असमाधानकारक असेल. तर ते त्या तलाठ्यावर भर मीटिंगमध्ये तोंड टाकीत, त्याच्या सर्कलला उभं करून त्यालासुद्धा त्याच्याकडे दुर्लक्ष केलं म्हणून खडे बोल सुनावत. त्यावेळी त्यांचा रुद्रावतार पाहून मीटिंगच्या हॉलमध्ये स्मशानशांतता पसरायची. त्या भयाण शांततेची मनात भीती वाटत असे. त्यांच्या त्या कडक स्वभावाचा काही तलाठ्यांना त्रास होत असे. मग ते लोक तलाठी संघटनेच्या मीटिंगमध्ये त्यांच्याबद्दल नाराजी व्यक्त करीत. रावसाहेबांचे चमचे त्यांची नावे लगेच त्यांना जाऊन सांगत. त्यामुळे त्यावर पडदा पडण्याऐवजी ती नाराजीची आग धुमसत राहायची.

मासिक मीटिंग उशिरापर्यंत चालल्यावर तलाठी आणि मंडळ अधिकारी कंटाळून जात. मग ते त्यांच्या हातातील डायऱ्या आणि इतर मासिकपत्रकं त्यांच्या ब्रिफकेसमध्ये ठेवायला सुरुवात करीत. ब्रिफकेस उघडताना किंवा बंद करताना त्याचा आवाज रावसाहेबांना ऐकू जायचा. मग त्यांच्या रागाचा पारा आणखी वाढायचा.

एका अस्वस्थ तलाठ्याची डायरी । १८१

समोर बसलेल्या तलाठी आणि मंडळ अधिकाऱ्यांकडे रागानं पाहत ते मोठ्या आवाजात म्हणत,

"ज्यांना घरी जायची घाई आहे, त्यांनी खुशाल आताच्या आता हॉलच्या बाहेर चालू पडावं. मी अजून एक तास मीटिंग घेणार आहे. मीटिंगमध्ये अजून बरेच विषय घ्यायचे बाकी आहेत.''

रावसाहेबांचं बोलणं ऐकून सर्वांचा हिरमोड व्हायचा. त्यांचे चेहरे काळवंडून जात. परंतु उतेकर रावसाहेब आमच्यावर दया करीत म्हणत, 'जे तलाठी खेडला राहायला आहेत, त्यांनी आता जायला हरकत नाही. त्यांना गाड्या मिळायला हव्यात.' त्यांचं बोलणं ऐकून आम्ही खेड तालुक्यात राहणारे तलाठी पडत्या फळाची आज्ञा शिरसावंद्य मानून लगेच मीटिंगच्या बाहेर पडत. बाहेर पडल्यावर आम्ही सुटकेचा मोकळा श्वास घ्यायचो.

मार्च महिना जवळ आला होता. उतेकर रावसाहेबांना तलाठी दप्तर तपासणीचा इष्टांक पूर्ण करायचा होता. मी तहसील कार्यालयामध्ये टपाल द्यायला गेलो असताना रावसाहेबांनी शिपायामार्फत मला बोलावून घेतलं आणि मला ते सौम्य आवाजात म्हणाले,

"नलावडे, माझं एक तुमच्याकडे काम आहे.''

"सांगा रावसाहेब.'' मी.

"उद्या महाशिवरात्रीची सुट्टी आहे. तुम्ही खेर्डी गावाचं दप्तर तपासणीसाठी माझ्या खोलीवर घेऊन याल का?'' रावसाहेब मला आर्जव करीत म्हणाले.

रावसाहेबांचं बोलणं ऐकून मी आश्चर्यचकित झालो. याचं कारण दप्तर तपासणीच्या वेळी तहसीलदारांचा मला फार वाईट अनुभव आला होता. एवढ्या कळकळीनं तहसीलदार तलाठ्यांना कधी सांगत नसत. ते त्याला आदेश देत आणि तपासणीच्या वेळी अगदी क्षुल्लक क्षुल्लक कारणावरून त्या तलाठ्याला लोकांसमोर अपमानास्पद वागणूक देत. त्यामुळे तलाठ्याला दप्तर तपासणीच्या वेळी 'दे माय धरणी ठाय' अशीच म्हणायची वेळ यायची. त्यामुळे रावसाहेबांचं बोलणं ऐकून मी अचंबित झालो होतो. थोडा वेळ मला त्यांच्या समोर काय बोलावं, हे सुचेचना. नंतर मी स्वतःला सावरून रावसाहेबांना म्हणालो,

"रावसाहेब, मी तुमच्या खोलीवर खेर्डी गावाचं दप्तर घेऊन येतो.''

"माझी खोली बचतपुष्प इमारतीमध्ये आहे.''

"रावसाहेब, मला ते ठाऊक आहे.''

"या तुम्ही.''

दुसऱ्या दिवशी मी कोतवालाला सोबत घेऊन खेर्डी गावाचं संपूर्ण दप्तर

तपासणीसाठी एका मोठ्या सफेद रंगाच्या रुमालात बांधून रावसाहेबांच्या खोलीवर गेलो. खोलीत दप्तर ठेवायला सांगून उतेकर रावसाहेब मला म्हणाले,

"तुम्ही आता गेलात तरी चालेल. मी रात्री दप्तर तपासून ठेवतो. उद्या कोतवालाला तुमचं दप्तर घेऊन जायला पाठवा."

"पाठवतो रावसाहेब." मी कोतवालाला घेऊन लगेच बचतपुष्प इमारतीच्या पायऱ्या उतरायला सुरुवात केली. रावसाहेबांचं खेर्डी गावाचं दप्तर तपासून झाल्यावर दुसऱ्या दिवशी अशोक त्यांच्या खोलीवर जाऊन दप्तर घेऊन आला. माझी दप्तर तपासणी इतक्या वर्षात पहिल्यांदाच विनासायास चांगली झाली होती. त्यामुळे मी मनातल्या मनात उतेकर रावसाहेबांना धन्यवाद दिले.

*****

माझ्या सजातील तिन्ही गावांपैकी बोंडीवली हे गाव अधिक निसर्गसंपन्न होतं. तेथील रहिवासीसुद्धा मनमिळाऊ आणि शासकीय कर्मचाऱ्यांना त्यांच्या कामात मदतीचा हात पुढे करणारे होते. गावात दारूबंदी होती. ग्रामस्थांनी श्रमदानातून बंधारा बांधला होता. सरपंचांनी आग्रह केल्यामुळे मी अशोकला माझ्यासोबत घेऊन तो बंधारा पाहण्यासाठी गेलो. एका शेतकऱ्यानं त्याच्या मालकीच्या जमिनीत सागाची दोनशे झाडं लावली होती. ती झाडं मोठी झाली होती. परंतु ७/१२ ला त्याची अद्याप नोंद झाली नव्हती. त्या शेतकऱ्यानं दिलेल्या अर्जाप्रमाणे मी त्या झाडांची ७/१२ ला नोंद करण्यासाठी त्या ठिकाणी गेलो होतो. ती उंच वाढलेली सागाची झाडं पाहून खूप बरं वाटत होतं. दक्षिणेला छोट्या छोट्या डोंगरांच्या टेकड्या होत्या. हिरव्यागार झाडाझुडपांनी त्या टेकड्या गच्च भरल्या होत्या.

मी जमीन महसूल वसुलीसाठी गेल्यावर अशोक माझी बसण्याची व्यवस्था त्या गावातील सरपंचाच्या घरी करायचा आणि तो एकटाच जवळच्या घरातून वसुलीसाठी फिरायचा. त्यानं वसूल करून आणलेल्या पैशाचं मी सरपंचाच्या घरात पावत्या करायचो. मला लोकांच्या दारोदार वसुलीसाठी त्याच्यासोबत फिरायला लागू नये म्हणून अशोक माझी काळजी घेत असे. मला न सांगता अशोक पक्षकाराच्या कामासाठी तालुक्याला गेला, तरच मला त्याचा राग यायचा. त्या वेळी मी त्याला जरी बोललो, तरी त्याचा तो कधी मनात राग धरत नसे. एरवी तो माझी एखाद्या सावलीप्रमाणे सोबत करायचा. आणखी त्याचा मला एका गोष्टीसाठी राग यायचा. त्याला भरपूर दारू पिण्याचा नाद होता. पण त्याचा एक चांगुलपणाही होता की, जरी त्याला दारू पिण्याचा नाद असला, तरी तो त्याच्याकडे असलेल्या वसुलीच्या सरकारी पैशाला कधी हात लावत नसे. पक्षकारांकडून तो त्याचा मेहनताना माझ्या

अपरोक्ष वसूल करीत असे.

एकदा आम्ही दोघं खेर्डी गावात एका जळीत प्रकरणाची चौकशी करून तलाठी कार्यालयाकडे येत असताना तो एका ऐसपैस असलेल्या कौलारू घराजवळ येऊन थबकला. एकाच घरात मध्ये भिंत घालून दोन कुटुंबं राहत होती.

मी अशोकच्या जवळ गेल्यावर तो मला हळू आवाजात म्हणाला,

"भाऊ, हे घर तुम्ही पाह्यलंत?"

"होय."

"ह्या घरात याक झेंगाट हाय." अशोक गालातल्या गालात मिस्किलपणे हसत म्हणाला.

"कसलं झेंगाट आहे?" मी त्याला भांबावून विचारलं.

मला तेव्हा अशोकच्या डोळ्यांत वेगळीच चमक दिसत होती. मला त्याचे डोळेसुद्धा चावटपणानं हसताना दिसत होते. तो गावात घरोघर कामासाठी फिरत असल्यामुळे त्याला संपूर्ण गावाची इत्थंभूत माहिती असायची. त्याच्याएवढी गावाची माहिती मलासुद्धा नव्हती.

घसा खाकरून अशोक मला पुढे सांगू लागला, "भाऊ, त्या घरात एकूण पाच भाऊ हाईत. त्यांच्यात कुणाचंसुदीक लगीन झालं न्हाय. त्याच घरात त्यांची विधवा चुलती राहाते. मंधी भिंत हाय. त्या भिंतीला टेकून वरती माळ्यावर जाण्यासाठनं ह्या घरातनं बी लाकडी जिना हाय, तसं त्या घरातनं सुदीक जिना हाय. रात झाली, की एकेक भाऊ त्यांच्या घरातनं जीना चढायला सुरुवात करतू नि चुलतीच्या जिन्यावरनं खाली उतरतू. चुलती म्हंजी आईपरमानं असते. पर या लोकांना ते कळत न्हाय. त्ये समदे भाऊ लई आडमुठे हाईत. म्हणून त्यास्नी लगनाला बायका मिळत न्हाईत."

अशोकचं बोलणं ऐकून क्षणभर मी शहारून गेलो. तो मला असं काहीतरी भलतंसलतं सांगेल, असं मला वाटलं नव्हतं. माणुसकीला काळिमा फासणारे हे कृत्य अक्षम्यच होतं. सख्ख्या पुतण्यांचा अत्याचार सहन करणारी ती बाई घरात एकटीच असल्यामुळे मरण येत नाही म्हणून कुढत कुढत जगत होती. अशोकच्या बोलण्यावर प्रथम माझा विश्वास बसला नाही.

"अशोक, तू मला हे खरं सांगत्योस?" मी.

"भाऊ, मी तुमाला कश्याला वं खोटं सांगू."

"बाप रे, यावर माझा अजून विश्वास बसत नाही."

"अवं, हे काय बी न्हाय. ह्या बाईची येक लेक व्हती. तिचं गुदस्ता लगीन

झालं. तिचे पुतणे तिचंसुदीक तिला लगीन करून देत नव्हते. आता बोला बगू. त्ये समदे भाव लई अक्करमाशीचे हाईत. गावात त्यांचं कुणाशी पटत न्हाय. त्यांच्या भावकीलासुदीक हे म्हाईत हाय. पर त्यांच्या या भानगडीत कोन पडत न्हाय."

"आपल्या ऑफीसमध्ये ते कधी येत नाहीत?"

"येतात तर काय झालं. गावात कसली योजना आली, तर ७/१२ व ८ अ च्या उताऱ्यासाठनं ते आपल्याकं येतात."

अशोकचं बोलणं ऐकून मला काहीसुद्धा सुचेना. माझी मती गुंग झाली होती. मी कोमात जातो की काय अशीसुद्धा क्षणभर मला भीती वाटली. चार-पाच दिवसांनंतर त्या पाच भावांपैकी सर्वांत थोरला माझ्या कार्यालयात आला. त्याला डोळ्यांसमोर पाहूनच मला त्याचा राग आला होता. माझ्या ऑफीसमध्ये कुणीही आलं, तर मी आधी त्यांना 'बसा' असं म्हणतो. अशोक हजर असेल तर मी त्याला आलेल्या इसमाला पाणी देण्यासाठी सांगतो. 'अतिथी देवो भवं' असं म्हणण्याची आपल्याकडे एक चांगली संस्कृती आहे. परंतु त्या दिवशी मी त्या इसमाला पाहूनसुद्धा न पाहिल्यागत केलं. मी त्याला अजिबात 'बसा' असं म्हणालो नाही. अशोकनं त्याला हवा असलेला ७/१२ शोधून ते त्यानं त्याची नक्कल काढण्यासाठी माझ्या पुढ्यात आणून ठेवलं. ७/१२ ची नक्कल काढून मी त्यावर माझी शिक्का मारून सही केली आणि ते पुन्हा त्याला देण्यासाठी अशोककडे दिलं. माझ्या या कृत्याचं नंतर अशोकलासुद्धा आश्चर्य वाटलं. त्या इसमावर माझा राग का आहे हे एव्हाना अशोकच्यासुद्धा ध्यानात आलं होतं.

*****

दुपारचे बारा वाजून गेले होते, तरी अजून अशोकचा ऑफीसमध्ये पत्ता नव्हता. एखाद्या पक्षकाराचं काम असेल तेव्हा तो त्याच्यासोबत ऑफीसमध्ये न येता परस्पर तालुक्याला निघून जायचा. म्हणून मला त्याचा राग आला होता. त्याची वाट पाहून मी स्वत: नळावरून पाण्याची कळशी भरून आणली. दुपारच्या जेवणासाठी किंवा ऑफीसमध्ये आलेल्या पक्षकारानं प्यायला पाणी मागितल्यावर त्याला देण्यासाठी मी पाण्याची कळशी भरून ठेवली होती. काल बोंडीवली गावात मराठी शाळेनं पर्यावरण दिंडी काढली होती. शाळेनं मला त्याचं आमंत्रण दिल्यामुळे मी त्या दिंडीत सामील झालो होतो. अशोक कालसुद्धा मला न सांगता गैरहजर राहिला होता. मयताच्या पिंडीला जसं कावळा शिवण्यासाठी जमलेले लोक त्याची वाट बघत असतात, तसं मी अशोकची वाट पाहत होतो.

मी ज्याची वाट पाहत होतो, नेमका तोच अशोक मला रस्त्यावरून इकडे

डुलत डुलत येताना दिसला. अशोकच्या सोबत एक माणूससुद्धा होता. दोघंही तलाठी कार्यालयाच्या दिशेनं चालत येत होते.

अशोकनं ऑफीसमध्ये पाऊल टाकल्यावर मी त्याला थोड्या गुश्शातच विचारलं,

"अशोक, काल दांडी का मारली?"

अशोक थोड्या गंभीर आवाजात मला म्हणाला,

"भाऊ, मी काल येणार व्हतू. पर माझ्या वडिलांची अचानक तब्येत बिघडली. मंग मला त्यांना घेऊन सरकारी दवाखान्यात जावं लागलं. आज वाईच त्यांची तब्येत बरी हाय."

"मला निरोप तरी द्यायचा."

"त्या गडबडीत मला तुमाला निरुप देता आला न्हाय," अशोक मला अपराधी चेहऱ्यानं म्हणाला.

"ठीकाय." मी पुढे त्याला बोललो नाही.

अशोकच्या सोबत आलेला माणूस बाकावर शांतपणे बसून आमच्या दोघांचं बोलणं ऐकत होता. मी त्याच्याकडे पाहत अशोकला खालच्या आवाजात विचारलं.

"यांचं काय काम आहे?"

"भाऊ, हे माझ्याच गावचे हाईत. त्यांचं याक तुमच्याकडं काम हाय."

"कसलं?"

"वारस तपासाचं काम हाय."

"काय नाव आहे यांचं?"

"भाऊ, माझं नाव सुभाष नारायण गोरीवले हाय. माझे वडील गेल्या साली वारलेत. मी मुंबईला नोकरीला असल्यामुळे मला वारस तपास करून घ्यायला वेळ मिळाला न्हाय." सुभाष गोरीवले.

"तुम्ही ग्रामपंचायतीकडून मयताचा दाखला घेऊन आलात काय?" मी.

"व्हय." सुभाषनं मयताचा दाखला माझ्यासमोर टेबलावर ठेवला.

सुभाषनं दिलेल्या मयताच्या दाखल्यावर मी वरवरची नजर फिरवली. नंतर मी त्याला विचारलं,

"मयताला आणखी किती वारस आहेत?"

"भाऊ, माझ्या वडिलांचा मी येकुलता एक मुलगा हाय. मला चार बहिणी हाईत. माझी आईसुदीक हाय. माझ्या समद्या बहिणींची लगनं झालीत."

"त्यांच्या मला सह्या लागतील किंवा तुम्ही त्यांचे मला पत्ते आणून द्या. मी

सरकारी खर्चानं त्यांना नोटिसा तयार करून पाठवितो.''

अशोक मध्येच मला म्हणाला,

''भाऊ, त्यांची याक अडचण हाय.''

''कोणती?''

''त्यांच्या भनींची ७/१२ ला नावं लावायची न्हाईत.''

''मला असं करता येणार नाही.'' मी त्यांना समजून सांगत म्हणालो.

''त्यासाठनं ते तुमाला येक हजार रुपये द्यायला तयार हाईत.'' अशोक मला लालूच दाखवित म्हणाला.

''अशोक, तुम्ही एवढे दिवस माझ्याबरोबर राहूनसुद्धा तुम्हाला मला ओळखता आलं नाही. त्यांनी मला दहा हजार रुपये दिले तरी मी हे काम करायला अजिबात तयार होणार नाही.'' मी त्याला निक्षून म्हणालो.

''यावर आणखी काय उपाय हाय?'' सुभाषनं मनात निराश होऊन मला विचारलं.

''यावर काहीही उपाय नाही. तुम्ही यापुढे माझ्याकडे वारस तपासाच्या कामाला येताना तुमच्यासोबत तुमच्या बहिणींना, आईला आणि गावचे सरपंच किंवा पोलीस पाटील यांना घेऊन यायचं. त्याशिवाय तुमचं मी वारस तपासाचं काम करणार नाही.''

''मंग मी आता जावू?'' बसलेल्या जागेवरून उठत सुभाषनं मला विचारलं.

''या तुम्ही.'' मी त्याच्याकडे न पाहाताच म्हणालो.

सुभाषचं वारस तपासाचं काम झालं नाही म्हणून तो मनात निराश होऊन कार्यालयाच्या बाहेर पडला.

मार्च महिन्याअखेर जमीन महसूल, वाढीव जमीन महसूल शंभर टक्के पूर्ण करण्यासाठी वरून एकसारखा तगादा सुरू होता. निव्वळ वसुलीसंदर्भात तालुक्याच्या तहसील कार्यालयात दर पंधरा दिवसांनी उतेकर रावसाहेब तलाठी आणि मंडळ अधिकारी यांची मीटिंग घेत आणि ज्यांची वसुली मागे असेल त्या तलाठ्याला व सर्कलला ते त्याचा जाब विचारीत. वार्षिक गोपनीय अहवालात त्याची नोंद ठेवण्यात येईल, असं रावसाहेब त्यांना सुनावत. 'कारणे दाखवा' नोटीससुद्धा त्यांना ते काढत. हा ससेमिरा चुकविण्यासाठी जो तो जीव तोडून वसुली करण्याच्या मागे लागला होता. काही खातेदार पैसे असून शासकीय वसुली देण्यासाठी मुद्दाम टाळाटाळ करीत. त्याचा त्रास तलाठ्याला व्हायचा.

माझ्या समोर अशोक वसुली झालेल्या रक्कमांचा बेरजा मारीत बसला होता. मी त्याला म्हणालो,

''अशोक, पाहू बरं वसुलीची यादी. कुणाकुणाकडून अजून वसुली यायची

शिल्लक आहे, ते मला जरा पाहायचं आहे.''

''घ्या.'' अशोक वसुलीची यादी देत म्हणाला.

त्याच्याकडची यादी घेऊन मी त्यावर नजर फिरवू लागलो. ज्यांची वसुली झाली असेल त्यांच्यापुढे अशोकनं खुणेसाठी फुली मारली होती आणि ज्यांची वसुली अद्याप होण्याची शिल्लक असेल त्यांच्या नावापुढे त्यानं फुली मारली नव्हती. त्यामुळे कुणाची वसुली झाली आहे नि कुणाची वसुली होण्याची शिल्लक आहे, ते मला खातेदारांची नावं वाचून कळत होतं. अशोकनं प्रत्येक वाडीप्रमाणे वसुलीच्या खातेदारांची यादी तयार केली होती. ब्राह्मणवाडीत मुकुंद चिंतामण केळकर यानं अद्याप दस्ताची वसुली दिली नव्हती.

मी अशोकला विचारलं,

''अशोक, मुकुंद केळकरांकडून अजून दस्ताची वसुली का नाही झाली? तुम्ही त्याच्या घरी जाऊन आलात?''

माझं बोलणं ऐकून अशोकचा चेहरा थोडा गंभीर झाला. थोडा वेळ त्यानं तोंडातून ब्रसुद्धा काढला नाही. नंतर तो दीर्घ नि:श्वास सोडत मला म्हणाला,

''भाऊ, तो माणूस कसा हाय, हे अजून तुम्हाला ठाव न्हाय.''

त्याचं बोलणं ऐकून मी त्याच्याकडे एखाद्या वेड्यासारखा डोळे फाडफाडून पाहत राहिलो. त्याचं बोलणं मात्र काही समजलं नव्हतं. हे काहीतरी भलतंच प्रकरण दिसतंय, अशी माझी मनात खात्री झाली.

मी अशोकला पुढे म्हणालो,

''अशोक, मला कायसुद्धा कळलं नाही.''

''अवं भाऊ, त्यो मानूस लई डेंजर हाय. या गावात त्याच्या नादी कुणीबी लागत न्हाय.''

''त्याच्याकडून आपला दस्त वसूल करायलाच हवा. याआधी तुम्ही त्याच्याकडून वसुली केली नाही?'' मी.

''आधीचे तलाठी त्याला घाबरून त्याच्या घरी वसुलीला कधी जात नसत.''

''मग?''

''ते स्वत:च जमाबंदीच्या वेळी त्याच्या दस्ताचे पैसे भरत.''

जमाबंदीच्या वेळी तलाठ्याला खातेदाराची थकबाकी दाखविता येत नसे. जे लोक गावात राहत नाहीत आणि ज्यांची वसुली होण्याची शिल्लक आहे, त्यांची दस्ताची रक्कम तलाठ्याला त्याच्या पगारातून भरावी लागायची. त्याशिवाय त्याच्या जमाबंदीचं काम पूर्ण होत नसे.

"अशोक, जमिनीचे उत्पन्न ते घेणार आणि शासनाचे दस्ताचे पैसे तलाठी भरणार? हा कुठला न्याय? ते काय जमायचं नाही. आपण आता त्याच्याकडे वसुलीला जाऊ."

माझं बोलणं ऐकून आता अशोकची आश्चर्यचकित होण्याची पाळी होती. मी असं काही तिरपांगडं बोलेन असं त्याला स्वप्नातदेखील वाटलं नव्हतं. मी त्याचं बोलणं ऐकून आधीच्या तलाठ्यांप्रमाणे केळकरच्या दस्ताचे पैसे मुकाटपणे भरेन, अशी त्यानं त्याच्या मनात कल्पना करून घेतली होती. त्याला मी सुरुंग लावला होता.

माझ्या मनात त्या केळकरबद्दल आणखी भीती उत्पन्न होण्यासाठी तो पुढे मला म्हणाला,

"भाऊ, केळकर चांगला पैसेवाला हाय. त्याचा लाकडाचा धंदा हाय. साग, आंबा, फणस इत्यादी झाडं तो सरकारची परवानगी न घेताच पाडतू. त्याला कोण अडवण्याच्या भानगडीत पडत न्हाय. रेंजर असो न्हायतर फारिस्टर असो. त्याला कोणी अडवलं, तर तो लगीच त्यांच्या अंगावर त्यास्नी मारायला धावत जातू. म्हून वनखात्याचे लोक त्याच्या नादाला आजाबाद कंधी लागत न्हाईत. तिदस्ता येका फारिस्टरला त्यानं दोन दिस झाडाला बांधून ठेवलं होतं. त्याच्याकडं लाकडं तोडणारे गडीसुदीक म्वॉप हाईत. त्या लोकांचीसुदीक त्याला साथ असते. म्हून जंगलात त्याला अडवायला कंचा बी सरकारी मानूस जात न्हाय. पर्तेकजन त्याच्या जिवाला घाबरतू."

अशोकचं बोलणं या कानानं ऐकून मी त्या कानानं सोडून दिलं आणि वसुलीची यादी त्याच्याकडे परत देत मी त्याला म्हणालो, "अशोक, आपण त्या केळकरकडे आता वसुलीला जाऊ."

"आता?" अशोक अचंबित झाला होता.

"हो आता. तुम्हाला काही अडचण आहे का?"

"नाही."

"मग चला."

"चला तर चला." अशोक बसलेल्या जागेवरून उठला.

डांबरी सडकेवरून पायी पंधरा-वीस मिनिटं चालल्यावर आम्ही दोघं केळकराच्या कौलारू घराजवळ येऊन पोहोचलो. केळकर घरीच होता. नक्षीदार शिसवी पलंगावर तो आडवा झाला होता. त्याच्या वयाची चाळिशी जवळ आली होती. अंगानं तो चांगलाच मजबूत होता, त्याचे डोळे भेदक होते. आम्हाला पाहून तो पलंगावर उठून बसला. नंतर तो कंबरेला रेघारेघांची लुंगी लावतच बाहेर आला.

दाराच्या चौकटीत उभा राहत तो मला त्याच्या खणखणीत आवाजात 'बोला'

असं मला म्हणाला.

"आम्ही तुमच्याकडे दस्ताला आलोय."

"तुम्ही कोण?"

"हे आपल्याकडे नवीन तलाठीभाऊ आलेत." अशोक.

"इतक्या दिवसांत माझ्याकडे दस्ताला कुणी आले नाहीत. तुम्ही कसे आलात?"

"दस्ताची वसुली झाली नाही, तर ते पैसे जमाबंदीवेळी आम्हाला पदरचे भरावे लागतात. म्हणून मी तुमच्याकडे आलोय."

"ठीकाय. आता मी तुम्हाला पैसे देणार नाही. उद्या या कोतवालाला त्याची पावती घेऊन पाठवा. एकाला मला कोर्टात जामीन राहायचं आहे. त्यासाठी मला दस्ताची पावती हवीय."

"मी उद्या कोतवालाला दस्ताची पावती घेऊन पाठवतो."

"चहा घेऊन जा."

"आता मी जरा घाईत आहे. पुन्हा कधीतरी मी तुमच्याकडे चहा घेण्यासाठी अवश्य येईन."

"तुमची मर्जी." आत वळत केळकर म्हणाला.

अशोकला घेऊन मी लगेच परत फिरलो. थोडं पुढे चालत आल्यावर अशोक मला म्हणाला,

"भाऊ, त्याला दस्ताच्या पावतीची गरज हाय म्हून तो लगीच पैसे भरायला तयार झाला बगा." अशोक

"आपल्याला फक्त आपला दस्त मिळाला की पुरे झालं. त्यानं त्या दस्ताच्या पावतीचं काहीही करू दे. आपल्याला त्याच्याशी काहीही देणं-घेणं नाही."

"तो तसा चांगला हाय. पर मंधी मंधी पिसाळतू. तो घरपट्टी कंधीच भरीत न्हाय. पंचायतीच्या मीटिंगला येऊन तो राडा करतू म्हून पंचायतीचे लोकसुदीक त्याला लई घाबरतात."

"मग ग्रामपंचायतीचे लोक त्याच्यावर कायदेशीर कारवाई का करीत नाहीत?"

"भाऊ, त्याच्या वाटंला जाणं म्हंजी जाती सर्पाच्या शेपटीवर पाय देणं. म्हून कुणीबी त्याच्या वाटंला जात न्हाईत. तो कवा त्यास्नी घरपट्टी देत न्हाय. तरी दिकून त्यो इषय कंधी पंचायतीच्या मीटिंगमंधी चर्चेला येत न्हाय."

"उद्या तुम्हाला त्याच्या दस्ताची पावती देतो. तुम्ही त्याच्या घरी जाऊन लगेच पैसे घेऊन या."

"व्हय," अशोक.

आम्ही दोघं चालत पुन्हा तलाठी कार्यालयात आलो. दिवस बुडाल्यावर मी अशोकला कार्यालय बंद करायला सांगितलं. अशोकनं कार्यालय बंद करून दरवाजाला कुलूप लावलं. हातात लेदरची बॅग घेऊन मी घरी जाण्यासाठी बसथांब्यावर आलो.

*****

तलाठी कार्यालयाच्या अगदी जवळच खेर्डी गावाचं ग्रामपंचायत कार्यालय होतं. त्या ग्रामपंचायतमध्ये मासिक मीटिंग किंवा ग्रामसभा असेल, तेव्हा त्या ठिकाणी बेंबीच्या देठापासून ओरडणाऱ्या लोकांचा आवाज मला माझ्या तलाठी कार्यालयातसुद्धा ऐकू येत असे. मेलेल्या जनावरावर कुत्री जशी एकमेकांवर भुंकत तुटून पडतात, नेमकी तशीच परिस्थिती त्यावेळी ग्रामपंचायतमध्ये असे. गावच्या विकास कामावर चर्चा करण्याऐवजी ते एकमेकांवरील राग त्या ठिकाणी येऊन काढत. त्यामुळे ग्रामपंचायतीमध्ये मासिक सभा किंवा ग्रामसभा असेल तेव्हा त्या ठिकाणी गोंधळाची परिस्थिती निर्माण होत असे.

खेर्डी ग्रामपंचायत कार्यालयात ग्रामसेवक म्हणून राजेंद्र मोहिते हे सज्जन गृहस्थ काम करीत होते. ते मागासवर्गीय होते. माझी आणि त्यांची थोड्याच दिवसांत मैत्री झाली. त्यांच्याकडे दोन ग्रामपंचायती होत्या. खेर्डी आणि बोंडीवली या दोन्ही ग्रामपंचायतीचे ते काम पाहत होते. दोन्ही ग्रामपंचायतींना त्यांनी कामाचे वार लावले होते. त्यामुळे त्यांची आणि माझी क्वचितच भेट व्हायची. त्यांचं अजून लग्न झालं नव्हतं. त्यामुळे ते तेथे एकटेच राहत. ते स्वत:च्या हातानं चुलीवर डाळ-भात करून खात.

२६ जानेवारी या प्रजासत्ताक दिनाच्या दिवशी मला खेर्डी मराठी शाळेत झेंडावंदनासाठी सकाळी लवकर हजर व्हायचं होतं. खेडवरून सकाळी लवकर इकडे यायला गाडी नसे. त्यामुळे मी ग्रामपंचायत कार्यालयात आदल्या दिवशी वस्ती केली. मोहितेभाऊंनी अंडी उकडून त्याचं चुलीवर झकास सांभार तयार केलं. नंतर त्यांनी एका जर्मनच्या टोपात गावठी भात शिजायला टाकला. चुलीत लाकडं सारता सारता ते माझ्याशी अगदी मनमोकळेपणानं बोलत होते. मीटिंगमध्ये ग्रामपंचायतीचे सदस्य विकास कामावर चर्चा करण्यापेक्षा एकमेकांवर कुरघोडी करण्यासाठी कसा प्रयत्न करतात; तसेच मलई खाण्यासाठी पंचायत समितीचे बिडीओ कसे काही ग्रामसेवकांना हाताशी धरून ठेवतात, त्याबद्दल त्यांनी अगदी मला मोकळेपणानं सांगितलं.

मी त्यांना म्हणालो,

"ग्रामपंचायत, त्या मुकुंद केळकराकडून घरपट्टी व पाणीपट्टी का नाही वसूल करीत? त्यामुळे ग्रामपंचायतीला नुकसान नाही का होत?"

माझं बोलणं ऐकून मोहिते क्षणभर बोलायचे थांबले. नंतर दीर्घ नि:श्वास सोडून ते

मला म्हणाले, “याचा मी एकटा कसा विचार करू? ग्रामपंचायतीनं आणि सदस्यांनी मासिक मीटिंगमध्ये त्याचा विचार करायला हवा. हे लोक त्याचं नावच काढत नाहीत.”

“ग्रामपंचायतीला त्याच्याकडून सक्तीनं पैसे वसूल करता येईल.”

“त्यामुळे मी एकटाच त्याच्याशी वाईट होईन. बाकीचे मला त्या कामात अजिबात सहकार्य करणार नाहीत. म्हणून मी त्याच्या वसुलीकडे लक्ष देत नाही. मला कुठं या गावात जन्म काढायचाय.”

“तुम्हाला या गावात येऊन किती वर्षं झालीत?”

“मला बरोबर अडीच वर्षं या गावात येऊन झाली आहेत. आणखी एक-दीड वर्षांनी माझी येथून बदली होईल. तुम्ही खेडला बदली करून जाणार की...”

“मला येऊन-जाऊन करायला भारी पडतंय. खेड तालुक्यात माझी दहा वर्षांपेक्षा अधिक नोकरी झाली. म्हणून माझी या ठिकाणी तालुका बदलण्यासाठी बदली झाली आहे. आम्ही खेडवरून चार-पाच तलाठी बदली होऊन या तालुक्यात आलोय. येत्या मेच्या आधी आम्ही आमची बदली स्वखर्चाने खेड तालुक्यात होण्यासाठी प्रांतसाहेबांना भेटायला जाणार आहोत. नार्वेकरसाहेब चांगले आहेत. ते आमची विनंती बदली एखादीवेळी मान्य करतीलसुद्धा. आम्ही त्यासाठी नक्की प्रयत्न करणार आहोत.”

चुलीवर जर्मनच्या टोपात भात शिजला होता. मोहिते भाऊंनी पेटत्या लाकडावर पाणी मारून चुलीतील जाळ विझवला. लाइटच्या उजेडात मी त्यांच्या शरीराच्या हालचाली डोळ्यांनी निरखत होतो. त्यांनी कंबरेला रेघारेघांची लुंगी लावली होती. नंतर आम्ही जेवायला बसलो. एखादी सुगरण मोहिते भाऊंच्या पुढे फिकी पडावी, असं त्यांनी उकडलेल्या अंड्यांचं झकास सांभार केलं होतं. गरम गरम भाताबरोबर खाताना त्याची चव आणखी वाढली होती. पोटात भूक असल्यानं मोहिते भाऊंच्या सोबत बोलत बोलत भरपेट जेवलो आणि तृप्तीची ढेकर देत उठलो.

रात्रीचे दहा वाजून गेल्यावर आम्ही अंथरुणावर ताणून दिली. झेंडावंदन असल्यामुळे आम्ही दोघं पहाटे चारलाच उठलो. मोहितेभाऊंनी एका जर्मनच्या मोठ्या टोपात अंघोळीसाठी पाणी तापवत ठेवलं. आधी मी अंघोळ केल्यानंतर मोहिते भाऊंनी अंघोळ केली. तोपर्यंत उजाडलं होतं. चहा घेऊन मी अंगात कपडे घालून झेंडावंदनासाठी मराठी शाळेची वाट धरली. मोहिते भाऊ त्यांच्या ग्रामपंचायतीच्या कार्यालयामध्ये झेंडावंदन असल्यामुळे ते माझ्यासोबत आले नाहीत. त्यांना त्यांच्या ग्रामपंचायत कार्यालयामध्ये झेंडावंदन कार्यक्रमाची तयारी करायची होती.

*****

एप्रिलची मासिक मीटिंगसाठी दापोली तहसील कार्यालयामध्ये तालुक्यातील सर्व तलाठी आणि मंडळ अधिकारी एकत्र जमले होते. त्याचवेळी मी बापट, दामले, साळवी आणि शशी खेडेकर बदलीच्या संदर्भात आपसात चर्चा करू लागलो.

"पावसाळा जवळ आलाय. आता तलाठ्यांच्या बदल्या कधीही होतील." बापट.

"मला असं समजलंय की प्रांतसाहेबांनी जे तलाठी बदलीसाठी पात्र आहेत. त्यांची यादी करायला त्यांनी शिरस्तेदारांना सांगितलेलं आहे." मी.

"आपल्याला आता बदलीसाठी विनंतीअर्ज लिहून शिरस्तेदारांना आधी भेटायला हवं. त्यांची भेट घेऊन मगच आपण प्रांतसाहेबांना भेटू." साळवी.

"शिरस्तेदारांना आधी भेटून जमायचं नाही. ते बदलीसाठी आपल्याकडे पैसे मागतील." मी.

"त्यांना पैसे देण्याचा प्रश्नच उद्भवत नाही. आपण शासनाचा एक नवा पैसा न घेता आपल्या खर्चानं आपण बदली करून जात्योय." बापट.

"शिरस्तेदारांना आपल्याकडून पैसे मिळाले नाहीत, तर त्यांना आपला राग नक्की येईल." खेडेकर.

"मग आपण थेट प्रांतसाहेबांना भेटू. उगाच हात दाखवून अवलक्षण कशाला करून घ्यायचं?" दामले.

"प्रांतसाहेबांना थेट भेटणं योग्य आहे. साहेब 'हो' म्हणतील किंवा 'नाही'सुद्धा म्हणतील." बापट.

"ही संधी आपण आता गमावली, तर आपल्याला बदलीसाठी आणखी एक वर्ष तरी थांबावं लागेल. प्रांतसाहेब चांगले आहेत. ते आपल्या विनंती अर्जाचा सहानुभूतीनं नक्की विचार करतील. तेव्हा आपल्याला यासाठी लवकर निर्णय घ्यायला लागेल." मी त्यांना माझ्या मनातील विचार बोलून दाखविला.

आमची आपसात चर्चा झाल्यावर बापट म्हणाले,

"येत्या सोमवारी आपण प्रांतसाहेबांची त्यांच्या कार्यालयात जाऊन आपल्या बदल्यांच्या संदर्भात भेट घेऊ. सोमवारी साहेब सहसा कधी फिरती करीत नाहीत. ते आपल्याला त्यांच्या ऑफीसमध्ये नक्की भेटतील. बदलीसाठी प्रत्येकानं विनंती अर्ज लिहून आणायचा."

"ठीकाय." आम्ही सर्व एकाच सुरात म्हणालो.

*****

आम्ही सर्वजण सोमवारी सायंकाळी पाचच्या दरम्यान प्रांतसाहेबांना भेटायला त्यांच्या कार्यालयात गेलो. आमचा प्रांतसाहेबांना भेटण्याचा योग चांगला होता.

प्रांतसाहेब त्यांच्या दालनात काम करीत बसले होते. त्यांची गाडी बाहेर उभी होती. प्रांतसाहेबांना भेटण्यासाठी आधी आम्ही आमच्या नावाच्या चिठ्ठ्या लिहून साहेबांना देण्यासाठी त्यांच्या मंडपे शिपायाकडे दिल्या. प्रांतसाहेबांनी आमची नावं वाचून लगेच आम्हाला आत बोलावलं.

आम्ही सर्व दबकत दबकत आत गेलो आणि त्यांना दोन्ही हात जोडून नमस्कार करून त्यांच्या समोर उभे राहिलो. आमच्याकडे पाहत साहेबांनी आम्हाला घसा खाकरून विचारलं,

"बोला, काय काम आहे?"

"साहेब, आम्ही आमच्या बदलीसाठी आपल्याला विनंती करायला आलोय." बापट मनाचा हिय्या करीत म्हणाले.

बापटांचं बोलणं ऐकून साहेब आश्चर्यानं म्हणाले, "एवढ्या लवकर कशा बदल्या मागताय? गेल्याच वर्षी तुमच्या बदल्या झाल्यात. नलावडे, तुम्हाला मी खेर्डी सजा चांगला दिला आहे, दापोलीपासून तो सजा अगदी जवळ आहे. मग कशाला बदली मागताय?"

"साहेब, माझ्या आईचं आता वय झालंय. ती आजारी आहे. तिची मला नीट देखभाल करता येत नाही. शिवाय वेरळ गावाहून येऊन-जाऊन करताना त्याचा मला त्रास होत्योय. आपण माझी खेड तालुक्यात बदली केलीत की, माझा त्रास वाचेल." मी.

"तुम्ही सर्व तुमच्या खर्चानं खेड तालुक्यात बदली होऊन जायला तयार आहात?"

"होय साहेब." आम्ही सर्व एकाच सुरात म्हणालो.

"तुम्ही तुमचे विनंतीअर्ज टपालात देऊन ठेवा. मी पाहातो काय करायचं ते." प्रांतसाहेब.

प्रांतसाहेबांना भेटल्यानंतर आम्ही सर्वांनी बदलीसाठी आमचे अर्ज टपालात देऊन त्याची बारनिशी कारकुनाकडून पोच घेतली. नंतर आम्ही सर्वांनी बसस्थानकाकडे जाणारी वाट धरली.

मे १९९७ मध्ये नार्वेकर प्रांतसाहेबांनी त्यांच्या अखत्यारित दापोली, मंडणगड आणि खेड या तालुक्यातील तलाठ्यांच्या बदल्या केल्या. विशेष आनंदाची बाब म्हणजे त्यांनी आम्हा पाच जणांच्या बदलीसाठी दिलेल्या विनंती अर्जांचा सहानुभूतीनं विचार करून आमच्या बदल्या खेड तालुक्यात केल्या होत्या. माझी बदली आंबवली या सजावर झाली होती. माझ्या घरापासून ते वीस किलो मीटर्स अंतरावर होतं.

◆◆◆

आठ

माझा वाढदिवस १ जूनला असतो. कपिलाषष्ठीचा योग जुळून यावा, तसं मी त्याच तारखेला १९९७ मध्ये आंबवली या सजाला हजर झालो. माझ्या सजामध्ये एकूण चार गावं माझ्याकडे महसुली कामाकरता होती. आंबवली, वरवली, सणघर आणि महाळुंगे, अशी ती चार गावं होती. ती सर्व गावं खेड-वडगाव या डांबरी रस्त्याला लागून असली, तरी त्या गावातील वाड्या डोंगराच्या पोटात दूर दूर विखुरलेल्या होत्या. डोंगराला हिरव्या गच्च झाडांनी वेढलेल्या असल्यामुळे त्या वाड्या दिसायच्या नाहीत. माझं ज्या गावात तलाठी कार्यालय होतं ते आंबवली गाव अगदी सह्याद्रीच्या पायथ्याला होतं. तेथून पायी चालत गेल्यावर चार-पाच तासांमध्ये महाराष्टाचं नंदनवन असलेल्या महाबळेश्वर या थंड हवेच्या ठिकाणी सहज पोहोचता येत होतं. डोंगराच्या पोटातून जाणाऱ्या शिवकालीन पायवाटेवरून अजूनही लोकांची जा-ये सुरू आहे. महाराष्ट्र शासनानं आता त्या रस्त्याचं काम हाती घेतलं आहे. एक-दोन वर्षांतच एसटी महामंडळाची त्या रस्त्यावरून एसटी धावण्याचं सुचिन्ह आता दिसू लागलं आहे. त्यामुळे तळकोकणाला महाबळेश्वर हे थंड हवेचं ठिकाण आणखी जवळ येणार आहे.

माझ्या ऑफीसपासून चकदेव, रायरेश्वर हे उंच डोंगर छाती पुढे काढून ताठ मानेनं उभे असलेले दिसत होते. चकदेव या ठिकाणी शिवाजी महाराजांच्या काळापासून लिंगायत गुरव समाजाची वस्ती होती. तसेच तिथं पांडवकालीन महादेवाचं एक मंदिरसुद्धा होतं. चकदेवला जाण्यासाठी धोकादायक पायवाटा होत्या. त्या गावात लिंगायत गुरव समाजाची पंचवीस-तीस घरं होती. गावात दुकान नसल्यामुळे तेथील लोक बाजारहाट करण्यासाठी आंबवली गावात येत. चकदेव हे गाव सातारा या जिल्ह्यात होतं. रायरेश्वर येथे दोन-तीन वर्षांनी मोठी जत्रा भरायची. रायरेश्वर आणि चकदेव हे डोंगर दिमाखात उभे असलेले पाहून अभिमानानं त्यांच्या समोर मस्तक

माझं झुकत होतं. त्या ठिकाणी एकदा तरी जाऊन यावं, असं मला माझ्या मनात वाटू लागलं.

आंबवली या गावात हजार-बाराशे एवढी वस्ती होती. गावात रेशन दुकान होतं, किराणा मालाची दोन-तीन दुकानं होती, शिंप्याची दोन दुकानं होती, एक चिकन सेंटर होतं. शिवाय सेना-भाजप युतीच्या काळात आपल्या कार्यकर्त्यांना खूश करण्यासाठी खिरापतीसारखं वाटलेले एक झुणका भाकर केंद्रसुद्धा गावात चालू होतं. तालुक्याला जाण्या-येण्यासाठी कच्चे रस्ते गायब होऊन आता सगळीकडे डांबरी सडका झाल्या होत्या. गावात मराठा समाजाची अधिक वस्ती होती. चकदेव डोंगराच्या पोटात विखुरलेली धनगर समाजाची सात-आठ घरं होती. चांभार आणि बौद्ध यांची तुरळक वस्ती होती. माझ्या ऑफीसजवळ डांबरी सडक होती आणि त्या सडकेच्या पलीकडे डोंगरच्या पोटातून उगम पावलेली डूबी नदी होती. पावसाळ्यात डूबी नदीला प्रचंड वेग असायचा. त्या नदीचा पावसाळ्यात रुद्रावतार पाहून पोटात भीतीनं खड्डा पडायचा. पावसाळ्यात भयकारी आवाज करीतच डूबी नदी जगबुडी खाडीला भेटायला जात होती.

माझं तलाठी कार्यालय धोंडू चव्हाण यांच्या घरी एका खोलीत होतं. माझ्या कार्यालयाला लागूनच मंडळ अधिकारी (सर्कल) यांचंसुद्धा कार्यालय होतं. त्यांच्या अखत्यारित एकूण सात तलाठी सजे होते. तलाठ्यांच्या कामं करून घेण्याची जबाबदारी शासनानं त्यांच्यावर टाकली होती. सर्कलचं मुख्यालयसुद्धा आंबवली हेच होते. शिवदास शिर्के हे आंबवली सर्कल म्हणून काम करीत होते. ते बौद्ध समाजाचे होते. त्यांनी एका तेली समाजाच्या मुलीशी आंतरजातीय विवाह केला होता. त्यांचं मूळगाव मंडणगड तालुक्यातील म्हाप्रळ हे होते. शिर्के भाऊसाहेब उंच आणि गहूवर्णीय होते, त्यांचा स्वभाव मात्र सौम्य होता, ते कुणाला तोडून बोलत नसत. ते सहसा त्यांच्या हाताखाली काम करणाऱ्या तलाठ्यांना अरे-तुरे करीत नसत. ते छान कोट्या करून लोकांना हसवीत. परंतु स्वत: कधी हसत नसत. त्यांच्या हाताखाली काम करणारे तलाठी म्हणजे एकेक नमुने होते. तरीसुद्धा ते त्यांच्याकडून कधी गोड बोलून, तर कधी रागानं बोलून काम करून घेत. ते रागाने बोलले तरी त्यामध्ये दुरावा, द्वेष किंवा तिरस्कार नसे. थोड्या वेळाने पुन्हा दिलजमाई होत असे. मी शिर्के भाऊसाहेबांच्या आधी नोकरीला लागल्यामुळे मला ते एका शब्दानंदेखील कधी बोलत नसत. मी केलेल्या कामावर त्यांचा विश्वास असायचा. मी फेरफार रजिस्टरला घातलेल्या नोंदी ते अगदी डोळे झाकून मंजूर करीत. तसा त्यांचा बाकीच्या तलाठ्यांवर विश्वास नसायचा. त्यांच्या कागदावर सही करताना ते त्यांचे कागद अगदी बारकाईनं तपासून मगच ते सही करीत. मी कधीही खोटं काम करणार

नाही, यावर त्यांचा ठाम विश्वास असे. त्यांची नोकरीची सुरवात जरी तलाठी म्हणून मंडणगड तालुक्यात झाली असली, तरी शिर्के भाऊसाहेब त्यांना बढती मिळून खेड तालुक्यात आल्यापासून मला चांगले ओळखत होते.

शिर्के भाऊसाहेब आंबवली गावात राहत नसत. त्यांच्याकडे राजदूत कंपनीची मोटारसायकल होती. ते त्यावरून येऊन-जाऊन करीत. आठवड्यातून एकदा किंवा दोनदा ते त्यांच्या मंडळ कार्यालयात येत असत. एरवी त्यांची त्यांच्या अखत्यारित अन्य तलाठी सजांना भेटी देण्यासाठी फिरती असे.

माझं ज्यांच्या घरी तलाठी कार्यालय होतं, ते धोंडू चव्हाण वयोवृद्ध होते. त्यांना डोळ्यांनी नीट दिसतसुद्धा नव्हतं, त्यांच्या बायकोचंसुद्धा वय झालं असलं तरी ती घरातील सगळी कामं करायची. विहिरीवर जाऊन पाण्याची कळशी भरून आणायची. वयोमानानं म्हातारीला पाठीत पोक आलं होतं. ती चालताना कंबरेत वाकत होती. म्हातारे रंगाने गोरे असले तरी त्यांची बायको रंगानं ठार काळी होती. थोड्याच दिवसांत माझ्यावर त्यांचा चांगला लोभ बसला. मी त्यांना आजोबा आणि आजी म्हणू लागलो. त्यांना पाहून माझ्या आईवडिलांची मला आठवण व्हायची. त्यांची लग्न झालेली मुलं ठाण्याला नोकरीच्या निमित्तानं राहत होती. मोठा मुलगा वृद्ध आईवडिलांना पाहण्यासाठी वर्षातून तीन-चारवेळा तरी गावी यायचा. त्याची सासुरवाडीसुद्धा याच गावात होती. गावी येताना तो आई-वडिलांना लागणाऱ्या सगळ्या वस्तू ठाण्यावरून विकत आणत असे आणि जाताना त्याच्या शेतात पिकलेला भात गोणी भरून न्यायचा. म्हातारी मोठ्या मुलाला सारखं 'माझा बावा, माझा बावा' करीत त्याचं कौतुक करायची. तिच्या धाकट्या मुलानं आंतरजातीय विवाह केल्यामुळे ती त्याच्यावर फार नाराज होती. तिची धाकटी सून स्वभावानं कडक होती. म्हातारीचा धाकटा मुलगा आणि त्याची बायको कधीही त्यांच्या वृद्ध आईवडिलांना पाहण्यासाठी गावी येत नसत.

आंबवली गावच्या सरपंचांना लोक 'अण्णा' या नावाने साद घालीत. त्यांच्या नावे गावात रेशनिंग दुकान होतं आणि चिकन सेंटरसुद्धा होतं. शिवाय तालुक्याच्या आमदारांची त्यांच्यावर विशेष मर्जी असल्यानं त्यांच्या पत्नीच्या नावे झुणका भाकर केंद्रसुद्धा होतं. त्या बांद्री पट्ट्यात एकूण तीस-चाळीस गावं होती. त्या पट्ट्यात अण्णांची वट होती. एखादं विकासाचं काम असेल तर तालुक्याचे आमदार अण्णांना सोबत घेत.

गावात तलाठी म्हणून नवीन हजर झाल्यावर मी अण्णांना त्यांच्या घरी जाऊन मुळीच भेटलो नव्हतो. एखाद्या राजकीय पक्षाच्या व्यक्तीची ओळख करून

घ्यायला मला मनापासून आवडायचं नाही. शक्यतो मी त्यांच्यापासून कधीही चार हात दूर राहत असे. याची सल अण्णांच्या मनात बोचत होती. एकदा त्यांनी तलाठी गावात राहत नाहीत, म्हणून हा विषय ग्रामपंचायतीच्या मीटिंगमध्ये चर्चेलासुद्धा घेतला होता. माझ्या ते कानावर आलं होतं. परंतु त्यांनी तो विषय अधिक ताणून धरला नाही. ते एका राजकीय पक्षात सक्रिय असले तरी ते मनानं फार चांगले होते. गावातील लोकांच्या अडीअडचणीला ते लगेच धावून जात. माझ्या आधीच्या तलाठ्यांची आणि त्यांची चांगली मैत्री होती. त्यांना ते त्यांच्या महसुली कामात मदतसुद्धा करीत असत. आंबवली गावात ते सलग दुसऱ्यांदा सरपंच म्हणून काम करीत होते. शिवाय तालुक्याहून येणाऱ्या अधिकाऱ्यांचा पाहुणचार त्यांच्याच घरात होत असे.

हळूहळू अण्णांची आणि माझी महसुली कामाच्या निमित्तानं ओळख होऊ लागली, तेव्हा त्यांच्या चांगुलपणाचा मला आणखी प्रत्यय येऊ लागला. आमच्या मनात एकमेकांबद्दल असलेला गैरसमज दूर झाला. मलासुद्धा माझ्या कामात अण्णांची मदत होऊ लागली. बंड्या आणि अजित ही त्यांची दोन तरुण मुलं मला 'भाऊसाहेब' म्हणून आदरानं हाक मारू लागली. कोणताही पुरुष त्याला जर त्याच्या पत्नीची साथ नसेल, तर तो त्याच्या जीवनात कधीही यशस्वी होणार नाही. ही अगदी काळ्या दगडावरची रेघ आहे. अण्णांच्या बायकोची त्यांना खंबीर साथ होती. अण्णांच्या पश्चात त्या त्यांचा सर्व व्यवसाय अगदी व्यवस्थित सांभाळत. अण्णा त्यांच्या घरी क्वचित सापडत. त्यांचं रोज कुठं ना कुठंतरी जाणं अगदी ठरलेलं असे. अशावेळी त्यांच्या पश्चात त्यांची संपूर्ण मदार त्यांच्या धर्मपत्नीवर असे. अण्णांच्या पत्नींना मी 'वहिनी' म्हणायचो. त्यांचा स्वभाव फार चांगला होता. मी त्यांच्या घरी गेलो की, त्या माझ्यासाठी गरम चहाचा कप घेऊन येत, उन्हाळ्याच्या दिवसात फ्रिजमध्ये ठेवलेलं थंड पाणी मला प्यायला देत, जेवणासाठी आग्रह करीत. त्यांचा चेहरा नेहमीच प्रसन्न, हसमुख असे. त्यांच्या चेहऱ्यावर मला कधीही नाराजी दिसली नाही.

अण्णांच्या घरात झुणका-भाकर केंद्र सुरू झाल्यापासून त्यांच्या घरात सुगीचे दिवस सुरू झाले होते. एका रुपयात झुणका-भाकर मिळण्यासाठी एक चांगली योजना युती शासनानं गावागावांत सुरू केली होती. ज्या गावात रोज पाच किंवा दहा भाकऱ्या खपताना मारामार त्या ठिकाणी रोज शंभर किंवा दीडशे भाकऱ्या खपल्या म्हणून झुणका-भाकर केंद्र चालक त्यांच्या रजिस्टरला खोट्या नोंदी करीत. प्रत्येक भाकरीमागे केंद्रचालकांना शासनाकडून एक रुपया अनुदान म्हणून मिळायचं. जेवढ्या जास्त खोट्या नोंदी रजिस्टरला त्यांनी केल्या असतील तेवढे पैसे त्यांना तहसील कार्यालयाच्या पुरवठा शाखेकडून दरमहा मिळत असत. त्यामुळे तालुक्यातील

झुणका-भाकर केंद्रचालकांची आमदनी वाढली होती. एखादा अधिकारी झुणका-भाकर केंद्र तपासणीला जायचा, तेव्हा तो त्याचा खिसा गरम करून येत असे. आंधळं दळतंय अन् कुत्रं पीठ खातंय अशीच त्या झुणका-भाकर केंद्राची गावोगावी अवस्था होती. झुणका-भाकर केंद्रासाठी शासनानं मोक्याच्या जागा दिल्या होत्या. त्या ठिकाणी नंतर अवैध धंदेसुद्धा राजरोस सुरू झाल्याचं पाहायला मिळत होतं.

माझ्या आंबवली या सजामध्ये कोतवाल म्हणून माझ्या हाताखाली नाना काम करीत होता. तो अवलिया होता. ठेंगणी मूर्ती, धष्टपुष्ट शरीर. त्यानं वयाची पन्नाशी ओलांडली होती. त्याच्या अंगावर नेहमी चुरगळलेला सदरा आणि पँट असायची. शिवाय तो गावात मांत्रिक म्हणून सर्वांना परिचित होता. त्याला एकूण पाच मुलं होती. तीन मुली आणि दोन मुलगे. मुली मोठ्या होत्या. एक मुलगी अविवाहित होती. एक मुलगी तिचं लग्न होऊनसुद्धा ती तिच्या सासरी नांदायला जात नव्हती. तिचं लग्न झाल्यावर थोड्याच दिवसांत ती माहेरी परत आली. ती जेव्हा सासरी होती, तेव्हा ती तिच्या नवऱ्याला अंगाला हात लावून देत नसे. रात्री बिछान्यात नवरा जवळ आल्यावर त्याचं लिंग छाटण्यासाठी ब्लेडचं पातं ठेवायची. तिनं सासरी नांदायला जावं म्हणून वाडीत अनेक बैठका झाल्या. परंतु त्याचा काडीचादेखील उपयोग झाला नाही. प्रत्येक बैठकीत नानांची मुलगी 'मी सासरी नांदायला जाणार नाही!' म्हणून जमलेल्या लोकांना निक्षून सांगायची. नानांनी त्या मुलीपुढे अक्षरश: हात टेकले होते.

नानांचा आवाज त्याचं वय झालं असलं तरी अजून खणखणीत होता. तो भजन-कीर्तनाच्या कार्यक्रमात गळ्यात ढोलकी अडकवून झकास वाजवायचा. गावात भजन किंवा कीर्तनाचा कार्यक्रम असेल, तेव्हा नानांचा भाव आपोआप वाढायचा. नाना एकदा मला म्हणाला, 'भाऊ, मी अर्धी दारूची बाटली हाणल्याशिवाय ढोलकी वाजवायला कंधी सुरुवात करीत न्हाय बगा. माझ्या बापसानं ह्यो मला नाद लावलाय. माझा बापूस आमच्या गावचा पोलीस पाटील व्हता. त्याचा तवा लई मोठ्ठा दरारा व्हता.'

या बोटावरची थुंकी त्या बोटावर कशी करायची, याची कला नानाच्या अंगात होती. तो मला कधीकधी ताकास तूर लागून द्यायचा नाही. एकदा तो सलग आठ दिवस कार्यालयात आलाच नाही. नवव्या दिवशी तो कार्यालयात उगवल्यावर मी त्याला थोड्या गुश्शातच विचारलं,

"नाना, तुम्ही आठ दिवस ऑफीसमध्ये का नाही आलात?"

नाना गंभीर चेहरा करून मला सांगू लागला,

"भाऊ, मी आक्शी मरता मरता वाचलू बगा."

"काय झालं?" मी त्याला विचारलं.

"अवं मी मंगल्या आईतवारी वडापच्या टेंपोनं खेडला जात व्हतो. त्या टेंपोचा अक्शीटन झाला बगा. तवा मी आठ दिस सरकारी दवाखान्यात व्हतू."

नानाकडे पाहून मला त्याचं बोलणं खोटं वाटू लागलं. अपघाताची त्याच्या अंगावर एकही जखम मला दिसत नव्हती. त्यामुळे तो माझ्याशी खोटं बोलत आहे, हे माझ्या चटकन ध्यानात आलं. मी त्याला अविश्वासानं विचारलं,

"नाना, तुमच्या अंगावर त्या अपघाताची एकही जखम कशी दिसत नाही?"

नाना वस्ताद आणि हजरजबाबीसुद्धा होता. माझं बोलणं ऐकून तो लगेच मला म्हणाला,

"भाऊ, मला समदा मुका मार बसलाय बगा. माझ्या अंगातील हाडं मोडली हाईत. पांडुरंगाची किरपा म्हून मोठ्या नशिबानं मी त्यातून वाचलूय."

नाना पंचक्रोशीत चांगला नावाजलेला मांत्रिक होता. गावात कुणाला सर्पदंश किंवा विंचूदंश झाला असेल, तर भारणी टाकून अंगातील विष उतरवायचा. चंद्रग्रहण किंवा सूर्यग्रहण असेल तेव्हा तो नदीच्या गुडघाभर पाण्यात जाऊन बसायचा. ग्रहण समाप्त झाल्याशिवाय तो नदीच्या पात्राबाहेर पाऊल टाकायचा नाही. तो जेवायला बसल्यावर त्याला त्याच्या कानावर बाईच्या हातातील बांगड्यांचा आवाज ऐकू आलेलं चालायचं नाही. तो जेवायला बसल्यावर समजा त्याला एखाद्या बाईच्या हातातील बांगड्यांचा आवाज ऐकू आल्यावर तो अर्ध्या जेवणावरून उठायचा. मग तो दुसऱ्या दिवशी जेवायचा. तो नोकरी करीत त्याच्या शेतीची कामंसुद्धा करायचा. त्यात नानाला प्रत्येक वर्षी खंडीभर (वीस मण) भात मिळायचा.

नाना आणि त्याची बायको शेतीच्या कामाला फार आळशी. शिमग्याच्या सणाला गावात लोकांची भाजावळ आली, तरी त्यांची भाजावळ कधी वेळेवर होणार नाही. नाना शेतात कामाला गेल्यावरच त्याच्या सोबतच त्याची बायको कामाला जात होती. ती एकटी कधी शेतात पाऊल टाकीत नसे.

एकदा नानानं कृषी खात्याकडून मोफत मिळालेली दोनशे काजूची रोपं त्याच्या मालकीच्या जमिनीत लावण्यासाठी घेतली होती. परंतु त्याच्या मुलखाच्या आळशी स्वभावानं ती काजुची रोपं पावसात कुजून गेली.

नाना शिर्के भाऊसाहेबांच्या गैरहजेरीत त्यांच्या खोलीची झाडलोट करून ठेवायचा. सर्कल भाऊसाहेबांच्या कपाटाची किल्लीसुद्धा नानाकडे असायची. मिलिटरीमध्ये नोकरीला असणाऱ्या एका इसमानं शिर्के भाऊसाहेबांनी त्याचं काम करून दिलं म्हणून त्यांना एक मिलिटरीमधील रमची बाटली बक्षीस म्हणून दिली होती. शिर्के भाऊसाहेब कधीकधी आंबवलीमध्ये वस्तीला राहत तेव्हा ते त्या रमचा आस्वाद घेत.

नानानं एकदा ते कपाट उघडल्यावर त्यांना ती मिलिटरी रमची बाटली दिसली. ती रमची बाटली पाहून नानाचे डोळे आनंदाने चमकले. तो आशाळभूत नजरेने त्या रमच्या बाटलीकडे पाहू लागला. शेवटी त्याला राहावलं नाही. त्यानं ती बाटली कपाटातून काढली आणि त्याच्या तोंडाला लावली. तीन-चार घोट पिऊन झाल्यावर नानानं भाऊसाहेबांना शंका येऊ नये म्हणून त्यात थोडं पाणी ओतून ठेवलं. शिर्के भाऊसाहेब एकदा आंबवलीत वस्तीला राहिल्यावर त्यांना त्या रमची चव वेगळीच लागली. तेव्हा त्यांनी अगदी बरोबर ओळखलं की नानानं या बाटलीतील रम पिऊन त्यात पाणी घालून ठेवलं आहे. नानाची लीला कळून आल्यावर शिर्के भाऊसाहेब गालात खुदकन हसले. परंतु त्यांनी त्याबद्दल कधी नानाला एका शब्दानंसुद्धा विचारलं नाही.

शिर्के भाऊसाहेबांची प्रांतानं दप्तर तपासणी लावली होती. त्यांचं ऑफीस झाडून स्वच्छ करण्यासाठी भाऊसाहेबांनी नानाला त्याच्या वाडीत राहणाऱ्या एका माणसाकडून तातडीचा निरोप पाठविला होता. प्रांत दप्तर तपासून गेले तरी नाना त्यांच्या कार्यालयाकडे फिरकला नाही. दोन दिवसांनी त्यानं शिर्के भाऊसाहेबांना त्याचं तोंड दाखविलं, तेव्हा त्यांनी नानाला घुश्शातच विचारलं,

"नाना, तुम्हाला मी निरोप पाठवूनसुद्धा तुम्ही इकडे आला नाहीत."

"भाऊसाहेब, माझ्या मंगं लई साडेसाती लागलीय बगा." नाना कसंनुसं तोंड करीत म्हणाला.

"कसली साडेसाती लागलीय तुमच्या मागे?"

"अवं तुमचा निरुप मला मिळाला. पर सांच्यापारी गुरांना वाड्यात (गोठा) पेंडा टाकायला गेलो व्हतू तवा मला गर्भार इचवानं नांगी मारली. मरता मरता मी वाचलू बगा."

"नाना, तुम्ही मांत्रिक आहात ना?"

"व्हय. पर सोतावर भारणी टाकता येत न्हाय. म्हून मी गावातल्या दुसऱ्या मांत्रिकाकडं गेलू व्हतु."

"नाना त्या विंचवाला कळायला नको, मांत्रिकाला कशी नांगी मारायची म्हणून." भाऊसाहेब नानाची फिरकी घेत म्हणाले.

"अवं, त्या इचवाला काय कळतंय, मी मांत्रिक हाय म्हून. येडी ती जात. या दिसात त्याला लई म्हंजी लई इष असतं बगा."

नानाला त्याची मराठा जात असल्याचा खूप अभिमान होता. तो 'मी श्यान्नव कुळी मराठा हाय' म्हणून अभिमानानं सांगायचा. एके दिवशी मासिक पत्रकं तयार

करण्यासाठी आम्ही सर्व तलाठी शिर्केभाऊसाहेबांच्या कार्यालयात जमलो होतो. वाडीबीड या सजावर संतोष उतेकर तलाठी म्हणून काम करीत होता. तो नवीनच नोकरीला लागला होता. त्याच्या वडिलांनी स्वातंत्र्यचळवळीत भाग घेतला होता म्हणून त्याला शासनानं नोकरी दिली होती. तोसुद्धा मराठा समाजाचा होता. नानासुद्धा कार्यालयात हजर होता. नानानं उतेकर तलाठ्यालासुद्धा 'मी जातीचा श्यान्नव कुळी मराठा हाय' अशा शब्दांत सुनावल्यावर उतेकर त्याला हसत हसत म्हणाला,

"तुम्ही श्यान्नव कुळी आणि मी काय ब्यान्नव कुळी आहे का?"

संतोष उतेकरचं बोलणं ऐकून नानाला त्याचा खूप राग आला. हार मानणं नानाच्या मुळीच रक्तात नव्हतं. नाना रागानं त्याच्याकडे पाहत मोठ्या आवाजात त्याला म्हणाला,

"तुमाला मी याचं उत्तर दिलंन असतं. पर या लोकांसमुर मी देनार न्हाय. तुमी मला येकटे भेटा. मंग मी तुमाला याचं उत्तर देतू."

नाना मोठा वस्ताद माणूस आहे म्हणून संतोषनं त्याच्याशी पुढे बोलणं वाढविलं नाही. तो त्याचा वाडीबीड सजाचा कदम कोतवालसुद्धा घेऊन आला होता. त्या कदम कोतवालाची वयाची साठी जवळ आली होती. तो नांदिवली गावात राहायचा. तो धोतर नेसायचा. त्याला तीन मुली होत्या. मुलगा नव्हता. त्याच्या नावे जमीनजुमला पुष्कळ होता. आपल्याला वारस नाही म्हणून त्याला त्याचा घोर लागला होता. शिर्के भाऊसाहेब कदम कोतवालाची फिरकी घेत म्हणाले,

"कदम, तुम्ही दुसरं लगीन या वयातसुद्धा करणार का?"

"मुलगी भेटली की मी लगीन करणारच."

"मग तुम्ही धोतर नेसू नका, पँट घाला. मग तुम्हाला लगेच मुलगी भेटेल."

नाना त्या दोघांचं बोलणं ऐकून म्हणाला,

"भाऊसाहेब, मी याच्या लग्नाला मुलगी बघू देतु. पर यानं मला येक हजार रुपये बक्सीस म्हून द्यायला पाह्यजेल."

"मी तुला येक हजार रुपये द्यायला तयार हाय. पर माझी याक अट हाय." कदम कोतवाल.

"कंची अट?" नाना.

"तू मला आधी मुलगी दाखीव."

"मुलगी बगून झाल्यावर नंतर तू मला फशीवलंस तर."

"आन पैसं घेऊनसुदीक तू मला नंतर फशीवलंस म्हंजी?"

"तुला माझ्यावं आधी इसवास ठिवायला पाह्यजेल."

"ईसवास गेला पानिपतच्या लढाईत. मी तुला आज वळखत न्हाय."

"मंग राह्यलं. हिथं कोन रिकामा हाय तुझ्या लगनाला मुलगी बगून द्यायला." नाना.

त्या दोघांचं सुरू असलेलं बोलणं मी माझ्या कानानं मासिक पत्रकं तयार करीत असताना ऐकत होतो. त्यांचं बोलणं ऐकून मला त्याची गंमत वाटत होती.

*****

आई फार आजारी होती. तिचं वय झालं होतं. त्यामुळे डॉक्टरकडे नेऊनसुद्धा ती बरी होत नव्हती. दुर्दैवानं दिनांक २९ ऑगस्ट १९९७ रोजी ती आम्हा सर्वांना सोडून दूरच्या प्रवासाला कायमची निघून गेली. आईचं क्रियाकर्म करण्यासाठी मी पंधरा दिवसांची रजा घेतली होती. माझ्या डोक्यावरील संपूर्ण केस काढले होते. माझ्या डोक्याचा चमनगोटा झाला होता. म्हणून मी माझ्या डोक्यावर टोपी घालत होतो.

माझी पंधरा दिवसांची रजा संपल्यानंतर मी नियमानुसार सोळाव्या दिवशी खेड तहसीलदारांच्याकडे हजर रिपोर्ट घेऊन गेलो. एमपीएससी परीक्षा नुकतेच उत्तीर्ण झालेले पंकज चौबळ हे नवीन तहसीलदार म्हणून खेड तहसील कार्यालयात हजर झाले होते. माझी आई गेली हे त्यांना आधीच समजलं होतं. मी जेव्हा त्यांच्याकडे हजर रिपोर्ट घेऊन गेलो तेव्हा ते मला कोरडेपणाने म्हणाले, "तुमची आई आजारी होती का?" मी त्यांना 'हो' असं म्हणालो. त्यांच्या बोलण्यात माझ्याबद्दल सहानुभूती नावालादेखील नव्हती. पुढे त्यांनी माझ्या आईबद्दल एक शब्दसुद्धा विचारलं नाही. मीसुद्धा त्यांच्याशी अधिक बोलणं टाळलं. माझा त्यांनी हजर रिपोर्ट वाचून त्यावर त्यांनी त्यांची सही केली. नंतर मी त्यांच्या वातानुकूलित दालनातून लगेच बाहेर पडलो.

चौबळ रावसाहेब खेड तहसीलदार म्हणून या ठिकाणी अधिक रमले नाहीत. वरती त्यांचा मोठा वशिला असल्यानं थोड्याच दिवसांत त्यांनी त्यांची बदली दुसऱ्या तालुक्यात करून घेतली. चौबळ यांची बदली झाल्यानंतर थोड्याच दिवसात त्यांच्या ठिकाणी एमपीएससी उत्तीर्ण झालेले दाणी यांची खेड तहसीलदार म्हणून नवीन नियुक्ती झाली. ते दिसायला वामनमूर्ती असले, तरी रंगानं उजळ होते आणि अभ्यासूसुद्धा होते. काम करण्याची त्यांची दांडगी चिकाटी होती. परंतु स्वभावानं ते थोडे शीघ्रकोपी होते. तरुण सळसळत्या रक्ताला काबूत ठेवण्यासाठी ते थोडे कमी पडत. त्यामुळे त्याचा त्रास सर्वांना व्हायचा.

*****

दारिद्र्यरेषेखालील लोकांची पाहणी करून त्याची यादी करण्याचं काम

अगदी युद्धपातळीवर सुरू होतं. दारिद्र्यरेषेखाली नाव येण्यासाठी वार्षिक उत्पन्न रुपये चार हजारची मर्यादा होती. ज्यांच्या घरात टीव्ही, रेडिओ, गाडी, पंखा इत्यादी चैनीच्या वस्तू असतील, तर त्याचं नाव दारिद्र्यरेषेखालील यादीमध्ये येत नसे. यादी तयार करण्यासाठी वरिष्ठामार्फत तालुक्यातील प्रत्येक गावात प्रगणकाची नियुक्ती करण्यात आली होती. माझीसुद्धा प्रगणक म्हणून नियुक्ती करण्यात आली होती. माहिती संकलनासाठी गावात मला घरोघर फिरावं लागत होतं. कुटुंबप्रमुखाकडून माहिती घेऊन मला छापील फॉर्म भरावा लागत होता. नंतर त्याची त्या छापील फॉर्मवर माहिती दिल्याबद्दल सही घ्यावी लागत होती.

कधीकधी लोक घरात भेटत नसत. मग माहिती घेण्यासाठी पुन: पुन्हा त्या घराकडे जावं लागायचं. आपलं नाव दारिद्र्यरेषेखालील यादीत आल्यावर आपल्याला शासनाकडून अनेक सोयी-सवलती मिळतील म्हणून ज्यांची आर्थिक परिस्थिती चांगली आहे, असे लोक माझ्या मागे गोंडा घोळीत फिरत. मला आर्जव करीत. एखाद्या राजकीय पुढाऱ्याकडूनसुद्धा दबाव टाकण्याचा प्रयत्न करीत. परंतु मी त्या दबावाला भीक घालीत नसे. माझं काम प्रामाणिक असे आणि खरोखर ज्यांची आर्थिक परिस्थिती हलाखीची आहे, त्या लोकांना त्याचा फायदा कसा होईल याचा मी माझ्या मनात विचार करीत असे. त्यामुळे काही लोक माझ्याकडून दुखावले जात. माझं काम त्यांना आवडत नसे. त्या लोकांनी सांगितल्याप्रमाणे मी जर दारिद्र्यरेषेखालील लोकांची यादी केली असती तर त्यांनी माझं आणखी तोंडभरून कौतुक केलं असतं. परंतु मला त्यांच्याकडून ते कौतुक नको होतं. माझ्या ठिकाणी अन्य प्रगणक असता, तर त्यानं ती संधी मुळीच सोडली नसती. काहीजण मला तोंड वेंगाडून आर्जव करीत, प्रलोभनं दाखवित. मी त्यांच्या त्या प्रलोभनांना सहसा बळी पडत नसे. परंतु गोरगरिब जनतेवर अन्याय होऊ नये, याची मी फार काळजी घेत असे. माझ्या लहानपणी मी गरिबीचे चटके सहन केले होते. त्यामुळे गरिबी, भूक इत्यादी शब्द मला चांगले कळत. ते जाणून घेण्यासाठी मला अन्य कुणाची गरज भासत नव्हती.

महादेव यादव हे आंबवली गावाचे खोत होते. त्यांचा मुलगा रिक्षा चालवायचा. त्याची ती स्वत:च्या मालकीची रिक्षा होती. कूळ कायद्यात जमिनी जाऊनसुद्धा महादेव खोतांकडे बरीच जमीन शिल्लक होती. ते वर्षाला जमिनीचा दस्तसुद्धा भरीत. एवढं असूनसुद्धा त्यांना वाटे की, त्यांचं नाव दारिद्र्यरेषेखालील यादीत यावं. आधी मला गयावया, आर्जव करून सांगणारे महादेव खोत नंतर नंतर माझ्याशी दमदाटीची भाषा करू लागले. मी त्यांच्या त्या दमदाटीला अजिबात भीक घातली नाही. त्यामुळे त्यांचा माझ्यावर आणखी जळफळाट होऊ लागला. गावात जे सधन आणि प्रतिष्ठित

लोक होते त्यांचाच मला त्रास सहन करावा लागत होता. गरीब लोक त्यासाठी त्यांच्या तोंडातून शब्द काढत नसत. माझं काम सत्य आणि प्रामाणिक असल्यामुळे वरिष्ठाकडे कुणी माझी तक्रार करण्याच्या भानगडीत पडत नसत.

*****

मनोहर (मनिष) कदम हा आंबवली गावात त्याच्या मामाकडे राहात होता. त्याचं मूळ गाव नांदीवली हे होतं. आंबवलीपासून ते गाव उत्तरेला दहा किलो मीटर्स अंतरावर होतं. तो खेड या तालुक्याच्या गावी शिकत होता. त्याची आर्थिक परिस्थिती अत्यंत हलाख्याची होती. तो कधीकधी माझ्या ऑफीसमध्ये यायचा आणि माझ्याशी तो खूप वेळ बोलत बसायचा. त्याची शिकण्यासाठी चालू असलेली धडपड मी माझ्या डोळ्यांनी पाहत होतो. माझा स्वभाव त्याला आवडायचा. मी शिक्षण घेण्यासाठी किती खस्ता खाल्ल्या हे त्याला सांगितल्यावर त्याच्या मनात शिकण्यासाठी आणखी प्रबळ इच्छा निर्माण व्हायची. कधीकधी तो गावात त्याच्या सायकलीवरून लोकांना वर्तमानपत्र देण्यासाठी जात असतानासुद्धा तो मला दिसायचा. मला पाहून तो गालात हसायचा आणि सायकल थांबवून थोडा वेळ माझ्याशी बोलायचा.

ज्युनियर कॉलेज पूर्ण झाल्यावर मनोहरनं ठाणे गाठलं आणि काम करत करत त्यानं त्याचं पुढचं शिक्षण पूर्ण केलं. त्याला वाचनाची भरपूर आवड होती. माझी पुस्तकं त्यानं आवडीनं वाचली होती आणि त्याच्या मित्रांनासुद्धा त्यानं ती वाचायला दिली होती. आज मनोहर ऊर्फ मनिष ऊर्फ मनोज दूरदर्शन मालिकांच्या पटकथा लिहून आंबवली आणि नांदीवली (मूळ गाव) गावांची नावं संपूर्ण महाराष्ट्रामध्ये गाजवत आहे. त्यानं पटकथा लिहिलेल्या मालिका दूरदर्शनवर गाजल्या आहेत. अधूनमधून तो मला माझ्या मोबाईलवर फोन करून माझी तो खुशाली विचारीत असतो. माझं 'दगडफोड्या' हे आत्मकथन वाचून संघर्ष करण्याची स्फूर्ती मिळाली, असंही तो प्रामाणिकपणे कबूल करीत असतो. दिनांक २० ऑक्टोबर २०१३ रोजी महाराष्ट्र साहित्य परिषद शाखा खेडतर्फे एक दिवसीय साहित्य संमेलन पार पडलं. त्या एक दिवसीय साहित्य संमेलनात मनिष कदमचा आणि माझा जाहीर सत्कार करण्यात आला. त्यावेळी त्यानं व्यक्त केलेल्या मनोगतात त्याच्या यशाचं श्रेय मला दिलं. त्याचे शब्द ऐकून माझा ऊर भरून आला. आमच्या दोघांचीही कोठेही भेट झाली तरी तो अजून खाली वाकून माझ्या पायांना स्पर्श करून माझा आशीर्वाद घेत असतो. हा त्याचा नम्रपणा मला खूप आवडतो.

*****

मी जेव्हा माझ्या तलाठी कार्यालयासमोर मोकळी हवा घेण्यासाठी उभा राहत

असे, तेव्हा मला आभाळात झेपावलेला उंच, अजस्त्र चकदेवाचा डोंगर खुणावत असे. मला तो डोंगर भेटायला बोलावत असे. चकदेवच्या जंगलात वाघ आहेत, असं धनगर लोकांनी मला सांगितलं होतं. त्यामुळे चकदेवला जायला मला भीती वाटायची. परंतु एकदा तरी चकदेव डोंगराला भेट द्यायचीच, अशी माझ्या मनात सुप्त इच्छा होती. चकदेवला जाणं म्हणजे जिवाचा खेळ, असं मी गावातल्या बऱ्याचजणांच्या तोंडातून ऐकलं होतं. मुंबई-पुणे येथून चकदेवचा डोंगर चढून जाण्यासाठी तरुण पर्यटक येत. ते वरती मुक्काम करून दुसऱ्या दिवशी डोंगर उतरायला सुरुवात करीत. त्या डोंगरावर जाण्या-येण्याचा मार्ग आंबवली गावातूनच होता. दादरच्या कीर्ती कॉलेजमधूनसुद्धा विद्यार्थी व विद्यार्थिनींच्या सहली येत होत्या.

एके दिवशी मी शिर्के भाऊसाहेबांच्याकडे चकदेवला जाण्याचा विषय काढल्यावर ते माझ्याबरोबर यायला कसेबसे राजी झाले. आमच्या सोबत लमाणी समाजाचा विनोद हा चौदा-पंधरा वर्षांचा मुलगासुद्धा यायला हौसेनं तयार झाला. तो माझ्या ऑफिसच्या जवळ राहत होता. त्याचे वडील गावात मजुरी करीत. विनोद आंबवली गावातील मराठी शाळेत सातवी यत्तेत शिकत होता.

शिर्के भाऊसाहेबांनी आणि मी रात्री आंबवलीमध्ये मुक्काम करून दुसऱ्या दिवशी सकाळी आम्ही चकदेवचा डोंगर चढायला सुरुवात केली. शिर्के भाऊसाहेबांनी त्यांच्यासोबत फोटो काढण्यासाठी कोडॅक कंपनीचा कॅमेरासुद्धा घेतला होता. आमच्या सोबत विनोदसुद्धा होता. तो आमच्या तिघात लहान होता. मी आणि शिर्के भाऊसाहेब सारख्याच वयाचे होतो. आम्ही दोघं चाळिशीत होतो. अर्धा-पाऊणतास डोंगर चढल्यावर अंगातून घामाच्या धारा लागल्या आणि थकवासुद्धा जाणवू लागला. आजुबाजूला झाडाझुडपांची गच्च दाटी झाली होती. त्या जंगलात ऐन, किंजळ, हेला, नानेटा, पांगिरा इत्यादी भरपूर झाडं होती.

पावसाळा संपला होता. हिवाळा सुरू झाला होता. थोडी सपाटी असलेल्या जागेत आम्ही आल्यावर शिर्के भाऊसाहेब म्हणाले, 'आता आपण थोडी विश्रांती घेऊ.' आम्ही ज्या ठिकाणी विश्रांती घेत बसलो होतो, त्याठिकाणी हिरवंगार गवत माजलं होतं आणि वरती निळसर, मोकळं आभाळ दिसत होतं. शिर्के भाऊसाहेबांना ते ठिकाण फोटो काढण्यासाठी आवडलं. विनोदला आणि मला त्या वाढलेल्या हिरव्यागार गवतात उभं करून त्यांनी आमचा त्यांच्या कोडॅक कंपनीच्या कॅमेऱ्यानं एक झकास फोटो काढला. नंतर मीसुद्धा त्यांचा एक फोटो काढला.

थोडा वेळ विश्रांती घेऊन आम्ही तिघं पुन्हा तो डोंगर चढू लागलो. वाटेत बाबाजी आखाडे या धनगराचं घर लागलं. ते आम्हाला ओळखत होते. जमिनीच्या

कागदपत्रासाठी ते माझ्याकडे येत असत. आम्हाला पाहून त्यांना खूपच आनंद झाला. त्यानं आम्हा तिघांना पेल्यात प्यायला घट्ट ताक दिलं. ते घट्ट ताक पिऊन जिवाला खूप बरं वाटू लागलं. तो आम्हाला जेवणासाठी खूप आग्रह करू लागला. परंतु आम्हाला पुढे जायचं असल्यानं त्याचा प्रेमाचा आग्रह नाइलाजानं मोडावा लागला.

आम्ही पुन्हा चालायला सुरुवात केली. आता आम्ही कातळावरून चालत होतो. या ठिकाणाला 'अंगठासर' म्हणून लोक ओळखत होते. तो चढ अगदी भयानक होता. पाऊल ठेवण्याएवढी जायला वाट होती. दोन्ही बाजूंनी भयानक खोल खोल दरी होती. आम्ही तिघं त्या वाटेवरून अक्षरश: रांगत रांगत जाऊ लागलो. शंभर फूट रांगत गेल्यावर पुन्हा कातळावरची मळलेली पाऊलवाट आम्हाला दिसली. ती पाऊलवाट पाहून थोडं हायसं वाटलं. डोंगराच्या माथ्यावर कातळ असल्यानं त्या ठिकाणी झाडं कमी दिसत होती. एका झाडावर जाती सर्प वेटोळे घालून बसला होता. त्या सर्पाला पाहून माझ्या काळजाचं भीतीनं पाणी झालं.

आणखी थोडं पुढे चालून आल्यावर आम्ही तिघं एका लाकडी शिडीजवळ येऊन पोहोचलो. चिवारीच्या त्या शिडीला जंगली रामाट्याच्या वेलींनी करकचून बांधली होती. शिडीला एकूण पन्नास पायऱ्या होत्या. डोंगराच्या वरच्या सुळक्याला ती शिडी समांतर लावून ठेवली होती. ती शिडी पाहून भल्या भल्या माणसाचं काळीज भीतीनं गारठून जावं. आमची तिघांचीसुद्धा ती शिडी पाहून तशीच गत झाली होती.

चकदेव गावात राहणारी माणसं आंबवलीला बाजारहाट करण्यासाठी जिवावर उदार होऊन त्याच शिडीवरून रोज ये-जा करीत होती. लक्ष्मण धनगर एकदा माझ्या ऑफिसमध्ये त्याच्या कामासाठी आला होता. त्यानं मला त्याच्या बाबतीत घडलेली एक घटना सांगितली होती. प्रत्येक सोमवारी तो चकदेवला महादेवाच्या मंदिरात देवाच्या दर्शनाला नारळ आणि उदबत्ती घेऊन जात असे. एके दिवशी त्याला देवाचं दर्शन घेऊन घरी यायला उशीर झाला होता. सांजवेळ झाली होती. तो चिवारीच्या शिडीवरून खाली उतरत असताना त्याला खालून एक चट्टेरीपट्टेरी रंगाचा वाघ शिडी चढत असताना दिसला. भीतीनं त्याच्या सर्वांगाला घाम सुटला. त्यानं त्याच्या मनात असा विचार केला की, आता मी खाली पडलो तरी मरणार आणि त्या वाघाच्या तावडीत सापडलो तरी मरणार. त्यापेक्षा आपण त्याच्या तोंडाला लागलो, तर आपल्याला त्याचं पोट भरल्याचं तरी पुण्य मिळेल. परंतु लक्ष्मण धनगराला 'देव तारी त्याला कोण मारी' या म्हणीचा अनुभव आला. तो वाघ त्याला अजिबात धक्का न लावता शिडी चढून वर गेला. लक्ष्मणानं मनोमन महादेवाचं आभार मानले आणि त्यानं शिडी उतरायला लगेच सुरुवात केली.

मी माझ्या मनाचा हिय्या करून ती शिडी चढायला सुरुवात केली. आजूबाजूला खोल दऱ्या होत्या. तिकडे नजर गेली, की भोवळ येत होती. थोड्याच वेळात मी शिडी चढून सुखरूप माथ्यावर जाऊन पोहोचलो. शेरपा तेनसिंगला एव्हरेस्ट सर केल्यावर जेवढा आनंद झाला नसेल तेवढा आनंद मला त्यावेळी झाला होता. ते मी शब्दांत मांडू शकत नाही. माझ्यानंतर विनोदसुद्धा ती शिडी चढून वर आला. परंतु शिर्के भाऊसाहेब काही केल्या ती शिडी चढायला सुरुवात करेनात. त्यांना ती शिडी पाहून खूप भीती वाटत होती. मी त्यांना धीर देऊन वर यायला सांगत होतो. ते मला म्हणाले की, 'माझे गुडघे दुखतात. मी परत जातो.' मी त्यांना पुन: पुन्हा धीर देऊन सांगू लागल्यावर त्यांनी मनात घाबरतच शिडी चढायला सुरुवात केली. त्यांना शिडी चढायला मला मदतसुद्धा करता येत नव्हती. नाहीतर त्या दरीमध्ये दोघांचाही कपाळमोक्ष होऊन जीव गेला असता. हळूहळू शिर्के भाऊसाहेब शिडी चढून वर आले. वर आल्यावर त्यांच्या मनातील भीती पाऱ्याप्रमाणे उडून गेली. आम्ही तिघं तीन हजार फूट उंचावर आलो होतो. तो आनंद अवर्णनीय होता.

माथ्यावरून खाली पाहाताना शेतात काम करणारी माणसं अगदी अंगठ्याएवढाली दिसत होती. नारळ-पोफळीची उंच वाढलेली झाडं, नदी-नाले, रस्ते इत्यादी अगदी लहान लहान दिसत होते. डोंगराच्या माथ्यावर पन्नास-साठ एकराचं सपाट मैदान होतं. तेथील हवा एकदम थंड आणि प्रसन्न होती. आम्ही चालत चालत महादेवाच्या देवळाजवळ आलो. ते मंदिर प्राचीन काळातील होतं. तीस फूट लांब आणि वीस फूट रुंद असलेल्या त्या देवळाचं बांधकाम मोठमोठ्या शिळा वापरून केलं होतं. महादेवाच्या त्या देवळाजवळच जानाईदेवीचं एक छोटं मंदिरसुद्धा होतं; तसेच पांडवकालीन कोरलेल्या मूर्ती त्या देवळाच्या सभोवार ठेवण्यात आल्या होत्या. गायमुखातून आलेलं पाणी खाली एका हौदात पडत होतं.

महादेवाचं दर्शन घेतल्यानंतर आम्ही गावच्या पोलीस पाटलाच्या घरी गेलो. त्या गावात फक्त पंचवीस-तीस पत्र्याची घरं होती. गाई-गुरं, बकरीसुद्धा दिसत होती. त्या गावात अद्याप वीज आली नव्हती. गावच्या पोलीस पाटलानं आमचं आनंदानं स्वागत केलं. त्या गावात सर्व लिंगायत-गुरव समाजाची घरं होती. गावात चौथीपर्यंत शाळा होती. परंतु मास्तर कधीतरी येऊन शाळा उघडायचा. त्या पोलीस पाटलानं आमच्या तिघांच्या जेवणाची सोय त्याच्या घरी केली. डाळ-भाताचं जेवण आम्ही आनंदानं जेवलो.

जेवण झाल्यावर मी पोलीस पाटलांना विचारलं,

"पोलीस पाटील, तुमच्या गावातून कोयना धरणाचं पाणी दिसतं, असं

म्हणतात.''

''व्हय अण्णासाहेब. (देशावर तलाठ्यांना अण्णासाहेब म्हणण्याची पद्धत आहे.)''

''आम्हाला ते पाणी दाखवा पाहू.''

''चला तर मंग.''

कोयनेचे पाणी पाहण्यासाठी आम्ही पोलीस पाटलांच्या बरोबर चालू लागलो. थोड्या वेळानं पोलीस पाटील एका ठिकाणी थांबून त्या पाण्याकडे बोट दाखवित म्हणाले,

''अण्णासाहेब, ते बगा कोयनेचं पाणी. त्या धरणाच्या कडेला आक्शी डोंगरावर सिंधी, वळवण आणि हाटलोट इत्यादी सातारा जिल्ह्यातील गावं हाईत. आमचाबी गाव सातारा जिल्ह्यात मोडतो आन आमचा तालुका मेढा हाय.''

नजर जाईल तिथपर्यंत आम्हाला कोयनेचं पाणी दिसत होतं. त्याच्या काठाला असलेलं हिरवी झाडं दिसत होती. निसर्गाचा तो अनमोल खजिना डोळ्यांनी पाहून जीव माझा हरखून गेला होता. आम्ही तिघं परतीच्या वाटेला लागलो तेव्हा पोलीस पाटलानं त्याची आठवण राहावी म्हणून आम्हा तिघांना ताज्या राजगिरी भाजीच्या तीन जुड्या दिल्या.

*****

दाणी रावसाहेब तलाठी आणि मंडळ अधिकारी यांचा रागराग करीत असत. मासिक मीटिंगमध्ये तलाठ्यांच्या महसुली कामांचा आढावा घेताना त्यांच्या मनासारखं काम न झाल्याचं पाहून ते वैतागून जात. एकदा तर मासिक मीटिंग चालू असताना समोरच्या टेबलावर डायरी आपटून ते मीटिंग अर्धवट सोडून बाहेर निघून गेले. त्यांचं हे पोरकट वागणं पाहून आम्ही सर्व अवाक् झालो.

त्यावेळी तालुक्यात सर्वत्र केबल टीव्ही चॅनेलचा सुळसुळाट सुरू होता. केबल चालक शासनाला जोडणीधारकांची खोटी माहिती देत असल्यामुळे करमणूक करातून शासनाला मिळणारं लाखो रुपयांचं उत्पन्न बुडत होतं. हे शासनाच्या लक्षात आल्यामुळे तलाठ्यामार्फत शासनानं गावोगावची जोडणीधारकांची माहिती मागवली होती. खेड शहरातील आणि फुरुस या गावातील केवळ जोडणीधारकांची संख्या अधिक असल्यामुळे तेथील तलाठ्यांनी घरोघर जाऊन पाहणी न करता तेथील केबल चालकाकडून त्याची माहिती घेऊन तहसील कार्यालयात नेऊन दिली. खेडला त्यावेळी गणपत क्षीरसागर आणि फुरुस या सजाला तुकाराम क्षीरसागर हे तलाठी म्हणून काम करीत होते. त्या तलाठ्यांनी दिलेली जोडणीधारकांची माहिती खोटी

आहे, हे रावसाहेबांच्या लक्षात आलं. ते तलाठी माहिती घेण्यासाठी घरोघर फिरले नाहीत म्हणून रावसाहेबांना त्या क्षीरसागर तलाठ्यांचा राग आला. रावसाहेबांच्या दालनात कदम आणि गोवळकर सर्कल हजर असताना ते त्यांच्या समोर रागाने म्हणाले,

"या क्षीरसागर तलाठ्यांच्या पार्श्वभागावर लाथा घालून त्यांना हाकलून द्यायला हवं. त्यांनी दिलेली माहिती चुकीची आहे. ती माहिती आमच्याकडेसुद्धा उपलब्ध आहे. मग मी त्यांना घरोघर जाऊन जोडणीधारकांची माहिती द्यायला कशाला सांगितलं असतं?"

रावसाहेबांचं बोलणं ऐकून गोवळकर सर्कलनं लगेच दोन्ही क्षीरसागर तलाठ्यांना जाऊन सांगितलं. त्यामुळे त्या दोघांना रावसाहेबांचा फार राग आला. त्या दोघांना अधिकाऱ्यांच्या समोर पुढे पुढे करण्याची सवय असल्यानं त्यांच्या नाकाला चांगल्याच मिरच्या झोंबल्या. तेव्हा मी खेड तालुका संघटनेचा उपाध्यक्ष म्हणून काम करीत होतो आणि अध्यक्ष म्हणून सखाराम तुकाराम जाधव हे काम करीत होते.

१ तारखेला रावसाहेबांच्या मीटिंगला न बसता आम्ही काही मोजके तलाठी रावसाहेबांची प्रांतसाहेबांकडे तक्रार करण्यासाठी दापोलीला गेलो. त्यामुळे रावसाहेब आणखी चिडले. त्यावेळी दापोली प्रांत म्हणून काटकरसाहेब काम करीत होते. त्यांनी आमचं म्हणणं अगदी शांतपणे ऐकून घेतलं आणि ते 'याबद्दल रावसाहेबांच्या बरोबर बोलतो.' असंही म्हणाले.

आम्ही प्रांतसाहेबांना भेटून पुन्हा खेडच्या चावडीत जमलो. आमची तेव्हा अनवधानानं नेमकी अशी चूक झाली होती, की आम्ही प्रांतांना भेटायला जाताना नियमानुसार तहसीलदारांची परवानगी घेतलेली नव्हती. त्यामुळे आम्ही जे लोक प्रांतांना भेटायला गेलो होतो, त्यांच्या नावाच्या 'कारणे दाखवा' नोटीसा घेऊन माळी शिपाई चावडीत आला. ती नोटीस वाचून तलाठी संघटना अध्यक्ष सखाराम तुकाराम जाधव यांची थोडी तंतरलीच. ते मग घाबरून म्हणाले, 'आपल्याला हे झेंगट परवडणारं नाही. मी आता तलाठी संघटना अध्यक्ष पदाचा राजीनामा देतो.' अध्यक्ष महाशय घाबरले होते. मी त्यांना धीर देत म्हणालो, 'जाधव, मीसुद्धा तलाठी संघटनेचा उपाध्यक्ष आहे. मी या नोटिशीला अजिबात घाबरलो नाही. तुम्ही कशाला घाबरता? आपण त्यांना याचा खुलासा देऊ.'

माझं बोलणं ऐकून त्यांना थोडा धीर आला. त्यांनी पदाचा राजीनामा देण्याचं खूळ त्यांच्या डोक्यातून काढून टाकलं.

वरील घटनेमुळे तलाठी आणि तहसीलदार यांच्या मध्ये असणारी दरी

अधिक रुंदावली. दोघांमध्ये बिलकूल समन्वय राहिला नव्हता. त्याची झळ सामान्य नागरिकांना आणि ग्रामीण भागात काम करणाऱ्या तलाठी वर्गाला पोहोचू लागली. तलाठ्याला डोळ्यांसमोर पाहिलं, की रावसाहेबांच्या गोऱ्या कपाळावर नाराजीची झटकन आठी पडायची. जसं एखाद्या विवाहित बाईला तिच्या नवऱ्याची मर्जी सांभाळल्याशिवाय त्याच्या घरी नीट नांदता येत नाही, तसं तलाठ्यालासुद्धा तहसीलदारांची मर्जी सांभाळल्याशिवाय त्यांच्या हाताखाली नीट काम करता येत नाही. पदोपदी अडचणींना त्याला सामोरं जावं लागतं.

*****

देशमुख आणि कंपनी या दर्जेदार प्रकाशनातर्फे माझं 'दगडफोड्या' हे आत्मकथन सप्टेंबर २००० साली प्रकाशित झालं होतं आणि त्याला डिसेंबर महिन्यात मानाच्या 'भैरुरतन दमाणी साहित्य पुरस्कार' जाहीर झाला. त्याची बातमी सह्याद्री दूरदर्शन वाहिनीवरून झळकल्यावर मला त्याचा खूप आनंद झाला. माझ्या मित्रांनी माझं खास अभिनंदन केलं, काटकर साहेबांनीसुद्धा माझं अभिनंदन केलं. १६ डिसेंबर २००० रोजी सोलापूर येथे पुरस्कार वितरण असल्याने मी रावसाहेबांच्याकडे रजेचा अर्ज घेऊन गेलो असताना त्यांनी मला रजा देण्यासाठी साफ नाकारलं. 'आता काय करायचं?' म्हणून मी संभ्रमात पडलो. पुरस्कार घेण्यासाठी लेखकानं स्वत: सोलापूरला यायला हवं, अशी अट पुरस्कार समितीची होती. पुरस्कार स्वीकारण्यासाठी सोलापूरला काहीही झालं तरी जायचंच, असं मी माझ्या मनात ठाम निर्णय घेतला आणि रावसाहेबांच्या समोरच मी माझा रजेचा अर्ज बारनिशी कारकुनाकडे देऊन त्याची पोच घेतली. दुसऱ्या दिवशी मी माझ्या कुटुंबाला सोबत घेऊन सोलापूरला एसटीनं निघून गेलो.

*****

मी माझ्या तलाठी कार्यालयात काम करीत असताना आजी कंबरेत वाकत आली आणि माझ्यासमोर लाकडी बाकावर बसत ती मला कापऱ्या आवाजात म्हणाली,

"भाऊ, लिवून लिवून शान लई दमला असाल तुमास्नी मी वाईच च्याचा घोट करून आणू? तुमच्या जिवाला वाईच बेस वाटंल बगा."

तिचे मायेनं ओथंबलेले शब्द ऐकून मला अगदी भरून आलं. ती माझ्यावर पुत्रवत माया करीत होती. तिच्या खोल गेलेल्या डोळ्यांत निर्व्याज्य प्रेम मला माझ्या डोळ्यांनी अगदी स्पष्ट दिसायचं. तिचं आणि माझं नातं काहीही नव्हतं. परंतु मी तिच्या घरी तलाठी म्हणून काम करीत असल्यापासून आमचं नात्यापलीकडील नातं

निर्माण झालं होतं. आमच्या वागण्यात आपमतलबीपणा नावालादेखील नव्हता.

मी मनात संकोच करीत आजीला म्हणालो,

"आजी, नको मला चहा."

"अवं तुमाला काय इचारलं मी, लगीच तुमी नकुं कसं म्हणताव? ह्यो शेजारधर्म हाय."

"उगाच तुमाला कशाला त्रास."

"व्व बाय, ह्यो कसला तरास. मला काय अजून धाड भरली न्हाय. सागाच्या नाकडावानी अजूनपावोत मी झोलाईदेवीच्या किरपेनं खणखणीत हाय."

आजीनं माझं काहीही ऐकलं नाही. ती आली तशी कंबरेत वाकत पुन्हा तिच्या स्वयंपाकखोलीत निघून गेली. आजी गेल्यावर आजोबा भिंतीला धरून तलाठी कार्यालयाच्या दरवाजाजवळ येऊन उभे राहिले आणि मला आग्रह करीत म्हणाले,

"भाऊ, वली सुपारी हाय. वाईच त्वांडात टाका."

आजोबांच्या कंबरेला फक्त एक सफेद रंगाचा मळका रुमाल होता. दुसरं त्यांच्या अंगावर काहीही नव्हतं. त्यांनी त्यांच्या कंबरेला कातरलेल्या सुपारीची लाल रंगाची चंची अडकवली होती. हातात चंची घेऊन ती त्यांनी माझ्या डोळ्यासमोर धरली होती. मी बसलेल्या खुर्चीतून उठलो आणि त्यांच्या हातातील चंची घेऊन त्यातील कातरलेली सुपारी मी माझ्या तळहातावर घेतली आणि चंची त्यांना परत दिली. मी दिलेली चंची पुन्हा कंबरेला अडकवून आजोबा 'तुमी बसा काम करीत. मी जातू,' म्हणत परत फिरले. त्यांनी दिलेल्या ओल्या सुपारीची चव माझ्या जिभेवर रेंगाळत असताना आजी गरम चहाचा कप घेऊन धापा टाकीतच माझ्या जवळ आली. माझ्या समोर चहाचा कप ठेवत ती मला कसंनुसं तोंड करीत म्हणाली, "भाऊ, मला आता पैल्यागत न्हाय लई चालवत. पैलं मी माझ्या म्हाताऱ्यासंगं शेतीची लई कामं केलीत बगा."

गरम चहाचा कप ओठाला लावत मी आजीला विचारलं,

"आजी, तुमचे मोठे मुलगे आता गावी कधी येणार आहेत?"

"अवं त्याला रजा भेटली, की तो लगीच हिकडं यील. त्यो जरी ममईत ऱ्हात असला तरी त्याचा समदा जीव आमच्याकडं अस्तू. बावीवयनं मला पानी आनायला तरास व्हतू म्हून त्यानं माझ्या घरात पानी भरायला वाडीतलीच मुलगी ठिवलीय. ती मुलगी साळंत हाय. सकाळळी येऊन ती पानी भरून जात्ये."

आजीला तिच्या घरात कामं असल्यामुळे ती रिकामा कप घेऊन गेली. आजी रोज सकाळी तिची अंघोळ करून झाल्यावर अंगणातील तुळशीला उदबत्ती लावून

दोन्ही हात जोडून नमस्कार करीत असे. तिच्या दारासमोर एक शेवग्याचं झाड होतं. त्या झाडाला शेवग्याच्या शेंगा आल्यावर डांबरी सडकेवरून जाणारे-येणारे 'ए आजी बरी हाईस का?' अशी तिची हाक मारून विचारपूस करीत. तेव्हा आजीला त्यांचा राग यायचा. एकदा गुणाजी कदमानं तिला हाक मारल्यावर ती त्याला अगदी खोचकपणे म्हणाली,

"गुण्या, येवड्या दिसांत तू हिथनं जातूस-येतूस पर तू कवा मना हाक मारीत न्हाईस. आताच तुला रं कशी देवानं बुद्धी दिलंन."

गुणाजी खालमानेनं पुढे चालत निघून गेला. आजीचं कौलारू घर ऐसपैस आणि मोठं होतं. पूर्वेला माझी आणि शिर्के भाऊसाहेबांची खोली होती. पश्चिमेला आणखी एक खोली होती. त्यात भिमा राठोड राहायचा. आजी सारखी कटकट करीत असते म्हणून तो ती खोली खाली करून दुसरीकडे राहायला गेला. आता त्या रिकाम्या खोलीत शेवंता बांगडीवाली राहत होती. मोठ्या टोपलीत काचेच्या बांगड्या घेऊन ती जवळच्या गावात 'बांगडी' म्हणत फिरत असे. तिचा नवरा आजारी होता. त्याला टीबीची बिमारी झाली होती. तो दिवसभर विड्या ओढत खोकत बसायचा. टीबीच्या बिमारीनं त्याची तब्येत फार खालावली होती. हातापायाच्या काड्या झाल्या होत्या आणि त्याच्या छातीचा पिंजरा झालेला दिसत होता. त्याच्या डोळ्यांत दुःख, चीड आणि सूडाची असलेली भावना दिसत होती. शेवंता तिच्या नवऱ्याचा रागराग करायची. नवऱ्यावर असलेली तिची माया आता पार आटली होती. तरुणपणी त्याच्याकडून झालेल्या अपराधांची आता ती त्याचा बदला घेत होती. तिला चंदू आणि नंदू अशी पिठागत दिसणारी दोन तरुण मुलं होती. त्यांच्या डोळ्यांना अजिबात सूर्यप्रकाश सहन होत नसे. चंदू आठवी यत्तेत गावातील हायस्कूलमध्ये शिकत होता. त्याला शाळेत सगळी मुलं 'पांढऱ्या' म्हणून हाक मारीत. तो स्वभावाला नंदूपेक्षा चांगला होता. नंदू काहीही काम न करता दिवसभर उंडगत फिरायचा. तो त्याच्या आजारी बापाकडे मारक्या बैलागत पाहायचा. तो चंदूपेक्षा वयानं मोठा होता.

शेवंता सकाळीच टोपलीत बांगड्या घेऊन जवळच्या गावात विकायला जात असे. जाताना ती तिच्या नवऱ्यासाठी एका कापडी पिशवीत भाकरी आणि पाण्याची कळशी ठेवायची. तिच्या नवऱ्याला त्यामुळे त्याच्या बायकोचा आणखी राग यायचा. आजी त्याला पाहायला गेल्यावर तो खोल गेलेल्या डोळ्यांतून अश्रू काढत त्याच्या बायकोची तिला गाऱ्हाणी सांगायचा. शेवंताच्या घरात आणखी एक चाळिशीचा पुरुष होता. तोसुद्धा तिच्या सोबतच बांगड्या विकायला जात असे. शेवंता तो तिचा

मानलेला भाऊ आहे म्हणून लोकांना सांगत होती. चंदू आणि नंदू त्याचा रागराग करीत होती. शेवंता कधीतरी नवऱ्याला अंघोळ घालण्यासाठी त्याला हाताला धरून नदीवर घेऊन जायची आणि गुरांच्या अंगावर पाणी शिंपडावं तसं ती नदीत नवऱ्याच्या अंगावर हातानं पाणी घालायची. थंडी असली तरी ती त्याला त्या नदीतच अंघोळीसाठी नेत असे. शेवंताचा नवरा जास्त दिवस जगला नाही. बायकोच्या जाचातून मृत्यूनं त्याची कायमची सुटका केली. ती दुःखद वार्ता मी खेडला जाऊन त्यांच्या नातेवाइकांना लगेच सांगितली.

*****

अण्णांची धाकटी मुलगी रोज तालुक्याच्या गावी एसटीनं संगणक प्रशिक्षण घेण्यासाठी जायची. एसटीत तिची एका चर्मकार मुलाबरोबर ओळख झाली. तो मुलगा किंजळे या गावी आरोग्य खात्यात नोकरी करीत होता. त्याचं मूळ गाव दापोली हे होतं. त्यांच्या ओळखीचं रूपांतर नंतर प्रेमात कसं झालं, हे त्यांचं त्यांनादेखील कळलं नाही. एके दिवशी अण्णांची मुलगी आईवडिलांना अंधारात ठेवून त्या चर्मकार मुलाबरोबर पळून गेली. गावात बोभाटा झाल्यावर अण्णांना त्याचा जबर धक्का बसला. त्यांची इज्जत पार धुळीला मिळाली होती. ज्या गावात ते ताठ मानेनं जगत होते, त्याच गावात आता खाली मान घालण्याची वेळ त्यांच्यावर त्यांच्या मुलीमुळे आली होती.

आपली इज्जत धाकट्या मुलीनं चर्मकार समाजाच्या मुलाबरोबर पळून जाऊन धुळीला मिळवली म्हणून अण्णांना त्यांच्या मुलीचा खूप राग आला होता. त्यांच्या डोळ्यांतून जरी दुःखानं अश्रू वाहत असले, तरी ते एखाद्या लाव्हारसाप्रमाणे आतल्या आत रागानं नुसते खदखदत होते. 'त्या पळून गेलेल्या मुलीचं मी आयुष्यात पुन्हा कधीही तोंड पाहाणार नाही' अशी त्यांनी मनातल्या मनात भीष्मप्रतिज्ञा केली. त्यानंतर थोड्याच दिवसात त्यांचं हृदयविकाराच्या तीव्र झटक्यानं निधन झालं. बापाचं अंतिम दर्शन घेण्यासाठीसुद्धा ती पळून गेलेली मुलगी लोकलाजेस्तव गावात येऊ शकली नाही.

आत्माराम यादव हे माझ्या कार्यालयाच्या मागे राहत होते. त्यांना गावात आत्माराम सर म्हणून सगळेजण ओळखत असत. त्यांच्या अंगावर नेहमी स्वच्छ आणि कडक इस्त्री केलेले कपडे असत. गावात न्यू इंग्लिश स्कूल नावाचं एक हायस्कूल होतं. त्या हायस्कूलचे ते चेअरमन होते.

आत्माराम सरांचं संपूर्ण कुटुंब मुंबईला राहात होतं. सेना-भाजप युतीच्या शासनानं अगदी मोक्याच्या ठिकाणी त्यांना मुंबईत झुणका-भाकर केंद्र चालवायला दिलं होतं.

आत्माराम सर गावी येत तेव्हा ७/१२ व ८अ च्या उताऱ्यासाठी माझ्या कार्यालयात येत असत. एकदा माझ्याशी मनमोकळेपणानं बोलताना ते मला म्हणाले,

"भाऊ, मी कॉंग्रेस पार्टीत काम करतो, माझी बायको भाजप पार्टीत काम करते आणि माझा मुलगा शिवसेनेचा कार्यकर्ता आहे. तेव्हा आमच्या कुटुंबात एकूण तीन राजकीय पक्ष आहेत. याचा आम्हाला असा फायदा होतो, की या तीन पक्षापैकी कोणताही पक्ष सत्तेवर आला तरी आमचं काहीही अडत नाही. आमची कामं अगदी सहज होतात."

त्यांचं बोलणं ऐकून मी तोंडाचा 'आ'वासून त्यांच्याकडे पाहू लागलो. सरकारदरबारी आपली कामं होण्यासाठी त्यांनी त्यांच्या सुपीक डोक्यातून अशी व्यूहरचना केली होती. याचा त्यांना वैयक्तिकपणे फायदा झाला होता. स्वत:चा फायदा होण्यासाठी लोक कशी खेळी खेळतील, याचा सुगावा प्रत्यक्ष ब्रह्मदेवालासुद्धा कधी लागणार नाही. मोठा गाजावाजा करून सूत गिरणीच्या नावाखाली वरवली गावात शेतकऱ्यांच्या अल्प मोबदल्यात जमिनी संपादित केल्या होत्या. दोन दशकं होऊन गेली तरी त्याचं अजून भिजत घोंगडं पडलं होतं. नजिकच्या काळात त्या गावात सूत गिरणी होऊन लोकांना रोजगार उपलब्ध होईल याचं सुचिन्ह दुर्दैवानं सध्या तरी दिसत नाही. त्यामुळे 'तेल गेलं, तूप गेलं आणि हाती धुपाटणं आलं,' अशी त्या बिचाऱ्या गरीब शेतकऱ्यांची गत झाली आहे.

*****

शिर्के भाऊसाहेबांनी त्यांची बदली त्यांच्या मंडणगड तालुक्यात करून घेतली होती. त्यांच्या ऐवजी काशिनाथ कदम हे आंबवली सर्कल (मंडळ अधिकारी) म्हणून हजर झाले होते. आम्ही दोघं पहिल्यापासून एकमेकाला अरे-तुरे करीत असू. ते माझ्यापेक्षा एक वर्ष आधी तलाठी म्हणून नोकरीला लागले होते. आमच्या दोघांचीही नोकरीची सुरुवात एकाच तालुक्यात झाली होती. शिवाय आम्ही दोघं सुरुवातीला तालुक्याच्या ठिकाणी एकाच वाडीत अगदी जवळ जवळ राहत होतो. कदम सरळमार्गी आणि स्वभावानं साधाभोळा असला तरी तो शीघ्रकोपी होता. त्यामुळे आमच्या दोघात कधीकधी खटके उडत. परंतु त्यात राग, द्वेष किंवा सूडाची भावना बिलकूल नसल्यामुळे पुन्हा लगेच आमची दिलजमाई होत असे.

तलाठी आणि मंडळ अधिकारी यांच्याबरोबर सूडबुद्धीनं वागणारे आणि त्यांच्या अडीअडचणी न सोडविणारे दाणी रावसाहेबांची बदली झाली होती. त्यांच्यावर तलाठी आणि मंडळ अधिकारी यांचा राग असल्यानं रावसाहेबांच्या निरोप समारंभाच्या कार्यक्रमाला सर्वांनी एक मतानं बहिष्कार घातला. त्यांच्या निरोप समारंभाला तालुक्यातील

एकही तलाठी किंवा मंडळ अधिकारी हजर राहिले नाहीत, ही फार शरमेची बाब आहे. याआधी तालुक्यात असं कधीही घडलं नव्हतं आणि पुढे घडणारसुद्धा नव्हतं. अधिकाऱ्यानं त्याच्या हाताखाली काम करणाऱ्या कर्मचाऱ्याकडे माणूस म्हणून पाहिलं पाहिजे, असं मला वाटतं.

दाणी रावसाहेब बदली होऊन गेल्यानंतर खेड तहसीलदार म्हणून तानाजी दळवी हजर झाले. दळवी रावसाहेब महसूल खात्यात त्यांच्या नोकरीची सुरुवात कारकून म्हणून केली होती. आता त्यांची सेवानिवृत्ती जवळ आली होती. दळवी रावसाहेबांना या खात्यातील कामाचा अनुभव चांगला होता. तलाठी दप्तराचीसुद्धा त्यांना चांगली माहिती होती. तलाठी व मंडळ अधिकारी यांना तोंडानं नुसती दमदाटी करून त्यांच्याकडून कशी कामं करून घ्यायची, याची कला त्यांना चांगली अवगत होती.

दळवी रावसाहेबांना रक्तदाबाचा त्रास होत असे. एखादी घटना जर त्यांच्या मनाविरुद्ध घडली तर त्यांचा रक्तदाब वाढायचा आणि त्यांना खूप राग येत असे. मी कळबणी बुद्रुक या सजाला तलाठी म्हणून काम करीत असताना मला कांबळे भाऊसाहेब सर्कल म्हणून होते. आता त्यांना नायब तहसीलदार म्हणून बढती मिळाली होती. कांबळे भाऊसाहेबांची नोकरीची सुरुवात तलाठी म्हणून झाली असल्यामुळे दोघांच्या मनात एक प्रकारची नाराजीची अढी निर्माण झाली होती. दोघांमध्ये बिलकूल समन्वय नव्हता. कांबळे रावसाहेब दळवी रावसाहेबांची मर्जी सांभाळण्यासाठी अयशस्वी झाले होते. त्यामुळे दोघांत नेहमी खटके उडत. दळवी रावसाहेब त्यांना रागानं म्हणत, 'तुम्ही ऑफीसमध्ये येऊन नुसते पेपर वाचत बसता. दिवसभरात काडीचं काही काम करीत नसता. मग या ऑफिसातील कामं कशी होणार?'

एकदा कांबळे रावसाहेब दळवी रावसाहेबांच्या छळाला कंटाळून राजीनामा देण्याची तयारी करू लागले. परंतु तलाठी आणि मंडळ अधिकाऱ्यांनी त्यांची समजूत घालून त्यांना नोकरीचा राजीनामा देऊ दिला नाही. दळवी रावसाहेबांचा आणखी एका गोष्टीसाठी त्यांच्यावर भरपूर राग होता. परंतु ते त्याबद्दल उघड कधी बोलत नसत. त्या दोघांमध्ये समेट व्हावा म्हणून तालुक्याची तलाठी संघटना नेहमी प्रयत्न करीत असे. परंतु त्याला अद्याप तरी यश आलं नव्हतं. त्यांच्या वादावर नेहमी तात्पुरता पडदा पडत असला, तरी त्यांच्या मनात एकमेकाबद्दल असलेला राग लाव्हारसाप्रमाणे आतल्या आत खदखदत असे.

*****

देवघर सजा आंबवली सजाला अगदी लागून होता. त्या ठिकाणी एस.आर.

कांबळे हा तलाठी म्हणून काम करीत होता. वारस तपासाच्या कामात दोनशे रुपयांची लाच स्वीकारताना त्याला लाचलुचपत खात्यानं अगदी रंगेहात पकडलं. त्यामुळे दापोली प्रांताकडून त्याला निलंबित करण्यात आले. दळवी रावसाहेबांनी देवघर सजाचा तात्पुरता चार्ज माझ्याकडे दिला. दोन्ही सजामध्ये काम करताना मला तारेवरची कसरत करावी लागत होती. देवघर या सजाला शेतकऱ्यांची जमिनीबाबतची कामं करण्यासाठी मी बुधवार आणि शुक्रवार या दोन दिवशी जायचो. त्या सजाला एकच कोतवाल होता. तोसुद्धा मुका होता. मी काय बोलतो, हे त्याला कळत नसे आणि तो तोंडानं नुसतं 'यांऽऽयां' करायचा. ते मला काही समजत नसे. तो तलाठी कार्यालयापासून पाच किलो मीटर्स अंतरावर नदीच्या पलीकडे असणाऱ्या मावळत वाडीत राहायचा. एखादं निकडीचं काम असल्यावर मला त्याच्या घरी बोलवायला जायला लागायचं. एरवी तो त्याची शेतीची कामं करीत राहायचा.

बाळा जंगम हा कोतवाल एक महिना आधी सेवानिवृत्त झाला होता. तो लोकांकडून तलाठी आणि मंडळ अधिकारी यांची नावं सांगून पैसा काढायचा आणि त्या पैशानं तो दारू प्यायचा. मी देवघरला हजर झाल्यावर तो मला माझ्या कामात आपणहून मदत करायला यायचा. परंतु मी त्याला ७/१२ ला हात लावू देत नसे. पार्वती मोरे नावाच्या बाईकडून त्यानं माझं आणि सर्कलचं नाव सांगून ७/१२ चे उतारे काढण्यासाठी रुपये पाचशे घेतले होते. एके दिवशी ती बाई तलाठी कार्यालयात माझी भेट घ्यायला येत असताना जंगम कोतवालानं गोड बोलून मागच्या मागे तिला परत पाठविले. मला ते एका पक्षकाराकडून समजलं. ती बाई फार दूर गेली नव्हती. मी तिच्या पाठीवर एका पक्षकाराला पाठवून तिला माझ्या कार्यालयात बोलावून घेतलं. ती बाई मला म्हणाली,

"भाऊ, जंगम कोतवालानं तुमचं नि सर्कल भाऊंचं नाव सांगून माझ्याकडनं ७/१२ च्या उताऱ्यासाठनं रोक रुपये पाचशे घेतलं हाईत. या गोस्टीला आता दोन म्हैनं झालं तरी त्यांनी मला अजून उतारे दिलं न्हाईत. मंगाशी मला त्यो मी ७/१२ चे उतारे आनतू, तू जा असं म्हनल्यावर मी माझ्या घरला परत जात हुते."

मोरेबाईचं बोलणं ऐकून मला जंगम कोतवालाचा खूप राग आला होता. आमची बदनामी करून तो लोकांकडून पैसा घेत होता. मी त्याला रागानं म्हणालो,

"बुवा, तुम्ही उद्यापासून इकडे अजिबात यायचं नाही. आमची नावं सांगून कुणाकडून पैसे घ्यायचे नाहीत. त्या बाईचे तुम्ही घेतलेले पैसे परत करा."

माझं बोलणं ऐकून जंगम बुवाचा चेहरा लगेच खर्रकन उतरला. खालमानेनं तो ऑफिसच्या बाहेर पडला. मी त्या बाईला नंतर तिच्या जमिनीचे ७/१२ चे उतारे

काढून दिले. बुवानं गोड बोलून तिला पाचशे रुपयाला गंडा घातल्यामुळे तिला त्याचा खूप राग आला होता.

*****

देवघर या सजामध्ये एकूच चार गावं होती. देवघर, मोहाने, सोंडे आणि रसाळगड अशी ती चार गावं होती. मोहाने हे गाव खेड-वडगाव या डांबरी सडकेला लागून होतं. इतर सर्व गावं डूबी नदीच्या पलीकडे होती. जाण्या-येण्यासाठी ते फार त्रासाचं होतं. जळीत किंवा नैसर्गिक आपत्तीच्या वेळी त्या ठिकाणी जायला फार अडचणीचं आणि त्रासाचं होतं.

मोहाने गावी संजयराव चव्हाण हे तालुका पंचायत समितीमध्ये सदस्य म्हणून काम करीत होते. ते अंगाने धडधाकट आणि उंचेपुरे होते. त्यांच्या चेहऱ्यावर काळीभोर दाढी होती. त्यांच्या त्या व्यक्तिमत्त्वाला साजेसा असा त्यांचा आवाजसुद्धा भरदार होता. गावातील नवीन रस्त्याच्या कामात किंवा इतर शासकीय विकासाच्या कामात ठेकेदारांच्या बरोबर त्यांचे लागेबांधे असत. शासकीय नोकरांना दमदाटी करून त्यांच्याकडून कायदेशीर किंवा बेकायदेशीर ते कामं करून घेत असत. त्यामुळे अख्ख्या तालुक्यात त्यांचा चांगला दरारा निर्माण झाला होता.

एके दिवशी माझ्या तलाठी कार्यालयात मी लोकांची कामं करीत असताना नवीन रस्त्याची कामं करणारा राठोड ठेकेदार माझ्या ऑफीसमध्ये हातात कसली तरी कागदपत्रं घेऊन आला. मी त्याला 'काय काम आहे?' असं विचारल्यावर तो मला म्हणाला,

"संजयराव चव्हाण यांनी मला तुमच्याकडं पाठवलंय."

"कशाला?"

माझ्यापुढे मोहाने गावातील स्त्री-पुरुषांची यादी ठेवत तो पुढे मला म्हणाला,

"ही नावं आमाला तुमच्या रोजगार हमीच्या रजिस्टरला नोंदवून द्या. मोहाने गावात नवीन रस्त्याचं काम निंगालय."

त्यांनी दिलेल्या नावांची यादी खात्री करण्यासाठी मी मोहाने गावातील लोकांसमोर मोठ्या आवाजात वाचली. ती नावे ऐकून लोकांना त्याचं आश्चर्य वाटलं. त्यातील काही लोक मयत होते, काहीजण मुंबईला नोकऱ्यासुद्धा करीत होते. लोकांकडून खात्री करून घेतल्यावर ती नावं बोगस आहेत, याची मला पूर्ण खात्री पटली. ती यादी परत करीत मी त्या राठोड नावाच्या ठेकेदाराला निक्षून म्हणालो,

"ही यादी बोगस आहे. मी माझ्या रोजगार हमीच्या रजिस्टरमध्ये बोग़स मजुरांची नोंदणी करणार नाही."

माझं बोलणं ऐकून त्या ठेकेदाराला आश्चर्य वाटलं आणि त्याला माझा रागदेखील आला. संजयरावांचं नाव ऐकून मी भीतीनं त्या बोगस मजुरांची लगेच रोजगारासाठी नावनोंदणी करेन, असं त्याला सुरुवातीला वाटलं होतं. आता त्याचा भ्रमनिरास झाला होता.

"संजयरावांचं हे काम होतं." राठोड.

"कुणाचं का काम असेना. मी बोगस काम केलं की, माझी नोकरी जाऊ शकते."

"मी संजयरावांना जाऊन सांगतू की, तुमी त्यांचं काम करीत न्हाय म्हून." मला भीती दाखवित राठोड म्हणाला.

"खुशाल सांगा."

राठोड ठेकेदार त्याचं काम मी करीत नाही म्हणून निराश होऊन निघून गेला. पुन्हा तीन-चार दिवसांनं तो माझ्याकडे त्याच कामासाठी आला. आता मला तो त्याच्या कामासाठी गयावया करीत होता. मला अजिबात पाझर फुटला नाही. पुन्हा तो विन्मुख होऊन परत गेला.

एकदा संजयराव डांबरी सडकेवरून मोटार सायकलनं जात असताना माझी आणि त्यांची मध्येच भेट झाली.

मला ते धमकाविण्याच्या आवाजात म्हणाले,

"भाऊ, मी तुमच्याकडे राठोडला पाठविलं होतं. तुमी माझं काम केलं न्हाय."

"त्या यादीतील नावं बोगस आहेत. त्यामुळे मला त्याची नोंदणी करता येत नाही."

"भाईंचं (तालुक्याच्या आमदारांना सर्वजण भाई म्हणून ओळखत) काम होतं त्ये."

भाईंचं काम ऐकून मी भीतीनं त्यांचं काम करायला तयार होईन, असा त्यांचा होरा होता. मी गावात काम करीत असताना गावपुढाऱ्यांना कधीही भीक घालीत नसे आणि त्यांच्या धमकावणीलासुद्धा कधी धूप घालीत नसे. त्यामुळे त्यांची नियमात न बसणारी कामं मी धुडकावून लावत असे. मी त्यांना निक्षून म्हणालो,

"भाईंचं असलं तरी मला ते काम करता येणार नाही."

माझी नकारघंटा ऐकून संजयराव रागानं पुढे निघून गेले. मी त्यांचं काम करीत नाही म्हणून ते दळवी रावसाहेबांना जाऊन भेटले. रावसाहेबांनी मला त्याबद्दल विचारल्यावर मी वस्तुस्थिती त्यांच्या कानावर घातली. माझं बोलणं ऐकून पुढे त्यांनी मला काहीही सांगितलं नाही. राजकीय पुढाऱ्यांना शासकीय कर्मचारी व अधिकाऱ्यांच्याकडून बोगस कामं करून हवी असतात, हे त्यांनासुद्धा चांगलं ठाऊक होतं.

बोगस मजुरांची नावनोंदणी करण्यासाठी सगळे प्रयत्न करूनसुद्धा मी बधलो नाही म्हणून संजयरावांनी मोहाने येथील दर्डी ग्रामसेवकाला त्याची नोंदणी करायला

सांगितली. त्या ग्रामसेवकानं त्याची लगेच रोजगार हमीच्या रजिस्टरला नोंदणी केली. मला हे नंतर त्या ग्रामसेवकानं स्वत:हून सांगितलं.

मला १० जानेवारीला माझ्या वैयक्तिक कामासाठी पुण्याला जायचं होतं. मी जाण्यासाठी माझी बॅगसुद्धा भरली होती. तहसीलदारांकडून मी दोन दिवसांची रजासुद्धा मंजूर करून घेतली होती. पुण्याला जाण्याची सर्व तयारी झाली असताना दळवी रावसाहेबांचा रात्री मला फोन आला.

"मी तहसीलदार बोलत्योय."

"नमस्कार रावसाहेब."

"नलावडे, मोहाने गावी एका गवतारू घराला आग लागून एका म्हातारीचा त्यात भाजून मृत्यू झाला आहे. सकाळी लवकर जाऊन त्याचा तुम्ही मला पंचनामा करून आणून द्या."

"होय रावसाहेब."

रावसाहेबांचं बोलणं ऐकून माझ्या काळजात एकदम धस्स झालं. सर्कलला सोबत घेऊन मी माझ्या मोटार सायकलनं सकाळी मोहाने गावात गेलो. त्या ठिकाणी आग अजून धुमसत होती. जळालेल्या घराच्या भोवतीनं लोक जमले होते. त्या घरात भोरपी समाजाची एकटीच वृद्ध महिला राहत होती. ती त्या आगीत संपूर्ण जळून ठार झाली होती. आगीचं कारण समजू शकत नव्हतं. तिला कुणी जाळली की तिनं स्वत:ला जाळून घेतलं, याचा काहीही सुगावा लागत नव्हता. त्या वृद्ध महिलेला संजय गांधी निराधार योजनेतून दरमहा पेन्शन मिळत होती. संजयराव सुद्धा त्या ठिकाणी जातीनं हजर होते. मी पंचनामा लिहून तयार केल्यावर ग्रामस्थांनी तो पंचनामा वाचून त्याखाली त्यांनी त्यांच्या सह्या केल्या. मी संजयरावांना पंचनामा वाचून सही करायला सांगितल्यावर ते पंचनामा वाचून मोठ्या आवाजात मला म्हणाले,

"हा तुम्ही केलेला पंचनामा खोटा आहे."

"तो कसा?" मी त्यांना आश्चर्यानं विचारलं.

"त्या म्हातारीकडे पंचवीस तोळे सोनं होतं. ते सोनं तुमच्या पंचनाम्यात आलेलं नाही. ते लिहा मग मी माझी सही करतू."

त्यांचं बोलणं मला आवडलं नाही. मी त्यांना म्हणालो,

"म्हातारीकडे जर पंचवीस तोळे सोनं असतं, तर तिला संजय गांधी योजनेतून पेन्शन मंजूर झाली असती का?"

"आता भाई येणार आहेत. तुमी थांबा."

"माझं काम झालं आहे. मला जळिताचा रिपोर्ट तहसील कार्यालयात ताबडतोब

द्यायचं असल्यामुळे मला येथे थांबता येणार नाही.''

कदम सर्कलला सोबत घेऊन मी लगेच माझ्या मोटारसायकलवरून तालुक्याच्या दिशेनं निघालो. भाई येईपर्यंत मी थांबलो नाही म्हणून संजयरावांना माझा राग आला होता.

*****

देवघर सजाचा अतिरिक्त कार्यभार मी माझा आंबवली सजाचं कामकाज पाहून कमीत कमी दीड वर्षं सांभाळला. त्याचा मला माझ्या पगाराच्या दहा टक्के मेहनताना अतिरिक्त सजाचं कामकाज केल्याबद्दल शासनाकडून मिळणार होता. एक-दोन वेळा अर्ज-विनंत्या करून झाल्यावर आस्थापना कारकून कवळेबाईंनी माझं मेहतान्याचं बील तयार करून त्यावर रावसाहेबांची सही घेतली. ते बील ट्रेझरीमध्ये खर्ची पडल्यावर मी कवळेबाईंच्याकडे त्या बिलाचे पैसे घ्यायला गेलो. ते बील दोन हजार दोनशे पंचवीस एवढ्या रकमेचं होतं.

त्या बिलाचे पैसे देताना कवळेबाई मला म्हणाल्या,

''बील घेतल्यानंतर रावसाहेबांनी तुम्हाला भेटायला बोलावलंय.''

कवळेबाईंचं बोलणं ऐकून मी थोडा वेळ संभ्रमात पडलो. नंतर रावसाहेबांचा हेतू माझ्या ध्यानात यायला अजिबात वेळ लागला नाही. मी बाईंना म्हणालो,

''मी रावसाहेबांना अजिबात भेटणार नाही. हे पैसे माझ्या मेहनतीचे आहेत. त्यांना कशाला भेटू?''

''रावसाहेबांनी मला सांगायला सांगितलं होतं म्हणून मी तुम्हाला सांगितलं.''

''तुम्ही मला माझ्या बिलाचे पैसे द्या.''

नोकरीला लागल्यापासून कवळे नि:स्वार्थीपणे काम करीत होत्या. पक्षकारांनी पैसे दिले तरी त्या कधी घेत नसत. मी त्यांना चांगलं ओळखत होतो. यात त्यांचा अजिबात दोष नव्हता. मी बिलाचे पैसे घेऊन तडक माझ्या घरी निघून गेलो. याचा रावसाहेबांना राग आला. पुढे एक-दोन मीटिंगापर्यंत मला रावसाहेबांचा राग त्याबद्दल सहन करावा लागला. नंतर ते विसरून गेले. त्यांच्या मनात कधी राग राहत नसे. याचा फायदा मंडळ अधिकारी आणि तलाठी वर्गाला होत असे.

*****

आंबवली सजाला मी तलाठी म्हणून हजर झाल्यावर त्याच्या दुसऱ्या आठवड्यात नीराक्का तिला संजय गांधी निराधार योजनेतून पेन्शन मिळावी म्हणून माझ्या कार्यालयात मला भेटण्यासाठी आली. साठीच्या दरम्यान तिचं वय होतं. ती दिसायला ठेंगणी, स्थूल आणि रंगानं उजळ होती. वय झाल्यामुळे तिच्या गोऱ्या चेहऱ्यावर सुरकुत्या पडल्या होत्या. तिला दोन मुली होत्या. त्यांची लग्नं झाली होती. मुली

लहान असतानाच नीराक्काचा नवरा वारला होता. आंबवली गावात राहणाऱ्या सरकारी नोकरांच्या घरी पाणी भरून ती जगत होती. तिला शासनाकडून घरकुल बांधून मिळालं होतं.

मी नीराक्काला संजय गांधी निराधार योजनेतून दरमहा पेन्शन मिळण्यासाठी तिचा जाबजबाबासह प्रकरण तयार करून तालुक्याच्या तहसील कार्यालयाकडे पाठवून दिलं. आनंदाची बाब म्हणजे नीराक्काला थोड्याच दिवसांत पेन्शन मंजूर होऊन तिला मनिऑर्डरनं रक्कम मिळाली. म्हातारपणी पैशाचा आधार झाला म्हणून त्याचा नीराक्काला खूप आनंद झाला. त्या दिवसापासून तिचं माझ्या कार्यालयाकडे चकरा वाढल्या. ती माझ्यावर पुत्रवत प्रेम करू लागली.

माझ्या ऑफीसच्या थोडं पुढे डांबरी सडकेला लागून एक सार्वजनिक बोअरवेल होतं. त्याचं पाणी कधी आटत नसे. त्यामुळे संपूर्ण वाडीची पाण्यासाठी त्या बोअरवेलवर गर्दी होत असे. लोकांच्या घरी पाणी भरण्यासाठी नीराक्काची माझ्या ऑफीससमोरून वाट होती. तिला पान-सुपारी खाण्याची सवय होती. ऑफीसमध्ये आल्यावर नीराक्का मला रस्त्याच्या कडेला रिकामे पाण्याचे हंडे ठेवून धावत धावत सुपारी द्यायला यायची. ऑफीस उघडं ठेवून मी बाहेर गेलो असलो, तर ती एका कागदात सुपारीची पुडी करून टेबलावर ठेवून निघून जात असे. गावात पानंवाटणी (साखरपुडा), बारसं किंवा इतर कोणताही कार्यक्रम असेल, तर त्या मंगल कार्यक्रमात तिला मिळालेला लाडू-चिवडा ती स्वत: न खाता दुसऱ्या दिवशी मला देण्यासाठी माझ्या ऑफीसमध्ये यायची आणि तिच्यासमोर ते मला खायला लावायची आणि प्यायला कळशीतलं ती मला पाणीसुद्धा आणून द्यायची. तिच्या त्या निर्व्याज्य प्रेमानं मी भारावून जात असे. तिचं आणि माझं तसं काहीही नातं नव्हतं. तरी तिचं नि माझं नात्यापलीकडील नातं निर्माण झालं होतं.

निराक्का माझ्या ऑफीसमध्ये आल्याचं आजीला मुळीच आवडायचं नाही. ती निघून गेल्यावर एकदा आजी मला नाक मुरडत म्हणाली,

"वस्साडी मेली, लई भांडकुदळ बाई हाय. येवड्या गावामंदी तिच्याइतकं कोण भांडकुदळ बाई न्हाय. तिचा न्हवरा वाईच येडस्सार व्हता. लगीन झाल्यावर चार-पाच वर्सात तो गचाकला. तिच्या पोरींची लगनं झाली म्हून बरं. न्हायतर त्या नक्कीच कुणाचातरी हात धरून पसार झाल्या असत्या."

आजीचं बोलणं ऐकून मी तिला काहीही बोललो नाही. नीराक्का पाण्याला हंडे घेऊन गेल्यावर त्या ठिकाणी तिची बायकांच्या बरोबर पाण्यासाठी भांडणं होत. नीराक्काला चार-पाच ठिकाणी पाणी भरायचं असल्यामुळे तिला थांबायला वेळ नसे.

मग रांगेवरून तिची इतर बायकांसोबत भांडणं होत. नीराक्काला भांडणाऱ्या बायकांचा कधीकधी खूप राग यायचा. तेव्हा ती हातात दगड घेऊन रागानं त्या बायकांना मारायला धावायची. तेव्हा त्या बायकांची भीतीनं पळापळ सुरू व्हायची. शक्यतो पाण्यावरून बायका नीराक्काच्या नादी लागत नसत. तिचा स्वभाव त्यांना चांगला ठाऊक होता. भित्र्या बायका तिच्या नादी न लागता नीराक्का त्यांच्या मागून पाण्याला आली असली तरी तिला आधी त्या पाणी भरून देत.

नीराक्काकडून मला संपूर्ण गावाची खडान्‌खडा माहिती मिळत होती. दुपारच्या वेळी तिला कामातून थोडी सवड मिळायची. तेव्हा ती मला खायला सुपारी देण्यासाठी माझ्या ऑफीसकडे चक्कर मारायची. कातरलेली सुपारी तिच्या चंचीत नसेल, तेव्हा ती अंगणात पडलेल्या दगडानं सुपारी फोडून मला खाण्यासाठी देत असे.

एकदा नीराक्कानं दिलेली सुपारी मी तोंडात चघळत असताना ती मला म्हणाली,

"भाऊ, तुमच्या आधी या गावात मोहिते भाऊ तलाठी म्हून काम करीत व्हते. ते येकटेच ऱ्हात. मी त्यांच्याकडं सकाळी पाणी भरायची."

"मोहिते तलाठी माझ्या चांगल्या परिचयाचे आहेत."

"ते जातीनं बुद्ध होते. मी त्यांचे पान्याचं हंडे बोरिंगवर घेऊन गेल्यावर हिथल्या बायका मला काय म्हनायच्या म्हाईत हाय काय?"

"त्या काय म्हणत?" मी उत्सुकतेनं विचारलं.

"त्या म्हनत की, ते हंडे तू आमच्या हंड्यांना लावायचं न्हाय. येकदा मी त्या बायकांची खरडपट्टी काढीत म्हणाले की, 'रांडानू, मोहिते भाऊंनी तुमाला दिलेला ७/१२ चा उतारा चालतू. मंग त्यांच्या हंड्यांना तुमचा हंडा लावलेला का न्हाय चालत?' माझं बोलणं आयकून त्यांची दातखीळच बसली. नवाल घोड्याच्या रांडा त्या. माझ्या नादी लागल्यावर मी त्यांची समदी घाण काडत्ये."

नीराक्काला शासनानं घरकुल बांधून दिलं होतं. त्या घरकुलाच्या अर्ध्या भागात तिच्या भावाचं कुटुंब राहत होतं. त्यांचं आपसात कधी पटत नसे. नीराक्काची आणि त्यांची रोज भांडणं होत. एकदा नीराक्का मला म्हणाली,

"भाऊ, तुमी वाईच माझ्या घरी या. आन् माझ्या भावाला नि त्याच्या बायकुला समजावून सांगा. त्ये रोज माझ्यासंगट कंदाल (भांडण) करतात. माझ्या लेकी कंधी माह्येरी आल्या, तर त्यांना त्या खवत न्हाईत. माझ्या भावाची बायकू लई तऱ्हा नि भावना हाय."

नीराक्काचं बोलणं ऐकून मी तिच्या घरी तिच्या भावाला आणि त्याच्या

बायकोला समजावून सांगायला गेलो. माझं बोलणं ऐकून तिचा भाऊ मला म्हणाला,

"भाऊ, ती माझी सख्खी भन हाय. पर ती सांज झाल्यावर दारू पिवून घरला येत्ये. आमास्नी घाणेरड्या श्या देत्ये. घरामंदी घाण करत्ये. कंधी कंधी दारू पिवून वकतेसुदीक. तवा आमी तिला बोलताव. त्याचा तिला राग येतू. तुमी सांगितलव याचा आमाला राग न्हाय."

यात नीराक्काच्या भावाची आणि त्याच्या बायकोची काहीही चूक नाही, हे माझ्या ध्यानात आलं. त्यांनी दिलेला चहा पिऊन मी माझ्या ऑफीसला जाण्यासाठी उठलो.

नीराक्का मला रस्त्यात भेटल्यावर तिनं मला 'भाऊ, माझा भाऊ काय म्हणला?' म्हणून विचारलं. मी तिला म्हणालो की, 'आजपासून तुमचा भाऊ तुमच्याबरोबर कधीही भांडणार नाही.' माझं बोलणं ऐकून नीराक्काचा सुरकुत्या पडलेला चेहरा आनंदानं पौर्णिमेच्या चंद्राप्रमाणे उजळला.

*****

दळवी रावसाहेब अस्तान गावच्या ७/१२ चे प्रमोलगेशन (प्रस्थापन) करण्यासाठी येणार होते. म्हणून आम्ही आंबवली सर्कलमधील सर्व तलाठी २० तारखेला अस्तान तलाठी कार्यालयात देशमुख तलाठ्यानं लिहिलेल्या ७/१२ ची तपासणी करण्यासाठी जमलो होतो. देशमुख तलाठी अनुसूचित जमातीतील असल्यामुळे त्याला आरक्षणाच्या कोट्यातून सरकारी नोकरी मिळाली होती. तो कामात टंगळमंगळ करायचा, त्याच्या सजावर तो हजर नसायचा, लोकांकडून पैसे घेऊन त्यांची तो कामं करीत नसे, त्याची वर्तणूकसुद्धा फार उद्धट होती. त्यामुळे कदम सर्कलची डोकेदुखी वाढली होती. त्याच्यामुळे कदम सर्कलला रावसाहेबांची नेहमी बोलणी खावी लागत होती. वारस तपास करताना तो पक्षकारांच्याकडून पैसे घेऊन त्याच्या बहिणींची ७/१२ ला नावे लावत नसे. त्याच्या वर्तणुकीबद्दल आणि कामाबद्दल रावसाहेबांच्याकडे नेहमी लोकांच्या तक्रारी जात. देशमुख तलाठ्याची गेंड्याची कातडी असल्यामुळे त्याच्या स्वभावात कधी फरक पडत नसे.

आमचं काम संपवून आम्ही सर्वजण रावसाहेबांची वाट पाहात होतो. मुंबई-गोवा या राष्ट्रीय महामार्गावर अनंत जाधव यांचं पेट्रोलपंप आणि हॉटेल होतं. ते तालुक्यात राहत. त्यांचं मूळ गाव अस्तान होतं. अस्तान गावात त्यांचा दुमजली सिमेंट कॉंक्रीटचा मोठा बंगला होता. त्या बंगल्याच्या वरच्या मजल्यावर तलाठी कार्यालय होतं. रावसाहेब येणार म्हणून त्या बंगल्याच्या मालकांनी त्यांच्यासाठी त्या बंगल्यातील देखभाल करणाऱ्या नोकराला मटणाचं जेवण करायला सांगितलं होतं. मालकाचा निरोप मिळाल्यावर नोकरानं आम्हा सर्वांच्या जेवणाची सोय त्या बंगल्यात

केली होती.

अस्तान गावाचं नवीन लिहिलेल्या ७/१२ चं प्रमोलगेशन (प्रख्यापन) करण्यासाठी रावसाहेबांची अंबर दिव्याची गाडी दुपारी एकच्या दरम्यान बंगल्यासमोर येऊन उभी राहिली. एखाद्या आयएएस अधिकाऱ्याच्या रुबाबात दळवी रावसाहेब त्यांच्या अंबर दिव्याच्या गाडीतून उतरले. कदम सर्कल आणि देशमुख तलाठी त्यांना नमस्कार करण्यासाठी धावत गेले. रावसाहेब त्यांच्याकडे ढुंकून न पाहता तलाठी कार्यालयात आले आणि गंभीर चेहरा करून लाकडी खुर्चीत बसले. कोतवालानं त्यांना प्यायला पाणी दिलं. पाणी पिऊन झाल्यावर रावसाहेबांनी गंभीर चेहऱ्यानं कदम सर्कलला विचारलं,

"सर्कल अस्तान गावाचं पुनर्लेखन केलेले ७/१२ तपासून झाले का?"

"होय रावसाहेब." कदम सर्कल अडखळत म्हणाला.

"माझ्यासमोर लिहून तपासलेले ७/१२ चे तुकडे आणून ठेवा."

देशमुख तलाठ्यानं लिहून तपासलेले ७/१२ चे सुतळीच्या तोड्यानं बांधलेले तुकडे रावसाहेबांच्या समोर टेबलावर आणून ठेवले. अस्तान गावच्या ७/१२ चं पुनर्लेखनसुद्धा आम्ही सर्वांनी मिळून केलं होतं. देशमुख काहीही काम करीत नसे. सुतळीच्या तोडीनं बांधलेले ७/१२ चे तुकडे पाहून दळवी रावसाहेबांची तळपायाची आग पार मस्तकाला जाऊन भिडली. ते सर्कल आणि तलाठी यांच्यावर लगेच तोफ डागत म्हणाले,

"हे काय ७/१२ चे तुकडे अजून शिवून घेतले नाहीत. एवढं महत्त्वाचं कागद सुतळीनं बांधून माझ्यासमोर प्रमोलगेशन करण्यासाठी आणून ठेवता? सर्कल, तुमचं तलाठ्यावर अजिबात लक्ष नाही."

"मी देशमुखला सांगितलं होतं ७/१२ चे तुकडे बायडिंग करून घ्यायला. तो माझं ऐकत नाही." कदम सर्कल.

"तुम्ही मला त्याचा कधी रिपोर्ट केलात?" डोळ्यांतून आगीच्या ठिगण्या सांडत रावसाहेबांनी सर्कलला विचारलं.

"मी रिपोर्ट करतो, पण तुम्ही त्याच्यावर कायसुद्धा कारवाई करीत नाही." कदम सर्कल उद्यामपणे रावसाहेबांना म्हणाला.

"तुम्ही हे तहसीलदारांना सांगताय? मी आता तुमच्यावरच कारवाई करतो. मग कळेल तुम्हाला सर्कलची नोकरी कशी करायची असते ते."

"मी पण बघतो." कदम सर्कल त्यांना सडेतोड उत्तर देत म्हणाला.

"तू मला काय बघणार आहेस? त्या आधी मीच तुला कामाला लावतो."

रावसाहेब कदमनं अपमान केल्यामुळे भयंकर संतापले होते.

रावसाहेब येणार म्हणून त्यांना भेटण्यासाठी गावचे पोलीस पाटील व सरपंचदेखील आले होते. आम्हा सर्वांसमक्ष कदमसर्कल रावसाहेबांना उलटसुलट बोलल्यामुळे त्यांना त्याचा खूप राग आला. रावसाहेब बसलेल्या खुर्चीतून ताडकन उठले आणि ते रागानं त्यांच्या गाडीत बसून तालुक्याला निघून गेले. ते जेवायलासुद्धा थांबले नाहीत. कदम सर्कललासुद्धा रावसाहेबांचा राग आला होता. मी त्याला जेवायला आग्रह केला तरी तो येईना. साळवी तलाठी मला म्हणाले, 'सर्कल आणि तहसीलदार एक दिवस जेवले नाहीत, तरी काहीही बिघडत नाही. केलेले जेवण वाया जाऊ नये म्हणून आपण जेवून घेऊ.' माझा नाइलाज झाल्यावर मी जेवणासाठी पंगतीत बसलो.

जाती सर्प जखमी झाल्यावर तो दंश केल्याशिवाय राहत नाही. हाताखालच्या सर्कलनं चारचौघांत पाणउतारा केल्यामुळे दळवी रावसाहेब एखाद्या लाव्हारसाप्रमाणे आतल्या आत कदम सर्कलला अद्दल शिकविण्यासाठी खदखदत होते. कलेक्टरकडून कदम सर्कलवर कडक कारवाई होण्यासाठी त्यांनी त्याच्याविरुद्ध डीओ तयार केला आणि दुसऱ्या दिवशी शिपायामार्फत ते कलेक्टरांच्याकडे पाठविला.

कलेक्टरांकडे डीओ गेल्याचं कळताच कदम सर्कलचं धाबं दणाणलं. रागाच्या भरात आपण फार मोठी चूक करून बसलो, हे आता त्याच्या ध्यानात आलं होतं. या महसूल खात्यात वरिष्ठ अधिकाऱ्याला उघड उघड आव्हान देता येत नाही. त्याचा परिणाम कधीही चांगला होत नाही, म्हणून कदम सर्कलच्या पोटात भीतीनं गोळा आला. त्यानं लगेच त्याच्या बायकोला रावसाहेबांचा राग शांत करण्यासाठी पाठविलं.

"साहेब, माझ्या नवऱ्याकडून चूक झाली. तुम्ही त्यांना माफ करा." कदम सर्कलची बायको गयावया करीत रावसाहेबांना म्हणाली.

"तुझ्या नवऱ्याला कळू दे जरा तहसीलदारांच्या बरोबर कसं बोलायचं असतं ते."

"साहेब, मला दोन मुलं आहेत. त्यांची नोकरी गेली की आम्ही उपाशी पडू."

"तू तुझ्या नवऱ्याला माझ्याकडे पाठव." रावसाहेब.

कदम सर्कलची बायको रावसाहेबांना डोळ्यांत पाणी आणून नवऱ्याला माफ करण्यासाठी विनंती करीत होती. बायको दु:खी होऊन परत आल्यावर कदम सर्कल गोवळकर आणि कांबळे सर्कल यांना सोबत घेऊन अपराधी चेहरा करून रावसाहेबांना त्यांच्या खोलीवर भेटायला गेला. कांबळे सर्कल तसा सरळमार्गी माणूस होता. रावसाहेब त्याला चांगले ओळखत होते. कांबळेसर्कल रावसाहेबांना अजिजी

करीत म्हणाला,

"रावसाहेब, कदमला त्याची चूक कळली आहे. तुम्ही त्याला फक्त एकदाच माफ करा. पुन्हा तो तुमच्याशी तसं वागणार नाही."

"रावसाहेब, मला माफ करा. मी तुमच्या पाया पडतो."

कदम सर्कल रावसाहेबांच्या पायावर डोकं ठेवत म्हणाला.

दळवी रावसाहेब जरी पैशाचे लोभी होते, तरी त्यांच्या पोटात काळीज होतं. कदमनं त्यांच्या पायावर डोकं ठेवल्यावर त्यांचं काळीज द्रवलं. ते आता बर्फागत थंड पडले होते. कदम सर्कलवर कलेक्टरकडून कारवाई होऊ नये, असं त्यांना आता मनापासून वाटू लागलं. त्याच्यावरचा त्यांचा असलेला राग आता पाऱ्याप्रमाणे उडून गेला. रावसाहेबांनी लगेच कलेक्टर ऑफीसच्या बारनिशी कारकुनाला फोन करून सांगितलं, त्यांनी पाठविलेला डिओ कलेक्टरकडे पाठविण्यात येऊ नये म्हणून. रावसाहेबांनी शिपाई पाठवून तो डीओ त्याला परत आणायला सांगितलं. शिपायानं परत डीओ आणल्यावर कदम सर्कलचा जीव भांड्यात पडला.

*****

अण्णाच्या घराला लागून 'काल्या' (कोकणात ळ चा उच्चार ल असा करतात) गणपतचं घर होतं. उमेदीच्या काळात काल्या गणपत 'बांद्रीचा वाघ' म्हणून ओळखत होता. आता त्यानं वयाची सत्तरी पार केली होती. तो ठेंगणा गडी असला तरी अंगानं चांगला मजबूत होता. त्याचे डोळे भेदक होते. त्यातून नेहमी आगीच्या ठिणग्या पडत. त्याला पाहून कुणीही मी मी म्हणणारा घाबरून जात होता.

गावात गुजरांची तीन घरं होती आणि काशिनाथ पेंडसे या ब्राह्मण समाजाचं एक घर होतं. या लोकांना गावातून हाकलून लावण्याचा गणपतनं त्याच्या मनाशी चंग बांधला होता. गावात ब्रिटिश काळापासून ग्रामीण पोलीस चौकी होती. त्या पोलीस चौकीत दोन पोलीस कायम कार्यरत असत. गणपत त्या पोलिसांनासुद्धा अजिबात धूप न घालता गुजर आणि ब्राह्मण समाजातील लोकांना गावातून हाकलून देण्यासाठी नाना क्लृप्त्या करून त्यांना नेहमी त्रास देत असे. गावात त्यांची संख्या हाताच्या बोटावर मोजण्याइतकी असल्यानं त्यांना गणपतची नेहमी भीती वाटे. शिवाय त्याच्याकडे आग ओकणारी काडतुसाची बंदूकसुद्धा होती.

गणपत कधीकधी त्यांच्या पाण्याच्या विहिरीत मुद्दाम घाण टाकायचा. कधी मांस टाकायचा. त्यांच्या भाताच्या उडव्यांना रात्री जाऊन आगी लावायचा. तसेच रात्री-अपरात्री त्यांच्या घराच्या मागे जाऊन तोंडातून चित्रविचित्र आवाजसुद्धा त्यांना घाबरविण्यासाठी काढायचा. त्यामुळे बिचाऱ्या हळव्या मनाच्या बायका घाबरून रडू

लागत. शेवटी अति छळ सुरू झाल्यावर त्या लोकांनी वैतागूनच आंबवली गाव सोडण्याचा निर्णय घेतला. जिवाच्या भीतीनं त्या लोकांनी वडिलोपार्जित जमिनी आणि घर कायमचं सोडून शहरात बस्तान बसविलं. काशिनाथ पेंडसे गाव सोडल्यापासून ते पुन्हा गावात पाऊल टाकायला घाबरत होते.

एकदा गावात एका गुजराच्या घरात चोरी झाली होती. त्यांनी त्याचा आळ गणपतवर घेतला. गणपतनं ती चोरी केली नव्हती. परंतु त्याला गावात चोर कोठून येतात, हे ठाऊक होतं. पाठीवर दुनळी काडतुसाची बंदूक अडकवून त्यानं त्याच्या तरुण घोड्यावर रागानं मांड ठोकली आणि त्याचा घोडा चोरांचा माग काढण्यासाठी डोंगराच्या दिशेनं चौखूर उधळला. तासा-दीड तासांतच त्यानं त्या चोरांना गाठलं. ते दोन चोर एका धनगराचं बोकड कापून त्याचं मटणाचं जेवण तयार करीत होते. जेवण झाल्यावर ते सातारा जिल्ह्यात परागंदा होणार होते. त्याच्या आधीच काल्या गणपतनं त्यांना गाठलं होतं. गणपत रंगेल होता, तसा रगेलसुद्धा होता. त्याच्या अंगात रेड्याचं बळ होतं. आधी त्यानं त्या चोरांना धरून चांगलं बदडून काढलं. त्यांच्या नाकातोंडातून रक्त वाहू लागल्यावर त्यानं त्या चोरांना चोरलेल्या दागिन्यांसह आणून पोलिसांच्या समोर उभं केलं. त्याचं धाडस पाहून पोलीससुद्धा आश्चर्यचकित झाले.

काल्या गणपतचं नाव ऐकून सरकारी कर्मचारीसुद्धा गावात हजर व्हायला घाबरत असत. कधी कुणावर त्याची तडी पडेल, हे सांगता येत नसे. परंतु आता मात्र वेगळी परिस्थिती होती. काल्या गणपतला आता त्याच्या अंगावरील कपड्यांचंसुद्धा भान राहत नसे. पक्षाघाताच्या झटक्यानं त्याचं अर्धं अंग लुळं पडल्यामुळे त्याला रस्त्यानं धड चालवतसुद्धा नसे. त्याला एकूण सात मुली होत्या. मोठ्या मुलीकडे तो राहत होता. ती मुलगी वृद्ध आईवडलांची चांगली काळजी घ्यायची. बापाला स्वत:च्या हातानं गरम पाण्याची ती अंघोळ घालायची आणि कामातून सवड मिळाल्यावर ती तिच्या बापला हातानं धरून डांबरी सडकेवर थोडा वेळ फिरायलासुद्धा न्यायची. काल्या गणपतची आताची दयनीय अवस्था पाहून लोक त्याला 'जशी करणी तशी भरणी' अस म्हणत असत.

*****

आंबवली या सजावर माझी सेवा पूर्ण पाच वर्षं झाल्यावर जून २००२ मध्ये नियमानुसार दापोली प्रांताकडून माझी बदली खेड तालुक्यातील निगडे या सजावर झाली.

◆◆◆

नऊ

निगडे या सजाचं तलाठी कार्यालय बोरज या गावात शिंदेवाडी या ठिकाणी होतं. मुंबई-गोवा या राष्ट्रीय महामार्गालगत शिंदेवाडी होती. गावामधून महामार्ग गेल्यामुळे एकाच गावाचे दोन भाग झाले होते. निगडे हे गाव बोरज गावाला अगदी लागून होतं. माझ्या नवीन सजामध्ये एकूण तीन गावं होती. निगडे, बोरज आणि सात्वीण. सात्वीणगावात एकही सात्विणीचं झाड नव्हतं. माझ्या तलाठी कार्यालयापासून परशुराम हे तीर्थक्षेत्र अवघ्या बारा किलो मीटर्स अंतरावर होतं. आठ-दहा किलो मीटर्सच्या अंतरावर स्थानिक अकुशल कामगारांना रोजगार पुरविणाऱ्या लोटे माळावर जवळजवळ शंभर केमिकल कंपन्या दिवस-रात्र चालू होत्या. रात्रीच्या वेळी मुंबई-पुणे या शहराप्रमाणे त्या ठिकाणी विद्युत दिव्यांची झगमगाट असायची.

सजातील तिन्ही गावांत उंच डोंगर नव्हते. छोटे छोटे डोंगर होते. काही ठिकाणी सपाट जमीन होती. मुख्य पीक भात हेच होतं. नाचणी, हरीक, वरी इत्यादी पीकं आता इतिहासजमा झाली होती. सात्वीणगावात जांभा दगड मुबलक प्रमाणात असल्यामुळे तिथं आठ-दहा जांभा दगडाच्या खाणी होत्या. जांभा दगड भूकंपविरोधी असल्यामुळे घरं, इमारती बांधण्यासाठी त्याला सर्वत्र मोठी मागणी होती. त्या दगडाला देशावरूनसुद्धा मागणी येत असे. जांभा खाणीतील दगड काढण्यासाठी कर्नाटकातील मजूर येत. आता तो दगड विद्युत्यंत्रानंसुद्धा काढला जातो. जांभा दगडाला भरपूर मागणी असल्यामुळे त्या ठिकाणी जीवघेणी स्पर्धा सुरू होत्या. काही मुस्लीम लोकांनी आखातातील चांगल्या पगाराच्या नोकऱ्या सोडून या धंद्यात शिरकाव केला होता. संपूर्ण तालुक्यात जांभा दगडाच्या खाणी सात्वीणगावात अधिक असल्यामुळे मला नेहमी सतर्क राहावं लागत होतं. शासनाची रॉयल्टी बुडवून जांभ्या दगडाच्या खाणीतून दगड कसा काढायचा, हे आता त्या खाणमालकांना समजलं होतं. त्यांच्यापासून मलिदा मिळत असल्यामुळे अधिकारीवर्ग गांधारीप्रमाणे डोळ्यावर पट्टी

बांधून त्याकडे जाणूनबुजून दुर्लक्ष करीत. एखादी अप्रिय घटना घडली, तर त्यासाठी ते तलाठ्याला बळी देण्यासाठी मुळीच कचरत नसत.

माझ्या आधी बबन वाकोडे हे निगडे या सजाला तलाठी म्हणून काम करीत. वाकोडेच्या आधी रवी खेडेकर तलाठी म्हणून काम करीत होता. खेडेकर तलाठ्याला लाचलुचपत खात्यानं घोसाळकर नावाच्या इसमाकडून लाच घेताना रंगेहात पकडलं होतं. कोर्टाकडून त्याला शिक्षासुद्धा झाली होती. पैशासाठी तो लोकांना खूप नाडायचा. त्यांना तो त्रास द्यायचा. शिशुपालाप्रमाणे त्याची शंभरी भरल्यावर नियतीनं त्याच्यावर सूड उगवला होता. आता तो बडतर्फ होऊन त्याच्या कर्माची तो फळं भोगत आहे.

वाकोडे तलाठी कधी कार्यालयात वेळेवर येत नसे. त्यालासुद्धा पैशाचा लोभ होता. घरांची बिनशेती करण्यासाठी, वारस तपास करण्यासाठी तो लोकांकडून हजारो रुपये घेत असे, परंतु त्यांची तो कामं करीत नसे. ७/१२, ८अ, फेरफाराच्या नकलांची फी शासनाच्या नियमानुसार न घेता गरीब शेतकऱ्यांकडून दामदुपटीनं वसूल करायचा. लोकांची तोंड दाबून बुक्क्याचा मार सहन करण्यासारखी गत झाली होती. त्यामुळे तलाठी म्हटला की, लोकांच्या मस्तकात तिडीक उठायची.

मी जेव्हा निगडे सजाला तलाठी म्हणून हजर झालो, तेव्हा लोक सगळे तलाठी एकाच माळेचे मणी म्हणत माझ्याकडे संशयानं पाहत. यात त्यांची चूक आहे, असं मला मुळीच म्हणायचं नाही. तलाठी वर्गाकडून मिळालेल्या वागणुकीमुळेच त्यांची तशी मानसिकता तयार झाली होती. ते एव्हाना माझ्याही ध्यानात आलं होतं. लोकांच्या मनात या ठिकाणी आपली वेगळी ओळख निर्माण करण्यासाठी आपल्याला थोडा अवधी लागेल, असं मला वाटू लागलं. मी त्यांची मनं नक्की जिंकेन, यावर माझा ठाम विश्वास होता. या आधी मी ज्या ज्या गावात काम केलं होतं, त्या त्या गावात गरीब, अशिक्षित लोकांची मी त्यांच्या अडीअडचणीची कामं करून मनं जिंकली होती. पैशासाठी कधी कोणापुढे हात पसरला नव्हता. त्यामुळे माझ्या विरोधात वरिष्ठाकडे कधी एकही तक्रार अर्ज गेला नव्हता. पैसे मिळविण्याच्या अनेक संधी मी गमावल्या होत्या, याचं मला अजिबात दु:ख नव्हतं. उलट त्याचं अधिक समाधान वाटतं. मी वेरळ गावी नवीन घर बांधलं तेव्हा गळाभर कर्जात अक्षरश: बुडालो होतो. सजावर जाण्या-येण्यासाठीसुद्धा कधी कधी माझ्या खिशात पैसे नसत. पगाराच्या आधीच घरातील पोटगी संपत होती. तरीसुद्धा मला लोकांकडून पैसे काढण्याचा कधी मोह होत नसे. आता माझी प्रपंचाची घडी नीट बसली होती. घराच्या कर्जातून मुक्त झालो होतो. माझा मुलगासुद्धा मराठी शाळेवर शिक्षक म्हणून

नोकरी करीत होता. सजातील एकूण तीन गावांसाठी एकच कोतवाल काम करीत होता. त्याचं नाव शांताराम झोरू साळवी असं होतं. तो लवेल गावात राहत होता. त्याच्याकडे सायकल होती. रोज तो तीन-चार किलो मीटर्स अंतर सायकलवरून जाऊन-येऊन करीत असे. शासनाकडून त्याला महिन्याला दोन हजार रुपये पगार मिळायचा. त्याची दोन-तीन खंडीची भातशेती होती. शेती करून तो कोतवालाची नोकरी करीत होता. तो पंढरपूरच्या पांडुरंगाचा भक्त होता. त्याच्या गळ्यात पांडुरंगाच्या नावानं घातलेली तुळशीची माळ होती, त्याला गळ्यात माळ घातल्यापासून दारू, मटण वर्ज्य होतं, तो सारखं विड्या ओढायचा, तो चहाचासुद्धा तलफी होता. दिवसातून तो कितीतरी वेळा चहा पीत असे आणि भसाभसा विड्या ओढून नाका-तोंडातून धुरांची वलयं काढून हवेत सोडीत असे. त्याला मी सांगितलेलं काम करण्यापेक्षा माझ्याशी गप्पा मारीत बसायला मनापासून आवडायचं. त्याच्याकडे दुर्लक्ष करून मी माझं काम करू लागल्यावर तो व्हरांड्यात यायचा आणि जळकी विडी बोटात धरून जाणाऱ्या-येणाऱ्या लोकांच्याकडे गुरवासरांची तो आस्थेनं चौकशी करायचा.

साळवीकडे रेड्याचा नांगर होता. नांगरासाठी तो कधी बैल विकत घेत नसे. वर्षातून दोन वेळा कार्तिकी आणि आषाढी पंढरपूरला तो वाऱ्या करायचा. भातलावणी, भातकापणी किंवा भाजावळ करण्यासाठी कवळ तोडायचं असेल तेव्हा तो ते काम संपल्याशिवाय तलाठी कार्यालयाचं तोंड पाहत नसे. साळवी जातीनं कुणबी समाजाचा असला, तरी त्यानं गळ्यात माळ घातल्यापासून त्याला कुणाच्या घरचं जेवण चालायचं नाही. चहाला मात्र तो 'नाही' म्हणायचा नाही. चहा म्हणजे त्याचा जीव की प्राण होता. त्याला ७/१२ ची चांगली माहिती होती. ठिकाणाच्या नावावरून तो त्याचा सर्व्हे नंबर, हिस्सा नंबर किंवा गावाचं एकत्रीकरण झालं असेल, तर त्याचा गटक्रमांक बरोबर तो शोधून काढायचा. त्या कामात त्याचा माझ्यापेक्षा हातखंडा होता. सर्व्हे नंबर किंवा गट क्रमांक शोधण्यासाठी दरवेळी मला त्याचीच मदत घ्यावी लागत होती. मी त्याला 'हवालदार' या टोपणनावानं हाक मारायचो. त्यामुळे लोकसुद्धा त्याला नंतर हवालदार म्हणून ओळखू लागले. हवालदार रंगानं ठार काळा होता आणि त्याच्या तोंडात मोजकेच दात होते, डोळेसुद्धा त्याचे तांबरलेले होते. कधीकधी तो व्हरांड्यात खोकत बसे. विड्या ओढून त्याला जोराची ढास लागायची. त्याच्या अंगावर नेहमी खाकी पँट आणि सदरा असायचा. डोक्यावर सफेद टोपी आणि पायात उन्हाळी व पावसाळी वापरायचे कॅनव्हासचे हलक्या किमतीचे बूट असत. झाडी-जंगलांमधून पायी प्रवास करताना चपलापेक्षा त्याला ते

कॅनव्हासचे बूट सोयीचे होते. हवालदार पांडुरंगाचा भक्त असल्यानं त्याच्या तोंडात कमी दात असले तो भेसूर आवाजात हा तुकाराम महाराजांचा अभंग गायचा. त्याचा तो आवाज मी दुरूनसुद्धा अगदी नेमका ओळखायचो.

माझं तलाठी कार्यालय ग्रामपंचायतीच्या कार्यालयात होतं. अर्ध्या भागात ग्रामपंचायत कार्यालय होतं आणि अर्ध्या भागात तलाठी कार्यालय होतं. मध्ये फक्त भिंत उभी होती, त्या भिंतीत एक दरवाजा होता, तो नेहमी बंद असे. मी बोरज गावी तलाठी म्हणून हजर झाल्यावर थोड्याच दिवसांत एक चोवीस-पंचवीस वयाची मुलगी-महिला-ग्रामसेवक म्हणून बोरज ग्रामपंचायतीमध्ये हजर झाली. तिचं आडनाव घाडगे असं होतं. तिचं मूळ गाव पुणे जिल्ह्यात होतं. तिच्या मावशीचे यजमान खेडला एका माध्यमिक शाळेत शिक्षक होते. त्यांच्याकडे ती राहायची. ती अविवाहित होती. नुकतीच ग्रामसेविकेची कटकटीची नोकरी लागल्यामुळे ती अगदी भांबावून गेली होती. महात्मा ज्योतिबा फुले, महर्षी धोंडो कर्वे यांच्या पुण्याईनं सावित्रीच्या लेकी आता शासकीय अत्यंत जबाबदारीच्या नोकऱ्या करून देशाच्या विकासाला त्यांच्या परीनं हातभार लावत आहेत. तलाठी, ग्रामसेविका, शिक्षिका आणि आरोग्य सेविका इत्यादी ग्रामीण भागांतील नोकऱ्या करून त्या स्वत:च्या पायावर उभं राहत आहेत आणि आत्मविश्वासानं जगण्यासाठी धडपडताना खेडोपाडी दिसत आहेत.

घाडगे मॅडम ग्रामपंचायत कार्यालयात कधी वेळेवर येत नसत. कधीकधी चार-पाच दिवस ओळीनं दांड्यासुद्धा मारीत. लोक कामासाठी ग्रामपंचायत कार्यालयात येत. त्यांच्या दाराला कुलूप लावलेलं पाहून ते माझ्याकडे घाडगे मॅडमची चौकशी करीत. मलासुद्धा याबद्दल काहीही माहिती नसे. लोक निराश होऊन परत जात.

मॅडमना सकाळी लवकर उठायची सवय नव्हती. त्यामुळे त्यांना ग्रामपंचायत कार्यालयात यायला उशीर होत असे. कधीकधी त्या जेवण न करता उपाशी येत. माझ्याकडे दुपारचा जेवणाचा डबा असे. मी त्यांना "मॅडम जेवायला या" असं म्हटल्यावर त्या येत असत. मग आम्ही दोघं मिळून डबा खात असू. एका डब्यात त्यांचंही पोट भरायचं नाही आणि माझंही भरायचं नाही. कधीकधी त्या लवकर येत नसत. मी त्यांना दुपारी "जेवायला या" असं म्हटल्यावर त्या मला "थांबा आले" म्हणून यायला उशीर लावत. हवालदार मग मला रागानं म्हणायचा, "भाऊ, तिला नका बोलवू. तुम्ही उरकून घ्या. त्या बाईचा रमना लवकर आटपायचा न्हाय. सकाळी येतानाच ती चांगलं खाऊन फुगून आली असंल." सायंकाळी मी हवालदारांना टपरीवरून चहा आणायला सांगायचो. मॅडम कार्यालयात हजर असेल, तर आम्ही त्यांनासुद्धा चहाला आमच्या कार्यालयात बोलावून घेत असू. मॅडमनं कधी चहा

मागवला, तर त्यासुद्धा आम्हाला चहा प्यायला बोलावीत.

घाडगे मॅडमच्या सुदैवानं सरपंचसुद्धा महिलाच होत्या. उपसरपंच मामा घोसाळकर होते. मामा घोसाळकर हायवेलगतच्या जमिनींचे मोठ्या प्रमाणात व्यवहार करीत. त्यात त्यांना चांगला पैसा मिळत असे. व्यवहारासाठी जमिनींचे कागदपत्र लागले, तर ते माझ्याकडे येत. कधीकधी घाडगे मॅडवर नाराजी व्यक्त करीत ते मला म्हणत,

"भाऊ, ही मॅडम काय कामाची न्हाय. मी सांगितलेली कामंसुद्धा ती करीत न्हाय. ती लोकांना भेटत न्हाय म्हणून गावातील म्वॉपजणांच्या तिच्याबद्दल माझ्याकडे तक्रारी येतात."

ग्रामपंचायतमध्ये जरी महिला सरपंच असल्या तरी त्या फक्त नामधारी होत्या. ग्रामपंचायतीचा सर्व कारभार मामा घोसाळकर उपसरपंच म्हणून पाहत असत. त्यांना हवं तसं घाडगे मॅडमकडून सहकार्य मिळत नव्हतं म्हणून ते त्या मॅडमवर नाराज होते. महिला सरपंच आणि घाडगे मॅडम यांचं गूळपीठ चांगलं जमलं होतं. दोघीही स्वभावानं फार साध्याभोळ्या होत्या. त्यांच्या मनात नावालादेखील कपटनीती नव्हती, कसले डावपेच नव्हते. त्यामुळे त्या त्यांचं काम करताना कमी पडत. दोघीही अनुनभवी असल्यानं कामात एखादी मोठी अडचण निर्माण झाली, तर त्या गांगरून जात. अशा वेळी त्या दुसऱ्या कुणाकडून सल्ला न घेता माझ्याकडे येत.

एकदा त्या दोघींचं कसलंतरी निकडीचं काम निघालं. त्या दोघींना तातडीनं निगडे गावातील बारकोंबडा या वाडीत जायचं होतं. बारकोंबडा वाडी ग्रामपंचायत कार्यालयापासून तीन-चार किलो मीटर्स अंतरावर होती. मी माझ्या ऑफीसला कधी कधी मोटारसायकलवरून येत असे. घाडगे मॅडम मला अजिजी करीत म्हणाल्या,

"भाऊ, आम्हा दोघींना तुमच्या मोटारसायकलवरून बारकोंबडा वाडीत नेऊन सोडाल का?"

मॅडमचं बोलणं ऐकून मी माझ्या मनात विचार करू लागलो. जर मी त्या दोघींना माझ्या मोटारसायकलवरून नेवून सोडलं, तर लोक राईचा पर्वत करतील. ते त्यांच्यासाठी जसं ठीक नव्हतं तसं ते माझ्यासाठीसुद्धा ठीक नव्हतं. लोकांच्या मनात गैरसमज निर्माण झाला असता म्हणून मी त्यांना समजावून सांगितलं. पुढे अधिक न बोलता त्या दोघींनी बारकोंबडा वाडीकडे पायी चालायला लगेच सुरुवात केली.

नोकरी लागल्यानंतर घाडगे मॅडमचं लग्न ठरलं. त्यांचे होणारे यजमानसुद्धा ग्रामसेवकाची नोकरी करीत होते. मॅडमचं लग्न शनी-शिंगणापूर या ठिकाणी होणार

होतं. मॅडमनी आम्हा सर्वांना त्यांच्या लग्नाला येण्यासाठी आग्रहाचं निमंत्रण दिलेलं होतं. मामा घोसाळकर आणि त्यांचे ग्रामपंचायत कार्यालयातील सहकारी मॅडमच्या लग्नाला जायचं म्हणून आपसात चर्चा करीत होते. त्यासाठी त्यांचा खास गाडी काढायचासुद्धा विचार होता. मलासुद्धा त्यांनी विचारणा केली होती. मी त्यांना 'हो' असं म्हणालो होतो. घाडगे मॅडमचं लग्न जवळ आलं तरी त्यांचं जाण्यासाठी गाडीचं अजून नक्की होत नव्हतं. हवालदार मला थोड्या गुश्शातच म्हणाला, "भाऊ, तुमी यांच्या नादी लागू नका. न्हायतर तुमीसुदीक मॅडमच्या लगनाला जाऊ शकणार न्हाय. अवं हे लोक जातीलसुदीक आन न्हायसुदीक. त्यांचा काय बी भरूसा न्हाय. तुमी गुमान यांच्या नादाला लागण्यापरास येसटीने जावा."

हवालदाराचं बोलणं मला पटलं. मी त्यांची वाट न पाहता मॅडमच्या लग्नासाठी एकटाच शनी-शिंगणापूरला गेलो. मला समोर पाहाताच मॅडमना आनंद झाला. त्यांनी मला विचारलं, "भाऊ, तुमच्या बरोबर आणखी कोण कोण आलेत?" मी त्यांना म्हणालो, "मॅडम, मी एकटाच आलोय." माझं बोलणं ऐकून मॅडम मनात थोडं उदास झाल्या. मॅडमचं लग्न झाल्यावर मी सायंकाळी परतीची वाट धरली.

मॅडमचं आणि त्यांच्या हरी कोतवालाचं कधी पटायचं नाही. दोघांचं भांडण होत. हरी अवलिया होता. तो मॅडमनं बोलावल्याशिवाय कधी कार्यालयात यायचा नाही. घरपट्टी, पाणीपट्टी मॅडमनं सांगूनसुद्धा तो वसूल करीत नसे. वसूल केलेली रक्कम स्वत:साठी वापरायचा. मॅडमनं त्याला त्याचा कडक भाषेत जाब विचारल्यावर तो त्यांना मोठ्या आवाजात म्हणायचा,

"मॅडम, तुमची ही पाचशे रुपयाची नोक्री मला परवडत न्हाय. माझा तुमी नोक्रीचा राजीनामा लिवून घ्या. मी मजुरी करून प्लॉट भरीन. पर मला तुमची कटकट नकु. कंधी तुमी माझा पगार टायमात करीतसुदीक न्हाय."

"वसुली करा म्हणजे मी तुम्हाला पगार देत्ये."

"तुमी माझ्यासंगं वाडी-वाडीत फिरा म्हंजी घरपट्टी वयनं लोक काय म्हनत्यात ते तुमाला कळंल."

त्याचं बोलणं ऐकून मॅडमना नेहमी नमतं घ्यावं लागत होतं, कारण कमी पगारात ग्रामपंचायतीची नोकरी करायला गावात कुणीही तयार होणार नाहीत, हे मॅडमना चांगलं ठावूक होतं. त्यामुळे आपोआप हरी कोतवाल भारी शेफारल होता.

एके दिवशी अगदी निराश होऊन मॅडम माझ्या समोर येऊन खुर्चीत बसल्या. मी त्यांना अगदी मृदू आवाजात विचारलं,

"मॅडम, काय झालं?"

आवंढा गिळून मॅडम मला अगदी गंभीर आवाजात सांगू लागल्या,

"भाऊ, या ग्रामपंचायतीमध्ये काम करणाऱ्या पदाधिकाऱ्यांना नुसता पैसा हवा आहे. मी यांना नेहमी नेहमी कोठून पैसा आणून देऊ? ते मला सरळ म्हणतात, की पाच वर्षं झाल्यावर या ग्रामपंचायतीत आम्हाला कुणी विचारणार नाहीत. वाडीत समजा नवीन रस्त्याचं काम मिळालं, तर ते काम घेण्यासाठी हे लोक आपसात भांडतात. पाइपलाइन, पाण्याच्या नळाचीसुद्धा तीच अवस्था. यांना कुणाला काम करण्याचा काडीचासुद्धा अनुभव नाही. त्यांना फक्त त्या कामात पैसा हवाय. महिला सदस्यसुद्धा मुळीच मागे नाहीत. अनुसूचित जाती-जमातींना देण्यासाठी भांडी खरेदी असेल किंवा फर्निचर खरेदी असेल, तर त्या माझ्या सोबत तालुक्याला येतात. ऑडिटच्या वेळी मी ऑडिटरना काय सांगू? कारण ग्रामपंचायतीच्या आर्थिक व्यवहाराला मीच जबाबदार असते."

"मॅडम, तुम्ही बेकायदेशीर असणारं कोणतंही काम करू नका. त्यांना त्याचा राग आला, तरी नंतर तुम्हाला त्रास होणार नाही." मॅडमना मी समजावीत म्हणालो.

"मी आता तसंच वागायचं ठरविलं आहे. मी आता माझी माझ्या मिस्टरांच्या गुहागर तालुक्यात बदली होण्यासाठी प्रयत्न करणार आहे."

घाडगे मॅडम मनात अनेक स्वप्नं घेऊन ग्रामीण भागात नोकरी करण्यासाठी आल्या होत्या. परंतु प्रत्यक्ष काम करताना आलेल्या अनुभवानं त्या कमालीच्या व्यथित झाल्या होत्या, त्यांचा आता भ्रमनिरास झाला होता.

*****

मला लहान मुलं खूप आवडतात. त्यांच्याशी त्यांच्या भाषेत बोलायलासुद्धा मला खूप आवडतं. म्हणून माझी लहान मुलासोबत लगेच गट्टी जमते. माझ्या लहानपणी आमची खूप गरिबी असल्यामुळे माझं लहानपण अगदी खडतर गेलं होतं. माझं लहानपण म्हणजे अक्षरशः नरक होतं. म्हणून मला त्या दिवसाची आठवणसुद्धा नको वाटते. खेळणारी-बागडणारी मुलं पाहून नेहमी मला असं वाटत असतं, की माझं बालपण जर असं असतं, तर मला तेव्हा किती आनंद वाटला असता. मला त्या खेळणाऱ्या-बागडणाऱ्या मुलांचा हेवा वाटायचा.

माझ्या कार्यालयाच्या समोर थोडं मोकळं मैदान होतं. वाडीतील मुलं शाळेला सुट्टी असेल तर त्या ठिकाणी क्रिकेट खेळत. त्यांचा गलका झाल्यावर हवालदार त्यांना शिव्या देत मोठ्या आवाजात म्हणायचा, 'ए कार्ट्यानू, वाईच लाम जावून खेळा. मायला हाफिसाच्या म्होरं कश्याला गोंधुळ घालताय.' ती मुलं हवालदाराला अजिबात दाद देत नसत. दीपकला मुलं खेळायला घेत नसत. तो घाणेरड्या शिव्या

देतो, मारामारी करतो म्हणून ती मुलं नेहमी त्याला चार हात दूर ठेवत.

माझ्या कार्यालयाच्या अगदी समोर तीस-पस्तीस पावलांवर फणसाच्या झाडाजवळ दीपकचं कौलारू घर होतं. तो मंदबुद्धीचा असल्यानं शाळेतसुद्धा जात नव्हता. दीपकचं गाव काडवली होतं. तो त्याच्या आत्याकडे सध्या राहात होता. चारित्र्याच्या संशयावरून दीपकच्या वडिलांनी त्याच्या आईला जाळून टाकलं होतं. कोर्टात दीपकची साक्ष ग्राह्य मानून कोर्टानं त्याच्या वडिलांना जन्मठेपेची शिक्षा सुनावली होती. भावाची दोन मुलं निराधार झाली म्हणून दीपकच्या आत्या त्यांना तिच्या घरी घेऊन आली होती. दीपकच्या छोट्या भावाचं नाव संदेश असं होतं. तो मराठी शाळेत तिसरी यत्तेत शिकत होता, अभ्यासात तो हुशार होता.

दीपकची आणि माझी ओळख झाल्यावर मी त्याला माझ्या डब्यातील भाकरी देऊ लागलो. त्याचा तो एकच घास करायचा. भाकरी खाता खाता तो त्याच्या आत्याची तक्रार माझ्याकडे करीत म्हणायचा, ''काका, भैरी मला खायला भाकरी देत न्हाय. तुमी तिला वाईच सांगा.'' त्याची आत्या मला म्हणायची, ''भाऊ, याला मी कितीही खायला दिलं तरी त्याला लगीच परत भूक लागत्येय. त्याला भस्म्या रोग झालाय. मी त्याला हिथं साळंत घातलं व्हतं. तवा त्यो पोरांच्या भाकऱ्यासुदीक चोरून खायचा, पाट्या फोडायचा. तवा मास्तरसुदीक याला साळंत बसू देत न्हाय. भावाचं पोर म्हून मी याला माझ्याकडं घेऊन आले, पर मला याचा आता रोजच असा तरास व्हायला लागलाय.''

दीपकच्या आत्याला वाडीत सर्वजण 'भैरी' म्हणून ओळखत. तिला ऐकायला कमी येत होतं. ती दिवसभर घरांत-शेतांत कामं करीत असायची. तिला मी कधी स्वस्थ बसलेलं पाहिलं नव्हतं. उन्हाळ्याच्या दिवसांत काजूचा हंगाम सुरू झाल्यावर ती गरकाठी घेऊन झाडावरील काजूच्या ओल्या बिया काढायची आणि त्या फोडून तालुक्यात जाऊन विकायची. पिकलेले फणस, वांगी, ओल्या मिरच्या विकून ती संसाराचा गाडा ओढत होती. तिचा नवरा बिनकामाचा होता, विड्या ओढत गावभर उंडगत फिरायचा, लोकांच्या उचापती करायचा, शेंडी लावून त्यांच्याकडून दारू पिण्यासाठी आणि विड्या ओढण्यासाठी पैसे काढायचा. कधीकधी पैशावरून तो त्याच्या बायकोबरोबरसुद्धा भांडायचा. 'माझी लेक, माझी लेक' म्हणत तो घाडगे मॅडमना भेटण्यासाठी ग्रामपंचायत कार्यालयातसुद्धा यायचा. मॅडम त्याला आता चांगल्या ओळखू लागल्यामुळे त्या त्याच्याकडे अजिबात लक्ष देत नसत. कधीकधी तो तिच्याकडे दारू पिण्यासाठी पैसेसुद्धा मागायचा. उपसरपंच त्याला 'ग्रामपंचायत कार्यालयामध्ये यायचं नाही' म्हणून दमदाटीसुद्धा करीत. परंतु त्याला त्याची लाज

नसायची.

दीपक अस्वच्छ राहायचा म्हणून मी त्याला रोज अंघोळ करायला सांगायचो आणि कुणाला घाणेरड्या शिव्या द्यायच्या नाहीत, असंसुद्धा मी त्याला ताकीद देत सांगायचो. माझ्या समोर तो कुणाला शिव्या द्यायचा नाही. परंतु माझ्या गैरहजेरीत तो लोकांना शिव्या द्यायचा. दिवाळीला मी त्याला नवीन कपडे घेतले. पायात घालायला पांढरे बूट घेतले आणि रोज दात घासण्यासाठी मी त्याला कोलगेट पावडरची डबीसुद्धा आणून दिली. नवीन कपडे आणि बूट पाहून दीपकला त्याचा खूप आनंद वाटला. त्यानं ते वाडीत सर्वांना दाखविलं. मी आणलेल्या कोलगेटच्या पावडरनं घरात सगळे दात घासू लागले. ती डबी संपल्यावर भैरीचा नवरा दीपकला म्हणाला, 'दीपक, भाऊंना सांग नवीन कोलगेटची डबी आणून द्यायला.' दीपकनं हे मला सांगितल्यावर मी त्याकडे दुर्लक्ष केलं. दीपकला भजन-कीर्तनाचासुद्धा छंद होता. देवळात भजन-कीर्तनाचा कार्यक्रम असेल, तेव्हा तो गळ्यात टाळ अडकवून 'जय जय हरी पांडुरंग' म्हणत बुवांबरोबर नाचायचा. त्यावेळी त्याला वेडा दीपक म्हणणारी माणसं आश्चर्यानं तोंडात बोटं घालीत.

माझी आता वाडीतील मुलांच्या बरोबर चांगली गट्टी जमली होती. वाडीत उन्हाळ्याच्या दिवसांत एखादा गारेगारवाला किंवा कुल्फीवाला आला, तर ती मुलं त्यांच्या आईवडिलांकडे पैसे मागायला न जाता माझ्या ऑफिसात धावत येत. मी त्यांच्यासाठी माझ्या टेबलाच्या खणात नेहमी सुटे पैसे ठेवीत असे. मुलं मला 'काका' म्हणून साद घालीत. त्यांचे ते गोड शब्द ऐकून मला सुखाचा परमोच्च बिंदू गवसल्यासारखा आनंद होत असे. त्यांच्या आपसातील मारामाऱ्या सोडविण्यासाठी मला कधीकधी माझं काम थांबवून धावत जावं लागत होतं. तेव्हा हवालदार मला म्हणायचा, "भाऊ, तुमी त्या कार्ट्यांच्या भांडणात पडू नका, मरू दे साल्यांना. ही कार्टी कंधी सुधारनार न्हायत. त्यांचे आईस-बापूस चांगले अस्ते, तर ही कार्टी सुधारली असती."

माझ्या कार्यालयात लहान मुलं आलेली हवालदारांना मुळीच आवडायचं नाही. 'ए कार्ट्यानू, तुमचं काय हाय हिथं' म्हणत हवालदार त्यांना पिटाळून लावत. हवालदारांची सायकल रस्त्यावरून येताना दिसली, की मुलं माझ्या कार्यालयातून लगेच पसार होत असत. माझ्या कार्यालयात लहान मुलांची गर्दी पाहून त्याच वाडीत राहणाऱ्या एका बाईनं मला विचारलं की, 'भाऊ, तुमाला मुलं न्हाईत?' वयाची साठी गाठलेल्या त्या बाईचा प्रश्न ऐकून मी हसलो आणि तिच्या प्रश्नाचं उत्तर देत मी तिला म्हणालो, 'मला तीन मुलं आहेत.' माझं बोलणं ऐकून ती आश्चर्यचकित

होऊन पुढे निघून गेली.

*****

चिरेखाण मालक तलाठ्यांना अजिबात दाद देत नसत. त्यांचे हात अगदी वरपर्यंत पोहोचलेले असत. आमच्या समोर नेहमी कायद्याची भाषा बोलणारे तहसीलदार खाणमालकांच्या सोबत मैत्रीचे संबंध ठेवत. तालुक्यात बसून त्यांना सात्वीण गावात कुणाची चिरेखाण परवानगी न घेता सुरू आहे, हे अगदी बरोबर कळायचं. मग ते मला मासिक किंवा पंधरवड्याच्या मीटिंगमध्ये फैलावर घेत तुमचं तुमच्या कामावर लक्ष नाही म्हणून तंबी देत. अमक्या-तमक्याची खाण सुरू आहे म्हणून मला माहिती देत. मी कोतवालाला सोबत घेऊन पंचनामा करण्यासाठी त्या खाणीवर जायचो. पुढील कारवाई होण्यासाठी मी माझ्या रिपोर्टसह प्रकरण तयार करून पाठविल्यावर ते प्रकरण खाणमालकाशी आर्थिक व्यवहार करून दडपलं जाई. त्यामुळे शिरजोर खाणमालक माझ्यावर राग धरीत.

तालुक्याचा तहसीलदार त्यांना देवमाणूस वाटे आणि तलाठी त्यांच्या मुळावर उठल्याप्रमाणे ते लोक माझ्याकडे रागानं पाहत. ढोलकीला जसं दोन्हीकडून मार बसतो, तशी माझी गत व्हायची. जिल्ह्याचे खाणीकर्म अधिकारी दोन-तीन महिन्यांनी खाणी तपासण्यासाठी येत. परंतु एकही खाण न तपासता खाणमालकांकडून दारू-मटणाची पार्टी घेऊन व खिसा गरम करून परत जात. फिरती केली म्हणून ते शासनाकडून बिलसुद्धा वसूल करीत. चिरेखाण प्रकरणाची चौकशी करण्यासाठी सर्कलचे दर ठरलेले असत. त्या प्रकरणाला जोडायला ७/१२च्या नकलेची गरज लागल्यावर खाणमालक मला येऊन भेटत. ७/१२चे उतारे हातात मिळाल्यावर 'भाऊ, तुम्हाला याची फी आणून देतो.' असं म्हणून निघून जात. ते पुन्हा कधी माझं तोंड पाहायला पुढील वर्षाशिवाय येत नसत.

*****

आयएएस झालेले प्रोबेशन कालावधीसाठी दापोलीला प्रांत म्हणून नुकतेच हजर झाले होते. एकदा ते माझ्याकडे मला न कळविताच दप्तर तपासणीसाठी आले. ते अचानक आल्यामुळे माझी फार धांदल उडाली. हवालदार धावत जाऊन त्यांच्यासाठी गरम कॉफी आणि बिस्किटं टपरीवरून घेऊन आला. कॉफी घेतल्यानंतर प्रांत मला म्हणाले,

"मला तुमच्या एका गावाची दप्तर तपासणी घ्यायची आहे. तुमच्याकडे असलेल्या कोणत्याही एका गावाचं मला तपासणीसाठी दप्तर द्या."

प्रांतसाहेबांनी येताना दप्तर तपासणीचा छापील फॉर्म आणला होता.

माझ्या दप्तरात प्रत्येक गावाचे एक ते एकवीस नमुने होते. माझ्या तीन गावांपैकी बोरज गावाचं दप्तर चांगलं असल्यानं मी त्यांना बोरज गावाचं दप्तर दाखवू लागलो. ते मागतील तो नमुना मी त्यांना तपासणीसाठी देऊ लागलो. नमुना पूर्ण तपासून झाल्यानंतर प्रांत त्यावर इंग्रजीत 'सीन' म्हणून त्याखाली त्यांची स्वाक्षरी करीत.

बोरज गावाचं दप्तर तपासून झाल्यावर प्रांतसाहेबांनी मला 'तुमच्याकडे मोठी टेप आहे का?' म्हणून मला विचारलं. मी त्यांना 'हो' असं म्हणाल्यावर ते मला म्हणाले, "टेप घेऊन गाडीत बसा. आपल्याला सात्वीण गावात चिरेखाणी तपासायला जायचंय."

प्रांतसाहेबांचं बोलणं ऐकून माझ्या पोटात भीतीचा गोळा आला. एकही खाणमालक नियमानुसार खाणीतून जांभा दगड काढत नव्हता. शंभर ब्रासच्या रॉयल्टीचे पैसे एकदाच चलनानं बँकेत भरून तो वर्षभर त्या खाणीतून जांभा दगड काढायचा. हे सर्व वरिष्ठ अधिकाऱ्यांना ठाऊक होतं. परंतु नवीन आलेल्या प्रांतसाहेबांना ते ठाऊक नव्हतं. मला एका संस्कृतमधील श्लोकाची आठवण झाली. 'अश्व नैव, गजं नैव, व्याघ्रं नैवच नैवच। अजात पुत्रं बळी दद्यात्, देवो दुर्बल घातक: (याचा भावार्थ असा होतो, की घोडा, हत्ती, वाघ यांना बळी म्हणून देण्याची कुणाची प्राज्ञा आहे का? बिचारा बोकड हा गरीब म्हणून त्याचा बळी दिला जातो. देवसुद्धा दुर्बळांचाच घात करणारा आहे.) महसूल खात्यातसुद्धा अजूनपर्यंत हीच पद्धत सुरू होती. म्हणून मी माझ्या मनात घाबरलो होतो. प्रांतांनी मला आदेश दिल्याप्रमाणे मी मोजणीची टेप घेऊन त्यांच्या गाडीत मुकाट जाऊन बसलो. हवालदारसुद्धा ऑफीसला कुलूप लावून माझ्यासोबतच गाडीत येऊन बसला.

प्रांतांची लाल दिव्याची गाडी तांबडी धूळ उडवीत चिरेखाणीवर आल्याचं पाहून त्या ठिकाणी लगेच पळापळ सुरू झाली. काही खाणमालक त्यांच्या गाड्या घेऊन पसार झाले. प्रांतसाहेब खाणीवर येणार आहेत, अशी त्यांना कल्पना नव्हती. प्रांत, कलेक्टर जर तालुक्यात येणार असतील, तेव्हा त्या चिरेखाणीवाल्यांना तहसीलदारांच्याकडून त्याची खबर मिळायची. आभाळात फिरणाऱ्या घारीनं अचानकपणे कोंबडीच्या पिल्लांवर झडप घातल्यावर जशी त्यांची दाणादाण उडते, तशी गत आता खाणवाल्यांची झाली होती.

काही लोक मात्र अजिबात पळून गेले नाहीत. ते प्रांतसाहेबांना लगेच भेटायला आले. साहेबांना नमस्कार करून ते त्यांच्यासमोर दीनवाणे उभे राहिले. प्रांतसाहेबांनी मला प्रत्येक खाणीची मापे घ्यायला सांगितली. मी आणि हवालदार मोजणीच्या टेपनं मापं घेऊ लागलो. उंच खाणीत मापं घेताना तोल जात होता. पाय घसरून खाली पडलो असतो, तर हातपाय मोडून, डोक्याचा झाडावरून पडलेल्या

पिकलेल्या फळाप्रमाणे चेंदामेंदा झाला असता. डोक्यावर ऊन रणरणत होतं. त्या कडक उन्हात मी आणि हवालदार चिरेखाणीची मापं घेत होतो. मी सांगितलेली मापं प्रांतसाहेब कडक उन्हात उभं राहून त्यांच्या डायरीत खाणमालकाच्या नावासह लिहून घेत होते.

एक-दीड तासांत सर्व खाणीची मापं घेऊन झाल्यावर आम्ही जाण्यासाठी गाडीत बसलो. हवालदार आणि मी आमच्या ऑफीससमोर उतरल्यावर प्रांतसाहेबांची गाडी लगेच पुढे निघून गेली.

प्रांतसाहेब खाणीची मापं घेऊन गेल्यावर चिरेखाण मालकांचं धाबं दणाणलं. दोन-तीन दिवसांत प्रांत कार्यालयाकडून त्यांना विनापरवाना जांभा दगड काढल्याबद्दल दंडाच्या नोटिसा बजावण्यासाठी माझ्याकडे आल्या. हवालदारानं त्या नोटिसा चिरेखाण मालकांना बजावून त्याबद्दल त्यांच्या सह्या घेतल्या. प्रांतसाहेबांना मीच जांभा दगडाच्या खाणीवर घेऊन गेलो, असं त्या खाणमालकांचा गैरसमज झाला. त्यामुळे त्यांना माझा रागसुद्धा आला. एके दिवशी मी आणि हवालदार सात्वीण गावात माझ्या मोटारसायकलवरून वसुलीला जात असताना सत्तार ठाकूर यानं माझी मोटारसायकल अडवून मला उद्दामपणे म्हणाला, ''भाऊ, मी तुमला चांगल्यापनी सांगून ठेवतो की, तुमी आमच्या चिरेखाणीवर परत कंधी प्रांतसाहेबांना घेऊन यायचं न्हाय.''

सत्तार ठाकूरचं बोलणं ऐकून मी स्वत:वर नियंत्रण ठेवू शकलो नाही. मी रागानं माझी मोटारसायकल रस्त्याच्या कडेला लावली आणि त्याच्या अंगावर जात त्याला रागानं म्हणालो, ''थांब, आता मी तुझ्या कंबरेत लाथ घालतो. म्हणजे तुला कळेल सरकारी माणसाबरोबर कसं बोलायचं असतं ते.'' माझा रुद्रावतार पाहून सत्तार त्याच्या मोटारसायकलवरून लगेच पसार झाला. मी एवढं कधी कुणावर चिडत नाही. म्हणून हवालदारांनासुद्धा त्याचं आश्चर्य वाटलं. नंतर तो मला म्हणाला, ''भाऊ, या लोकांच्या बरूबर असंच वागायचं असतं. त्याबिगर त्ये कंधी वठणीवर येत न्हाईत. रावसाहेबांच्या जिवावर हे स्साले मजा मारीत असतात.'' थोड्या वेळाने आम्ही दोघं आमच्या कामाला निघून गेलो. पुढे प्रांतांनी काढलेल्या नोटिसांची हवा निघून गेली आणि त्या प्रकरणावर कायमचाच पडदा पडला. चिरेखाण मालकांनी प्रांतावर काय जादू केली, हे मलासुद्धा नंतर कळलं नाही.

*****

दळवी रावसाहेब सेवानिवृत्त झाले होते. त्यांचा निरोप समारंभ अगदी दणक्यात पार पडला. तालुक्यातील सर्व चिरेखाण मालक, रेती व्यवसाय व काळ्या दगडाच्या खाणी असलेल्या ठेकेदारांनी एकत्र येऊन वर्गणी काढली. त्यांची

आठवण म्हणून त्यांनी दळवी रावसाहेबांच्या गळ्यात सोन्याची चेन घातली. शाल, श्रीफळ आणि रोख पैशाचं पाकीट देऊन त्यांचा यथोचित सत्कार केला, तेव्हा रावसाहेबांचा ऊर भरून आला होता. डोळ्यांतील अश्रू पुसत त्यांनी सर्वांचे आभार मानले.

दळवी रावसाहेब सेवानिवृत्त झाल्यानंतर त्यांच्या जागी तहसीलदार म्हणून रायगड जिल्ह्यातील तरुण, तडफदार तुकाराम भोईर हे हजर झाले. त्यांची नोकरीची सुरुवात तलाठी म्हणून झाली होती आणि ते अनुसूचित जातीत मोडत असल्यामुळे नोकरीत त्यांना भराभर बढत्या मिळत गेल्या. त्यांचं शिक्षण फक्त दहावीपर्यंत झालं असलं, तरी त्यांचा रुबाब एखाद्या आयएएस अधिकाऱ्यापेक्षा मुळीच कमी नव्हता. महसूल खात्यात त्यांची नोकरी अजून दोन दशंकसुद्धा पूर्ण झाली नव्हती. तरी त्यांनी या खात्यातील बरेच ज्ञान आत्मसात केलं होतं. त्यांच्यासारखा धूर्त, कावेबाज आणि धडाकेबाज तहसीलदार अजूनपर्यंत या तालुक्याला कधीही लाभला नव्हता.

भोईर रावसाहेब तहसीलदार म्हणून हजर झाल्यावर त्यांना भेटण्यासाठी आणि त्यांना शुभेच्छा देण्यासाठी तालुक्यात अवैध व्यवसाय करणाऱ्यांची त्यांच्या दालनात गर्दी उसळली. यात रेती, जांभा दगड, खडीक्रशर, काळ्या दगडाच्या खाणी असणाऱ्या ठेकेदारांची संख्या अधिक होती. तालुका तलाठी संघटना अध्यक्ष म्हणून संतोष पवार काम करीत होता. रावसाहेबांची भेट घेऊ आल्यानंतर तो आम्हाला म्हणाला, 'रावसाहेबांची नोकरीला सुरुवात तलाठी म्हणून झाली आहे. म्हणून तो आपला माणूस आहे. आपण त्यांना सहकार्य करायचं.' नवीन तहसीलदार तालुक्याला हजर झाल्यावर काही लोक आपल्या स्वार्थासाठी त्यांच्या दावणीला स्वत:ला बांधून घेत होते. त्यामध्ये तलाठी आणि मंडळ अधिकारी (सर्कल)सुद्धा मुळीच मागे नव्हतं. काहीजण सरळमार्गी होते. ते त्यांच्या पगारावरच समाधान मानत होते. त्यांना नोकरी करताना संकटांना सामोरं जावं लागत होतं. आपल्याबाबत वर्तमानपत्रात चांगल्या बातम्या छापून येण्यासाठी भोईर रावसाहेबांनी तालुक्यातील सर्व पत्रकारांना जवळ करून ते त्यांच्याशी मैत्री वाढविण्यासाठी प्रयत्न करू लागले. तुटपुंज्या वेतनावर काम करणारे तालुक्यातील पत्रकार खाल्लेल्या मिठाला जागत असल्यामुळे रावसाहेबांना त्याचा फायदा होऊ लागला. आता नवीन तहसीलदारांच्या संपर्कात आलेली मंडळी दळवी रावसाहेबांना पूर्णपणे विसरूनसुद्धा गेली होती. त्यांचं नावसुद्धा आता कुणी तोंडात घेत नव्हतं. लोक उगवत्या सूर्याला नमस्कार करतात तसं मावळत्या सूर्याला करीत नाहीत हे या खात्यात फार थोड्या लोकांना ठाऊक होतं.

*****

शासनानं तिजोरीत भर पडण्यासाठी वसुलीबाबत नवीन फतवा काढला होता. या फतव्यात गावातील प्रत्येक घर व गोठे टेंपररी बिनशेती करून त्याचा दस्त लोकांकडून वसूल करायचा होता. माझ्या तीनही गावांत जमीन महसुलाची वसुली रुपये पंचवीस हजार एवढी होती. मला एक लाख रुपयांचा वार्षिक वसुलीसाठी इष्टांक वरिष्ठाकडून दिला गेला होता. उर्वरित पंचाहत्तर हजार रुपये लोकांच्या घराची, गोठ्याची टेंपररी बिनशेती करून त्यांच्याकडून मला ती रक्कम वसूल करावयाची होती.

टेंपररी बिनशेती प्रकरणामुळे माझं काम खूप वाढलं होतं. एकीकडे घरोघर जाऊन घराची मापं घेऊन त्याप्रमाणे नकाशा तयार करून त्याला ७/१२ च्या नकला जोडून ते मंजुरीसाठी तहसीलदारांच्याकडे पाठवायचं होते. त्याला मंजुरी मिळाली की, ते घर ज्या वर्षी बांधलेलं आहे त्या वर्षापासून तहसीलदारांच्या आदेशाप्रमाणे बिनशेती दस्त वसूल करायचा. गरीब शेतकऱ्यांची आर्थिक परिस्थिती हलाख्याची असे. त्यांच्याकडे टेंपररी बिनशेती दस्त देण्यासाठी पैसे नसत.

मी हवालदाराला सोबत घेऊन वसुलीसाठी गावागावांत फिरायचो. लोकांची आर्थिक परिस्थिती पाहून मला जरी त्यांची सहानुभूती वाटत असली, तरी कर्तव्यापुढे मला त्यांच्यासाठी काहीही करता येत नव्हतं. काही लोक आम्ही वसुलीला गेलो की, दारं-खिडक्या बंद करून घरात लपून बसत. काही पुढारी या अन्यायकारी वसुलीबद्दल गावात आमच्याशी वाद घालीत.

इकडे तहसीलदारांचीसुद्धा वसुलीसाठी तगादे सुरू असत. प्रत्येक आठवड्याला सर्कलला वसुलीची माहिती द्यावी लागत होती. तहसीलदार, प्रांत आणि कलेक्टर फतवा काढून फक्त कागदी घोडे नाचवित होते. वसुलीत आळस करून अजिबात जमत नव्हतं. लगेच 'कारणे दाखवा' अशी नोटीस हातात मिळत होती. भर मीटिंगमध्ये तहसीलदारानं केलेला अपमान सहन करावा लागत होता. शासनाचा आदेश असल्यानं बिचाऱ्या वरिष्ठ अधिकाऱ्यांनासुद्धा त्यात काही करता येत नव्हतं.

टेंपररी बिनशेती वसुलीमुळे हळूहळू संपूर्ण तालुक्यात तलाठ्यांच्या विरोधात वातावरण तयार होऊ लागलं होतं. लोकांच्या मनात तलाठ्यांबद्दल द्वेष, तिरस्कार निर्माण होत होता. त्यात राजकारणी लोक आणखी भर घालीत होते. टेंपररी वसुली बंद होण्यासाठी तालुक्यात मोर्चे निघत होते. तालुक्याचे आमदार जनतेला सांगत, 'तलाठ्याला कुणी वसुली देऊ नका. तो वसुली मागायला आल्यावर त्याला तुम्ही बांधून ठेवा, त्याच्या डोळ्यांत मसाला भरा!' आमदारांनी जरी सांगितलेलं असलं तरी संपूर्ण तालुक्यात तलाठ्याला बांधून कुणीही त्याच्या डोळ्यांत मसाला भरला

नाही. ही तालुक्यातील संपूर्ण तलाठीवर्गासाठी सुदैवाचीच बाब होती. पुढारी जनतेला भडकावीत म्हणून ते भडकत होते. एरवी जनता आणि महसूल खातं यांचं आपसात सौहार्दपूर्ण नातं होतं. आम्ही जनतेकडून वसूल केलेला पैसा शेवटी जनतेच्या विकासाच्याच कामी येत होता. हे मात्र तथाकथित पुढारी अगदी सोयिस्करपणे विसरले होते. त्यांना हे कळत होतं मात्र वळत नव्हतं. हे या देशाचं दुर्दैव म्हटलं तरी ते मुळीच चुकीचं होणार नाही.

या टेंपररी बिनशेती वसुलीपायी एकदा माझी आणि हवालदाराची अब्रू जाण्याची वेळ आली होती. निगडे मोरे वाडीत मी हवालदारासोबत वसुली करायला गेलो होतो. जयवंत मोरे हा पंढरपूरच्या विठोबाचा भक्त होता. त्याच्या गळ्यात पांडुरंगाची माळ होती. तो लोटेच्या माळावर एका कंपनीत कामगार होता. त्याच्या घरी वसुलीसाठी हवालदाराने तीन-चार चकरा मारल्या होत्या. तरी त्यानं अद्याप वसुली दिली नव्हती. जयवंत मोरे आणि त्याच्या भावकीत जमिनीवरून आपसात वाद होता. हवालदार त्याच्या भावकीला फितवतो असा जयवंतचा त्याच्यावर संशय होता.

मी जयवंताच्या घरी गेल्यावर तो तेव्हा त्याच्या घरात हजर नव्हता. तो सकाळीच त्याच्या कामाला निघून गेला होता. मी त्याच्या बायकोला म्हणालो, "ताई, तुमचे मिस्टर कामावरून आले की, तुम्ही त्यांना मला येऊन भेटायला सांगा." ती बाई 'सांगते' असं म्हणाली. दुसऱ्या दिवशी जयवंत त्याच्या मोटारसायकलवरून मला भेटायला आला. त्याच्यासोबत त्याची बायकोसुद्धा होती. आल्या आल्या जयवंत आम्हा दोघांना आम्ही त्याच्या घरी वसुलीला गेलो म्हणून अद्वातद्वा बोलू लागला. मी त्याला शांत करण्यासाठी अयशस्वी प्रयत्न करीत होतो. जयवंत बाहेर पडण्याच्या आधी आम्हा दोघांना धमकावीत म्हणाला,

"मी आता तालुक्याला माझ्या बायकोला घेऊन जातो आन् तुम्ही दोघांनी माझी बायको काल एकटी घरात असताना विनयभंग केला म्हणून तालुक्याच्या पोलीस स्टेशनमध्ये तुमची तक्रार करतू. मंग तुमचं कसं बारा वाजतात ते तुमी बघाच."

त्याचं बोलणं ऐकून माझ्या पोटात भीतीनं गोळा आला. काही निरपराध कैदी गुन्हा केला नसतानादेखील त्याची तुरुंगात शिक्षा भोगत असतात. वकील मंडळी कोर्टात सत्याचं आणि असत्य करीत असतात. कायदा गाढव असतो, तसा तो मुका आणि बहिरासुद्धा असतो. म्हणून मला त्याची भीती वाटत होती. एवढी वर्षं समाजात असलेली आपली प्रतिष्ठा एका खोट्या आणि घाणेरड्या तक्रारीवरून पार धुळीला मिळणार म्हणून मी माझ्या मनात फार व्यथित झालो होतो. मला हृदयविकाराचा झटका येतो की काय अशी माझी विचित्र मन:स्थिती झाली होती.

हवालदार मला धीर देत म्हणाला,

"भाऊ, तुमी काय घाबरू नका. मी त्याला आज वळकत न्हाय. पैल्यापास्नं मी त्याला वळकतू. ते माकाड कायसुदीक करनार न्हाय बगा."

हवालदाराचं बोलणं ऐकून मी माझ्या मनाची 'कर नाही त्याला डर कशाला' असं म्हणत समजूत घालत होतो. त्या मोरेनं बाकी कसलाही माझ्यावर आळ घेतला असता, तरी मी त्याला मुळीच दाद दिली नसती. परंतु त्यानं आम्हावर घेतलेला आळ अत्यंत घाणेरडा होता.

सायंकाळी चार वाजल्यानंतर हवालदार त्याच्या सायकलीवरून घरी निघून गेला. तो गेल्यानंतर काही वेळानं जयवंता त्याच्या बायकोला मोटारसायकलवर घेऊन पुन्हा माझ्या कार्यालयात आला. त्याचा अपराधी चेहरा पाहून मला त्याचं थोडं आश्चर्य वाटू लागलं. सकाळचा त्याचा आवेश आता नावालादेखील शिल्लक नव्हता. जयवंत अपराधी चेहऱ्यानं मला अडखळत म्हणाला,

"भाऊ, मला माफ करा. तुमच्यासारक्या देवमान्सावर मी सकाळी घाणेरडा आळ घेतला व्हता."

"तुम्हाला तुमची चूक कळून आली ना? मग झालं. माझा तुमच्यावर आता राग नाही."

"भाऊ, आमी दोगं तालुक्याला गेल्यावर तिथं हिचा भाव मारुती गोगावले भेटला. तो तुमास्नी चांगला वळकतो. आमचं बोलणं आयकून त्यानं आमास्नी चांगलं झापलं. तवा आमचं डोळं उगाडलं. तुमच्यासारक्या देवमान्साची तक्रार करून आमाला नरकात जायाचं न्हाय. तुमच्या कोतवालावर माझा राग व्हता म्हून मी वाईच बिगाडलू व्हतू. माझी तुमी दस्ताची पावती फाडा. मी तुमास्नी त्याचे पैसं देतू."

मी जयवंतला दस्ताची पावती दिल्यावर त्यानं मला त्याचे पैसे दिले आणि तो त्याच्या बायकोला सोबत घेऊन बाहेर पडला.

*****

सर्कल (मंडळ अधिकारी) नि:स्वार्थीपणे गोरगरिबांची कामं करणारा असेल तरच त्याच्याशी माझं पटायचं. आमच्या दोघांत काम करीत असताना समन्वय राहायचा. परंतु सर्कल जर लाचखाऊ, दुराग्रही, गर्विष्ठ असेल, तर मी त्याच्याशी नेहमी फटकून वागायचो आणि मी त्याला कधी धूप सुद्धा घालीत नसे. मी माझ्या कामात चोख असल्यामुळेच मी त्यांच्याशी फटकून वागायचो.

दुर्दैवानं मी निगडे सजावर ज्या सर्कलच्या हाताखाली काम करीत होतो, ते खातू सर्कल पैशाचे अत्यंत लोभी होते. म्हणून त्यांचं आणि माझं कधी पटत नव्हतं.

पक्षकाराच्या आर्थिक परिस्थितीचा अजिबात विचार न करता ते त्याच्याकडून माझ्या अपरोक्ष पैसे काढीत. फेरफार रजिस्टरला मी कूळ कायद्याच्या, खरेदी खताच्या आणि वारस तपासाच्या नोंदी केल्यावर त्याच्या मंजुरीसाठी खातू सर्कलला पैसे देऊ नका म्हणून मी लोकांना घसा फाटेपर्यंत सांगत असे. परंतु दुर्दैवानं लोक मला अंधारात ठेवून त्यांच्या कामासाठी सर्कलला भेटत आणि त्यांना पैशाचं पाकीट देऊन त्यांच्याकडून काम करून घेत. मला ते नंतर कळल्यावर मी माझ्या मनात खूप अस्वस्थ व्हायचो. भ्रष्टाचार कमी व्हावा, असं लोकांनासुद्धा वाटत नव्हतं. उलट पैसे देऊन आपलं काम झाल्याबद्दल त्यांना त्याचं समाधान वाटे.

मंगेश शिंदे माझ्या ऑफीसजवळ राहात होता. त्याचे आणि माझे मैत्रीचे संबंध निर्माण झाले होते. नुकतंच त्याचं लग्न झालं होतं. त्यामुळे त्याच्यावर कर्जाचा बोजा झाला होता. तो घरडा हॉस्पिटलमध्ये वॉर्डबॉय म्हणून काम करीत होता. कर्जातून मुक्त होण्यासाठी त्यानं त्याच्या वडिलांच्या नावे असलेली सत्तर गुंठे जमीन एका वकिलाला विकली. खरेदीखताप्रमाणे मी त्याची नोंद फेरफार रजिस्टरला करून संबंधितांना नोटिसा काढल्या होत्या. दोन लाख पासष्ट हजाराचा तो व्यवहार झाला होता. त्यापैकी त्या वकिलाने त्याला फक्त एक लाख पासष्ट हजार रोख दिले होते. उरलेले एक लाख रुपये तो त्याच्या नावाने ७/१२ झाल्यानंतरच देणार होता. मंगेश जेव्हा त्या कामासाठी सर्कलला त्यांच्या कार्यालयात जाऊन भेटला तेव्हा सर्कल त्याला घाबरवत म्हणाले,

"ती तुझी खरेदीखताची नोंद मी मंजूर करणार नाही. तू वकिलाकडून घेतलेले पैसे तुला त्यांना परत करायला लागणार."

सर्कलचं बोलणं ऐकून मंगेश मनात घाबरून गेला. आता त्याच्याकडे वकिलाकडून घेतलेले पैसे परत त्याला द्यायला नव्हते. देणेकऱ्यांना ते पैसे देऊन झाले होते. मासा गळाला लागला आहे, हे सर्कलला समजल्यावर ते त्याला म्हणाले,

"तू जर मला रुपये दहा हजार दिलंस, तर मी तुझं काम करतो."

"देतू साहेब. माझं तेवडं काम करा." मंगेश त्यांना तोंड वेंगाडून म्हणाला.

"तुमच्या तलाठ्याला यातलं काहीही कळता कामा नये."

"नाही कळणार. मी तुमाला शब्द देतो."

मंगेश शिंदे यानं खातू भाऊसाहेबांना जरी शब्द दिला असला, तरी त्यानं त्याचं काम झाल्यानंतर मला येऊन त्यांना दिलेल्या पैशाबद्दल सांगितलं. मंगेशनं वकिलाच्या नावे ७/१२ उतारा नेऊन दिला, तरी तो उरलेले एक लाख रुपये मंगेशला देण्यासाठी त्याला रखडवू लागला.

एकदा मात्र खातू भाऊसाहेबांनी पैशाच्या हव्यासापायी स्वत:ची फटफजिती करून घेतली. अनिता ईनरकर ही कडकलक्ष्मी होती. अख्ख्या वाडीत तिच्या नादी कुणीही लागत नव्हतं. पोलीससुद्धा तिला टरकत. ७/१२, ८ अ उताऱ्यासाठी ती माझ्या ऑफीसला दोन-तीन वेळा तरी येऊन गेली होती. माझ्याशी ती फार चांगली बोलायची. तिच्या जमिनीच्याबद्दल असलेल्या अडचणी ती मला सांगायची.

अनिताला मुंबई-गोवा रस्त्याजवळ घर बांधायचं होतं. त्यासाठी तिनं जमीनखरेदी केली होती. घरासाठी तिनं ती जमीन बिनशेतीसुद्धा करून घेतली होती. खरेदी खताप्रमाणे जमिनीला नाव लागण्यासाठी तिनं खरेदी खताची नक्कल जोडून माझ्याकडे रीतसर अर्ज सादर केला. अर्जाप्रमाणे मी फेरफार रजिस्टरला तशी नोंद करून संबंधितांना लगेच नोटिसा काढून त्या बजावल्यासुद्धा. पैशाशिवाय सर्कल ती नोंद मंजूर करायला तयार होईनात, ते टंगळमंगळ करू लागले. त्यांनी तिला निरोप पाठविला की, 'तू मला जर दहा हजार रुपये दिलेस तर मी तुझं काम लगेच करेन.'

अनिताला हे समजल्यावर तिला सर्कलचा खूप राग आला. ती तणतणतचं माझ्या कार्यालयात आली आणि मला मोठ्या आवाजात म्हणाली,

"भाऊ, मी त्या खातू सर्कलला आता जन्माचीच अद्दल घडविणार आहे. त्याला माझी नोंद मंजूर करण्यासाठी रुपये दहा हजार पाहिजेत. पोलीस स्टेशन आणि कचेरीसमोर मी त्याला नाही चपलेनं मारलं, तर मी माझं नाव अनिता आहे म्हणून कुणाला सांगणार नाही."

अनिता लगेच तहसीलदारांना भेटण्यासाठी तालुक्याला गेली. तहसीलदारांनी सर्कलला बोलावून त्यांची बिनपाण्याची हजामत केल्यावर त्यांनी लगेच माझ्या कार्यालयात येऊन अनिताची खरेदी खताची नोंद मंजूर केली. नाहीतर त्यांना कचेरीसमोर अनिताच्या पायातील चपलेचा प्रसाद नक्कीच मिळाला असता.

सर्कलने नोंद मंजूर केल्याचं कळताच अनिता तिच्या नावाचा ७/१२ चा उतारा नेण्यासाठी माझ्या कार्यालयात आली. मी तिला तिच्या नावाचा ७/१२ उतारा काढून दिला. अनितानं ७/१२ ची फी देण्यासाठी तिची पर्स उघडली. तिनं एक कोरी करकरीत नोट माझ्या टेबलावरील फेरफार रजिस्टरमध्ये सरकवली आणि ती घाईघाईत बाहेर पडून जाऊ लागली. मी ती नोट पाहिली, तेव्हा मला आश्चर्याचा धक्का बसला. ती नोट पाचशे रुपयाची होती. मी लगेच हवालदारांना म्हणालो, "हवालदार त्यांना धरा. मला त्यांचे एवढे पैसे नको." माझं बोलणं हवेतच विरून गेलं. अनिता एव्हाना रस्त्याला लागली होती आणि ती तेथूनच मला म्हणाली, 'भाऊ, मी ते पैसे तुम्हाला खुशीनं दिले आहेत. मनाला वाईट वाटून घेऊ नका.'

*****

'उथळ पाण्याला खळखळाट फार' अशी एक मराठीत सुंदर म्हण आहे. ती म्हण अनिल देवळेकर या नवश्रीमंताला अगदी चपखलपणे लागू पडत होती. अनेक लोकांना टोप्या घालून देवळेकर तरुण वयात श्रीमंत झाला होता. आधी त्याची आर्थिक परिस्थिती फार गरिबीची होती. काही दिवस त्यानं बसस्थानकात ओरडून वर्तमानपत्रंसुद्धा विकली होती. परंतु आता त्याला त्याची आठवणसुद्धा उरली नव्हती. तालुक्यात त्याचे अनेक व्यवसाय सुरू होते. आता तो वातानुकूलित गाडीतून फिरत होता. त्याच्या नवश्रीमंतीचा लोकांना हेवा वाटत होता.

बोरज गावी हायवेलगत त्यानं पाच एकर जमीन खरेदी केली होती. त्या जमिनीवर त्यानं कर्ज काढल्यामुळे ७/१२ वर त्याचा बोजा होता. कर्जाची बँकेला परतफेड करून त्यानं ७/१२ वरील बँकेचा बोजा कमी होण्यासाठी त्या बँकेच्या दाखल्यासह माझ्याकडे आणून दिला आणि मला मोठ्या आवाजात म्हणाला,

"माझं काम ताबडतोब व्हायला पाहिजे. मला माझ्या जमिनीवर बोजा नसलेला ७/१२ घेऊन रत्नागिरीला माझ्या कामासाठी जायचं आहे.''

"मी आता लगेच फेरफार रजिस्टरला नोंद घालून नोटिसा काढतो. सर्कलनं नोंद मंजूर केल्यावर मी तुम्हाला त्याचा उतारा देतो.'' मी.

"ठीकाय. लवकर करा माझं काम.''

देवळेकर आले तसे त्यांच्या गाडीतून निघून गेले. पुन्हा ते त्यांच्या कामाच्या चौकशीसाठी पंधरा-वीस दिवसांनी माझ्याकडे आले आणि त्यांनी मोठ्या आवाजात मला विचारलं,

"माझं काम झालं का?''

"मी माझं काम केलंय. सर्कल अजून इकडे आले नाहीत. त्यामुळे मला तुमची नोंद त्यांच्याकडून मंजूर करून घेता आलेली नाही.''

माझं बोलणं ऐकून त्यांना लगेच राग आला. ते त्यांच्या पँटीच्या खिशातील मोबाईल काढून मला घाबरविण्यासाठी म्हणाले,

"मी आताच तुमची तक्रार कलेक्टरकडे करतो.''

"तुम्ही माझी तक्रार कुठंही करू शकता, तो तुमचा अधिकार आहे, यात माझी काहीही चूक नाही.'' देवळेकरला जशास तसं उत्तर देत मी म्हणालो.

त्याचा रुबाब आणि बोलणं असं होतं, की जिल्ह्याचा कलेक्टर म्हणजे त्याच्या घरातील नोकर आहे. बोटानं मोबाईलवरील आकडे दाबून झाल्यावर त्यानं पुन्हा त्याचा मोबाईल पँटीच्या खिशात ठेवला आणि त्यानं गुश्शातच मला विचारलं,

एका अस्वस्थ तलाठ्याची डायरी । २४७

"सर्कल मला कुठं भेटतील?"

"त्यांचं कार्यालय लवेल येथे आहे."

"तुम्ही माझ्याबरोबर ते रजिस्टर घेऊन चला. मी त्या नोंदीवर सर्कलला सही करायला सांगतो."

"मी फेरफार रजिस्टर घेऊन तुमच्यासोबत येऊ शकत नाही."

"का?"

"सर्कलनं माझ्या कार्यालयात येऊनच नोंदी मंजूर करायच्या असतात."

"ठीकाय. मी सर्कलला घेऊन येतो. तुम्ही जाऊ नका कोठे."

"या तुम्ही." त्याच्या उर्मटपणाला मी चोख उत्तर दिलं होतं.

त्या नवश्रीमंत देवळेकराकडे नावालादेखील सुसंस्कृतपणा, सौजन्य आणि सभ्यता नव्हती. त्यामुळे कठोर होऊन मला त्याची जागा दाखवावी लागली होती. परंतु लोकांच्या धमकावणीला घाबरणाऱ्या अधिकाऱ्यांमुळे माझी पुरती गोची होत असे. अवघ्या पंधरा-वीस मिनिटांतच देवळेकर सर्कलला घेऊन माझ्या कार्यालयात आला. आत एक पाऊल आणि बाहेर एक पाऊल असताना सर्कल मला गुश्शातच म्हणाले,

"नलावडे, तू फेरफार रजिस्टर घेऊन तिकडे आला असतास, तर बिघडलं असतं का?"

"अजूनपर्यंत मी कधी तुमच्या कार्यालयात फेरफार रजिस्टर घेऊन नोंदी मंजूर करून घेण्यासाठी आलोय?"

"ते जाऊ दे. तू मला बोरज गावाचं फेरफार रजिस्टर काढून दे."

मी त्यांना बोरज गावाचं फेरफार रजिस्टर काढून दिलं. सर्कलनं ती नोंद वाचून मंजूर केली. त्यावर त्यांनी सही केल्यावर मी देवळेकराला ७/१२ वरील बोजा कमी करून त्याची नक्कल काढून दिली.

*****

भोईर रावसाहेबांची माझ्यावर एकदम खप्पा मर्जी होती. मी त्यांच्या आर्थिक फायद्याचं एकही काम करीत नसल्यामुळे त्यांचा माझ्यावर राग होता. जे तलाठी स्वत: पैसे खात आणि रावसाहेबांनादेखील त्यातील वाटा आणून देत, त्यांच्याबरोबर त्यांचे अगदी मैत्रीचे संबंध होते. त्यांच्या मर्जीतील तलाठ्याचा एखाद्या महिन्यात वाढदिवस असेल, तर रावसाहेब भर मीटिंगमध्ये त्याला पुष्पगुच्छ देऊन शुभेच्छा देत आणि ज्या तलाठ्यावर त्यांची खप्पा मर्जी असेल, तर त्याला शुभेच्छा देणं तर दूरच त्याचा साधा नामोल्लेख करणंसुद्धा ते टाळत असत.

एकदा ते तालुका तलाठी संघटना अध्यक्ष पवार याच्यासमोर नाराजी व्यक्त करीत म्हणाले, "पवार, या नलावडे, मोहिते तलाठ्यांना हायवेवरचे सजे मिळूनदेखील त्यांना पैसा कमावण्याची अक्कल नाही."

"रावसाहेब, नपुंसकाला पद्मिनी मिळून त्याचा काय उपयोग आहे का?"

पवार रावसाहेबांना हसत हसत म्हणाल्यावर रावसाहेबसुद्धा त्याच्या हसण्यात सामील झाले. रावसाहेबांनी संतोष पवारला श्रीमंत बनविण्याचा जणू विडाच उचलला होता. पवार त्याच्या सजातील बिनशेती कामं करून आणायचा. रावसाहेब त्याच्या बिनशेती कामावर डोळे झाकून सही करीत. कायम बिनशेती ऑर्डर मिळते म्हणून लोक पवार मागेल तेवढी रक्कम त्याच्याकडे आणून देत. त्याच्या सजामध्ये हॉटेलं, दुकानं पुष्कळ होती. रावसाहेबांना हाताशी धरून पवार त्यांची कायम बिनशेतीची कामं करून देत होता. त्यामुळे रावसाहेबांच्या बरोबर पवाराचीसुद्धा चांदी झाली होती. पवार तलाठ्याप्रमाणे आणखी पुष्कळ तलाठी रावसाहेबांच्या गळाला लागले होते.

एकदा रावसाहेब मला रागानं म्हणाले,

"नलावडे, मी तुमचे वीस वेतनवाढ रोखणार आहे."

"मी काय केलंय रावसाहेब." मी त्यांना अडखळत विचारलं.

"तुम्ही बांधकाम झालं नसताना माझ्याकडून टेंपररी बिनशेती करून घेतली आहे."

वसुलीचा दिलेला इष्टांक पूर्ण करण्यासाठी सर्व तलाठी जिवाचे रान करीत. लोकांना विश्वासात घेऊन त्यानं घराचं कच्चे बांधकाम जरी केलं असेल, तरी त्याची टेंपररी बिनशेती करून त्या व्यक्तीकडून दस्ताचे पैसे वसूल करून शासनाच्या तिजोरीत जमा करीत. तालुक्यातील सर्वच तलाठी तसं करीत होते. मला कायद्याच्या कचाट्यात अडकविण्यासाठी रावसाहेब मला तसं म्हणाले होते. परंतु तालुक्याचे सर्वच तलाठी त्यांना म्हणाले की, 'आम्हीसुद्धा वसुली होण्यासाठी हीच पद्धत अवलंबतो. त्याशिवाय तुम्ही दिलेला वसुलीचा इष्टांक पूर्ण होणार नाही.' इतर तलाठ्यांचं म्हणणं ऐकल्यावर रावसाहेबांना माझ्यावर कारवाई करता येईना.

एखादा तलाठी रावसाहेबांच्या मर्जीविरुद्ध वागत असेल, तर ते त्याच्या मागे अगदी हात धुवून लागत. मग त्या तलाठ्याची 'दे माय धरणी ठाय' अशी गत व्हायची. नांदगाव सजावर तलाठी म्हणून खामकर काम करीत होता. रावसाहेबांना अंधारात ठेवून मोबाईल टॉवरच्या टेंपररी बिनशेती प्रकरणात त्यानं बराच डल्ला मारला असा त्यांचा त्या तलाठ्यावर दाट संशय होता. रावसाहेबांच्या चमच्यांनीसुद्धा त्यांना तिखटमीठ लावून त्या मोबाईल टॉवरबद्दल सांगितलं. त्यांचं बोलणं ऐकून रावसाहेबांचं एकदम पित्त खवळलं. खामकर तलाठ्याला आता कायमचाच धडा

शिकवायचा, असं रावसाहेबांनी मनात खुणगाठ बांधली.

रावसाहेबांची खोपडी एकदा का सरकली की, ते काहीही करायला तयार होत. त्यांचे हात अगदी वरपर्यंत पोहोचलेले होते. आमदार व पालकमंत्री यांचीसुद्धा ते मर्जी सांभाळून होते. तालुका आमदारांवर त्यांनी अशी जादू केली होती, की रावसाहेब तालुक्यात एवढे ताळतंत्र सोडून वागत असले, तरी ते त्यांच्या विरोधात कधीही तोंडातून ब्र देखील काढत नसत. त्यामुळे रावसाहेबांची आता अशी समजूत झाली होती, की आपलं कुणीही वाकडं करू शकत नाहीत. तालुक्यातील पत्रकार मंडळींना त्यांनी ते या तालुक्यात तहसीलदार म्हणून हजर झाल्यापासूनच आपलंसं करून घेतलं होतं. त्यामुळे गरीब, प्रामाणिक आणि कामसू तलाठ्यांना कुणीही वाली उरला नव्हता.

रावसाहेबांना आपण मोबाईल टॉवरच्या प्रकरणात फसविल्यामुळे ते आपला सूड घेणार आहेत, ते जेव्हा खामकर तलाठ्याच्या कानावर गेलं, तेव्हा तो भीतीनं थरथर कापू लागला. त्याचं लग्न झालं होतं. त्याला दोन छोटी मुलं होती. आपल्या जिवाचं जर बरं-वाईट झालं, तर आपल्या पश्चात बायको-मुलांचं काय होईल? असा किडा त्याच्या डोक्यात वळवळू लागल्यावर त्यानं मोटारसायकलवरून ताबडतोब दापोली प्रांत कार्यालय गाठलं आणि त्यानं प्रांताच्या शिरेस्तेदाराला हाताशी धरून एका दिवसात त्याची दापोली तालुक्याला बदली करून घेतली. दापोली तालुक्यात त्याची बदली झाल्यावर खामकरचा जीव भांड्यात पडला. नाहीतर तो नक्कीच जिवाला मुकला असता, असं तहसील कार्यालयातील बऱ्याच जणांचं म्हणणं होतं.

कोकणात आंबा पिकाचा मोहोर जळून शेतकऱ्यांचे मोठ्या प्रमाणात आर्थिक नुकसान झालं होतं. प्रत्येक गावात आंबा पिकाचे झालेल्या नुकसानीची तलाठ्यामार्फत शासनानं माहिती मागावून घेतली होती. विधानसभा व विधान परिषद यामध्ये कोकणातील आंबा पिकाच्या शेतकऱ्यांना नुकसानभरपाई देण्याबाबत चर्चा झाल्यानंतर शासनानं त्यांना नुकसानभरपाई देण्याचा त्वरित निर्णय घेतला. धनादेशाद्वारे शेतकऱ्यांना आंबा पिकाच्या झालेल्या नुकसानीचे अनुदान मिळणार होतं.

माझ्या सजातील तिन्ही गावांत ज्या शेतकऱ्यांचे आंबा मोहोर जळून नुकसान झालं होतं, त्याची यादी माझ्याकडे होती. त्याप्रमाणे मी शेतकऱ्यांच्या नावाप्रमाणे धनादेश तयार करून रावसाहेबांकडे त्यावर त्यांची स्वाक्षरी घेण्यासाठी गेलो. माझ्या धनादेशावर स्वाक्षऱ्या करण्यासाठी रावसाहेब टंगळमंगळ करू लागले. मी पुन्हा दोन-तीन वेळा धनादेशावर त्यांच्या स्वाक्षऱ्या घेण्यासाठी फेऱ्या मारल्या. तरीही उपयोग झाला नाही. यात माझा एक महिन्याचा कालावधी वाया गेला. स्थानिक

वर्तमानपत्रात नुकसानभरपाईबाबत बातम्या प्रसिद्ध होत असल्यामुळे शेतकरी माझ्याकडे त्याच्या चौकशीसाठी येत आणि तहसील कार्यालयातसुद्धा त्याची विचारणा करण्यासाठी थेट रावसाहेबांना जाऊन भेटत. त्यावेळी रावसाहेब त्या लोकांना चक्क सांगत की, 'अहो, तुमच्या तलाठ्यानं अद्याप माझ्याकडे धनादेश तयार करून सह्यासाठी आणलेले नाहीत.'

शेतकऱ्यांना नुकसानभरपाईचे धनादेश मिळाले नाहीत म्हणून रावसाहेबांनी त्यासाठी मला जबाबदार धरून 'कारणे दाखवा' नोटीस दिली. माझ्या डायरीमध्ये धनादेशावर त्यांच्या सह्या घेण्यासाठी कधीकधी गेलो होतो, त्याच्या तारखा होत्या. नोटिशीचा खुलासा करताना मी त्या तारखांचा त्यामध्ये उल्लेख केला. पुढे रावसाहेबांनी मी तयार केलेल्या धनादेशावर गंभीर चेहरा करून स्वाक्षऱ्या केल्या. त्यांनी धनादेशावर स्वाक्षऱ्या केल्यावर मी ते नुकसानग्रस्त शेतकऱ्यांना ताबडतोब वाटून धनादेश मिळाल्याबाबत माझ्या रजिस्टरमध्ये त्यांच्या सह्या घेतल्या.

सखाराम तुकाराम जाधव हे खोपी गावात तलाठी म्हणून काम करीत होते. त्यांच्या गळ्यात पांडुरंगाची माळ होती, ते भजन-कीर्तन करीत. ते वरकमाईचा पैसा घेत नसत. अशी माणसं रावसाहेबांना मुळात आवडत नव्हती. आंबा नुकसानीचे पैसे मिळतात म्हणून मुंबईचे चाकरमानी जाधव तलाठ्यांना त्यांच्या कार्यालयात जाऊन भेटले. जाधवनं त्यांचा धनादेश आधीच तयार करून ठेवला होता. फक्त त्यावर रावसाहेबांची स्वाक्षरी व्हायची होती.

जाधवनं त्यांच्या ताब्यात धनादेश देऊन त्यांची स्वाक्षरी रजिस्टरला घेतली आणि ते त्यांना म्हणाले, ''यावर रावसाहेबांची सही घेऊन मगच बँकेत जाऊन पैसे घ्या.''

चाकरमानी तालुक्याला जाऊन रावसाहेबांना भेटले आणि त्यांनी रावसाहेबांना त्यावर सही करण्याची विनंती केली. रावसाहेबांनी तो धनादेश वाचला. तो धनादेश जाधव तलाठ्यानं तयार केला आहे, हे त्यांनी लगेच ओळखलं. त्यांनी तो धनादेश लगेच त्या चाकरमान्यांसमोर रागानं फाडून टाकला आणि ते त्यांना म्हणाले,

''हा धनादेश चुकला होता. तुम्ही तलाठ्याकडे जा आणि दुसरा धनादेश तयार करून आणा.''

रावसाहेबांनी फाडून टाकलेला धनादेश रुपये पाच हजाराचा होता. चाकरमानी खोपी गावात जाऊन तलाठ्यांना भेटले, तेव्हा जाधव त्यांना समजावून सांगत म्हणाले,

''रावसाहेबांनी फाडलेला धनादेश हा सरकारी होता. मला पुन्हा नवीन धनादेश तयार करून तुम्हाला देता येत नाही; कारण धनादेश मिळाला म्हणून तुमची सही माझ्या रजिस्टरला आहे.''

जाधवचं म्हणणं लोकांना पटलं. ते रावसाहेबांना शिव्या घालीतच मुंबईला निघून गेले. ही विचित्र घटना नंतर जाधवनं स्वत:च्या तोंडानं मला सांगितली होती.

*****

खेड या तालुक्यातील शिवबुद्रुक या सजावर सी.व्ही. जाधव हा तलाठी म्हणून काम करीत होता. त्याचा सजा माझ्या सजाच्या लगत होता. त्याला अचानक पक्षाघाताच्या झटका आल्यामुळे तो दीर्घ मुदतीच्या रजेवर गेला. त्याचं अर्ध अंगं लुळं पडल्यामुळे तो पुन्हा कामावर हजर होऊ शकणार नव्हता. म्हणून त्याच्या सजाचा अतिरिक्त चार्ज माझ्याकडे देण्यात आला. शिवबुद्रुक सजामध्ये एकूण आठ गावं होती. ती सर्व गावं जगबुडी खाडी किनारी असल्यामुळे निसर्गसंपन्न होती. खाडी किनारी बहुतेक मुस्लीम वस्ती होती. पूर्वी या खाडी किनारी स्मगलिंगचा व्यवसाय मोठ्या प्रमाणात होत असे, असं माझ्या कानावर आलं होतं. शिवबुद्रुक सजामध्ये एकही कोतवाल नव्हता. माझ्या सजातील कामं करून मला शिवबुद्रुक सजामधीलसुद्धा कामं करावी लागत होती. त्यामुळे मला तारेवरची कसरत करावी लागत होती. निकडीच्या कामासाठी लोक माझ्या पाठीवर फिरत असत. त्यामुळे मी अगदी घायकुतीला येत होतो. शिवबुद्रुक सजात एकूण आठ गावं होती. त्यामुळे माझी गत 'धरलं तर चावतंय आणि सोडलं तर पळतंय,' अशीच झाली होती. वरिष्ठांना अतिरिक्त चार्ज आहे म्हणून सबब सांगता येत नव्हती. त्यांना फक्त माझ्याकडून दोन्ही सजातील शंभर टक्के काम पूर्ण हवं असे.

शिवबुद्रुक तलाठी कार्यालयात मी प्रत्येक मंगळवार आणि शुक्रवार या दोन दिवशी जात असे. तेव्हा त्या कार्यालयात कामासाठी जत्रा फुललेली असे. कुणाला ७/१२, ८ अ चा उतारा हवा असे, तर कुणाला उत्पन्नाचा दाखला हवा असे. एक ना अनेक कामांसाठी लोक माझ्या तलाठी कार्यालयात गर्दी करीत. मी रोज सकाळी साडेनऊ वाजताच कार्यालयात जाऊन बसायचो. सायंकाळपर्यंत मला डोकं वर करायलादेखील कधी फुरसत मिळायची नाही.

जमीन महसूल वसुलीसाठी मी ग्रामपंचायत कोतवाल धनाजी तांबे याला माझ्या सोबत घेऊन फिरायचो. मुस्लीम लोक 'मेहमान नवाझी' करायला माहीर होते. ते मला दस्ताचे पैसे तर देतच शिवाय चहा-नाश्ता करण्यासाठी आग्रह करीत. माझ्यासमोर अनेक पदार्थ आणून ठेवत. त्यांच्या चेहऱ्यावर असलेलं प्रेम मला शब्दांत सांगता येत नाही. ईदच्या दिवशी मी आणि धनाजी गावात वसुलीसाठी फिरत होतो. फकीरसुद्धा गावात भीक मागण्यासाठी त्यावेळी फिरत होते. एके ठिकाणी बरीच माणसं जमली होती. त्यातील एक इसम धनाजीना म्हणाला, 'धनाजी, तू

तलाठीभाऊंना ईकरं कुणीकरं घेवून आलास. तुला कळत न्हाय आज ईद हाय त्ये.'
त्यांनी त्या ठिकाणी बैल कापून त्याचे वाटे घालण्याचं काम सुरू केलं होतं. आम्ही दोघं पुढे न जाता लगेच मागे फिरलो.

एकदा मी धनाजीला सोबत घेऊन कोंडीवली गावातील मोहल्ल्यात जमीन महसुलाची वसुली करण्यासाठी गेलो होतो. या मोहल्ल्यातील पुरुष नोकऱ्या करण्यासाठी आखाती देशात जात असत. आखाती देशात जाऊन त्यांनी चांगला पैसा कमावला होता. त्यामुळे प्रत्येकानं बंगला बांधला होता. एका बंगल्यासमोर आम्ही दोघं उभं राहिलो असताना आम्हाला त्या बंगल्याचा ग्रीलचा दरवाजा बंद असलेला दिसला आणि त्याला टाळंसुद्धा लावलं होतं. त्या बंगल्यात कुणी नसावं असं माझ्या मनात विचार आला. नंतर आतून दोन तरुण महिलांचा बोलण्याचा आवाज मला ऐकू आला. मी धनाजीला हाक मारायला सांगितल्यावर त्याचा आवाज ऐकून त्या महिला ग्रीलच्या बंद दरवाजाजवळ येऊन उभ्या राहिल्या. मी त्यांना म्हणालो,

''भाभी, आम्ही तुमच्याकडे वसुलीसाठी आलोय.''

''ते खेरला (मुस्लीम समाज 'ड'चा उच्चार कोकणात 'र' असा करतात) गेलेत. ते सांची घरला आल्यावर मी त्यांना सांगत्ये. त्यांनी आमच्याकरं दस्ताचे पैसे ठेवलेले है न्हाय.''

मी त्यांना पुढे काही बोललो नाही. एकविसाव्या शतकात मुस्लीम महिलांना पुरुष घरात नसताना असं बंदिवासात राहावं लागत आहे, याचं मला खूप दुःख वाटलं. मला त्या दोन तरुण महिलांविषयी सहानुभूती वाटू लागली. मी धनाजीला घेऊन लगेच दुसरीकडे मोर्चा वळविला.

आष्टी गावात अब्दुल बिजले हे सरपंच होते. ते तिसऱ्यांदा सरपंच म्हणून निवडून आले होते. त्यांना गावात फार मान होता. गावातील लोक अडीअडचणीच्या वेळी त्यांचाच सल्ला घेत. गावात कोणतीही योजना आणायची असेल, तर आधी त्यांना विश्वासात घ्यावं लागे. त्यांना थोडा मोठेपणा मिळाला की, ते एका पायावर शासकीय कर्मचाऱ्यांना त्यांच्या कामात मदत करायला तयार होत. मी जमीन महसुलाची वसुली करायला त्यांच्याच बंगल्यात मुक्काम ठोकायचो. त्या ठिकाणी सरपंच मला संपूर्ण मोहल्ल्याची वसुली करून देत. त्यामुळे माझं काम फार हलकं होत असे. आष्टी गावाच्या अगदी समोर तुंबाड हे गाव होतं. दोन गावांच्या मध्ये फक्त जगबुडी खाडी होती. प्रसिद्ध मराठी कादंबरीकार श्री.ना. पेंडसे यांनी लिहिलेली आणि मराठी साहित्य क्षेत्रात गाजलेली 'तुंबाडचे खोत' या कादंबरीला याच भागाची पार्श्वभूमी आहे. त्या कादंबरीतील पात्रांनी याच भागात त्यांचं जीवन व्यतीत केलं होतं.

*****

सायंकाळ झाली होती. मी माझ्या बोरज या तलाठी कार्यालयात पिकांची माहिती असलेला गाव-नमुना-नंबर-अकरा तयार करीत बसलो होतो. गाव-नमुना-नंबर-अकरा प्रत्येक वर्षी नवीन तयार करावा लागत होता. प्रांत किंवा कलेक्टर दप्तर तपासणीला आल्यावर आधी 'गाव-नमुना-नंबर-अकरा तयार आहे का?' असं विचारीत असत. मी माझ्या कामात गर्क असताना एका मोटारसायकलवरून दोघेजण मला भेटायला आले. मी त्यांना त्यांचं नाव विचारल्यावर त्यातील एकजण मला म्हणाला,

"मी मंगेश कोंडविलकर. माझं गाव कोंडीवली."

"काय काम आहे माझ्याकडे?"

"मला उत्पन्नाचा दाखला हवा आहे. मी तहसीलदारांकडून माझ्या अर्जावर शेरा मारून आणलाय. तुम्ही त्याची चौकशी करून द्या."

"आज सोमवार आहे. उद्या मी शिवबुद्रुक तलाठी कार्यालयात येणार आहे. तुम्ही ऑफीसमध्ये या. तुमच्या अर्जाची तेथील कागदपत्रं पाहून लगेच चौकशी करून देतो."

"माझं काम अर्जंट हाय. मला आताच अर्जाची चौकशी करून द्या."

"या ठिकाणी तुमचं काम करायला मला शक्य होणार नाही. तुमच्या गावचे कागदपत्रं त्या ऑफीसमध्ये आहेत. शिवाय मला तुमच्या गावातील पंचांच्या सह्यासुद्धा हव्या आहेत."

"मग तुमी आताच्या आता शिवबुद्रुक तलाठी हाफिसात आमच्याबरोबर चला."

"आता मला तुमच्याबरोबर यायला जमणार नाही."

माझं बोलणं ऐकून कोंडविलकराला माझा खूप राग आला. तो बसलेल्या जागेवरून झटकन उठला आणि जाता जाता तो रागानं मला म्हणाला,

"तुमी मला अजून वळखलं न्हाय. आता मी तुमची कशी वाट लावतो, ते तुमी आता बघाच. मंगेश कोंडविलकर म्हणतात मला."

ते दोघं आले तसे मोटारसायकलवरून निघूनसुद्धा गेले. मी मंगेश कोंडविलकरचं काम केलं नाही म्हणून त्यानं मी त्याच्या कामासाठी पाचशे रुपये मागितले म्हणून रागानं माझ्याविरुद्ध प्रांताकडे तक्रारी अर्ज केला आणि एका लंगोटी 'कोकण गर्जना' नावाच्या स्थानिक वर्तमानपत्रात माझी बदनामी करण्यासाठी त्यानं बातमीसुद्धा छापून आणली.

मी एवढी वर्षं महसूल खात्यात तलाठी म्हणून ग्रामीण भागात काम केलं होतं. परंतु अजूनपर्यंत माझ्या कामाबाबत कुणी लेखी किंवा तोंडी माझ्या वरिष्ठाकडे माझी तक्रार केली नव्हती. पैशासाठी मी कुणापुढे कधी हात पसरलेला नव्हता. हे

तालुक्यात महसूल खात्यात काम करणाऱ्यांनासुद्धा ठाऊक होतं. माझ्या विरोधकांना मात्र आनंदाच्या आतून उकळ्या फुटत होत्या. खातू सर्कल सर्वांना सांगत की, 'मी न्हाय त्यातील अन् कडी लावा आतली' असा तो नलावडे आहे. पक्का छुपा रुस्तुम आहे तो.'

मी अपराध केला नसताना माझ्यावर पैसे मागितल्याचा आरोप झाला होता. त्यामुळे माझ्या मनाला खूप यातना होऊ लागल्या आणि मला त्या कोंडविलकरचा रागसुद्धा आला होता. वरिष्ठाकडून त्या अर्जाची चौकशी झाली. त्यातून काहीही निष्पन्न झालं नाही. परंतु थोड्याच दिवसांत मंगेश कोंडविलकर याला हृदयविकाराचा झटका आला आणि त्याला मुंबईला केईएम हॉस्पिटलमध्ये नेऊन तातडीने भरती करावं लागलं.

*****

माझ्या बोरज येथील कार्यालयासमोरून मुंबई-गोवा हा राष्ट्रीय महामार्ग जात होता. त्या महामार्गालगत गावातीलच रहिवाशी प्रकाश घोसाळकर यांनी जुन्या गाड्या विकण्याचा व्यवसाय सुरू केला होता. त्या गाड्या लोकांनी बँकेतून कर्ज काढून घेतलेल्या असायच्या. कर्जाचे हप्ते थकल्यावर बँक कर्जदाराकडून त्या गाड्या परत घेऊन येत असे. अशा गाड्या खरेदी करून त्या पुन्हा विकण्याचा प्रकाश घोसाळकर यांनी व्यवसाय सुरू केला होता. त्यांचा हा व्यवसाय हायवेलगत अगदी तेजीमध्ये सुरू होता.

प्रकाश घोसाळकरांनी ज्या जागेत त्यांचा व्यवसाय सुरू केला होता ती जागा मुळात निवासासाठी कायम बिनशेती करण्यात आली होती. शासनानं लावलेल्या अटीचा भंग झाल्यामुळे मी प्रकाश घोसाळकरांवर दंडात्मक कारवाईसाठी नोटीस बजावली आणि ते प्रकरण माझ्या अहवालासह पुढील कारवाईसाठी तहसीलदारांकडे ताबडतोब पाठविलं.

माझं प्रकरण रावसाहेबांकडे गेल्यावर त्यांनी प्रकाश घोसाळकर यांच्यावर दंडात्मक कारवाई अजिबात केली नाही. अर्थपूर्ण व्यवहार करून त्यांनी घोसाळकर यांच्याबरोबर मांडवली केली. मांडवली झाल्यावर घोसाळकर यांनी रावसाहेब यांना २ एप्रिल २००७ रोजी रात्री दारू आणि मटणाची पार्टी दिली. त्या पार्टीसाठी लागणारे टेबल खुर्च्या त्यांनी संतोष शिंदे यांच्या चहा-नाश्त्याच्या टपरीवरून नेल्या होत्या. दुसऱ्या दिवशी संतोष यानं मला ते आपणहून सांगितलं. त्यानंतर रावसाहेबांनी शिपाईकडून मला बोलावून घेऊन मुक्ताफळे उधळली. 'नलावडे, ते घोसाळकर कायम बिनशेती आदेशातील वापरात बदल होण्यासाठी माझ्याकडे रीतसर अर्ज

दाखल करणार आहेत. तुम्ही त्यांना त्रास देऊ नका.'

दंडात्मक कारवाई होण्यासाठी मी पाठविलेल्या प्रकरणाची हवा निघून गेल्यानं माझा बार फुसका गेला होता. खुद्द तालुक्याचे तहसीलदार ढाल बनून घोसाळकरांना वाचविण्यासाठी प्रयत्न करीत होते. त्यामुळे घोसाळकराचा विजय झाला होता आणि माझा पराजय झाला होता. तलाठ्यानं तहसीलदाराकडे रिपोर्ट करून माझं काय वाकडं केलं? अशाच नजरेनं तो माझ्याकडे नंतर पाहत होता. त्यामुळे मनात चीड उत्पन्न होत होती. अशी मानहानीची नोकरी करण्यापेक्षा हमाली केलेली बरी. असासुद्धा क्षणभर विचार माझ्या मनात आला होता.

रावसाहेबांची मनमानी फार काळ चालली नाही. परमेश्वराच्या लाठीला आवाज नसतो, असं लोक म्हणतात. स्वत:ला तालुक्याचा अनभिक्त सम्राट समजणारे तहसीलदार एके दिवशी पैशाच्या अति लोभापायी अलगद लाचलुचपत खात्यानं लावलेल्या जाळ्यात सापडले. त्यावेळी संपूर्ण खेड शहरातील लोक तहसील कार्यालयाच्या आवारात जमून त्यांच्या विरोधात घोषणा देऊ लागले. काही कार्यकर्त्यांचा त्यांच्या गळ्यात चपलांची माळ घालून, तोंडाला काळं फासण्याचा मनसुबा पोलिसांच्या सतर्कतेमुळे यशस्वी झाला नाही. त्या जमावाला काबूत ठेवण्यासाठी पोलिसांची जादा कुमक मागावून घ्यावी लागली.

आता ते तहसीलदार महाशय कोर्टाच्या वाऱ्या करीत आहेत. निर्दोष सुटण्यासाठी प्रयत्न करीत आहेत. त्यांच्या कॉलेजात शिकणाऱ्या मुलाला हा धक्का सहन झाला नाही. गळ्याला फास लावून त्यानं आत्महत्या केली. अति झालं की त्याची माती होते, हा निसर्गनियम आहे.

*****

खेड या तालुक्यात मी जून १९९७ मध्ये आंबवली या सजावर दापोली या तालुक्यातून बदली होऊन आलो होतो. २००७ मध्ये मला खेड तालुक्यात येऊन दहा वर्षं पूर्ण झाली होती. त्यामुळे शासकीय नियमाप्रमाणे माझी बदली मंडणगड या तालुक्यात कुंबळे या सजावर दापोली प्रांताकडून करण्यात आली.

◆◆◆

दहा

मंडणगड तालुक्यात मी पहिल्यांदाच कुंबळे या सजावर तलाठी म्हणून काम करायला आलो होतो. मंडणगड हा तालुका क्षेत्रफळानं आणि लोकसंख्येच्या दृष्टीनं रत्नागिरी जिल्ह्यात सर्वांत छोटा. एका बाजूनं अरबी समुद्र आणि बाणकोटच्या विशाल खाडीनं या तालुक्यातील बराच भाग व्यापून टाकला आहे. राजकीय लोकांच्या वरदहस्तानं म्हाप्रळच्या खाडीतून अवैधपणे शासनाची करोडो रुपयांची रॉयल्टी बुडवून रेती काढण्यासाठी माफिया टोळ्यांचा या ठिकाणी सुळसुळाट सुरू आहे. राजकीय भक्कम पाठिंबा असल्यानं हे रेती माफिया महसूल खात्याला अजिबात धूप घालीत नाहीत. उलटपक्षी ते कर्मचारी-अधिकाऱ्यांना दगाफटका करण्यासाठी अजिबात कचरत नाहीत. मंडणगडचे तहसीलदार नवरंगे यांच्या अपघाती मृत्यूचं अजून गूढ उकललं नाही.

ब्रिटिश आमदानीत जन्मठेपेची शिक्षा झालेल्या कैद्याला अंदमान-निकोबार या दुर्गम भागातील तुरुंगात ठेवत असत; तसेच रत्नागिरी जिल्ह्यातसुद्धा सर्व खात्यातील बिनकामाचे आणि त्रासदायक कर्मचारी व अधिकारी यांना शिक्षा म्हणून त्यांना रत्नागिरी जिल्ह्यातील शेवटचं टोक मंडणगड दाखवीत. वेळास हे गाव मंडणगड तालुक्यात आहे. येथील समुद्रकिनारा स्वच्छ आहे. वेळासचा समुद्रकिनारा कासवांसाठी प्रसिद्ध आहे. येथील पर्यावरणप्रेमी कासवांच्या विणीच्या हंगामात दरवर्षी कासव महोत्सव भरवत असतात. कासव महोत्सव पाहण्यासाठी देशी-परदेशी पर्यटकांची या ठिकाणी मोठी गर्दी होत असते.

माझं कुंबळे सजाचं कार्यालय मंडणगडपासून अवघ्या पाच किलोमीटर्स अंतरावर होतं आणि माझ्या दृष्टीनं अत्यंत सोयीचे म्हणजे ते खेड-मंडणगड रस्त्यावर होतं. कुंबळे हे जरी खेडेगाव असलं, तरी आजूबाजूच्या खेडेगावातील लोक येथे बाजारहाट करण्यासाठी येत. हर्णे-बुरोंडी येथून कोळिणी मासे विकायला

येत. हॉटेल, सलून, खाणावळ, दवाखाना, किराणा मालाचं दुकान, हार्डवेअरचं दुकान इत्यादी सर्व वस्तूंची या गावात दुकानं होती. त्यामुळे कुंबळे गाव नेहमी गजबजलेलं असे.

माझ्या कुंबळे या सजामध्ये एकूण पाच गावं होती. कुंबळे, पालघर, घराडी, केळवत अणि दुधेरे अशी ती गावं होती. शासनाकडून मिळालेल्या अनुदानातून तलाठी कार्यालय बांधलं होतं, तलाठी कार्यालयाचं काम अत्यंत निकृष्ट दर्जाचं होतं, छपरावर असलेले वासे दबले होते, वरचे पाखे कधीही अंगावर कोसळतील अशा बेतात होते, पुढच्या व मागील दरवाजांचे कडी-कोयंडे नीट बसविले नव्हते, सभोवार छातीएवढं उंच गवत माजल्यामुळे विषारी-बिनविषारी सर्प आश्रयासाठी कार्यालयात येऊन अडगळीच्या ठिकाणी लपून बसत. तलाठी कार्यालयाच्या मागे बौद्धवाडी होती. कोतवालानं मला सांगितलं, की कांबळे तलाठी असताना एक जाती सर्प त्यांच्या टेबलावर वेटोळे घालून बसला होता. विनोदचं बोलणं ऐकून माझ्या पोटात एकदम भीतीनं गोळा आला.

कुंबळे या सजाला विनोद एकटाच कोतवाल होता. त्याचं दहावीपर्यंत शिक्षण झालं होतं. त्यानं वयाची चाळिशी गाठली होती आणि त्याला थांबत थांबत बोलण्याची सवय होती. विनोदला रोज सायंकाळी दारू पिण्याची सवय असली तरी तो कामाला चांगला होता. मी न सांगताच तो त्याची कामं व्यवस्थित पार पाडायचा. वसुलीचं कामसुद्धा चांगला करायचा. एखादा अडेलतट्टू थकबाकीदार असेल, तर त्याच्याकडून दस्ताचे पैसे वसूल करण्यासाठी मला स्वत: जावं लागत होतं. विनोद त्याची कामं करून मला माझ्या कामातसुद्धा मदत करीत असे.

७/१२ ला तो पीक-पाणी करीत असे. ७/१२ च्या नकलासुद्धा तो मला तयार करायला मदत करीत असे. त्याने काढलेल्या ७/१२च्या नकला डोळ्यात तेल घालून तपासल्यानंतरच मी त्यावर शिक्का मारून माझी सही करीत असे. विनोद निर्मळ, निष्कपट मनाचा होता. मी अडचणीत येईन, असं तो कधी वागत नसे. त्याची शेती होती, त्याला बायको-मुलं होती.

मी कुंबळे सजाला तलाठी म्हणून हजर होण्याच्या आधी त्याच्या कागदपत्रांचा चार्ज तिडे सजाचा तलाठी साळुंखे याच्याकडे होता. त्याच्याकडून मी चार्ज घेतला होता. तो मला कुंबळे सजाचा चार्ज देताना गंभीर आवाजात म्हणाला, 'भाऊसाहेब, तुम्ही सुमित्राबाईपासून जरा जपून रहा बरं का.'

"का?" मी त्याला लगेच विचारलं.

"अहो, ती बाई खूप भयानक आहे. गावात तिच्या नादाला कुणी लागत

नाही. आपल्याकडे जमिनीच्या कामासंदर्भात ती सारखी येत असते. अंगावरील साडी फेडून ती आपल्यावर घाणेरडा आरोपसुद्धा करायला मुळीच घाबरणार नाही. ती बाई मोठी वस्ताद आहे. तुमच्या कोतवालाला ती बाई कशी आहे, ते माहीत आहे. माझं तुम्हाला जर खोटं वाटत असेल, तर तुम्ही त्यालाच विचारा.''

साळुंखे तलाठ्याचं बोलणं ऐकून माझी थोडी तंतरली. या महामाया सुमित्राबाईचं आणि आपलं कसं जमणार? म्हणून मी माझ्या मनात विचार करू लागलो. एखाद्या पुरुष मंडळीला आपलं म्हणणं पटवून सांगायला एखाद्या वेळी सोपं असतं. परंतु एखादी महामाया असेल, तर शेवटी ती तिचं म्हणणं खरं करणार. मला सुमित्राबाई दिसते तरी कशी म्हणून तिला पाहण्याची इच्छा माझ्या मनात निर्माण झाली.

एके दिवशी तो मणिकांचन योग जुळून आला. विनोदनं सुमित्राबाई तलाठी कार्यालयाकडे येत आहे, म्हणून मला सावध केलं. त्यानं मला सावध केल्यावर मी माझ्या खुर्चीत ताठ बसलो. तिचा वयस्कर नवरासुद्धा धापा टाकीत तिच्यामागून चालत येत होता. केवड्याच्या रानात एखादी नागीण सळसळत जावी तसं सुमित्राबाईचं दमदार चालणं होतं. ती इकडे चालत येत असताना मी तिला निरखत होतो. तिची साठी जवळ आली होती. तिच्या गहूवर्णीय चेहरा सुरकुत्यानं भरून गेला होता. एखादं मयत पोहोचवून आल्याप्रमाणे तिचा चेहरा गंभीर दिसत होता.

माझ्या समोर रिकाम्या खुर्चीत बसत ती श्वास घेत मला म्हणाली,

''तुमी, नवीन तलाठीभाऊ आलाव?''

''होय.''

''मला फेरफाराचे उतारे पाह्यजेल.''

''त्याचे नंबर तुम्ही घेऊन आलात?''

''व्हय.'' तिच्या हातात असलेला कागदाचा तुकडा तिनं माझ्या समोर टेबलावर ठेवला.

''कागदपत्र तयार करायला थोडा वेळ लागेल.''

''आमी बसतो हिथं. फेरफाराचे उतारे घेऊन मला ते पोलिसांना दावायला जायचं हाय. माझ्या गावातील मान्सं माझ्यावर जमिनीबाबत खोटंनाटं पोलीस स्टेशनमंदी जाऊन तकरार करतात. मी कुणाच्या उगी-दुगीत नस्ते बगा. त्या शंकर भुवडानं परवा मी लावलेला तरवा शाफ उपटून टाकला बगा. आन उलटं त्यानं माझ्या नावाची तकरार पोलिसांना लिवून दिलीय. यात तुमी काय तरी मला सल्ला द्या. तुमी माझ्या धाकल्या भावापरमानं हाव. मी तुमाला इसरनार न्हाय.''

एका अस्वस्थ तलाठ्याची डायरी । २५९

या महामायेला सल्ला देणं म्हणजे हात दाखवून अवलक्षण करून घेण्यासारखं होतं. फेरफार वाचून मी तिला सावधपणे म्हणालो,

"ही जमीन कूळ-कायद्यानं शंकर भुवडाच्या नावं लागली आहे."

"त्याचं कूळ म्हणून लागलेलं नाव आता कमी करता येईल?" सुमित्राबाई.

"नाही."

"मंग आता पोलीस मला आत टाकतील."

"तुम्ही गुन्हा केला असेल तरच तुम्हाला पोलीस आत टाकतील. तुम्ही गुन्हा केला नसेल, तर तुम्हाला घाबरायचं कारण नाही."

माझं बोलणं ऐकून सुमित्राबाईला थोडं बरं वाटलं. ती माझ्याकडे कृतज्ञपणे पाहू लागली. ही ब्याद माझ्या कार्यालयातून लवकर गेली, तर बरं होईल, असं मी माझ्या मनाशी विचार करून तिचे फेरफाराचे उतारे तिला लवकर तयार करून दिले. विनोदला ती माझ्याशी मृदू आवाजात बोलत होती म्हणून त्याचं त्याला थोडं आश्चर्य वाटत होतं. मी तिला फेरफाराचे उतारे तयार करून दिल्यावर तिनं मला त्याची फी दिली. नंतर ती नवऱ्याला सोबत घेऊन कार्यालयाच्या बाहेर पडली.

सुमित्राबाई निरक्षर असली तरी तिचा स्वभाव निर्भीड होता. गावात तिचं सर्वांशी भांडण असायचं. तिच्या भांडकुदळ स्वभावाला कंटाळून तिची मुंबईला राहाणारी मुलंसुद्धा गावी फारसं येत-जात नसत. तिच्या सुना चांगल्या शिकलेल्या होत्या. गणपतीच्या सणाला किंवा शिमग्याला त्या त्यांच्या नवऱ्यासोबत गावी येत, तेव्हा सुमित्राबाईला तिच्या सुना कुणाशी बोललेल्या मुळीच आवडायचं नाही. ती लगेच तिच्या सुनांना फटकारायची. ती तिच्या सुनांना आणि मुलांना रोखठोक विचारायची, "माझं भांडण ते तुमचं भांडान न्हाय?" एकदा तिचा मोठा मुलगा रागानं तिला म्हणाला, "आये, तुझं भांडण ते आमचं भांडण नाही. तुझं भांडण ते फक्त तुझंच आहे. जागा-जमीन कोण उरावर घेऊन वर जात नाही. यापुढे जर तू आम्हाला त्रास दिलास, तर आम्ही गावी परत कधीही येणार नाही. हे तू पक्कं ध्यानात ठेव."

मोठ्या मुलाचं बोलणं ऐकून सुमित्राबाईच्या डोळ्यांत रक्त उतरलं. ती त्याच्याकडे रागानं पाहू लागली. सुमित्राबाईला बाहेर कोठे जायचं असेल, तर ती तिच्या नवऱ्याला सोबत घेऊन जायची. एकदा तिचा नवरा तिला तोंड वेंगाडून म्हणाला,

"सुमित्रा, मला चालवत न्हाय. माझं दोनी गुडगं दुखतात."

नवऱ्याचं बोलणं ऐकून सुमित्राबाई त्याला फणकाऱ्यानं म्हणाली,

"मी एकटी घराच्या बाहीर पडले, तर लोक मला म्हणतील की, म्हातारपणी सुमित्रा बाहीर मजा मारायला जात्ये म्हणून. तवा तुमी गुमान माझ्यासंगट चला."

गावची मराठी शाळा आपल्या मालकीच्या जमिनीत आहे, म्हणून एकदा सुमित्राबाईनं त्या शाळेत जाऊन जोशी नावाच्या शिक्षकाला घाणेरड्या शिव्या दिल्या. त्यांना मारण्यासाठी ती त्यांच्या अंगावरसुद्धा धावत गेली. एवढं सारं कमी म्हणून काय सुमित्राबाईनं जोशी गुरुजींनी विनयभंग केला म्हणून त्यांच्या विरुद्ध तिनं पोलीस स्टेशनमध्ये तक्रार लिहून दिली. तालुक्याच्या पोलिसांनासुद्धा सुमित्राबाईनं 'दे माय धरणी ठाय' केलं होतं. त्यामुळे पोलीस जोशी गुरुजींच्या पाठीशी भक्कम उभे राहिले. जोशी गुरुजी जीव मुठीत घेऊन गावात नोकरी करीत होते. मोंगलांच्या घोड्यांना पाणी पितानादेखील त्या पाण्यात संताजी-धनाजी दिसत. त्याप्रमाणे जोशी गुरुजींना जळी, स्थळी, काष्ठी, पाषाणी सुमित्राबाई दिसत होती.

सुमित्राबाई तहसीलदारांकडे 'ही जागा माझी आहे, ती जागा माझी आहे.' असं म्हणत एकसारखं अर्ज करीत राहायची. बाकीची सर्व कामं बाजूला सारून तिनं केलेल्या अर्जाची चौकशी करण्यासाठी मला अगदी धावत जायला लागायचं. तिच्या विरुद्ध संपूर्ण गाव असल्यानं मला तिच्या अर्जाची चौकशी करायला सोपं जायचं. ती गावात कुणाकडे जात नसे, गावातील लोकसुद्धा तिच्याकडे जात-येत नसतं. रात्री तिच्या घरावर दगडी पडतात म्हणून ती पोलिसांकडे तक्रार अर्ज करायची. पोलीस तिच्या अर्जाकडे दुर्लक्ष करीत. तेव्हा ती त्यांना जाब विचारण्यासाठी पोलीस स्टेशनमध्ये अगदी बिनधास्त जात असे. पोलिसांना पाहून सर्वसामान्य लोक घाबरत असतात. परंतु या ठिकाणी मात्र विचित्र परिस्थिती होती. सुमित्राबाईला पाहिलं की पोलिसांनाच धडकी भरायची. तिच्या नादी लागणं म्हणजे अंगावर संकट ओढवून घेणं, असं पोलीस त्यांच्या मनात विचार करीत असत.

सुमित्राबाई जरी निरक्षर असली, तरी तिच्या जमिनीच्या संदर्भात कुणाकडून तरी अर्ज लिहून घेऊन प्रांत, कलेक्टर, गृहमंत्री, महसूल मंत्री यांच्याकडे ती अर्ज पाठवित असे. त्यामुळे सरकारी कर्मचारी-अधिकारी यांची मोठी धांदल उडायची. तिच्या अर्जात काहीही तथ्य नसलं, तरी त्याची चौकशी करावीच लागत होती. १५ ऑगस्ट किंवा २६ जानेवारीला ती नवऱ्याला सोबत घेऊन आपल्याला न्याय मिळावा म्हणून तहसील कार्यालय किंवा प्रांत कार्यालयासमोर उपोषणाला बसायची. दोन दिवसांनी तिचं उपोषण ती मागे घ्यायची. रात्री लुगड्यात लपवून खारीक, बदाम खायची. गाड्याबरोबर नळ्यांची यात्रा, त्याप्रमाणे तिच्या वयोवृद्ध नवऱ्याला त्याचा नाहक त्रास सहन करावा लागत होता. बायकोसमोर तोंड उघडायला त्याची छाती होत नव्हती.

*****

एखाद्या तलाठ्यानं जर लोकांना घाणेरड्या सवयी लावून ठेवल्या किंवा त्यानं नियमानुसार काम केलं नाही, तर त्याचा त्रास त्याच्या मागच्या तलाठ्याला सहन करावा लागत असतो. माझ्या आधी माधव जोशी हे कुंबळे तलाठी म्हणून काम करीत. फावल्या वेळात ते गावात पौरोहित्याचंदेखील काम करीत असत. त्यांचं बोलणंदेखील गोड होतं. त्यांच्या वागण्यात सभ्यता, सुसंस्कृतपणा होता.

एके दिवशी सोसायटीच्या कर्जाचा बोजा ठेवण्यासाठी मोहल्ल्यातील महंमद तळघरकर माझ्याकडे कागदपत्र घेऊन आला. कागदपत्र ताब्यात घेऊन मी त्याना समजावून सांगत म्हणालो,

"मी फेरफार रजिस्टरला कर्जाची नोंद करतो. नंतर तुम्हाला आणि जमीन मालकाला नोटिसा बजावून सर्कलकडून ती नोंद मंजूर करून घेतो. त्यानंतर ७/१२ ला बोजाची नोंद करून मी तुम्हाला त्यांची नक्कल काढून देतो."

"याला किती दिवस लागतील?" तळघरकर.

"पंधरा-वीस दिवस तरी लागतील."

"तुमच्या आधीचे जोशीभाऊ लगेच बोजाची नोंद ७/१२ ला करून आमाला देत. तुमी आमाला का अडवता?" तळघरकर रागानं मला म्हणाला.

"मी तुम्हाला अडवत नाहीये."

"तुमी मला कसं बोजाची नोंद करून देत न्हाय, तेच मी बगतो. तुमी आल्यावर नियम बदलला का?"

महंमद तळघरकर तणतणतच ऑफीसच्या बाहेर पडून गेला. थोड्या वेळाने गावातील पंधरा-वीस माणसं माझ्या कार्यालयात मला जाब विचारण्यासाठी घुसली. त्यात राणे नावाचे गाव पुढारीसुद्धा होते. त्यांची कुंबळे गावात रस्त्याच्या कडेला एक खाणावळ होती. महमंद तळघरकरच्या अंगात आता सहस्त्र हत्तींचे बळ आलं होतं. मघापेक्षा त्याचा आवाज आता वाढला होता.

राणे गावपुढाऱ्यानं मोठा आवाज करून लोकांसमोर त्यांचा छाप पाडण्यासाठी मला विचारलं, "भाऊ, यांचं काम तुमी का करीत न्हाय?"

"मी त्यांचं काम नाकारलेलं नाही. फक्त त्याला थोडा अवधी लागणार आहे."

"आधी आमची कामं पटापट होत व्हती. तुमी गरिबांची का अडवणूक करताय?"

"कायदा गरीब किंवा श्रीमंत यांना समान लागू आहे. गरीब असल्यावर कायदा बदलत नाही. नियमानुसार मी जर काम केलं नाही, तर मी उद्या अडचणीत येईन."

"मी आताच महसूल मंत्र्यांना फोन लावतू." राणे.

"तुम्ही खुशाल महसूल मंत्र्यांना फोन लावा. मी त्या बोजाची फेरफार रजिस्टरला नोंद घालून ती नोंद सर्कलकडून मंजूर करून घेतल्याशिवाय ७/१२ ला बोजाची नोंद करून देणार नाही. उद्या तुमच्या नावं असलेल्या जमिनीवर तुम्हाला कल्पना न देता कुणी बँकेचं कर्ज काढलं, तर तुम्हाला ते चालेल का?"

माझं बोलणं ऐकून आता त्या गाव पुढाऱ्याची बोलती बंद झाली होती. मी चुकीचं काही करीत नाही, हे त्याच्या ध्यानात आल्यावर लोकांना घेऊन तो माझ्या कार्यालयाच्या बाहेर पडला.

माधव जोशींना बढती मिळून ते आता मंडणगड तहसील कार्यालयात संजय गांधी योजनेमध्ये अव्वल कारकून म्हणून काम करीत होते. मी त्यांची भेट घेऊन त्यांना विचारलं, "भाऊसाहेब, शेतकऱ्यांनी सोसायटीकडून घेतलेल्या कर्जाची फेरफार रजिस्टरला नोंद न करता तुम्ही त्याचा बोजा एकदम ७/१२ वर कसं ठेवताय?"

माझा प्रश्न ऐकून जोशी भाऊसाहेब थोडे गडबडले. मी त्यांना कायद्याच्या कचाट्यात पकडलं होतं. स्वत:ला सावरत ते मला म्हणाले,

"आपल्याला ७/१२ च्या इतर हक्कात बोजाची नोंद करता येते. तसं कलेक्टरांचं पत्र आपल्याला आहे."

"मंडणगड तालुक्यात एक कायदा आणि खेड तालुक्यात एक कायदा आहे का? खेड तालुक्यात असं पत्र कोणत्याही तलाठ्याला मिळालेलं नाही. उद्या शेतकरी कोणाच्याही जमिनीवर कर्ज काढून मोकळा होईल."

माझं बोलणं ऐकून पुढे जोशी भाऊसाहेबांना काहीही बोलता आलं नाही. लोकांना खूश करण्यासाठी नियमाला हरताळ फासणं, हे योग्य नाही. हा अक्षम्य अपराध आहे. उद्या जमिनींच्या कागदपत्रात काही त्रुटी आढळल्या, तर त्यासाठी लोक तलाठ्यालाच जबाबदार धरत असतात. मग त्या लोकांचा कोर्ट-कचेरीत फेऱ्या मारून वेळ आणि पैसा वाया जातो.

*****

मी कुंबळे सजाला तलाठी म्हणून हजर झाल्यावर सर्कलला चक्क सांगून टाकलं- "भाऊसाहेब, मी फेरफार रजिस्टरला घातलेल्या नोंदींचे पक्षकाराकडे पैसे मागणार नाही आणि तुम्हालादेखील आणून देणार नाही. मी घातलेल्या नोंदी मंजूर करायचं की रद्द करायचं हे तुम्ही ठरवायचं. मला त्यात काडीचादेखील रस नाही."

माझं बोलणं ऐकून बिचारे सर्कल मनात निराश झाले. माझा स्वभाव त्यांना ठाऊक नसल्यामुळे मला त्यांना आधी स्पष्ट शब्दांत सांगावं लागलं. कोणतीही नोंद फेरफार रजिस्टरला दाखल करताना मी पक्षकारासमोर कधी हात पसरत नसे. घराडी

या गावात आशा कामत मॅडम सामाजिक बांधीलकी स्वीकारून स्नेहज्योती अंध मुलांची शाळा चालवितात. त्यांना त्यांच्या कामात त्यांच्या भगिनीसुद्धा मदत करीत. दानशूर लोकांनी दिलेल्या देणगीतून त्या अंध मुलांची शाळा घराडी या दुर्गम गावात चालवित आहेत. त्यांनी एकदा शाळेच्या जमिनीचे बक्षिसपत्र करून माझ्याकडे त्याची नोंद करण्यासाठी आणून दिलं. मी त्याची नोंद फेरफार रजिस्टरला करून सर्कलकडून ती नोंद मंजूर करून घेतली. नंतर बक्षिसपत्राप्रमाणे कामत मॅडमना त्यांच्या शाळेत जाऊन ७/१२ चे उतारे दिले. तेव्हा त्या खूप हरखून गेल्या. असा सुखद अनुभव त्यांना पहिल्यांदाच आला होता. सामाजिक कार्याची दखल घेऊन यंदा स्नेहज्योती संचालिका श्रीमती आशा कामत यांना दीनानाथ पुरस्कार देऊन गौरविण्यात आलं आहे.

अंध शाळेत सांस्कृतिक कार्यक्रम असेल तेव्हा कामत मॅडम मला आग्रहाचं निमंत्रण देत असत. सरकारी कामाच्या निमित्तानं मी जेव्हा घराडी गावात जात असे, तेव्हा त्या अंध शाळेला मी हमखास भेट देत असे. ती अंध मुलं-मुली उत्तम नृत्य करीत, गाणी म्हणत तसेच ढोलकी आणि हार्मोनियमसुद्धा वाजवीत. ईश्वरानं त्यांची दृष्टी हिरावून घेऊन जरी त्यांच्यावर अन्याय केला असला, तरी त्यांना इतर कला देऊन त्यानं त्याची भरपाई केली होती. त्यांच्या काटेरी जीवनात त्यानं आनंद भरण्यासाठीसुद्धा प्रयत्न केला होता. त्या अंध मुलांचे हसरे चेहरे पाहून जिवाला खूप बरं वाटायचं. कामत मॅडम त्या अंध मुलांच्या जीवनात प्रकाश यावा म्हणून नि:स्वार्थीपणे धडपडत होत्या. त्यांचं ते काम खडतर असलं तरी त्या हसमुख चेहऱ्यानं, तळमळीनं करीत होत्या. सुरुवातीला त्यांना स्थानिक ग्रामस्थांकडून त्राससुद्धा झाला. परंतु त्यामुळे त्यांचं मनोधैर्य अजिबात खचलं नाही. आलेल्या संकटांना कामत मॅडमनी धैर्यानं तोंड दिलं आणि त्यांनी त्यांचं काम पुढे नेटानं चालूच ठेवलं. घराडी हे कामत मॅडमचं मूळ गाव होतं.

*****

अप्पर जिल्हाधिकारी मंडणगड तहसील कार्यालयाला भेट देण्यासाठी येणार होते. तहसील कार्यालयात त्याची तयारी जय्यत सुरू होती. हे अप्पर जिल्हाधिकारी तलाठी मीटिंगमध्ये जरी तलाठ्यांना बोधामृत पाजत असले, तरी ते स्वत: तसे अजिबात वागत नव्हते. गैरमार्गानं आलेल्या लक्ष्मीवर त्यांचा भारी लोभ होता. मी खेड तालुक्यात तलाठी म्हणून काम करीत असताना ते महिन्यातून एकदा नाहीतर दोनदा येत आणि तलाठ्यांच्या दप्तर तपासण्या लावून ते त्यांच्याकडून चिरीमिरी उकळत. अप्पर जिल्हाधिकाऱ्यांनी आपल्या दप्तरात त्रुटी दाखवून आपल्याला निलंबित करू नये म्हणून तलाठी भीतीनं त्यांना दप्तर तपासणी झाल्यावर पैशाचं

पाकीट देत असत. सुदैवानं खेड तालुक्यात ते माझी दप्तर तपासणी करण्यासाठी कधी आले नव्हते.

मंडणगड तालुक्यात मी आल्यावर मला तहसील कार्यालयाकडून अप्पर जिल्हाधिकाऱ्यांकडे कुंबळे गावची दप्तर तपासणी लावण्यात आली आहे, असं मला तोंडी कळविण्यात आलं. मी त्यांना अगदी स्पष्ट शब्दांत असं सांगितलं की, 'दप्तर तपासणी झाल्यावर जर साहेबांनी माझ्याकडे पैशाची मागणी केल्यावर मी त्यांना मुळीच पैसे देणार नाही. मी राडा करेन.' माझं बोलणं ऐकून त्यांना धक्का बसला. मी साहेबांना पैसे देणार नाही, हे त्यांनासुद्धा ठाऊक होतं. मग त्यांनी माझ्या कुंबळे सजाच्या ऐवजी म्हाप्रळ सजाची दप्तर तपासणी लावली. 'सुंठीवाचून खोकला गेला' म्हणून मी मोकळा श्वास घेतला.

मी तीन दशकं खेड, दापोली आणि मंडणगड या तालुक्यांत तलाठी म्हणून ग्रामीण भागात काम केलं. परंतु माझ्या या नोकरीच्या कालावधीत भ्रष्टाचाराचा तिटकारा असलेला एकही वरिष्ठ अधिकारी मला भेटला नाही, याचा मला खेद वाटत आहे. भ्रष्टाचारानं देशात इतकं डोकं वर काढलं आहे, की स्वच्छ कारभार असलेल्या जगातील दीडशे देशांपैकी आपला बराच खालचा क्रमांक आहे. आपण ज्याला आपला पारंपरिक शत्रू समजतो तो पाकिस्तान देशसुद्धा आपल्या वरच्या क्रमांकावर आहे. भ्रष्टाचार जणू आपल्या देशात शिष्टाचार झाला आहे. नुकतेच लोकसभेत आणि राज्यसभेत देशातील भ्रष्टाचाराचं समूळ उच्चाटन करण्यासाठी लोकपाल विधेयकाला वाजवी मतदानानं मंजुरी मिळाली आहे. ज्या दिवशी या भ्रष्टाचाराचं या देशातून समूळ उच्चाटन होईल, तो दिवस आपणा सर्वांसाठी सुदिन म्हणायला हरकत नाही.

*****

घबाडाच्या आशेनं तहसील कार्यालयाच्या आवारात दलालांचा भारी सुळसुळाट होता. त्यात कुणालाही वावगं वाटत नव्हतं. सरकारी कर्मचारी-अधिकाऱ्यांबरोबर चिरीमिरीसाठी दलालांचे आणि त्यांचे लागेबांधे असल्यानं ते तहसील कार्यालयाच्या आवारात पक्षकारांच्या पाठीवर राजरोस फिरत होते. ग्रामीण भागातून आलेल्या पक्षकारांना त्यांच्या महसुली कामात मदत करून ते त्यांच्याकडून अव्वाच्या सव्वा पैसे उकळत होते. अज्ञानी पक्षकार त्यांच्या जाळ्यात बरोबर अडकत होते. एवढं सारं कमी म्हणून की काय त्या तहसील कार्यालयात रजिस्ट्रार कार्यालयात असलेला एक शिपाईसुद्धा आपलं काम सांभाळून दलालीचं काम त्याच्या वरिष्ठ अधिकाऱ्याच्या आशीर्वादानं खुलेआम करीत होता. हे आता त्या

तालुक्यातील सर्व जनतेला ठाऊक झालं होतं. शासनाची मान्यता असलेला बॉन्ड रायटरसुद्धा साध्याभोळ्या जनतेला लुटण्यात मुळीच मागे नव्हता. सर्वांत त्याच्या कामाचा दर मोठा होता.

तहसील कार्यालयाच्या समोर महापुरुषाचं एक मंदिर होतं. भक्तांना थोडा वेळ बसण्यासाठी मंदिरासमोर सिमेंटच्या पत्र्याचं शेड होतं. दलालांनी त्या पत्र्याच्या शेडमध्ये महापुरुषाला साक्षी ठेवून लोकांना लुटण्याचा धंदा सुरू केला होता. ते दृश्य पाहून मनात चीड उत्पन्न होत होती आणि 'कुणीच कसं याबद्दल बोलत नाहीत?' असा माझ्या मनात प्रश्न पडायचा.

बशीर रखांगे हा तालुक्यात महसुली कामातील मोठा दलाल होता. त्याचा दुमजली सिमेंट-काँक्रीटचा बंगला तहसील कार्यालयापासून डांबरी रस्त्याच्या कडेला अवघ्या फर्लांगभर अंतरावर होता. कार्यालयातील कर्मचारी अधिकाऱ्यांबरोबर त्यांची चांगली ओळख होती. त्या ओळखीचा फायदा तो नेहमी त्याचा स्वार्थ साधण्यासाठी करून घेत असे.

एकदा तहसील कार्यालयात मी त्याला पत्र्याच्या खुर्चीत बसून रेकॉर्डरूममध्ये जुने कागदपत्र निवांतपणे चाळताना मी माझ्या स्वत:च्या डोळ्यांनी पाहिलं. त्याचं मला थोडं आश्चर्यसुद्धा वाटलं. वास्तविक जुनं महसुली दप्तर अत्यंत महत्त्वाचं असल्यानं त्या रेकॉर्डरूममध्ये संबंधित कारकुनाशिवाय कुणालाही जाण्याची परवानगी नसते. अशा महत्त्वाच्या कागदपत्राच्या खोलीत तो दलाल अगदी निवांतपणे जुने कागदपत्र चाळत बसला होता. यात कुणालाही गैर वाटत नसल्यामुळे सखेद आश्चर्य वाटत होतं. जनतेचे जुने कागदपत्र जतन करून ठेवणं हा महसुली कामाचाच एक भाग आहे. त्यात हलगर्जीपणा केला, तर भविष्यात त्याची झळ लोकांना पोहोचणार आहे.

एके दिवशी बशीर रखांगे मला भेटण्यासाठी माझ्या कुंबळे येथील तलाठी कार्यालयात आला. मी मंडणगड तालुक्यात नवीन आलो असल्यामुळे त्याला माझा स्वभाव ठाऊक नव्हता. सगळेच सरकारी कर्मचारी व अधिकारी एकाच माळेचे मणी. पैसे दिले तर ते काहीही करायला एका पायावर तयार होणार, असा त्यानं त्याच्या मनात माझ्याबद्दल विचार केला असावा.

मला नमस्कार करून रखांगे माझ्या समोर पत्र्याच्या खुर्चीत बसला. ताडमाड वाढलेला तो चाळिशीच्या वयाचा होता. त्याच्या चेहऱ्यावर मग्रुरी आणि पैशाचा माज होता.

त्याच्याकडे लक्ष न देताच मी माझं काम करीत होतो. तो माझ्याकडे कशासाठी आलाय, याची मला थोडी कल्पना आली होती. थोड्या वेळानं मी

त्याच्याशी काहीही बोलत नाही, हे त्याच्या लक्षात आल्यावर त्यानं मला घसा खाकरून विचारले,

"तुमीच नवीन तलाठी भाऊ आलाव काय?"

"होय." मी.

"या आधी कुठं होताव?"

"खेड तालुक्यात."

"तुमच्या आधीचे जोशी भाऊ, कांबळे भाऊ माझ्या ओळखीचे हाईत. माझी त्या लोकांनी मोप कामं केलीत. मीसुदीक त्याचं उपकार ठेवले न्हाईत."

"अस्सं?"

"तुमीसुदीक मला माझ्या कामात सहकार्य करा. तुमला सुदीक मी खूश करून टाकीन. तुमला काम करताना काय अडचण आली तर घाबरायला नकु. माझी मोप जणांशी चांगली ओळख है. मंडनगड तालुक्यामंदी तुमचे समदे लोक मला ओळखतात."

"तुमचं माझ्याकडे काय काम आहे का?" मी त्याला सरळ मुद्याचंच विचारलं.

"व्हय."

"बोला." मी.

"माझं हे काम करा. तुमची फी आता लगीच देऊन टाकतो. मी कधी कुणाकडून फुकट काम करून घेत न्हाय." त्याच्या हातातील कागदपत्रांची चळत माझ्यासमोर टेबलावर ठेवत बशीर रखांगे मला म्हणाला.

रखांगेनं कुंबळे गावातील जमिनीचं तालुक्याच्या रजिस्ट्रारसमोर केलेली खरेदी खताची नक्कल आणि फेरफार रजिस्ट्रार नोंद घालण्यासाठी अर्जसुद्धा लिहून आणला होता. खरेदी खताची नक्कल संपूर्ण वाचून झाल्यावर मी त्यांना विचारलं.

"ही जमीन खरेदीने देणारे आणि घेणारे माणसं कोठे आहेत?"

माझा प्रश्न ऐकून रखांगे गडबडला. मी त्याला असं काही न विचारता लगेच फेरफार रजिस्टरात नोंद करून मोकळा होईन, अशी त्यानं त्याच्या मनात सुरुवातीला कल्पना करून घेतली होती.

माझं बोलणं ऐकून तो खुर्चीत ताठ बसत मला म्हणाला,

"भाऊ, जमीन घेणारे पुण्याला राहातात. त्यांनी सर्व जबाबदारी माझ्यावर टाकली आहे."

"मी नोंद घेतल्यावर नोटीस फॉर्मवर मला त्यांच्या सह्या लागतील"

"मी नोटीस फॉर्मवर त्यांच्या सह्या घेवून ठेवल्यात. तुमच्या हातातील कागदपत्रांत त्यांनी सह्या केलेल्या नोटीस फॉर्म आहे."

मी तो सह्या केलेला नोटीस फॉर्म पाहून नाराजीनं त्याला लगेच म्हणालो,

"जमीन घेणाऱ्यानं आणि देणाऱ्यानं माझ्या समोर येऊन सह्या करायला पाहिजे. तुम्ही आणलेल्या सह्या जर खोट्या असतील, तर पुढे त्याचा मला नक्की त्रास होईल. मी असं चुकीचं काम करणार नाही."

"तुमचा माझ्यावर विश्वास न्हाय? अजून पावोत मी कुणाला फसवून काम केलंच न्हाय. तुमच्या लोकांना तुमी इचारून बगा."

"माझा तुमच्यावर जरी विश्वास असला तरी मला ही तुमची कामाची पद्धत चुकीची वाटते. तुम्ही असं करता का?"

"काय करू ते तुमी मला सांगा. बस्सं माझं येवडं काम व्हायला पाह्यजे."

"यापुढे तुम्ही अजिबात या कामासाठी तसदी घेऊ नका. जमीन घेणाऱ्यांना आणि देणाऱ्यांना माझ्याकडे पाठवा. मी त्यांचं काम लगेच करून देईन."

"अवं, त्या लोकांनी याची संपूर्ण जबाबदारी माझ्यावर टाकली है. तुमी माझं काम करून द्या. तुमाला त्रास व्हनार न्हाय. याची मी तुमाला गॅरंटी देतो. वाटलं तर मी तुमच्या तहसीलदारांच्या बरोबर बोलतो. त्यांची अन् माझी चांगली जानपहचान है!

"ही जबाबदारी माझी आहे, तहसीलदारांची नाही. त्यांनी सांगितलं तरी मी बेकायदेशीररीत्या नोंद घालणार नाही." मी त्याला निक्षून म्हणालो.

माझं बोलणं ऐकून बशीर रखांगे हा चांगला वैतागून गेला होता. मी त्याला झिडकारीत होतो आणि तो त्याचं काम होण्यासाठी जिवाचा आटापिटा करीत होता. पुण्याच्या पार्टीकडून त्यानं बरेच पैसे उकळले होते, म्हणून तो मला समजून सांगण्यासाठी घसाफोड करीत होता. माझ्या ठिकाणी अन्य कुणी असता, तर त्याच्या जिवाला एवढा त्रास झाला नसता. म्हणून तो मनातल्या मनात माझ्यावर उखडला होता.

मला पैशाचं लालूच दाखवित तो पुन्हा एकदा म्हणाला,

"भाऊ, तुमला किती पैसे पाहिजे ते मला सांगा. मी तुमला लगीच पैसे देतू. पर माझं येवडं तुमी काम करून द्या. हे काम झालं न्हाय तर ती पुण्याची पार्टी माझ्यावर भडकेल."

"मला तुमच्याकडून एक रुपयादेखील नकोय. पुण्याच्या पार्टीचं मी काय सांगू?" गैरमार्गाने येत असलेल्या लक्ष्मीला लाथाडून मी म्हणालो.

कितीही घसाफोड केली तरी मला पाझर फुटणार नाही, हे एव्हाना त्याच्या

ध्यानात आलं होतं. तो बसलेल्या खुर्चीतून झटकन रागानं उठला आणि दरवाजाकडे त्याचा मोर्चा वळविण्याच्या आधी तो मला रागानं म्हणाला,

"मी आता तुमच्या तहसीलदारांनाच जाऊन भेटतो. माझं काम कसं होत न्हाय, तेच मला बगायचंय."

बशीर पाय आपटतच कार्यालयाच्या बाहेर पडला. मी त्याच्या पाठमोऱ्या आकृतीकडे तो दिसेनासा होईपर्यंत अनिमिष नेत्रांनी पाहात होतो.

*****

पावसाळ्याचे दिवस असल्यानं धोऽधोऽ पाऊस धरणीवर कोसळत होता. पावसाची संततधार सुरू झाल्यावर माझ्या जिवाला घोर लागायचा. पावसाचा जोर वाढल्यावर घर किंवा गोठा कोसळण्याची अधिक भीती असे. वीज कोसळून जीवितहानी होण्याचीसुद्धा अधिक शक्यता असे. त्यामुळे मला अधिक सतर्क राहावं लागत होतं. ६५ मिमि. पेक्षा अधिक पाऊस पडल्यावर अतिवृष्टीने नुकसानग्रस्त शेतकऱ्यांना शासनाकडून नुकसान भरपाई मिळत असे.

पावसाचं रौद्र रूप पाहून मी माझ्या कार्यालयात काम करीत असताना विनोद ऑफीसमध्ये येऊन मला म्हणाला,

"भाऊ, आपल्याला आता लगीच पालघरला जायला पाह्यजे."

"का?"

"नदीच्या पुराचं पाणी काठाला असलेल्या किराणा मालाच्या दुकानात शिरून मोठ्या प्रमाणात नुकसान झालंय. रेशन दुकानात सुदीक पानी शिरलंय. रेशन दुकान आणि किराणा मालाचं दुकान एकाच मालकाचं हाय."

विनोदचं बोलणं ऐकून मी त्याला घेऊन पालघर गावी गेलो. पुराच्या पाण्याचं दुकानाचं मोठ्या प्रमाणात नुकसान झालं होतं. त्यांची आर्थिक परिस्थिती जरी चांगली होती तरी मला त्यांचा जबाब व पंचयादी तयार करून पुढील कार्यवाहीसाठी तहसीलदारांकडे अहवाल पाठवावं लागणार होतं. त्यांना महसूल खात्याकडून त्यांची आर्थिक परिस्थिती चांगली असल्यामुळे नुकसानभरपाई मिळणार नव्हती. परंतु आपदग्रस्तानं दुकानाचा विमा उतरविला असल्यानं त्यांना त्यांच्याकडून नुकसानभरपाई मिळणार होती. त्यासाठी आपदग्रस्तांना तहसील कार्यालयाकडून मी केलेल्या जबाब, पंचयादी आणि रिपोर्ट यांच्या नकला लागणार होत्या. मी आपदग्रस्तांचा जबाब घेऊन त्याला झालेल्या नुकसानीची किंमतीसह सविस्तर माहिती लिहिली. पंचयादी करून त्यावर पंचाच्या स्वाक्षऱ्या घेतल्या आणि ते प्रकरण लगेच माझ्या रिपोर्टनं तहसीलदारांकडे रवाना केलं.

या घटनेला दोन दिवस उलटून गेले नाहीत तोच कुंबळे गावाला एका गुरांच्या गोठ्यावर वीज कोसळून त्यात एक बैल ठार झाला आणि दुसरा बैल भाजून जखमी झाला होता. अचानक कोसळलेल्या संकटानं तो गरीब शेतकरी पार हबकून गेला.

माझ्या कानावर ती बातमी आल्यावर मी विनोदला सोबत घेऊन त्या ठिकाणी धावत गेलो. आपदग्रस्ताला धीर देत त्याला मी म्हणालो,

"निसर्गाच्या कोपापुढे आपण काहीही करू शकत नाही. परंतु तुम्ही काळजी करू नका, मी तुम्हाला नुकसानभरपाई मिळवून देईन."

माझं बोलणं ऐकून त्या गरीब शेतकऱ्याला थोडा धीर आला. तो माझ्याकडे नंतर कृतज्ञपणे पाहू लागला. मी जबाब, पंचयादी तयार करून ते प्रकरण मी ताबडतोब तहसीलदारांकडे पाठविले. त्याचं श्रेय लाटण्यासाठी गावपुढारी पैसे कधी मिळणार म्हणून माझ्याकडे चकरा मारू लागले. दोन-तीन दिवसानं त्या आपदग्रस्ताला शासनाकडून नुकसानभरपाई मंजूर झाली. गावचे पोलीस पाटील आणि सरपंच यांच्या समक्ष त्या शेतकऱ्याला मंजूर झालेली रक्कम आदा करून मी त्याच्याकडून त्याची पोच घेतली.

*****

तीन दशकं तलाठी या एकाच पदावर सेवा केल्यानंतर मला दिनांक १७ नोव्हेंबर २००७ रोजी दापोली तहसील कार्यालयात ट्रेझरी अव्वल कारकून तथा कार्यकारी दंडाधिकारी या पदावर बढती मिळाली.

◆◆◆

अल्पपरिचय

नाव	:	रामचंद्र नलावडे
जन्मतारीख	:	०१/०६/१९५६
शिक्षण	:	बी. ए. (हिंदी)

व्यवसाय : महसूल खात्यात कोषागार अव्वल कारकून तथा कार्यकारी दंडाधिकारी या पदावरून स्वेच्छानिवृत्ती

पत्ता : मु. पो. वेरळ, ता. खेड, जि. रत्नागिरी
पिनकोड ४१५६२१.

भ्रमणध्वनी : ९६२३९७०६१६

■ प्रकाशित साहित्य ■

आत्मकथन : १) दगडफोड्या (२०००)२) झगडा (२००७)
३) रक्तकांचन (२०१५)

अनुभव कथन : १) माझ्या मना बन दगड (२०१२)
२) एका अस्वस्थ तलाठ्याची डायरी (२०१५)

संशोधनपर ग्रंथ : १) वडारवाडा (२०११)

व्यक्तिचित्रे : १) कोकणची माणसं (२०१५)

कथासंग्रह : १) जोगवा (१९९४) २) सुरूंग (२००६)
३) चिरेखाण (२००९) ४) गावकुसाबाहेरील माणसं (२०११)
५) घरकुल (२०१२) ६) अशी पाखरे येती (२०१२)
७) रानभूल (२०१५) ८) व्यथा फूल (२०१५)

कादंबरी : १) लाडी (२००७) २) पातेरा (२००७)
३) प्रहार (२००९) ४) चंदनवाडी (२०१०)
५) थैमान (२०१२) ६) कुरण (२०१३)
७) खोत (२०१४)

'दगडफोड्या व झगडा' या प्रकाशित आत्मकथनावर पीएच.डी. व एम.फीलसाठी संशोधन कार्य, 'जोगवा' या कथेचा कन्नड भाषेत अनुवाद.

एका अस्वस्थ तलाठ्याची डायरी । २७१

■ पुरस्कार ■

१) बळी कथेला उत्कृष्ट कथा पुरस्कार (१९९३)
२) दमाणी साहित्य पुरस्कार (दगडफोड्या, २०००)
३) वडार भूषण पुरस्कार (दगडफोड्या, २००२)
४) धनंजय कीर पुरस्कार (दगडफोड्या, २००३)
५) कै. सौ. कुसुमताई अभ्यंकर साहित्य गौरव पुरस्कार (दगडफोड्या, २००४)
६) कवी अनंत फंदी साहित्य पुरस्कार (लाडी, २००८)
७) अंकुर वाङ्मय पुरस्कार (पातेरा, २००८)
८) कविवर्य नारायण सुर्वे पुरस्कार (पातेरा, २००८)
९) आपटे वाचन मंदिर व इचलकरंजी साहित्य संमेलन स्मृती ट्रस्ट पुरस्कार (झगडा, २००८)
१०) कादंबरीकार ना. ह. आपटे पुरस्कार (चिरेखाण, २०१०)
११) खानदेशकन्या स्मिता पाटील पुरस्कार (चिरेखाण, २०१०)
१२) वारणेचा वाघ साहित्य पुरस्कार (चिरेखाण, २०११)
१३) राधानगरी साहित्य संस्कृती मंच साहित्य पुरस्कार (चिरेखाण, २०११)
१४) शब्दगंध साहित्य पुरस्कार (प्रहार, २०११)
१५) अस्मितादर्श साहित्य पुरस्कार (प्रहार, २०१०)
१६) दिनमित्रकार मुकुंदराव पाटील पुरस्कार (प्रहार, २०१०)
१७) कादंबरीकार र. वा. दिघे स्मृती पुरस्कार (प्रहार, २०११)
१८) आशीर्वाद पुरस्कार (प्रहार, २०१०)
१९) लोकमान्य टिळक पुरस्कार (साहित्य क्षेत्रातील उल्लेखनीय कामगिरी करिता २०१०)
२०) कोकण क्रिएटिव्ह फाऊंडेशन पुरस्कार (साहित्य क्षेत्रातील उल्लेखनीय कामगिरी करिता २०१०)
२१) पद्मगंधा प्रतिष्ठान नागपूर सुधाकुसुम कादंबरी पुरस्कार (चंदनवाडी २०१२)
२२) राजवैभव पुरस्कार (साहित्य क्षेत्रातील उल्लेखनीय कामगिरी करिता २०१२)
२३) लोकशाहीर अण्णाभाऊ साठे राज्य पुरस्कार (वडारगाडा २०१३)
२४) आपटे वाचन मंदिर इचलकरंजी चा. सौ. केराबाई शेळके कादंबरी पुरस्कार (थैमान २०१३)
२५) शब्दवेल प्रतिष्ठान लातूरचा कै. बलीराम मोरगे राज्यस्तरीय कादंबरी पुरस्कार (माझ्या मना बन दगड २०१३)
२६) मराठवाडा साहित्य परिषदेचा लोकनेता यशवंतराव चव्हाण पुरस्कार (माझ्या मना बन दगड २०१४)
२७) ख्रिस्ती साहित्य प्रसारक, पुणे पुरस्कार (कुरण २०१४)